AF748573

പാവപ്പെട്ട മനുഷ്യർ

Pavappetta Manushyan
World Classic

Original Title
Poor Folk

Fyodor Dostoevsky

Translation
P Sarathchandran

CHINTHA PUBLISHERS
Thiruvananthapuram

© Rights Reserved
All rights reserved. No part of this publication may be reproduced, transmitted or stored in a retrieval system in any form or by any means without the written permission of the publisher.

First Edition
October 2023

Second Impression
April 2025

Published
Chintha Publishers, Thiruvananthapuram

Printed at
Repro India Ltd, Mumbai

Cover Design
Vinod Mangoes

ISBN : 978-81-19131-64-8

CO - 3393 / 7420

Email: chinthapublishers@gmail.com
Website: www.chinthapublishers.com

A version is available at National Libraries
Kolkata, Mumbai, Chennai and Delhi

Distribution
DESHABHIMANI BOOK HOUSE
H O Thiruvananthapuram 695035

Branches & Agencies
Head Office Kunnukuzhi • Statue Thiruvananthapuram
Saphalyam Complex Thiruvananthapuram
Machingal Lane Thrissur • IG Road Kozhikode
Mavoor Road Kozhikode • NGO Union Building Kannur
Central Bus Terminal Complex Thavakkara Kannur
Revenue Tower Ernakulam • Sulthanpetta Palakkad
Postoffice Road Kottaym • Hospital Road Nilamboor
Old Municipal Bus Stand Kalpatta

പാവപ്പെട്ട മനുഷ്യർ

ദസ്തയേവ്സ്കി

പരിഭാഷ

പി ശരത്ചന്ദ്രൻ

ചിന്ത പബ്ലിഷേഴ്സ്
തിരുവനന്തപുരം-695 035

ഫയദോർ മിഖായേലോവിച്ച് ദസ്തയേവ്സ്കി

മോസ്കോയിൽ ജനനം. പിതാവ്: മിഖായേൽ ദസ്തയേവ്സ്കി. മാതാവ്: മറിയ നെച്ചായേവ.

ആദ്യ കൃതിയായ *Poor Folk* 1846 ൽ പ്രസിദ്ധീകരിക്കപ്പെട്ടു. അതേവർഷം തന്നെ പുറത്തുവന്ന *The Double* എന്ന കൃതിക്ക് മോസ്കോയിലെ സാഹിത്യവൃത്തങ്ങളിൽ അംഗീകാരം ലഭിച്ചു. 1848 ൽ മിഖായേൽ പെട്രഷേവ്സ്കി നയിച്ച ബുദ്ധിജീവികളുടെയും വിപ്ലവകാരികളുടെയും സംഘത്തിൽ ചേർന്നു. 19-ാം നൂറ്റാണ്ടിന്റെ ഉത്തരാർദ്ധത്തിലെ റഷ്യയിലെ കുഴഞ്ഞുമറിഞ്ഞ രാഷ്ട്രീയ സാഹചര്യത്തെ തുടർന്ന് ദസ്തയേവ്സ്കിയെയും കൂട്ടുകാരെയും ദേശദ്രോഹക്കുറ്റത്തിന് അറസ്റ്റു ചെയ്തു. തടവുകാലത്തെ അനുഭവങ്ങൾ *The House of the Dead* (1862) എന്ന നോവലിൽ ആവിഷ്കരിച്ചു. 1854 ൽ മോചിതനായി. അഞ്ചുവർഷത്തേക്ക് നിർബ്ബന്ധിത സൈനിക സേവനത്തിനായി നിയോഗിക്കപ്പെട്ടു. 1859 ൽ സെന്റ് പീറ്റേഴ്സ് ബർഗിൽ എത്തി സാഹിത്യസപര്യ തുടർന്നു. ആ വർഷം രണ്ടു നോവലുകൾ എഴുതി. *Uncle's Dream* ഉം *The Village of Stepanchikovo* യും. 1861 ൽ *Humilated and insulted* 1862 ൽ *The House of the Dead* എന്നീ നോവലുകളും 1864 ൽ *Notes From the Underground, Crime and Punishment* എന്നീ നോവലുകളും പുറത്തുവന്നു. 1867 ൽ *The Gambler* പ്രസിദ്ധീകരിക്കപ്പെട്ടു.

1875 ൽ എഴുതിയ *The Adolecent* ശ്രദ്ധിക്കപ്പെട്ടില്ല. 1880 ൽ പുറത്തുവന്ന *The Brothers Karamazov* ആയിരുന്നു അദ്ദേഹത്തിന്റെ അവസാന കൃതി.

പി ശരത്ചന്ദ്രൻ

ആലപ്പുഴ ജില്ലയിൽ മുതുകുളത്ത് 1949 ൽ ജനിച്ചു. അച്ഛൻ: മഹാകവി അഴകത്ത് പത്മനാഭക്കുറുപ്പിന്റെ ചെറുമകൻ പരമേശ്വരനുണ്ണിത്താൻ. അമ്മ: പ്രശസ്ത സാഹിത്യകാരനും ചലച്ചിത്രകാരനുമായ പി പത്മരാജന്റെ സഹോദരി പത്മിനി അമ്മ.

എഞ്ചിനീയറിങ്ങിൽ ഡിഗ്രി.

ആനുകാലികങ്ങളിൽ എഴുതിയ ചെറുകഥകൾക്കു പുറമെ വിശ്വസാഹിത്യത്തിലെ നിരവധി നോവലുകളുടെ മലയാള പരിഭാഷകൾ പ്രസിദ്ധീകരിച്ചിട്ടുണ്ട്.

ഭാര്യ	:	ശിവലത
മകൻ	:	ഉണ്ണികൃഷ്ണൻ
വിലാസം	:	ടി സി 29/1065, അംബാ ഗാർഡൻസ് പാൽക്കുളങ്ങര, തിരുവനന്തപുരം.
ഫോൺ	:	9947070782

പ്രസാധകക്കുറിപ്പ്

മനുഷ്യമനസ്സെന്ന മഹാസമുദ്രത്തിൽ കരുതലോടെ നീന്തിപ്പോയ മഹാനായ എഴുത്തുകാരനാണ് ഫയദോർ ദസ്തയേവ്സ്കി. അധുനിക മനഃശാസ്ത്രം ശക്തിപ്പെടുന്നതിനു മുന്നേ മനുഷ്യ മനസ്സിന്റെ ആഴക്കലക്കങ്ങൾ മനസ്സിലാക്കാൻ ദസ്തയേവ്സ്കിക്കു കഴിഞ്ഞു. അപസ്മാരബാധയും ചൂതാട്ടഭ്രമവും തകർത്തുകളഞ്ഞ ഒരു ഘട്ടത്തിലാണ് ദസ്തയേവ്സ്കി *പാവപ്പെട്ട മനുഷ്യർ (Poor folk)* എഴുതുന്നത്. റഷ്യയിലെ ആദ്യത്തെ സാമൂഹ്യനോവൽ, സോഷ്യലിസ്റ്റ് നോവൽ എന്നും ഈ കൃതി വിശേഷിപ്പിക്കപ്പെട്ടിട്ടുണ്ട്. പാവപ്പെട്ട മനുഷ്യരുടെ ജീവിതവും സമ്പന്നരുമായി അവർ പുലർത്തുന്ന ബന്ധവുമാണീ കൃതിയുടെ കഥാപരിസരം. വിദൂരബന്ധുക്കളായ വാർവാര അലക്സിയേവ്ന, മേക്കർ അലക്സിവിച്ച് എന്നിവരുടെ ബന്ധം കത്തുകളുടെ രൂപത്തിൽ ചിത്രീകരിക്കപ്പെടുന്നു. ഒരു ക്ലാർക്കും ഒറ്റമുറിയിലെ താമസക്കാരനുമായ മേക്കർ കലാസ്വാദകനാണ്. അപ്രകാരമായിരുന്ന വാർവാര സമ്പന്നനായൊരുവനുമായി പ്രണയത്തിലാകുന്നതോടെ അവളുടെ കലാസ്വാദന വൈഭവം ചോരുന്നു സവിശേഷമായ പ്രമേയപരിസരത്തിലൂടെ നിങ്ങുന്ന ഈ നോവൽ ദസ്തയേവ്സ്കി എന്ന അനശ്വര എഴുത്തുകാരന്റെ പ്രതിഭയ്ക്ക് അടിവരയിടുന്നു.

ചിന്ത പബ്ലിഷേഴ്സ്

ഏപ്രിൽ 8

എന്റെ അരുമയായ വാർവാര അലക്സിയേവ്നാ,

ഞാൻ കഴിഞ്ഞരാത്രിയിൽ വളരെ സന്തോഷത്തിൽ ആയിരുന്നു. സഹിക്കാൻ കഴിയാത്ത സന്തോഷം! എന്റെ പിടിവാശിക്കാരിയായ ഓമന ഒരു പ്രാവശ്യം ഞാൻ ആവശ്യപ്പെട്ട കാര്യം ചെയ്തിരിക്കുന്നു. ഞാൻ വൈകുന്നേരം ഉണർന്നപ്പോൾ എട്ടുമണിയായിട്ടുണ്ടായിരുന്നു. (ജോലിക്ക് ശേഷം ഞാൻ ഒന്നു മയങ്ങുമെന്ന് എന്റെ ഓമനയ്ക്കറിയാം) ഞാൻ ഒരു മെഴുകുതിരികൊണ്ടുവന്ന് എന്റെ കടലാസുകൾ പുറത്തെടുത്ത് നിരത്തിയതിനുശേഷം എന്റെ പേന വൃത്തിയാക്കാൻ തുടങ്ങിയ സമയത്താണ് ഞാൻ തല ഉയർത്തിനോക്കാൻ ഇടയായത്– എന്റെ ഹൃദയം എന്ത് കുതിച്ചുചാട്ടമാണ് നടത്തിയത്! അതായത് ഞാൻ ആഗ്രഹിച്ചതെന്താണെന്ന് നിങ്ങൾക്ക് മനസ്സിലായി! എന്റെ പാവം മനസ്സ് എന്താണ് അപേക്ഷിച്ചതെന്ന് നിങ്ങൾക്ക് മനസ്സിലായി! ഞാൻ ഇപ്പോൾ സൂചിപ്പിച്ചതുപോലെ കാശിത്തുമ്പയുടെ ചട്ടിയിൽ നിങ്ങളുടെ തിരശ്ശീലയുടെ മൂല കെട്ടിവെച്ചിരിക്കുന്നു. നിങ്ങളുടെ മനോഹരമായ മുഖം ജനാലയിൽ പ്രത്യക്ഷപ്പെട്ടിരുന്നതായി എനിക്ക് തോന്നി. നിങ്ങൾ എന്നെപ്പറ്റി ആലോചിച്ചുകൊണ്ട് പുറത്തേക്ക് ഒളിഞ്ഞുനോക്കുകയായിരുന്നു. എന്റെ ഓമനേ, എനിക്ക് നിങ്ങളുടെ മുഖം വ്യക്തമായി കാണാൻ കഴിയാത്തതുകൊണ്ട് എനിക്ക് എന്തുമാത്രം വിഷമം തോന്നിയിരുന്നു. എനിക്കും വ്യക്തമായി കാണാൻ കഴിഞ്ഞിരുന്ന ഒരു സമയം ഉണ്ടായിരുന്നു. വാർദ്ധക്യം ഒരു വരദാനമല്ല. എന്റെ ഓമനേ, ഓരോ കാര്യവും അവ്യക്തമാണ്. വൈകുന്നേരം അല്പസമയം എഴുതിയാൽ ഒരാളുടെ കണ്ണുകൾ വളരെക്കൂടുതൽ വേദനിക്കും. അപരിചിതരെ കാണാൻ അയാൾക്ക് നാണക്കേട്

തോന്നുന്ന തരത്തിൽ രാവിലെ അയാളുടെ കണ്ണുകളിൽ കണ്ണുനീർ നിറയും. പക്ഷേ, എന്റെ കുഞ്ഞുമാലാഖയുടെ മധുരമുള്ള പുഞ്ചിരി എന്റെ ഭാവനയിൽ വെറുതെ തിളങ്ങുന്നുണ്ടായിരുന്നു. എനിക്ക് ഞാൻ നിങ്ങളെ ചുംബിച്ച സമയത്തെ പോലെ തോന്നിയിരുന്നു. നിങ്ങൾ അത് ഓർക്കുന്നുണ്ടോ? നിങ്ങൾ എന്റെ നേർക്ക് കോപത്തോടെ വിരലുകൾ വിറപ്പിച്ചിരുന്നതായിപ്പോലും എനിക്ക് തോന്നുന്നുണ്ടായിരുന്നു. കുസൃതിക്കുട്ടി അത് ഓർക്കുന്നുണ്ടോ? അതിനെപ്പറ്റി എല്ലാക്കാര്യങ്ങളും നിങ്ങൾ അടുത്ത എഴുത്തിൽ എന്നോട് നിശ്ചയമായും പറയണം.

വാരങ്കാ, നമ്മുടെ ജനൽമറയുടെ കൗശലത്തെപ്പറ്റി നിങ്ങൾ എന്താണ് വിചാരിക്കുന്നത്? അത് അമൂല്യം അല്ലേ? ജോലി ചെയ്യുന്ന സമയത്തോ ഉറങ്ങാൻ പോകുന്ന സമയത്തോ അല്ലെങ്കിൽ ഉണർന്ന് എഴുന്നേല്ക്കുന്ന സമയത്തോ നിങ്ങൾ എന്നെപ്പറ്റി ആലോചിക്കുകയാണെന്ന് അപ്പോൾത്തന്നെ എനിക്ക് അറിയാൻ പറ്റും. നിങ്ങൾ സന്തോഷത്തിലാണെങ്കിൽ നിങ്ങൾ എന്നെ ഓർക്കുകയായിരിക്കും. ജനൽമറ താഴ്ത്തിയിട്ടാൽ അതിന്റെ അർത്ഥം മേക്കർ അലക്സിയേവിച്ച്! ശുഭരാത്രി! അത് ഉയർത്തിയാൽ മേക്കർ അലക്സിയേവിച്ച്! സുപ്രഭാതം! നിങ്ങൾ നന്നായി ഉറങ്ങിയെന്ന് ഞാൻ വിചാരിക്കുന്നു അല്ലെങ്കിൽ മേക്കർ അലക്സിയേവിച്ച്, നിങ്ങൾക്ക് എങ്ങനെയുണ്ട്? എന്നെ സംബന്ധിച്ചിടത്തോളം എനിക്ക് സുഖമാണ്. ദൈവത്തിന് സ്തുതി! ഏറ്റവും പ്രിയപ്പെട്ടവളെ എങ്ങനെയാണ് അത് ജോലി ചെയ്യുന്നതെന്ന് നോക്കൂ! അത് അക്ഷരങ്ങളുടെ പോലും ആവശ്യം ഇല്ലാതാക്കുന്നു. അതിന് ബുദ്ധിയുണ്ട്. ഇല്ലേ? ഞാൻ അത് സ്വയം ആലോചിച്ച് കണ്ടെത്തിയതാണ്? ഇത്തരം കാര്യങ്ങളിൽ ഞാൻ മെച്ചമാണെന്ന് നിങ്ങൾ വിചാരിക്കുന്നില്ലേ?

ഇനിയിപ്പോൾ എന്റെ പ്രിയപ്പെട്ട വാർവാര അലക്സിയേവ്നാ, എന്റെ പ്രതീക്ഷകൾക്ക് വിപരീതമായി രാത്രി മുഴുവൻ ഞാൻ വളരെ തൃപ്തികരമായി ഉറങ്ങിയിരുന്നെന്ന് നിങ്ങളോട് പറയുന്നതുകൊണ്ട് കുഴപ്പമില്ല. ഒരാൾ പുതിയ സ്ഥലങ്ങളിൽ ഒരിക്കലും നല്ലതുപോലെ ഉറങ്ങാറില്ല. അത് ഒരുകാര്യം. അല്ലെങ്കിൽ നിങ്ങൾ ഉണർന്നിരിക്കാൻ മറ്റൊരു കാരണമുണ്ട്. ഞാൻ ഇന്നുരാവിലെ ഒരു വാനമ്പാടിയെപ്പോലെ ഉന്മേഷത്തോടെയും ചുറുചുറുക്കോടെയുമാണ് ഉണർന്നെഴുന്നേറ്റത്. എന്റെ ഓമനേ, ഇന്ന് എന്തൊരു പ്രഭാതം ആയിരുന്നു! ജനാല തുറന്നുകിടക്കുകയായിരുന്നു. സൂര്യൻ തിളങ്ങുന്നുണ്ടായിരുന്നു. കിളികൾ പാട്ടുപാടുന്നുണ്ടായിരുന്നു അന്തരീക്ഷത്തിൽ വസന്തത്തിന്റെ സുഗന്ധം ഉണ്ടായിരുന്നു. പ്രകൃതി മൊത്തത്തിൽ സജീവമാകുകയായിരുന്നു—കൂടാതെ മറ്റ് എല്ലാക്കാര്യങ്ങളും വസന്തത്തിൽ ആയിരിക്കേണ്ടതുപോലെ പൊരുത്തത്തിൽ ആയിരുന്നു. ഞാൻ ഇന്നുരാവിലെ ചില സന്തോഷകരമായ ആലോചനകൾപോലും നടത്തിയിരുന്നു. ഞാൻ ഇന്നു രാവിലെ നിങ്ങളെ മനുഷ്യന്റെ സാന്ത്വനത്തിനുവേണ്ടിയും പ്രകൃതിയുടെ അലങ്കാരത്തിനുവേണ്ടിയും സൃഷ്ടിച്ച ആകാശത്തിലെ ഒരു ചെറിയ കിളിയുമായി താരതമ്യപ്പെടുത്തി

യിരുന്നു. വാരങ്കാ, ഇവിടെവച്ച് ചിന്തിച്ചും വേവലാതിപ്പെട്ടും ജീവിക്കുന്ന നമ്മൾ മനുഷ്യജീവികൾക്ക് ആകാശത്തിൽ അല്ലലില്ലാതെ ജീവിക്കുന്ന നിഷ്കളങ്കരായ കിളികളോട് അസൂയ തോന്നേണ്ടതാണ്. ഇത്തരത്തിലുള്ള ഒരു പ്രയോജനവുമില്ലാത്ത പലതരം അമൂർത്തമായ ആശയങ്ങളും സന്തോഷിപ്പിക്കുന്ന താരതമ്യങ്ങളും ഞാൻ മനസ്സിൽ രേഖപ്പെടുത്തുകയായിരുന്നു. എനിക്ക് ഒരു പുസ്തകം ഉണ്ട്. വാരങ്കാ, അതിൽ ഇത്തരത്തിലുള്ള ധാരാളം കാര്യങ്ങൾ വളരെ വിശദമായി നിങ്ങൾക്ക് കാണാൻ പറ്റും. എന്റെ ഓമനേ, അവിടെ എല്ലാത്തരം സ്വപ്നങ്ങളും ഉണ്ട്. എനിക്ക് ആ സ്വപ്നങ്ങളെപ്പറ്റി എഴുതാതിരിക്കാൻ കഴിയില്ല. ഇപ്പോൾ വസന്തകാലമാണ്. സ്വപ്നങ്ങൾ ഇപ്പോൾ അങ്ങേയറ്റം ആവേശം ഉണർത്തുന്നതും സന്തോഷകരവും സാങ്കല്പികവും അങ്ങേയറ്റം മൃദുലവുമാണ്. എല്ലാ സ്വപ്നങ്ങളും ഒരു പനിനീർപ്പൂവിന്റെ ഗന്ധം നിറഞ്ഞവയാണ്. അതുകൊണ്ടാണ് ഞാൻ ഇത് എഴുതുന്നത്? പക്ഷേ, നിങ്ങളോട് ഞാൻ സത്യം പറയുകയാണെങ്കിൽ എനിക്ക് ഇതെല്ലാം ആ പുസ്തകത്തിൽനിന്ന് കിട്ടിയതാണ്. ആ എഴുത്തുകാരന്റെ ആഗ്രഹം എന്റെ ആഗ്രഹം പോലെയാണ്. അതുമുഴുവൻ ആ പുസ്തകത്തിൽ ഉണ്ട്.

പക്ഷേ, ഞാൻ ഒരു പക്ഷിയായിരുന്നില്ലേ? ഒരു ഇരയായി കുതിച്ചുയരുന്ന ഒരു പക്ഷി.

അത് അങ്ങനെ മുന്നോട്ടുപോകുന്നു. അതിന്റെ കൂടെ മറ്റ് ആശയങ്ങളും ഉണ്ട്. പക്ഷേ, സാരമില്ല! വാർവാരാ അലക്സിയേവ്നാ, ഇന്നു രാവിലെ നിങ്ങൾ എവിടെ പോയിരുന്നെന്ന് പറഞ്ഞാൽ കൂടുതൽ നല്ല കാര്യമാണ്. നിങ്ങൾ നിങ്ങളുടെ മുറിയിൽനിന്ന് വളരെ സന്തോഷത്തോടെ ചിറകടിച്ചു പുറത്തുവന്നപ്പോൾ നിങ്ങളെ നോക്കിയിരിക്കുന്നത് വളരെ ആഹ്ലാദമായിരുന്നു. ഞാൻ ജോലിക്ക് പോകാൻവേണ്ടി ഏറെക്കുറെ തയ്യാറായിക്കഴിഞ്ഞിരുന്നില്ല. വാരങ്കാ! വാരങ്കാ! ദുഃഖിക്കരുത്. കണ്ണുനീർ സഹായിക്കാൻ പോകുന്നില്ല. എന്റെ ഓമനേ, എന്നെ വിശ്വസിക്കണം. എനിക്ക് ഇത് അനുഭവത്തിൽ നിന്നാണ് മനസ്സിലായത്. അതുകൂടാതെ നിങ്ങൾക്ക് ഇപ്പോൾ സമാധാനമുണ്ട്. നിങ്ങളുടെ ആരോഗ്യം ഇപ്പോൾ മെച്ചമാണ്. മറ്റൊരു കാര്യം ഫെഡോറായ്ക്ക് എങ്ങനെയുണ്ട്? അവൾ എന്തുനല്ല സ്ത്രീയാണ്! വാരങ്കാ, എനിക്ക് എഴുത്ത് എഴുതണം. നിങ്ങൾ എങ്ങനെ— ഒന്നിച്ച് മുന്നോട്ടുപോകുന്നു. എല്ലാ കാര്യങ്ങളും തൃപ്തികരമാണോ? ഫെഡോറ അല്പം മുറുമുറുക്കും. പക്ഷേ, നിങ്ങളത് കാര്യമാക്കരുത്. അവൾ അങ്ങനെയുള്ള ഒരു വളരെ നല്ല സ്ത്രീയാണ്! ദൈവം അവളെ അനുഗ്രഹിക്കട്ടെ.

നമ്മുടെ തെരേസയെക്കുറിച്ച് ഞാൻ മുൻകൂട്ടിത്തന്നെ എഴുതിയിരുന്നു— അവളും സത്യസന്ധയായ ഒരു നല്ല സ്ത്രീയാണ്. ഞാൻ വലിയ പ്രയാസത്തിലായിരുന്നു—നമ്മൾ പരസ്പരം എങ്ങനെ എഴുത്തുകൾ കൈമാറും എന്നുള്ള പ്രയാസത്തിലായിരുന്നു. എന്നാൽ ദൈവം തെരേസയെ നമ്മളുടെ അടുത്തേക്ക് അയച്ചു. അവൾ വളരെ സാധുവും ദയ

യുള്ളവളുമായ ഒരു ശുദ്ധാത്മാവാണ്. പക്ഷേ, നമ്മുടെ വീട്ടുടമസ്ഥ യാതൊരു ദയയുമില്ലാതെ അവളെക്കൊണ്ട് എല്ലുമുറിയെ പണിയെടുപ്പിക്കുന്ന ഒരു ക്രൂരയാണ്.

വാർവാരാ അലക്സിയേവ്നാ, ഞാൻ എന്ത് സ്ഥലത്താണ് വന്നു ചേർന്നിരിക്കുന്നത്! ഒരു മുറപ്രകാരമുള്ള ചേരിപ്രദേശം. എന്തുതരം വീടാണ് ഇത്! ഞാൻ നിങ്ങൾക്ക് അറിയാവുന്നതുപോലെ ഒരു സന്ന്യാസിയെപ്പോലെ ജീവിച്ചുകൊണ്ടിരിക്കുകയായിരുന്നു. അത് അങ്ങേയറ്റം ശാന്തവും നിശ്ശബ്ദവുമായിരുന്നു. മുറിക്കുള്ളിൽ ഒരു ഈച്ച പറന്നാൽ അതുപോലും നിങ്ങൾക്ക് കേൾക്കാൻ കഴിയുമായിരുന്നു. എന്നാൽ ഇവിടെ അലർച്ചയുടെയും ബഹളത്തിന്റെയും ഒരു ആരവമുണ്ട്. പക്ഷേ, ഈ സ്ഥലം എങ്ങനെയാണെന്ന് ഞാൻ നിങ്ങളോട് പറഞ്ഞിരുന്നില്ല. വളരെ ഇരുണ്ടതും അഴുക്കുപിടിച്ചതുമായ ഒരു നീളംകൂടിയ ഇടനാഴി വെറുതെ സങ്കല്പിക്കുക. വലതുവശത്ത് അവിടെ ഒരു ഒഴിഞ്ഞ ഭിത്തിയാണ്. ഇടതുവശത്ത് ഒന്നോ രണ്ടോ മൂന്നോ ആളുകൾ വാടകയ്ക്ക് താമസിക്കുന്നു. ഹോട്ടലിലേതുപോലെയുള്ള മുറികളാണ്. നിങ്ങൾ നിശ്ചയമായും ഇവിടെ ഒരു തരത്തിലുള്ള നിയന്ത്രണവും പ്രതീക്ഷിക്കാൻ പാടില്ല. അവിടം യഥാർത്ഥത്തിൽ ഒരു നോഹയുടെ പേടകമാണ്! എന്നിട്ടും അവർ നല്ല രീതിയിൽ വളർന്ന നല്ല വിദ്യാഭ്യാസം ലഭിച്ച നല്ല മനുഷ്യരാണെന്ന് തോന്നി. അവരിൽ ഒരാൾ ഒരു ഗുമസ്തനായിരുന്നു. (എങ്ങനെയോ അയാൾക്ക് സാഹിത്യവുമായി ബന്ധമുണ്ടായിരുന്നു) നല്ല രീതിയിൽ വായന നടത്തിയിട്ടുള്ള ഒരു മനുഷ്യൻ ഹോമറിനെപ്പറ്റിയും ബ്രാംബിയസിനെപ്പറ്റിയും മറ്റുതരത്തിലുള്ള എഴുത്തുകളെപ്പറ്റിയും എല്ലാ കാര്യങ്ങളെപ്പറ്റിയും ധാരാളം കാര്യങ്ങൾ അറിയാവുന്ന ഒരു മനുഷ്യൻ — ഒരു ബുദ്ധിമാനായ മനുഷ്യൻ. അതുകൂടാതെ അവിടെ എല്ലാ സമയത്തും ചീട്ടുകളിച്ചുകൊണ്ടിരിക്കുന്ന രണ്ട് സൈനിക ഉദ്യോഗസ്ഥന്മാരും ഒരു നാവിക ഉദ്യോഗസ്ഥനും ഒരു ഇംഗ്ലീഷ് അദ്ധ്യാപകനും ഉണ്ടായിരുന്നു. പക്ഷേ, എന്റെ പ്രിയപ്പെട്ടവൾ എന്റെ അടുത്ത എഴുത്തിനുവേണ്ടി കാത്തിരിക്കണം. നിങ്ങളെ വിസ്മയിപ്പിക്കാൻവേണ്ടി ഞാൻ അവരെക്കുറിച്ച് തമാശരൂപത്തിൽ വിശദീകരിക്കാം. ഞങ്ങളുടെ വീട്ടുടമസ്ഥ വൃത്തിയില്ലാത്ത വളരെ പൊക്കം കുറഞ്ഞ ഒരു വൃദ്ധയാണ്. അവർ പകൽ മുഴുവൻ തെരേസായുടെ നേർക്ക് ചീത്തവിളിച്ചു കൂവിക്കൊണ്ട് ഒരു വള്ളിച്ചെരുപ്പുമിട്ട് കറങ്ങിനടക്കും. ഞാൻ ജീവിക്കുന്നത് അടുക്കളയിലാണ്. അല്ലെങ്കിൽ അവിടം ഏറെക്കുറെ ഇങ്ങനെയാണ്. അടുക്കളയുടെ തൊട്ടടുത്ത് മറ്റൊരു മുറിയുണ്ട്. (ഞങ്ങളുടെ അടുക്കള വളരെ വൃത്തിയുള്ളതും തിളങ്ങുന്നതും നല്ലതുമാണെന്ന് ഞാൻ തീർച്ചയായും പറയും) മുറി വലിയ മുറി അല്ല. വെറും ഒരു ഒളിസങ്കേതമാണ്- അല്ലെങ്കിൽ ഞാൻ അടുക്കള വലുതാണെന്നും അതിന് മൂന്ന് ജനാലകൾ ഉണ്ടെന്നും അതിന്റെ ഒരുഭാഗം മറ്റൊരാളുടെ താമസത്തിനുള്ള ഒരു മുറിയായി വിഭജിച്ചിട്ടുണ്ടെന്നും പറയുന്നതായിരിക്കും കൂടുതൽ നല്ലത്. അത് പതിവിലും

വലുപ്പമുള്ള ഒരു വാടകമുറിയായിരുന്നു. അതിനുള്ളിൽ കഴിഞ്ഞുകൂടാൻ വേണ്ടത്ര സ്ഥലം ഉണ്ടായിരുന്നു. അതിന് ഒരു ജനാലയും ഉണ്ടായിരുന്നു. ഇവിടെയാണ് ഞാൻ താമസിക്കുന്നത്. ചുരുക്കത്തിൽ അത് എല്ലാം കൊണ്ടും വളരെ തൃപ്തികരമായിരുന്നു. എന്റെ ഓമനേ, ഇതിലെല്ലാം ഒളിഞ്ഞിരിക്കുന്ന ഏതോ അർത്ഥമുണ്ടെന്ന് ഇപ്പോൾ വിചാരിക്കരുത്. അത് അടുക്കളയായതുകൊണ്ട് ഇതിൽ ഞെട്ടിപ്പിക്കുന്ന ഏതോ കാര്യമുണ്ടെന്ന് വിചാരിക്കരുത്! ഇടഭിത്തിക്ക് അപ്പുറമുള്ള ആ മുറിയിൽ ഞാൻ ഇപ്പോൾ താമസിക്കുന്നതുകൊണ്ട് കുഴപ്പമൊന്നുമില്ല– എനിക്ക് എന്റെ സ്വകാര്യത ലഭിക്കുന്നുണ്ട്. ഞാൻ എന്നിലേക്ക് ഒതുങ്ങി ശാന്തമായി തനിച്ച് ജീവിക്കുന്നു. വീട്ടുസാധനങ്ങളായി എനിക്ക് ഒരു കിടക്കയും ഒരു മേശയും ഒരു അലമാരയും രണ്ട് കസേരകളും ഉണ്ട്. അതുകൂടാതെ ഞാൻ ഒരു പ്രതിമ പ്രദർശിപ്പിച്ചിട്ടുണ്ട്. സത്യത്തിൽ ഇവിടെ എന്റെ മുറിയേക്കാൾ നല്ല മുറികൾ ഉണ്ടായിരിക്കാം. ഒരുപക്ഷേ, ഇതിനേക്കാൾ വളരെ നല്ല മുറികൾ. പക്ഷേ, പ്രധാനകാര്യം സൗകര്യമാണ്. ഒരു നിമിഷം മനസ്സിൽ എനിക്ക് മറ്റെന്തെങ്കിലും ഉണ്ടായിരുന്നെന്ന് വിചാരിക്കരുത്. കൂടാതെ നിങ്ങളുടെ ജനാല മുറ്റത്തിന്റെ നേരെ എതിർവശത്താണ്. എന്നുമാത്രമല്ല. മുറ്റത്തിന് വിസ്താരം കുറവാണ്. നിങ്ങൾ കടന്നുപോകുന്നത് എനിക്ക് കാണാൻ കഴിയും. ആ കാഴ്ച ഒരു ഒറ്റപ്പെട്ട മനുഷ്യന്റെ ദിവസങ്ങളെ പ്രകാശമാനമാക്കുന്നു. അതിനുപുറമേ ഈ മുറിക്ക് വാടകയും കുറവാണ്! ഈ വീട്ടിലെ ഏറ്റവും മോശമായ മുറിക്ക് ഭക്ഷണം ഉൾപ്പെടെ മുപ്പത്തിയഞ്ച് റൂബിൾ ചെലവാക്കണം– അത് എനിക്ക് നല്കാൻ കഴിയുന്നതിലും കൂടുതലാണ്. ഇപ്പോൾ ഭക്ഷണം ഉൾപ്പെടെ എന്റെ താമസത്തിന്റെ ചെലവ് ഇരുപത്തിനാലര റൂബിൾ ആണ്. ഞാൻ മുപ്പതുറൂബിൾ ചെലവാക്കിക്കൊണ്ടിരുന്നപ്പോൾ എനിക്ക് പല കാര്യങ്ങളും സ്വയം ഉപേക്ഷിക്കേണ്ടി വന്നിരുന്നു. മുമ്പ് എനിക്ക് എല്ലാ സമയത്തും ചായയുടെ ചെലവ് വഹിക്കാൻ കഴിഞ്ഞിരുന്നില്ല. ഇപ്പോൾ ഞാൻ ചായയ്ക്കും പഞ്ചസാരയ്ക്കുമുള്ള പണം മിച്ചം പിടിക്കുന്നുണ്ട്. എന്റെ ഓമനേ, ഇപ്പോൾ ചായയില്ലാതെ ജോലിചെയ്യാൻ എനിക്ക് നാണക്കേടാണ്. ഇവിടെ ഓരോരുത്തരും വേണ്ടത്ര പണം ഉള്ളവരാണ്. അത് അമ്പരപ്പ് ഉണ്ടാക്കുന്നുണ്ട്. ഏറ്റവും പ്രിയപ്പെട്ടവളേ, അതുകൊണ്ടാണ് ഒരാൾ ചായ കുടിക്കുന്നത്. മറ്റുള്ളവർ കാരണം കാഴ്ചയ്ക്ക് വേണ്ടിയും നല്ല ആരോഗ്യത്തിനുവേണ്ടിയുമാണ് ചായ കുടിക്കുന്നത്. ഇതിനുവേണ്ടി അല്ലായിരുന്നെങ്കിൽ ഞാൻ അത് ശ്രദ്ധിക്കുമായിരുന്നില്ല. ഞാൻ പുറംപകിട്ട് കാണിക്കുന്നവനല്ല. അതുകൂടാതെ നിങ്ങൾ കുറച്ചുപണം ഷൂസിനുവേണ്ടിയോ അടിയന്തര ആവശ്യങ്ങൾക്ക് വേണ്ടിയോ എന്തെങ്കിലും വേഷത്തിനുവേണ്ടിയോ മാറ്റിവെച്ചാൽ പിന്നീട് എന്താണ് ബാക്കിവരുന്നത്? ശമ്പളം മുഴുവൻ അതോടെ തീരും. ഞാൻ ഇത് പരാതി പറയുന്നതല്ല. ഇത് ആവശ്യത്തിനുണ്ട്. ഇപ്പോൾ കുറച്ചുവർഷങ്ങളായി ഞാൻ പണം സമ്പാദിച്ചുകൊണ്ടിരിക്കുന്നുണ്ട്. ചില സമയങ്ങളിൽ എനിക്ക് ശമ്പളം കൂടാതെ ബോണസുകൂടി ലഭിക്കുന്നുണ്ട്.

ശരി, എന്റെ മാലാഖയ്ക്ക് നല്ലതുവരട്ടെ. ഞാൻ നിങ്ങൾക്കുവേണ്ടി കാശിത്തുമ്പയുടെയും ജനേറിയത്തിന്റെയും ഏതാനും ചട്ടികൾ വാങ്ങിയിട്ടുണ്ട്— അതിന് വലിയ വിലയില്ല. ഒരുപക്ഷേ, നിങ്ങൾ മിഗ്നോനറ്റി ഇഷ്ടപ്പെടുന്നുണ്ടോ? അവർക്ക് മിഗ്നോനറ്റിയുമുണ്ട്— നിങ്ങൾ ഒരു പക്ഷേ, മിഗ്നോനറ്റി ഇഷ്ടപ്പെടുന്നുണ്ടോ?— നിങ്ങൾ എന്നെ വെറുതെയൊന്ന് എഴുതി അറിയിക്കണം. പക്ഷേ, എല്ലാം വളരെയധികം വിശദീകരിച്ച് എഴുതണം. എന്റെ ഓമനേ, പിന്നീട് മറ്റൊരുകാര്യം. എന്നെപ്പറ്റി യാതൊരു ചിന്തകളും സംശയങ്ങളും ആവശ്യമില്ല. കാരണം ഞാൻ ഇത്തരം ഒരു മുറി വാടകയ്ക്ക് എടുത്തിരിക്കുകയാണ്. ഞാൻ ഇങ്ങനെ ചെയ്യാൻ കാരണം ഇതിന്റെ സൗകര്യമായിരുന്നു. സൗകര്യം മാത്രം ആയിരുന്നു. ഞാൻ പണം സമ്പാദിക്കുന്നുണ്ട്. ഞാൻ ഒരു ഈച്ചയ്ക്ക് അതിന്റെ ചിറകുകൾകൊണ്ട് ഇടിച്ചുതാഴെയിടാൻ പറ്റുന്ന തരത്തിൽ ഒരു ഭീരു ആണെന്ന് ഒരുപക്ഷേ, തോന്നിയിരിക്കാം. സത്യത്തിൽ ഞാൻ അങ്ങനെയല്ല. ഞാൻ എന്താണ് ചെയ്യാൻ പോകുന്നതെന്ന് എനിക്കറിയാം. എനിക്ക് ആത്മാവിൽ അടിയുറച്ച ശാന്തതയുള്ള ഒരു മനുഷ്യന്റെ സ്വഭാവമാണ് ഉള്ളത്. എന്റെ കൊച്ചുമാലാഖയ്ക്ക് വിട! ഞാൻ കടലാസുകൾ മുഴുവൻ എഴുതിക്കഴിഞ്ഞിരിക്കുന്നതായി കണ്ടെത്തിയിരിക്കുന്നു. വളരെനേരം മുമ്പുതന്നെ ഞാൻ ജോലിക്ക് പോകേണ്ടതായിരുന്നു. എന്റെ പ്രിയപ്പെട്ടവളെ, ഞാൻ നിങ്ങളുടെ വിരലുകൾ ചുംബിച്ചുകൊണ്ട് പഴയ സ്ഥാനത്തുതന്നെ ഇരിക്കുന്നു. നിങ്ങളുടെ ഏറ്റവും വിനയമുള്ള ജോലിക്കാരനും അതിന്റെ കൂടെ ഏറ്റവും വിശ്വസ്തനുമായ സുഹൃത്ത്.

മേക്കർ ഡിവിഷുക്കിൻ. പി എസ് ഞാൻ നിങ്ങളോട് ഒരുകാര്യം യാചിക്കുന്നു. പ്രിയപ്പെട്ടവളേ, കഴിയുന്നത്ര പൂർണ്ണതയോടെ എനിക്ക് എഴുതണം. ഞാൻ നിങ്ങൾക്ക് ഒരു റാത്തൽ മധുരപലഹാരങ്ങൾ അയയ്ക്കുന്നുണ്ട്. നിങ്ങൾ അത് ആസ്വദിക്കുമെന്ന് ഞാൻ പ്രതീക്ഷിക്കുന്നു. എന്നെപ്പറ്റി ദൈവത്തെയോർത്ത് ആധിപിടിക്കരുത്. എന്നാൽ പിന്നെ എന്റെ ഓമനയോട് ഒരിക്കൽക്കൂടി വിട പറയുന്നു.

ഏപ്രിൽ 8

എന്റെ പ്രിയപ്പെട്ട മേക്കർ അലക്സിയേവിച്ച്,

എന്തായാലും നിങ്ങളുമായി എനിക്ക് കലഹിക്കേണ്ടിവരും എന്നുള്ള ഭയം എനിക്കുണ്ട്. എന്റെ നന്മയുള്ള മേക്കർ അലക്സിയേവിച്ച്, എത്ര മാത്രം ത്യാഗവും ആത്മനിഷേധവും നിങ്ങൾ നിങ്ങളുടെ സമ്മാനത്തിന് വിലയായി കൊടുത്തിട്ടുണ്ടെന്ന് മനസ്സിലാക്കിയിട്ടുള്ള എനിക്ക് സത്യത്തിൽ നിങ്ങളുടെ സമ്മാനം സ്വീകരിക്കാൻ വാസ്തവത്തിൽ ബുദ്ധിമുട്ടാണ്. എനിക്ക് നിശ്ചയമായും ഒരു കാര്യവും ആവശ്യമില്ലെന്ന് ഞാൻ നിങ്ങളോട് എത്രപ്രാവശ്യം പറഞ്ഞിട്ടുണ്ടായിരുന്നു? നിങ്ങൾ എന്റെ മുകളിൽ ചൊരിയുന്ന അനുകമ്പകൾ തിരിച്ചുനല്കാൻ എനിക്ക് കഴിയില്ലെന്ന്

നിങ്ങൾക്കറിയാം. നിങ്ങൾ എന്തിനാണ് ആ പൂവുകൾ കൊടുത്തയച്ചത്? ഒരു കാശിത്തുമ്പയുടെ ചട്ടി മാത്രം ആയിരുന്നെങ്കിൽ ഇത്രയധികം മോശം ആകുമായിരുന്നില്ല. പക്ഷേ, ആ ജനേറിയങ്ങൾ എന്തിനാണ് കൊടുത്തയച്ചത്? ജനേറിയത്തിന്റെ കാര്യത്തിൽ ഞാൻ പറഞ്ഞതുപോലെ ഒരാൾ അശ്രദ്ധമായി ഒരു വാക്കുപറഞ്ഞാൽ നിങ്ങൾ അതുപോയി വാങ്ങിക്കൊണ്ടുവരുമോ! അവ നിശ്ചയമായും വിലപിടിപ്പുള്ളവ ആയിരിക്കും. പക്ഷേ, അതിന്റെ പൂക്കൾ മനോഹരമാണ്- ചെറിയ ചുവന്ന കുരിശടയാളങ്ങൾ. നിങ്ങൾ എവിടെനിന്നാണ് അത് വാങ്ങിയത്. ഞാൻ അതിനെ ജനാലയുടെ ഏറ്റവും എളുപ്പം കണ്ണിൽപ്പെടുന്ന സ്ഥാനത്ത് പ്രതിഷ്ഠിച്ചിരിക്കുകയാണ്. ഞാൻ താഴെ ഒരു ബഞ്ച് കൂടി സ്ഥാപിക്കും. ബഞ്ചിന്റെ മുകളിൽ കൂടുതൽ പൂക്കൾ ഉണ്ടായിരിക്കും. ഞാൻ കുറച്ചുകൂടി സമ്പന്നയാകുന്നതുവരെ കാത്തിരിക്കേണ്ടിവരും. ഫെഡോറാ അവയെ നോക്കുന്നതുകാരണം ഒരിക്കലും തളരില്ല. ഇവിടം ഇപ്പോൾ അതിമനോഹരമാണ് — അത്രമാത്രം തിളക്കവും വൃത്തിയും ഉണ്ട്. പക്ഷേ, ഈ ബോൺബോണുകൾ[1] എന്തിനാണ്? നിങ്ങളുടെ എഴുത്തിൽനിന്ന് എന്തോ കുഴപ്പമുണ്ടെന്ന് എനിക്ക് ഉടൻതന്നെ മനസ്സിലായി— കൂടുതൽ പൂക്കളും വസന്തവും സുഗന്ധവും പാടുന്ന കിളികളും. അവിടെ കവിതയും ഉണ്ടായിരിക്കുമെന്ന് എനിക്ക് ഉറപ്പുണ്ടായിരുന്നു— സ്നേഹമുള്ള മനോഭാവങ്ങളും പനിനീർപ്പൂവിന്റെ ഗന്ധമുള്ള സ്വപ്നങ്ങളും. എന്താണ് ഇല്ലാത്തത്! തിരശ്ശീലയുടെ കാര്യത്തിൽ ഞാൻ ഒരിക്കലും ഇത് ഉദ്ദേശിച്ചിരുന്നില്ല. ഞാൻ ചെടികൾ താഴെ സജ്ജീകരിച്ചപ്പോൾ ഒരുപക്ഷേ, അത് ചട്ടിയുടെ അടിയിൽപ്പെട്ടിരിക്കാം. അതുകൊണ്ടാണ് തിരശ്ശീല ഉയർന്നുപോയത്. അതാണ് ആ കാര്യത്തിൽ പറയാനുള്ളത്.

മേക്കർ അലക്സിയേവിച്ച്!

നിങ്ങളുടെ പണം മുഴുവൻ നിങ്ങളുടെ സ്വന്തം ആവശ്യങ്ങൾക്കുവേണ്ടി ചെലവഴിക്കുകയാണെന്ന് എന്നെ ബോദ്ധ്യപ്പെടുത്താൻ വേണ്ടി നിങ്ങൾ എന്തുതന്നെ പറഞ്ഞാലും നിങ്ങൾക്ക് എന്റെ അടുത്തുനിന്ന് ഒരു കാര്യവും മറച്ചുവെക്കാൻ കഴിയില്ല. എനിക്കുവേണ്ടി നിങ്ങൾ നിങ്ങളുടെ അടിസ്ഥാനപരമായ ആവശ്യങ്ങൾ ഉപേക്ഷിക്കുന്നത് എനിക്ക് മനസ്സിലാക്കാൻ കഴിയും. സമാധാനവും ശാന്തതയുമില്ലാത്ത ഇത്തരം ഒരു മുറിയെടുക്കാൻ നിങ്ങൾ എന്തുതന്നെ കാരണം പറഞ്ഞാലും അവിടെ നിങ്ങൾ അസ്വസ്ഥനാണ്? നിങ്ങൾ സ്വകാര്യതയെപ്പറ്റി ആസക്തിയുള്ളവനാണ്. അത് നിങ്ങൾക്ക് അവിടെ കണ്ടെത്താൻ കഴിയില്ല. നിങ്ങളുടെ ശമ്പളംകൊണ്ട് നിങ്ങൾക്ക് വളരെ മെച്ചപ്പെട്ട ഒരു ജീവിതം കണ്ടെത്താൻ കഴിയുമെന്ന് തീരുമാനിക്കാൻപറ്റും. നിങ്ങൾ കൂടുതൽ മെച്ചപ്പെട്ട രീതിയിൽ ജീവിക്കാറുണ്ടായിരുന്നെന്നാണ് ഫെഡോറാ പറയുന്നത്. നിങ്ങൾ ജീവിതകാലം മുഴുവൻ ചിലവഴിച്ചത് ഒരിക്കലും ഒരു സൗഹൃദമുള്ള വാക്ക്

1. ഒരു മധുരപലഹാരം

കേൾക്കാൻ കഴിയാതെ അപരിചിതരിൽ നിന്ന് വാടകയ്ക്കെടുത്ത അസാധാരണമായ മൂലകളിൽ ഇരുട്ട് ആഗ്രഹിച്ചുകൊണ്ട് തനിച്ചുജീവിച്ചുകൊണ്ടാണോ? എന്റെ ദയാലുവായ കൂട്ടുകാരാ, നിങ്ങൾക്കുവേണ്ടി എത്ര ഹൃദയങ്ങൾ വേദനിക്കുന്നു! മേക്കർ അലക്സിയേവിച്ച്; കുറഞ്ഞപക്ഷം ആരോഗ്യത്തോടെ ഇരിക്കാൻ ശ്രമിക്കൂ. മെഴുകുതിരി വെളിച്ചത്തിൽ എഴുതുന്നത് നിങ്ങളുടെ കണ്ണുകളെ വേദനിപ്പിക്കുന്നതായി നിങ്ങൾ പറയുന്നു. അപ്പോൾ എന്തിനാണ് അങ്ങനെ ചെയ്യുന്നത്. ഇന്നത്തെ അവസ്ഥയിൽ നിങ്ങൾ എത്രമാത്രം അദ്ധ്വാനശീലം ഉള്ളവനാണെന്ന് നിങ്ങളുടെ തൊഴിലുടമകൾക്ക് നിശ്ചയമായും അറിയാം.

എന്റെ മുകളിൽ ഇത്രയധികം പണം നിങ്ങൾ ചെലവഴിക്കരുതെന്ന് ഞാൻ ഒരിക്കൽക്കൂടി യാചിക്കുന്നു. നിങ്ങൾ എന്നെ സ്നേഹിക്കുന്നുണ്ടെന്ന് എനിക്കറിയാം. പക്ഷേ, നിങ്ങൾ ധനവാനല്ല. ഇന്നു രാവിലെ ഞാൻ ഉണർന്നത് സന്തോഷത്തോടെ ആയിരുന്നു. എനിക്ക് വളരെയധികം സന്തോഷം തോന്നി. ഫെഡോറാ വളരെക്കാലമായി ജോലി ചെയ്യുന്നു. അവൾ എനിക്ക് വേണ്ടിയും ജോലികൊണ്ടുവന്നിരുന്നു. ഇത് എന്നെ വളരെയധികം സന്തോഷിപ്പിച്ചിരുന്നു. ഞാൻ കുറച്ച് പാല് വാങ്ങാൻ വേണ്ടി പുറത്തുപോയി വന്നതിനുശേഷം ഞാൻ എന്റെ ജോലി ആരംഭിച്ചു. രാവിലെ മുഴുവൻ എനിക്ക് സന്തോഷവും ആഹ്ലാദവും തോന്നിയിരുന്നു. പക്ഷേ, ഞാൻ ഇപ്പോൾ ദുഃഖിതയാണ്. അതിന്റെ കൂടെ എന്റെ ഹൃദയത്തിൽ ഇപ്പോൾ കാർമേഘം വന്ന് മൂടിയിരിക്കുന്നു.

എനിക്ക് എന്താണ് സംഭവിക്കാൻ പോകുന്നത്? ഭാവിയിൽ എന്നെ എന്താണ് കാത്തിരിക്കുന്നത്? അനിശ്ചിതമാകുന്നതും പ്രതീക്ഷയില്ലാതാകുന്നതും എന്താണ് സംഭവിക്കാൻ പോകുന്നതെന്ന് അവ്യക്തമായ അറിവുപോലും ഇല്ലാതിരിക്കുന്നതും അങ്ങേയറ്റം ദുഃഖകരമാണ്. കഴിഞ്ഞകാലം വളരെക്കൂടുതൽ മോശമായിരുന്നതുകൊണ്ട് അതിനെപ്പറ്റിയുള്ള വെറും ആലോചനപോലും എന്റെ ഹൃദയത്തെ തകർക്കുന്നു. എന്റെ ദിവസങ്ങളുടെ അവസാനത്തിൽ അക്രൂരന്മാരായ മനുഷ്യർക്ക് എതിരായി എനിക്ക് ഒരു തീവ്രമായ പരാതി ഉണ്ടായിരിക്കും.

പക്ഷേ, ഇരുട്ട് കൂടിക്കൊണ്ടിരിക്കുകയാണ്. എനിക്ക് നിശ്ചയമായും ജോലി ആരംഭിക്കണം. ഞാൻ കൂടുതൽ എഴുതാൻ ഇഷ്ടപ്പെടുന്നുണ്ട്. പക്ഷേ, സമയം ഇല്ല. ജോലി ഉടൻ ചെയ്തുതീർക്കേണ്ടതാണ്. ഞാൻ നിശ്ചയമായും തിടുക്കം കൂട്ടണം. നിശ്ചയമായും എഴുത്ത് എഴുതുന്നത് നല്ലതാണ്. ഒരാൾ കൂടുതൽ ഒറ്റപ്പെടില്ല. പക്ഷേ, നിങ്ങൾ എന്തുകൊണ്ടാണ് ഞങ്ങളുടെ അടുത്തേക്ക് ഒരിക്കലും വരാത്തത്! എന്തുകൊണ്ട് വരുന്നില്ല? നിങ്ങൾക്ക് കൂടുതൽ ദൂരം സഞ്ചരിക്കേണ്ടതില്ല. അതുകൊണ്ട് നിങ്ങൾക്ക് ഈ കാര്യത്തിന് തീർച്ചയായും സമയം കണ്ടെത്താൻ കഴിയും! ദയവായി വരണം! ഞാൻ നിങ്ങളുടെ തേരേസായെ ഇപ്പോഴാണ് കാണുന്നത്. അവൾക്ക് കാഴ്ചയിൽ തീരെ സുഖം ഇല്ലായിരുന്നു. എനിക്ക് അവളെപ്പറ്റി വളരെ വിഷമം തോന്നിയതുകൊണ്ട് ഞാൻ

അവൾക്ക് ഇരുപത് കോപ്പക് കൊടുത്തു. ഓ! ഞാൻ ഏറക്കുറെ മറന്നു പോയിരുന്നു. ദയവായി എനിക്ക് നിങ്ങളുടെ ജീവിതരീതിയുടെ ഒരു പൂർണ്ണവിവരണം തരണം. നിങ്ങളുടെ കൂടെ എന്തുതരം ആളുകളാണ് ജീവിക്കുന്നത്? നിങ്ങൾ അവരുടെകൂടെ എങ്ങനെയാണ് മുന്നോട്ടുപോകുന്നത്? എനിക്കത് അറിയാൻ വളരെയധികം താല്പര്യം ഉണ്ട്. നിങ്ങൾ അതു മുഴുവൻ എഴുതുമെന്ന് ഉറപ്പുവരുത്തണം. ഇന്ന് രാത്രിയിൽ ഞാൻ നിങ്ങൾക്കുവേണ്ടി എന്റെ തിരശ്ശീലയുടെ മൂല കരുതിക്കൂട്ടി ഉയർത്തി വെയ്ക്കും. നേരത്തേകിടന്ന് ഉറങ്ങാൻ നോക്കണം— കഴിഞ്ഞ രാത്രിയിൽ അർദ്ധരാത്രി അടുക്കുന്നതുവരെ നിങ്ങളുടെ മെഴുകുതിരി എരിയുന്നത് ഞാൻ കണ്ടിരുന്നു. ശരി, നല്ലതു വരട്ടെ! ഇന്ന് വളരെ വിരസമായ ഒരു മോശം ദിവസം ആയിരുന്നു. അത് വെറുതെ അത്തരത്തിലുള്ള ഒരു ദിവസമായിരുന്നു. നല്ലതുവരട്ടെ.

നിങ്ങളുടെ സുഹൃത്ത്
വാർവാരാ ഡൊബ്രോസിയോളോവ

ഏപ്രിൽ 8

എന്റെ പ്രിയപ്പെട്ട വാർവാരാ അലക്സിയേവ്നാ,

ശരിയാണ്, എന്റെ ഹൃദയമേ, ശരിയാണ്. വാർവാരാ അലക്സിയേവ്നാ, ദുരിതം അനുഭവിക്കുന്ന കൂട്ടരോടൊപ്പം ഇന്ന് ഒരു മോശം ദിവസം ആയിരുന്നു. പഴയ വാർവാരാ അലക്സിയേവ്ന എന്നെപ്പറ്റിയുള്ള ഒരു ചിരി ചിരിച്ചിട്ടുണ്ടാകും. പക്ഷേ, അത് എന്റെ കുറ്റമാണ്. എന്റെ മാത്രം കുറ്റം. പൂർണ്ണമായും എന്റെ മാത്രം കുറ്റം. പ്രേമവും വികാരവുംകൊണ്ട് അലസമായി സമയം പാഴാക്കുന്ന കഷണ്ടിത്തലയിൽ ഒരു കുടുമമാത്രം അവശേഷിക്കുന്ന ഒരു വൃദ്ധൻ! ഓമനേ, എന്നാലും ഞാൻ ഇത് പറയും. മനുഷ്യൻ ചില സമയങ്ങളിൽ ഒരു വിചിത്ര ജീവിയാണ്. അവൻ അത്തരത്തിലുള്ള ഭയാനകമായ വിഡ്ഢിത്തങ്ങൾ ചിലപ്പോൾ വളരെ സുദീർഘമായി സംസാരിക്കും. എന്റെ ദൈവമേ! ഇതിൽനിന്നെല്ലാം എന്താണ് സംഭവിക്കാൻ പോകുന്നത്. എന്താണ് പിൻതുടർന്ന് വരാൻ പോകുന്നത്. ഒന്നും വരാൻപോകുന്നില്ല. ദൈവം നമ്മളെ അത്തരം അസംബന്ധങ്ങളിൽനിന്ന് രക്ഷപ്പെടുത്തുന്നതൊഴിച്ച് മറ്റൊന്നും സംഭവിക്കില്ല! ഓമനേ, എനിക്ക് ദേഷ്യമില്ല. പക്ഷേ, ഞാൻ നിങ്ങൾക്ക് അത്തരത്തിലുള്ള നിർവ്വികാരമായ കാര്യങ്ങൾ പൊടിപ്പും തൊങ്ങലും വച്ച് എഴുതണമായിരുന്നു. ഇന്ന് ഞാൻ ഒരു രാജാവിനെപ്പോലെ സന്തോഷവാനായാണ് ജോലിചെയ്യാൻ പോയത്. എന്റെ മനസ്സിൽ അത്തരത്തിലുള്ള ഒരു തിളക്കം ഉണ്ടായിരുന്നു. എന്റെ ആത്മാവിൽ ഒരു അവധി ദിവസമായിരുന്നു. എനിക്ക് സന്തോഷം തോന്നിയിരുന്നു. തുടക്കത്തിൽ ഞാൻ എന്റെ കടലാസുകൾ വേണ്ടത്ര ആവേശത്തോടെയാണ് നോക്കിക്കൊണ്ടിരുന്നത്. പക്ഷേ, പിന്നീട് ഞാൻ നാലു ചുറ്റും നോക്കിയപ്പോൾ സകലതും മുമ്പ് ഉണ്ടായിരുന്നതുപോലെ വിര

സവും പ്രതീക്ഷയില്ലാത്തതും ശൂന്യവും ആയിരുന്നു. മഷി അടയാള ങ്ങൾ പഴയതുപോലെതന്നെ ആയിരുന്നു. മേശകളും കടലാസുകളും പഴയതുതന്നെയായിരുന്നു. ഞാനും പഴയ ഞാൻ തന്നെ ആയിരുന്നു. അപ്പോൾ ഞാൻ പിന്നെ എന്തിനാണ് പെഗാസിസിന്റെ* പുറത്ത് അള്ളി പ്പിടിച്ച് കയറിയത്? ഞാൻ ഇത്തരം ഒരു കാര്യം ചെയ്യാൻ എന്താണ് കാരണം? കാരണം സൂര്യൻ എന്റെ മുകളിൽ തിളങ്ങി ആകാശത്തെ നീലനിറമാക്കി മാറ്റിയിരുന്നോ? നിങ്ങളുടെ ജനാലകൾക്കുതാഴെ ഏതെ ങ്കിലുംതരത്തിലുള്ള ചപ്പുചവറുകൾ കിടക്കുന്നുണ്ടായിരുന്നെങ്കിൽ ഏതു തരം ഗന്ധമായിരിക്കും അതിൽനിന്ന് ഉണ്ടാകുന്നത്. അത് നിശ്ചയമായും എന്റെ ബുദ്ധിശൂന്യമായ വ്യാമോഹത്തിൽനിന്ന് വന്നതായിരിക്കും. ഒരാൾ പൂർണ്ണമായും സ്വയം മറക്കുന്നതുവരെ അലഞ്ഞുതിരിഞ്ഞെന്നുവരാം. പക്ഷേ, ഇന്നുവൈകുന്നേരം ഞാൻ വീട്ടിലേക്ക് വരുമ്പോൾ ഞാൻ വഴി യിലൂടെ നടക്കുന്നതിനുപകരം എന്നെ സ്വയം വലിച്ചിഴയ്ക്കുകയായിരു ന്നു. അതുകൂടാതെ ഏതോ കാരണംകൊണ്ട് അല്ലെങ്കിൽ മറ്റൊരു കാരണംകൊണ്ട് എന്റെ തല വേദനിക്കാൻ തുടങ്ങിയിരുന്നു. എല്ലാ സമ യത്തും ഒരുകാര്യം മറ്റൊരു കാര്യത്തിന്റെ പുറത്താണ് വരുന്നത്. ഒരു പക്ഷേ, കാറ്റ് എന്റെ പിൻഭാഗത്തെ തണുപ്പിച്ചിരിക്കാം. വസന്തം ആയി രുന്നതുകൊണ്ട് ഞാൻ അങ്ങേയറ്റം സന്തോഷത്തിൽ ആയിരുന്നു. അതാ യത് ഞാൻ ഒരു വിഡ്ഢിയായിരുന്നു. ഞാൻ പുറത്തിറങ്ങിയപ്പോൾ ഒരു കട്ടി കുറഞ്ഞ കോട്ട് മാത്രമാണ് ധരിച്ചിരുന്നത്.

നിങ്ങൾ എന്റെ വികാരങ്ങളെ മൊത്തത്തിൽ തെറ്റിദ്ധരിച്ചെന്ന് പറ യാൻ അനുവദിക്കണം. അത് പിതൃതുല്യമായ വാത്സല്യമായിരുന്നു. കള ങ്കമില്ലാത്ത പിതൃതുല്യമായ സ്നേഹം. വാർവാരാ അലക്സിയേവ്നാ, നിങ്ങളുടെ ഏകാന്തമായ അനാഥത്വത്തിൽ ഞാൻ നിങ്ങളുടെ അച്ഛന്റെ സ്ഥാനമാണ് ഏറ്റെടുത്തത്. എല്ലാ ആത്മാർത്ഥതയോടുമാണ് ഞാൻ ഇതു പറയുന്നത്. ഒരു യഥാർത്ഥബന്ധു പറയുന്നതുപോലെ. ഞാൻ എന്താ യാലും നിങ്ങളുടെ ഒരു അകന്നബന്ധുവാണ്. അല്ലേ? തീർച്ചയായും വളരെ വളരെ അകന്ന ഒരു ബന്ധുവാണ്– പിന്നീട് ഇപ്പോൾ ഞാൻ നിങ്ങളുടെ ഏറ്റവും അടുത്തബന്ധുവും സംരക്ഷകനുമായിത്തീർന്നിരി ക്കുന്നു. കാരണം എവിടെനിന്ന് നിങ്ങൾക്ക് സഹായവും സംരക്ഷണവും കിട്ടേണ്ടിയിരുന്നോ അവിടെനിന്ന് നിങ്ങൾക്ക് വിശ്വാസവഞ്ചനയും അപ മാനവും കിട്ടി. കവിതയെഴുത്തിന്റെ കാര്യത്തിൽ എന്റെ പ്രായത്തിലുള്ള ഒരു മനുഷ്യന് അത് ചേരുന്ന കാര്യമാണെന്ന് തോന്നുന്നില്ല. കവിത അസംബന്ധമാണ്. ഈ കാലത്ത് ചെറിയ ആൺകുട്ടികൾ സ്കൂളിൽ അതിനുവേണ്ടി അടിപിടി കൂടുന്നു. എന്റെ പ്രിയപ്പെട്ടവളേ, അതാണ് ഞാൻ കവിതയെപ്പറ്റി ചിന്തിക്കുന്നത്.

വാർവാരാ അലക്സിയേവ്നാ, നിങ്ങൾ എന്തിനാണ് സാന്ത്വനത്തെ പ്പറ്റിയും സമാധാനത്തെപ്പറ്റിയും മറ്റ് എല്ലാത്തരം ബാക്കികാര്യങ്ങളെപ്പ

---

* പറക്കുംകുതിര

റ്റിയും എഴുതുന്നത്? ഞാൻ തൃപ്തിവരാത്തവൻ അല്ല. എന്റെ ആവശ്യം വളരെ ചെറുതാണ്. ഞാൻ ഒരിക്കലും നിങ്ങളേക്കാൾ കൂടുതൽ നല്ല വൻ അല്ല. ഞാൻ എന്തിനാണ് എന്റെ വാർദ്ധക്യത്തിൽ ഇത്രയധികം ശ്രദ്ധിക്കുന്നത്. എനിക്ക് കഴിക്കാൻ വേണ്ടതെല്ലാമുണ്ട്. വസ്ത്രങ്ങളും ഷൂസുകളുമുണ്ട്. ധൂർത്തടിക്കാൻ ഞാൻ ആരാണ്? ഞാൻ രാജകീയ പാരമ്പര്യമുള്ളവനല്ല. എന്റെ അച്ഛൻ കുലീനവർഗ്ഗത്തിൽനിന്നുള്ളവൻ അല്ല. അച്ഛൻ എന്നെക്കാൾ കുറഞ്ഞവരുമാനത്തിൽ ഒരു കുടുംബത്തെ സംരക്ഷിച്ചവനാണ്. ഞാൻ അമിതലാളന ലഭിച്ച ഒരുവനല്ല. എങ്കിലും എന്റെ പ്രിയപ്പെട്ടവളേ, സത്യം പറയുകയാണെങ്കിൽ എന്റെ പഴയസ്ഥലം വളരെക്കൂടുതൽ നല്ലതായിരുന്നു. എന്റെ പ്രിയപ്പെട്ടവളേ, അവിടെ ഞാൻ വീട്ടിലാണെന്ന് തോന്നിയിരുന്നു. തീർച്ചയായും എന്റെ ഇപ്പോഴത്തെ മുറി വേണ്ടത്ര നല്ലതാണ്. നിശ്ചയമായും ചില വിഷയങ്ങളിൽ കൂടുതൽ സംതൃപ്തി തരുന്നതാണ്. എനിക്ക് ആ മുറിക്കെതിരായി ഒന്നുംതന്നെ പറയാൻ കഴിയില്ല. പക്ഷേ, എനിക്ക് ആ പഴയമുറിയും അതുപോലെ തന്നെ കൈവിട്ടുപോയിരിക്കുന്നു. ഞങ്ങളെപ്പോലെയുള്ള കിഴവന്മാർക്ക് കാര്യങ്ങളുമായി കൂടുതൽ ബന്ധം വരുന്നു. മുറി ചെറുതായിരുന്നു. നിങ്ങൾക്കറിയാം. ഭിത്തികളും ചെറുതായിരുന്നു. ശരി, ഭിത്തികൾ മറ്റേതൊരു ഭിത്തികളുംപോലെ ആയിരുന്നു. ഭിത്തികളിൽ ഒരു കാര്യവുമില്ല. ഓർമ്മകളാണ് എന്നെ ദുഃഖിപ്പിക്കുന്നത്. അവയെല്ലാം സ്വയം വളരെ ഹൃദ്യമാണെങ്കിലും എന്നെ അവ എന്നെ അങ്ങേയറ്റം ദുഃഖിപ്പി ക്കുന്നത് വിചിത്രമാണ്. ഒരിക്കൽ എന്നെ അലട്ടിയിരുന്നതും മോശം ആണെന്ന് തോന്നിയിരുന്നതുമായ കാര്യങ്ങൾ ഇപ്പോൾ നല്ലതും നിർമ്മ ലവുമാണെന്ന് തോന്നി. ഞങ്ങൾ അവിടെ വളരെ ശാന്തമായി ജീവിച്ചിരു ന്നു. ഞാനും ഇപ്പോൾ മരിച്ചുപോയ ആ വൃദ്ധയും. അവരെപ്പറ്റിയുള്ള ചിന്ത എന്നെ ദുഃഖിതനാക്കുന്നു. അവർ ഒരു നല്ല സ്ത്രീ ആയിരുന്നു. അവർ മുറിക്ക് ഒരിക്കലും കൂടുതൽ വാടക ഈടാക്കിയിരുന്നില്ല. അവർ എല്ലാ സമയത്തും ഒരു ഗജം നീളമുള്ള തുന്നൽ സൂചികൊണ്ട് പല തുണിക്കഷണങ്ങൾ ചേർത്തുതുന്നി കിടക്കകളുടെ കവർ ഉണ്ടാക്കിക്കൊ ണ്ടിരിക്കുകയായിരുന്നു. ഞങ്ങൾ ഒരു മെഴുകുതിരിയാണ് പങ്കിട്ടിരുന്ന ത്. അതുകൊണ്ട് ഒരേ മേശയിലാണ് ജോലി ചെയ്തിരുന്നത്. അവരുടെ കൊച്ചുമകൾ മാഷാ- ഞാൻ അവളെ ഒരു കൊച്ചുകുഞ്ഞായി ഇപ്പോഴും ഓർക്കുന്നുണ്ട്. പക്ഷേ, ഇപ്പോൾ അവൾ നിശ്ചയമായും പതിമൂന്ന് വയ സ്സുള്ള ഒരു പെൺകുട്ടി ആയിരിക്കും. അവൾ എന്തൊരു വികൃതിക്കുട്ടി ആയിരുന്നു. എപ്പോഴും എന്തെങ്കിലും കാര്യം ചെയ്തുകൊണ്ടിരിക്കും. ഞങ്ങളെ അവൾ എന്തുമാത്രം ചിരിപ്പിച്ചിട്ടുണ്ട്. അങ്ങനെയാണ് ഞങ്ങൾ മൂന്നുപേരും അവിടെ ഒന്നിച്ച് താമസിച്ചിരുന്നത്. ശിശിരത്തിലെ നീണ്ട രാത്രികളിൽ ഞങ്ങൾ വട്ടമേശയിൽ ഇരുന്ന് ചായ കുടിക്കും. അതിനു ശേഷം ജോലി തുടങ്ങും. കുഞ്ഞിനെ വിസ്മയിപ്പിക്കാനും അവളെ കുസൃ തികളിൽനിന്ന് അകറ്റിനിർത്താനും വേണ്ടി വൃദ്ധ കഥകൾ പറയും.

അവയൊക്കെ എന്ത് കഥകൾ ആയിരുന്നു! ഒരു കുഞ്ഞിനുമാത്രമല്ല. ഒരു മുതിർന്ന വിവേകമുള്ള മനുഷ്യനുപോലും കേട്ടിരുന്ന് സ്വയം മറക്കാൻ പറ്റുന്ന കഥകൾ. ഞാൻ പോലും അവിടെ ഒരു പൈപ്പും വലിച്ചുകൊണ്ട് എന്റെ ജോലിയെപ്പറ്റിയുള്ള എല്ലാ കാര്യങ്ങളും മറക്കുന്നതുവരെ കഥ കേട്ടുകൊണ്ടിരിക്കാറുണ്ടായിരുന്നു. ഭംഗിയുള്ള വായ പകുതി തുറന്നു കൊണ്ട് അവരുടെ കൈയിൽ അവളുടെ റോസാപ്പൂപോലുള്ള മുഖം ചരിച്ചുവെച്ചുകൊണ്ട് ആ ചെറിയ കുസൃതിയുടെ ആൾരൂപം വിശ്രമിക്കും. കഥ അല്പം ഭയാനകമാണെങ്കിൽ അവൾ അവളുടെ അമ്മൂമ്മയുടെ ശരീരത്തിലേക്ക് കൂടുതൽ അമർന്നുകിടക്കും. ആ സമയത്ത് അവളെ നോക്കിക്കൊണ്ടിരിക്കാൻ ഞങ്ങൾ എത്രമാത്രം ഇഷ്ടപ്പെട്ടിരുന്നു! ഞങ്ങൾ മെഴുകുതിരി അണയ്ക്കാൻ മറന്ന് പുറത്ത് മഞ്ഞുകാറ്റ് വീശുന്നത് കേൾക്കാതെ അവിടെ ഇരിക്കും. ശരിയാണ്. അത് ഒരു നല്ല ജീവിതമായിരുന്നു. പ്രിയപ്പെട്ടവളേ, ഞങ്ങൾ ഇരുപത് വർഷത്തോളം അങ്ങനെ ഒന്നിച്ചു ജീവിച്ചു. പക്ഷേ, ഞാൻ ദൂരത്തേക്ക് മാറിപ്പോയി. ഒരു പക്ഷേ, ഈ വിഷയത്തിൽ നിങ്ങൾക്ക് യാതൊരു താല്പര്യവും ഉണ്ടാവില്ല. അതുകൂടാതെ ഇപ്പോൾ അതു ഓർത്തെടുക്കാനും എളുപ്പമല്ലെന്ന് ഞാൻ മനസ്സിലാക്കുന്നു. ഇരുട്ട് കൂടിക്കൊണ്ടിരിക്കുകയാണ്. തെരേസാ ഏതോ ഒരു കാര്യത്തിന് ഒച്ചപ്പാട് ഉണ്ടാക്കിക്കൊണ്ടിരിക്കുകയാണ്. എന്റെ തല വേദനിക്കുന്നു. എങ്കിൽ മുതുകിനും ചെറിയ വേദനയുണ്ട്. എന്റെ ചിന്തകളും വേദനയിലാണെന്നു തോന്നുന്ന തരത്തിൽ അങ്ങേയറ്റം വിചിത്രവും പരസ്പരബന്ധമില്ലാത്തവയും ആണ്. എന്റെ പ്രിയപ്പെട്ടവളേ, ഞാൻ ഇന്ന് ദുഃഖിതനാണ്.

പക്ഷേ, എന്റെ പ്രിയപ്പെട്ടവളെ, നിങ്ങൾ എന്താണ് പറയുന്നത്? ഞാൻ എങ്ങനെയാണ് നിങ്ങളെ സന്ദർശിക്കാൻ വരുന്നത്? ഞാൻ ഈ മുറ്റം കുറുകെക്കടക്കുകയാണെങ്കിൽ അവിടെ ചോദ്യങ്ങളും സംസാരവും അപവാദവും ഉണ്ടായിരിക്കും? അവർ എല്ലാക്കാര്യങ്ങളും തെറ്റായി വ്യാഖ്യാനിക്കും. ഇല്ല, എന്റെ കൊച്ചുമാലാഖേ, ഞാൻ നിങ്ങളെ നാളെ വെസ്പേഴ്സിൽവച്ച് കാണുന്നതാണ് കൂടുതൽ നല്ലത്- അത് നമുക്ക് രണ്ടുപേർക്കും കൂടുതൽ നല്ലതും കുറച്ച് ദോഷകരവും ആയിരിക്കും. എന്റെ പ്രിയപ്പെട്ടവൾ, ഇതുപോലെ ഒരു എഴുത്ത് ഞാൻ എഴുതിയതിൽ എന്നോട് ക്ഷമിക്കണം. ഞാൻ അത് വീണ്ടും വായിച്ചപ്പോൾ അതിലെ വിരോധങ്ങളും ലക്ഷ്യങ്ങളും ഞാൻ മനസ്സിലാക്കുന്നു. എന്റെ പ്രിയപ്പെട്ടവളേ, ഞാൻ ഒരു വൃദ്ധനാണ്. വിവരമില്ലാത്ത ഒരു വൃദ്ധൻ. ഞാൻ ചെറുപ്പമായിരുന്നപ്പോൾ വളരെക്കുറച്ചു മാത്രമാണ് ഞാൻ മനഃപ്പാഠമാക്കിയത്. ഇപ്പോൾ ഞാൻ തുടക്കംമുതൽ മനസ്സിലാക്കാൻ ശ്രമിച്ചാലും ഒരു കാര്യവും എന്റെ മനസ്സിൽ തങ്ങിനില്ക്കുന്നില്ല. പറഞ്ഞുതരാതെയോ പരിഹസിക്കപ്പെടാതെയോ കൂടുതൽ ഭാവനാപരമായ രീതിയിൽ ഞാൻ കാര്യങ്ങൾ വ്യക്തമാക്കാൻ ശ്രമിക്കുമ്പോൾ ഞാൻ ഒരു കൂന അസംബന്ധങ്ങൾ മാത്രം കോറിയിടുകയായിരിക്കും. ഇന്ന് ഞാൻ നിങ്ങളെ നിങ്ങൾ

ജനാലയുടെ ജനൽകർട്ടൻ താഴ്ത്തിയിടാൻവേണ്ടി നില്ക്കുന്നത് കണ്ടിരുന്നു. നല്ലതുവരട്ടെ, നല്ലതുവരട്ടെ, ദൈവം നിങ്ങളെ സംരക്ഷിക്കട്ടെ. വാർവാരാ അലക്സിയേവ്നാ, നല്ലതുവരട്ടെ.

നിങ്ങളുടെ വിശ്വസ്തനായ സുഹൃത്ത്
മേക്കർ ഡിവുഷ്കിൻ

പി എസ്: ഏറ്റവും പ്രിയപ്പെട്ടവളെ, എനിക്ക് ഒരാളെപ്പറ്റിയും ഒരു കാര്യവും കൂടുതൽ പരിഹാസത്തോടെ എഴുതാൻ കഴിയില്ല. വാർവാരാ അലക്സിയേവ്നാ, എനിക്ക് പരിഹസിക്കാൻ കഴിയുന്നതിലും കൂടുതൽ പ്രായമുണ്ട്. അതുകൂടാതെ ആളുകൾ എന്നെപ്പറ്റി ചിരിച്ചുകൊണ്ട് അയൽക്കാരനുവേണ്ടി കുഴികുഴിക്കുന്ന അയാൾതന്നെ അതിനുള്ളിൽ വീഴും എന്നുപറയുന്ന റഷ്യയിലെ പഴഞ്ചൊല്ല് ഓർമ്മിക്കും.

ഏപ്രിൽ 9

എന്റെ പ്രിയപ്പെട്ട മേക്കർ അലക്സിയേവിച്ച്,

എന്റെ സുഹൃത്തും അഭ്യുദയകാംക്ഷിയുമായ നിങ്ങൾക്ക് ഇത്തരത്തിലുള്ള മനോഭാവത്തിലേക്കും ബാലിശമായ കോപത്തിലേക്കും പിൻവാങ്ങുന്നതിൽ നാണക്കേട് തോന്നുന്നില്ലേ? ഞാൻ പലപ്പോഴും എടുത്തുചാട്ടക്കാരിയാണെന്ന് എനിക്കറിയാം. പക്ഷേ, നിങ്ങൾ എന്റെ വാക്കുകളെ നിങ്ങളുടെ ചെലവിൽ ഒരു തരംതാണ തമാശയായി മനസ്സിലാക്കുമെന്ന് ഞാൻ ഒരിക്കലും സങ്കല്പിച്ചിട്ടില്ല. നിങ്ങളുടെ പ്രായത്തെപ്പറ്റിയോ സ്വഭാവത്തെപ്പറ്റിയോ എനിക്ക് ഒരിക്കലും പരിഹസിക്കാൻ കഴിയില്ലെന്ന് ഞാൻ ഉറപ്പുനല്കുന്നു. അത് എന്റെ ഉദാസീനത മാത്രമാണ്. ഞാൻ ഭയാനകമായ വിരസത അനുഭവിക്കുകയാണ്. വിരസതയിൽനിന്ന് ഒരു മനുഷ്യജീവി എന്താണ് ചെയ്യാത്തത്? നിങ്ങളോട് സത്യം പറഞ്ഞാൽ നിങ്ങളുടെ എഴുത്തിൽ നിങ്ങൾ തമാശ പറയുകയാണെന്നാണ് ഞാൻ വിചാരിച്ചിരുന്നത്. നിങ്ങൾ എന്റെ സുഹൃത്തും അഭ്യുദയകാംക്ഷിയുമാണ്. നിങ്ങൾ എന്നെപ്പറ്റി നന്ദിയില്ലായ്മ സംശയിക്കുന്നുണ്ടെങ്കിൽ നിങ്ങൾ എന്നോട് ചെയ്യുന്നത് തെറ്റാണ്. എന്റെ ശത്രുക്കളിൽനിന്നും അവരുടെ വെറുപ്പിൽനിന്നും അവരുടെ വേട്ടയാടലിൽനിന്നും എന്നെ സംരക്ഷിക്കാൻവേണ്ടി നിങ്ങൾ ചെയ്ത എല്ലാ കാര്യങ്ങളോടും എനിക്ക് ബഹുമാനമുണ്ട്. ഞാൻ എല്ലാസമയത്തും നിങ്ങൾക്കുവേണ്ടി പ്രാർത്ഥിക്കും— ദൈവം എന്റെ പ്രാർത്ഥന കേൾക്കുകയാണെങ്കിൽ നിങ്ങൾക്ക് സന്തോഷമായിരിക്കും.

എനിക്ക് ഇന്ന് തീരെ സുഖമില്ല. ഒരു മിനിറ്റ് സമയം എനിക്ക് ചൂട് തോന്നും. അതിനുശേഷം അടുത്ത മിനിറ്റിൽ ഞാൻ പനിച്ച് വിറയ്ക്കുകയായിരിക്കും. എന്നുമാത്രമല്ല, ഫെഡോറാ അസ്വസ്ഥയാണ്. മേക്കർ അലക്സിയേവിച്ച്, എന്നെ വന്നുകാണുന്നതിൽ നിങ്ങൾക്ക് നാണക്കേട് തോന്നരുത്. ആളുകൾ അവരവരുടെ സ്വന്തം കാര്യം നോക്കട്ടെ. നമ്മൾ വേണ്ടത്ര

പരിചിതരാണ്. അല്ലേ? നല്ലതുവരട്ടെ, മേക്കർ അലക്സിയേവിച്ച്– ഞാൻ അതെല്ലാം പറയാൻ കാരണം കൂടുതൽ എഴുതാൻ എനിക്ക് തീരെ സുഖമില്ലെന്ന് പറയാൻ വേണ്ടിയാണ്. വീണ്ടും എന്നോട് കോപിക്കരുത്. ശാശ്വതമായ സ്നേഹത്തെപ്പറ്റിയും ബഹുമാനത്തെപ്പറ്റിയും നിങ്ങൾക്ക് വിശ്വാസം ഉണ്ടായിരിക്കണം.

നിങ്ങളുടെ ഏറ്റവും വിനയമുള്ളവളും വിശ്വസ്തയുമായ വേലക്കാരി.
വാർവാരാ ഡൊബ്രോസിയോളോവ

ഏപ്രിൽ 12

എന്റെ പ്രിയപ്പെട്ട വാർവാരാ അലക്സിയേവ്നാ,

എന്താണ് കാര്യം? എന്താണ് കുഴപ്പം? നിങ്ങൾ എല്ലാ സമയത്തും എന്നെ ഭയപ്പെടുത്തിക്കൊണ്ടിരിക്കുന്നു! ഓരോ എഴുത്തിലും ഞാൻ നിങ്ങളോട് ക്ഷമ ചോദിക്കുന്നു. മോശം കാലാവസ്ഥയിൽ സ്വയം പുതപ്പിനുള്ളിൽ കൂടുതൽ ശ്രദ്ധയോടെ വീട്ടിൽ ഇരിക്കാൻ ഞാൻ നിങ്ങളോട് യാചിക്കുന്നു. എല്ലാ കാര്യങ്ങളിലും ശ്രദ്ധ ഉണ്ടായിരിക്കണം. പക്ഷേ, നിങ്ങൾ ശ്രദ്ധിക്കില്ല. എന്റെ പ്രിയപ്പെട്ട മാലാഖേ, നിങ്ങൾ ഒരു ചെറിയകുട്ടിയെപ്പോലെ മോശമാണ്. നിങ്ങൾ ഒരു പുല്ലിന്റെ ഇലപോലെ മെലിഞ്ഞിരിക്കുകയാണെന്ന് എനിക്കറിയാം. ഒരു ചെറിയ കാറ്റടിച്ചാൽ പോലും നിങ്ങൾക്ക് ജലദോഷം വരും. ഏറ്റവും പ്രിയപ്പെട്ടവളേ, നിങ്ങൾക്ക് നിശ്ചയമായും ശ്രദ്ധവേണം. സ്വയം ശ്രദ്ധിക്കണം. അപകടകരമായ എല്ലാ കാര്യങ്ങളും ഒഴിവാക്കണം. നിങ്ങളുടെ കൂട്ടുകാരെ ദുഃഖത്തിൽനിന്നും മനഃപ്രയാസത്തിൽനിന്നും ഒഴിവാക്കണം.

നിങ്ങൾ എന്റെ ദൈനംദിന ജീവിതത്തെപ്പറ്റിയും എന്റെ ചുറ്റുപാടുകളെ പറ്റിയും അറിയാൻ ആഗ്രഹിക്കുന്നുണ്ടോ? എന്റെ ഓമനേ, ഏറ്റവും വലിയ സന്തോഷത്തോടെ ഞാൻ അത് പറയാം. പക്ഷേ, തുടക്കം മുതൽ തുടങ്ങാൻ എന്നെ അനുവദിക്കണം. വീടിന്റെ മുൻവശത്തുള്ള മുറികൾ വളരെ സുന്ദരമാണ്. പ്രത്യേകിച്ചും പ്രധാന കോവണി അത് തിളങ്ങുന്നതും വൃത്തിയുള്ളതും വീതിയുള്ളതുമാണ്. കൈവരികൾ എല്ലാം മഹാഗണിയും ലോഹപ്പണിയും ആണ്. പക്ഷേ, പിൻവശത്തെ കോവണിയെപ്പറ്റി കുറച്ചുപറയുന്നതാണ് കൂടുതൽ നല്ലത്. അത് നനഞ്ഞ് അഴുക്കുപിടിച്ച് വളഞ്ഞുപുളഞ്ഞ് കിടക്കുകയാണ്. പടികളെല്ലാം പൊടിഞ്ഞിരിക്കുകയാണ്. ഭിത്തികൾ വളരെ കറപുരണ്ടവയായതുകൊണ്ട് നിങ്ങൾ ഭിത്തിയിൽ തൊട്ടാൽ നിങ്ങളുടെ വിരലുകൾ അവിടെ ഒട്ടിപ്പിടിക്കും. ഓരോ പടിക്കെട്ടുകൾക്കിടയിലെ തിണ്ണയിലും പെട്ടികളും കസേരകളും പഴയ അലമാരകളും ഉയരത്തിലേക്ക് കുന്നുകൂടിക്കിടക്കുകയാണ്. കൂടുതൽ ജനാലകളും തകർന്നവയാണ്. എല്ലായിടത്തും പൊടിയും ചപ്പുചവറുകളും മുട്ടത്തോടും മീൻവെട്ടിയതിന്റെ ബാക്കിയും നിറച്ചുവച്ചിരിക്കുന്ന ചെറുവീപ്പകൾ ഉണ്ട്. അവയുടെ ഗന്ധം വെറുപ്പുണ്ടാക്കുന്നതാണ്– ഒറ്റ വാക്കിൽ അവിടെ വൃത്തിയില്ല.

മുറികളുടെ കാര്യം പറഞ്ഞാൽ അവ എങ്ങനെയാണ് ക്രമീകരിച്ചിരിക്കുന്നതെന്ന് ഞാൻ നിങ്ങളോട് പറഞ്ഞിരുന്നു. വേണ്ടത്ര സൗകര്യങ്ങൾ ഉണ്ട്. പക്ഷേ, അല്പം വായുസഞ്ചാരം കുറഞ്ഞവയാണ്. അവയ്ക്ക് സത്യത്തിൽ മോശം മണമുണ്ടെന്ന് പറയാനല്ല ഞാൻ ആഗ്രഹിച്ചത്– അവ വെറുതെ അനാരോഗ്യകരമായ മനോഹരമായ മണം വികിരണം ചെയ്യുന്നുണ്ട്. തുടക്കത്തിൽ അത് അസഹ്യമാണ്. പക്ഷേ, നിങ്ങൾ ഏതാനും മിനിറ്റിനുള്ളിൽ അതുമായി കൂടുതൽ പരിചയിക്കും. കാരണം ഇവിടെയുള്ള എല്ലാ കാര്യങ്ങൾക്കും ഗന്ധമുണ്ട്– നിങ്ങളുടെ വസ്ത്രങ്ങൾക്കും കൈകൾക്കുപോലും ആ ഗന്ധമുണ്ട്. പക്ഷേ, മൈനപ്പക്ഷികൾ പെട്ടെന്ന് മരിക്കുന്നു. ഇവിടെ താമസിക്കുന്ന നാവികഉദ്യോഗസ്ഥൻ ഇപ്പോഴാണ് അയാളുടെ മാലിന്യം കൊണ്ടുവന്നത്– അയാൾക്ക് അന്തരീക്ഷത്തിലെ ഗന്ധം സഹിക്കാൻ കഴിഞ്ഞിരുന്നില്ല– രാവിലെ മത്സ്യവും ഇറച്ചിയും പാകം ചെയ്തുകൊണ്ടിരിക്കുമ്പോൾ അടുക്കള മലിനമായിരിക്കുന്ന സമയത്ത് അത് അല്പം രൂക്ഷമായിരിക്കും. പക്ഷേ, വൈകുന്നേരത്ത് അത് മനോഹരമാണ്. അടുക്കള വെളിച്ചം ഉള്ളതും വലുതും ആണ്. അത് മുഴുവൻ പഴയ തുണി നനച്ച് ഉണങ്ങാൻ ഇട്ടിട്ടുണ്ടാവും. എന്റെ മുറി തൊട്ടടുത്ത് ആയതുകൊണ്ട് അതിന്റെ മണം അല്പം ബുദ്ധിമുട്ട് ഉണ്ടാക്കുന്നതാണ്. പക്ഷേ, സാരമില്ല. ഒരാൾ വേണ്ടത്ര കാലം ഇവിടെ ജീവിച്ചുകഴിയുമ്പോൾ അയാൾക്ക് അത് പരിചിതമായിരിക്കും.

അതിരാവിലെ മുതൽ വീട് ഉണർന്നിട്ടുണ്ടാകും. നടത്തവും മറ്റ് കാര്യങ്ങളുമായി എല്ലാവരും ഉണർന്ന് എഴുന്നേല്ക്കുകയാണ്. ചിലർക്ക് ജോലിക്ക് പോകണം. എഴുന്നേല്ക്കാത്തവർക്കും ജോലിക്ക് പോകണം. ആദ്യം ഞങ്ങൾ എല്ലാവരും ഞങ്ങളുടെ ചായ കുടിക്കും. ചായ തിളപ്പിക്കുന്ന സമോവറുകളിൽ കൂടുതൽ എണ്ണവും വീട്ടുടമസ്ഥയുടെ വകയാണ്. അവ വേണ്ടത്ര ഇല്ലാത്തതുകൊണ്ട് ഓരോരുത്തർക്കും അവരവരുടെ ഊഴത്തിനുവേണ്ടി കാത്തുനില്ക്കേണ്ടി വരും. ആരെങ്കിലും ഊഴം തെറ്റിച്ച് അവരവരുടെ വെള്ളം തിളപ്പിക്കുന്ന വാലും പിടിയുമുള്ള പാത്രവുമായി വരുകയാണെങ്കിൽ മൊത്തം ആളുകളും ആ കുറ്റവാളിയുടെ മുകളിൽ ചാടിവീഴും. ആദ്യം ഒരു തവണ എനിക്കും ഇത് സംഭവിച്ചിരുന്നു– പക്ഷേ, അത് പറയാനും മാത്രമുള്ള കാര്യമല്ല. ആ സന്ദർഭത്തിലാണ് ഞാൻ എല്ലാവരുമായി പരിചയത്തിലായത്. ആദ്യം പരിചയപ്പെട്ടത് നാവിക ഉദ്യോഗസ്ഥനെ ആയിരുന്നു. അയാൾ വിശ്വസിക്കാൻ കൊള്ളാവുന്ന ഒരു മനുഷ്യനാണ്. അയാൾ അയാളുടെ അച്ഛനെപ്പറ്റിയും അമ്മയെപ്പറ്റിയും സഹോദരിയെപ്പറ്റിയും (അവൾ ടൂളായിലെ ഒരു ഉദ്യോഗസ്ഥനെ വിവാഹം കഴിച്ചിട്ടുണ്ട്) കോൺസ്റ്റാന്റ് പട്ടണത്തെപ്പറ്റിയും പറഞ്ഞിട്ടുണ്ട്. അയാൾ അയാളുടെ സംരക്ഷണം എനിക്ക് വാഗ്ദാനം ചെയ്തതിനുശേഷം അവിടെവെച്ചുതന്നെ എന്നെ ചായകുടിക്കാൻ ക്ഷണിച്ചിരുന്നു. ഒരിക്കലും ചീട്ടുകളി അവസാനിക്കാത്ത ഒരു മുറിയിലാണ് ഞാൻ അയാളെ കണ്ടെത്തിയത്. ചായകുടികഴിഞ്ഞ് കാര്യമാ

യാണോ അല്ലയോ എന്ന് എനിക്ക് പറയാൻ കഴിയില്ല; അവർ എന്നോട് കളിയിൽ പങ്കെടുക്കാൻ നിർബ്ബന്ധിച്ചിരുന്നു. രാത്രി മുഴുവൻ അവർ കളിച്ചുകൊണ്ടിരിക്കുകയായിരുന്നു. ഞാൻ കടന്നുചെല്ലുന്ന സമയത്തും അവർ അത് തുടർന്നുകൊണ്ടിരിക്കുകയായിരുന്നു. അവർ അവരുടെ ചീട്ടുകളിയിൽ വ്യാപൃതരായിരുന്നു. എല്ലായിടത്തും ചോക്കിന്റെ പൊടി ഉണ്ടായിരുന്നു. പുക മുറിക്കുള്ളിൽ അങ്ങേയറ്റം കനത്തിൽ തങ്ങിനിന്നിരുന്നതുകൊണ്ട് അത് നിങ്ങളുടെ കണ്ണുകളെ വേദനിപ്പിക്കുന്നുണ്ടായിരുന്നു. ഞാൻ ചീട്ടുകളിക്കാൻ വിസമ്മതിച്ചപ്പോൾ അവർ എന്നോട് തത്ത്വശാസ്ത്രം സംസാരിക്കുന്നത് അവസാനിപ്പിക്കാൻ പറഞ്ഞു. അതിനുശേഷം അവരിൽ ഒരാളും എന്നോട് സംസാരിച്ചില്ല. സത്യം പറഞ്ഞാൽ ഞാൻ അത് കാര്യമാക്കുന്നില്ല. ഞാൻ ഇനിയും അങ്ങോട്ട് പോകാൻ പോകുന്നില്ല. ചൂതുകളിക്കാർ, അവർ അതാണ്, ചൂതുകളിക്കാർ! എഴുത്തുകാരനും അയാളുടെ മുറിയിൽ വിരുന്നുകൾ ഏർപ്പാടുചെയ്യാറുണ്ട്. പക്ഷേ, അവിടെ വിരുന്നുകളെല്ലാം എല്ലാ നിഷ്കളങ്കവും മാന്യവും ഉയർന്ന നിലവാരമുള്ളവയുമാണ്.

വാരങ്കാ, ഞങ്ങളുടെ വീട്ടുടമസ്ഥ ഒരു വിട്ടുവീഴ്ചയില്ലാത്ത കിഴവിയാണെന്ന് ഞാൻ ഇതിനോടൊപ്പം ഒരുപക്ഷേ, കൂട്ടിച്ചേർക്കുന്നു. ഒരു യഥാർത്ഥ ദുർമ്മന്ത്രവാദിനി. തെരാസായെ നിങ്ങൾ കണ്ടിരുന്നു. അവൾ ഒരു പൂട പറിച്ച കോഴിക്കുഞ്ഞിനെപ്പോലെ എത്രമാത്രം ക്ഷീണിച്ചിരിക്കുകയാണെന്ന് നിങ്ങൾക്കറിയാം. ഇവിടെ രണ്ടുജോലിക്കാരാണ് ഉള്ളത്. തെരാസായും ഫാൽഡോനിയും. ഒരുപക്ഷേ, ഫാൽഡോനിക്ക് മറ്റൊരു പേര് ഉണ്ടായിരിക്കാം. പക്ഷേ, അയാൾ ഫാൽഡോനി എന്നു വിളിച്ചാൽ മറുപടി പറയും. അതുകൊണ്ട് എല്ലാവരും അയാളെ ഫാൽഡോനി എന്നാണ് വിളിക്കുന്നത്. അയാൾ ചുവന്ന മുടിയും കോങ്കണ്ണുമുള്ള ഒരു ഗ്രാമീണനാണ്. അയാൾക്ക് ഒരു പതിഞ്ഞ മൂക്കുണ്ട്. അയാൾ എല്ലാ സമയത്തും അടിയുടെ വക്കുവരെ എത്തുന്ന തരത്തിൽ തെരാസായുമായി വഴക്കടിച്ചുകൊണ്ടിരിക്കും. ഇവിടത്തെ ജീവിതം മൊത്തത്തിൽ അത്ര സന്തോഷകരമല്ലെന്ന് ഞാൻ പറയും. ഇവിടെ ഉറങ്ങാനുള്ള സമയം എന്നുപറയുന്ന ഒരു സമയം ഇല്ല. എല്ലാം ശാന്തമായിക്കഴിയുമ്പോൾ നിങ്ങൾക്ക് ഉറങ്ങാൻ പോകാൻ കഴിയും. ഒരു മുറിയിൽ അല്ലെങ്കിൽ മറ്റൊരു മുറിയിൽ അവർ ചീട്ടുകളിക്കുന്നുണ്ടാകും എന്നുറപ്പാണ്. ഇതുകൂടാതെ ചില സമയങ്ങളിൽ അവിടെ എനിക്ക് പറയാൻ നാണക്കേട് തോന്നുന്ന സംശയകരമായ കാര്യങ്ങളും ഉണ്ടാകും. ഞാൻ സ്വയം അതുമായി പരിചയിച്ചുകഴിഞ്ഞു. പക്ഷേ, ഇത്തരത്തിലുള്ള ഒരു ഭ്രാന്താലയത്തിൽ കുടുംബങ്ങൾ എങ്ങനെ ജീവിക്കുമെന്ന് എനിക്ക് അത്ഭുതപ്പെടാതിരിക്കാൻ കഴിയുന്നില്ല. മറ്റുമുറികളിൽനിന്ന് ഏറക്കുറെ ഒറ്റപ്പെട്ടുനില്ക്കുന്ന തളത്തിന്റെ മറുവശത്ത് ഒരു മൂലയിലുള്ള മുറിയിൽ ഒരു പാവപ്പെട്ട കുടുംബമുണ്ട്. അവർ ഒച്ചപ്പാട് ഉണ്ടാക്കാത്ത കൂട്ടരാണ്. അവരുടെ മുറി വേർതിരിച്ചിരിക്കുന്ന മറയ്ക്ക് പിന്നിൽ നിന്ന് അവരെ

കാണാനോ അവരുടെ ശബ്ദം കേൾക്കാനോ കഴിയുകയില്ല. വീട്ടുകാരൻ ഗരിഷ് ഏതോ കാര്യത്തിന് ചുമതലയിൽനിന്ന് പറഞ്ഞുവിട്ട് ജോലി നഷ്ട പ്പെട്ട ഒരു ഗുമസ്തനായിരുന്നു. അയാൾ ഒരു പൊക്കം കുറഞ്ഞ ഇരുണ്ട മനുഷ്യനാണ്. അയാളുടെ വേഷങ്ങൾ വളരെ മുഷിഞ്ഞതും ഉട ഞ്ഞതുമാണ്. അതുകൊണ്ട് അയാളെ നോക്കുന്നതുപോലും വേദനയാ ണ്. അയാളുടെ കോട്ട് എന്റെ കോട്ടിനേക്കാൾപോലും മോശമാണ്. മെലിഞ്ഞ് പൊക്കംകുറഞ്ഞ ഒരു പാവം മനുഷ്യൻ. (ഞങ്ങൾ ഇടയ്ക്ക് ഇടനാഴിയിൽവെച്ച് കണ്ടുമുട്ടാറുണ്ട്). അയാളുടെ കാൽമുട്ടുകൾക്ക് ബലം ഇല്ല. ഏതോ അസുഖം കാരണം അയാളുടെ കൈകളും തലയും വിറ യ്ക്കുന്നുണ്ട്. അത് എന്ത് അസുഖം ആണെന്ന് ദൈവത്തിന് അറിയാം! അയാൾ എല്ലാവരുടെയും വഴിയിൽനിന്ന് ഒഴിഞ്ഞു മാറിനില്ക്കുന്ന ഭയ ന്നുപോയ ഒരു ദുഃഖിതനായ മനുഷ്യനാണ്. ഞാനും ചില സമയങ്ങ ളിൽ ഒഴിഞ്ഞുമാറി നില്ക്കുന്നവൻ ആയിരിക്കാം, പക്ഷേ, അയാൾ എന്നെ ക്കാൾ കൂടുതൽ ഒഴിഞ്ഞുമാറുന്നവൻ ആണ്. അയാൾക്ക് ഭാര്യയും മൂന്ന് കുട്ടികളും ഉണ്ട്. ഏറ്റവും മൂത്ത ആൺകുട്ടി അവന്റെ അച്ഛനെപോലെ പൊക്കംകുറഞ്ഞവൻ ആണ്. അയാളുടെ ഭാര്യ നിശ്ചയമായും ഒരിക്കൽ സുന്ദരി ആയിരുന്നിരിക്കും— ഒരാൾക്ക് ഇപ്പോൾപോലും അവളുടെ സൗന്ദര്യം കാണാൻ കഴിയും. പക്ഷേ, അവൾ ധരിക്കുന്നത് കീറത്തു ണികൾ ആണ്. അവർ വാടകകൊടുക്കുന്നത് താമസിച്ചാണെന്ന് ഞാൻ കേട്ടിട്ടുണ്ടായിരുന്നു. എന്തായാലും വീട്ടുടമസ്ഥയ്ക്ക് അവരോട് വലിയ അനുകമ്പയൊന്നുമില്ല. ഗോർഷ്ക്കോവ് ഏതോ ഒരു കലാപത്തിൽ അല്ലെ ങ്കിൽ മറ്റൊന്നിൽ ഉൾപ്പെട്ടിരുന്നെന്നും അതുകാരണമാണ് അയാൾക്ക് ജോലി നഷ്ടപ്പെട്ടതെന്നും ഞാൻ കേട്ടിട്ടുണ്ടായിരുന്നു: ഒരു പക്ഷേ, അയാളെ വിചാരണ ചെയ്തിട്ടുണ്ടായിരിക്കാം. അല്ലെങ്കിൽ ഒരുപക്ഷേ, അയാൾ നിരീക്ഷണത്തിൽ ആയിരുന്നിരിക്കാം. എനിക്ക് ഉറപ്പുപറയാൻ പറ്റുന്നില്ല. പക്ഷേ, അവർ പാവങ്ങളാണ്. ദൈവമേ, ഏതുവിധത്തിലും പാവങ്ങളാണ്! അവിടെ ഒരു ആത്മാവ് പോലും ജീവിക്കുന്നില്ലെന്നുള്ള രീതിയിൽ അവരുടെ മുറിയിൽനിന്ന് ഒരിക്കലും ഒരു ശബ്ദംപോലും ഉണ്ടാ യിരുന്നില്ല. കുട്ടികളുടെ ശബ്ദം പോലും കേൾക്കാൻ ഉണ്ടായിരുന്നില്ല. ഞാൻ ഒരിക്കലും അവർ കളിക്കുന്നതോ ഓടിനടക്കുന്നതോ കണ്ടിട്ടു ണ്ടായിരുന്നില്ല. ഒരു മോശം സൂചന! ഒരു വൈകുന്നേരത്ത് ഞാൻ അയാ ളുടെ വാതിലിനടുത്തുകൂടി കടന്നുപോകുമ്പോൾ വീട് അസാധാരണ മായ രീതിയിൽ നിശ്ശബ്ദമായിരുന്നപ്പോൾ ഞാൻ ഒരു തേങ്ങൽ കേട്ടു. അതിനുശേഷം ഒരു അടക്കിയ സംസാരവും അതിന്റെ കൂടെ മറ്റൊരു തേങ്ങലും കേട്ടു. ആരോ ഒരാൾ വളരെ ദയനീയമായി കരയുകയാണെന്ന് തോന്നി. അത് എന്റെ മനസ്സിനെ പിഴിഞ്ഞു. ഞാൻ രാത്രി മുഴുവൻ അവരെപ്പറ്റി ആലോചിച്ചുകൊണ്ടിരുന്നു. അതിനുശേഷം എനിക്ക് ഉറ ങ്ങാൻ കഴിഞ്ഞിരുന്നില്ല.

ശരി, ഗുഡ്ബൈ, വാരങ്കാ, എന്റെ വിലയേറിയ ചങ്ങാതി. ഞാൻ

എല്ലാ കാര്യങ്ങളും എനിക്ക് കഴിയാവുന്നത്ര വിശദീകരിച്ചുകഴിഞ്ഞു. ഞാൻ പകൽ മുഴുവൻ നിങ്ങളെപ്പറ്റി മാത്രം ആലോചിക്കുകയായിരുന്നു. നിങ്ങളെപ്പറ്റി മാത്രം. ഞാൻ നിങ്ങളെപ്പറ്റി അങ്ങേയറ്റം അസ്വസ്ഥനാണ്. ഈ പീറ്റേഴ്സ്ബർഗ്ഗിലെ വസന്തത്തിൽ നിങ്ങൾക്ക് ഇളംചൂട് കിട്ടുന്ന ഒരു കോട്ടിന്റെ ആവശ്യമുണ്ടെന്ന് എനിക്കറിയാം. അവിടത്തെ കാറ്റും അവിടത്തെ മഴയും അവിടുത്തെ മഞ്ഞും എല്ലാംകൂടി എനിക്ക് അത് മരണം ആയിരിക്കുമെന്നറിയാം, വാരങ്കാ, എനിക്കറിയാം. ഈ പ്രസന്നമായ കാലാവസ്ഥയിൽനിന്ന് ദൈവം നമ്മളെ രക്ഷിക്കട്ടെ! ദേഷ്യപ്പെടരുത്. പ്രിയപ്പെട്ട ഹൃദയമേ, ഞാൻ എഴുതുന്ന രീതികണ്ട് എന്നോട് ദേഷ്യപ്പെടരുത്. എനിക്ക് ശൈലി ഇല്ല. ഒരു ശൈലിയും ഇല്ല. എനിക്ക് ഉണ്ടായിരുന്നെങ്കിലെന്ന് ഞാൻ ആഗ്രഹിക്കുന്നു. നിങ്ങളെ അല്പം ഉന്മേഷവതിയാക്കാമെന്നുള്ള പ്രതീക്ഷയിൽ എന്റെ മനസ്സിൽ വരുന്നത് ഞാൻ എഴുതുന്നു. എനിക്ക് മാന്യമായ ഒരു വിദ്യാഭ്യാസം ലഭിച്ചിരുന്നെങ്കിൽ ഇത് വ്യത്യസ്തമായിരിക്കും. പക്ഷേ, എനിക്ക് എന്തുതരം വിദ്യാഭ്യാസമാണ് ലഭിച്ചിരുന്നത്. ഒരു കോപ്പക്കിന്റെ വിലയുള്ള വിദ്യാഭ്യാസം അതിലും കൂടുതൽ ഇല്ല!

നിങ്ങളുടെ ഇളകാത്ത വിശ്വസ്തനായ സുഹൃത്ത്
മേക്കർ ഡിവുഷ്കിൻ

ഏപ്രിൽ 25

എന്റെ പ്രിയപ്പെട്ട മേക്കർ അലക്സിയേവിച്ച്,

ഇന്ന് ഞാൻ എന്റെ ബന്ധു സാഷായെ കണ്ടു! അത് തീരെ മോശമായിരുന്നു! അവൾ നശിക്കാൻ പോകുകയാണ്! അന്നാ ഫയഡോറോവ്നാ എന്നെപ്പറ്റി അന്വേഷണങ്ങൾ നടത്തിക്കൊണ്ടിരിക്കുകയാണെന്നുള്ള കിംവദന്തികൾ എന്റെ അടുത്തും എത്തിയിരുന്നു. അവൾ ഒരിക്കലും എന്നെ തനിയെ ഉപേക്ഷിക്കില്ലേ? അവൾ എനിക്ക് മാപ്പുതരാൻ ആഗ്രഹിക്കുന്നു. കഴിഞ്ഞു പോയതെല്ലാം കഴിഞ്ഞു പോയെന്നും അതിനുശേഷം എന്നെ ഉടൻതന്നെ സന്ദർശിക്കാൻ ഉദ്ദേശിക്കുന്നുണ്ടെന്നും പറയുന്നു. നിങ്ങൾ എന്റെ ബന്ധു അല്ലെന്നാണ് അവൾ പ്രഖ്യാപിക്കുന്നത്. ഞങ്ങളുടെ കുടുംബകാര്യങ്ങളിൽ ഇടപെടാൻ നിങ്ങൾക്ക് അവകാശം ഇല്ലെന്നാണ് അവൾ പറയുന്നത്. അതിന്റെ കൂടെ നിങ്ങളുടെ അനുകമ്പയിലും സഹായത്തിലും ജീവിക്കുന്നതിൽ എനിക്ക് നാണക്കേട് തോന്നുന്നും ഉണ്ട് അവളുടെ ആതിഥ്യമര്യാദ ഞാൻ മറന്നുപോയിരിക്കുകയാണെന്നാണ് അവൾ പറയുന്നത്. അതായത് എന്റെ അമ്മയേയും എന്നെയും പട്ടിണിയിൽനിന്ന് രക്ഷപ്പെടുത്തിയത് അവൾ ആയിരുന്നെന്നും അതിനുവേണ്ടി രണ്ടരവർഷം ഞങ്ങളുടെ ഭക്ഷണത്തിനുവേണ്ടി അവൾക്ക് വലിയ ചെലവ് വന്നിട്ടുണ്ടെന്നും അതിനെല്ലാം ഉപരിയായി ഞങ്ങളുടെ കടങ്ങൾ ഉപേക്ഷിക്കാൻ അവൾക്ക് ആഗ്രഹമുണ്ടെന്നുമാണ്

അവൾ പറയുന്നത്. എന്റെ പാവം പിടിച്ച അമ്മയെപ്പോലും അവൾ ഒഴിവാക്കിയിട്ടില്ല. അമ്മയ്ക്ക് അവർ എന്നോട് ചെയ്തത് മനസ്സിലാക്കാൻ കഴിഞ്ഞിരുന്നെങ്കിൽ! പക്ഷേ, ദൈവം എല്ലാം കാണുന്നുണ്ട്! പക്ഷേ, അന്നാ ഫയഡോറോവ്നാ പറയുന്നത് എന്റെ സന്തോഷം നഷ്ടപ്പെടുത്തിയതിന് എന്നെത്തന്നെ കുറ്റപ്പെടുത്തണമെന്നാണ്. അതായത് അവൾ എനിക്ക് വഴികാണിച്ചുതന്നു. എനിക്ക് എന്റെ മതിപ്പ് ഒരുപക്ഷേ, രക്ഷപ്പെടുത്താൻ കഴിയാതെപോയത് അവളുടെ കുറ്റമല്ലെന്നുമാണ് അവൾ പറയുന്നത്. അപ്പോൾ അത് ആരുടെ കുറ്റമാണ് പ്രിയപ്പെട്ട ദൈവമേ! മിസ്റ്റർ. ബൈക്കോവ് വളരെ ശരിയാണെന്നും അതിന്റെകൂടെ ഒരു മനുഷ്യനും ഇങ്ങനെയുള്ള ഒരു സ്ത്രീയെ വിവാഹം കഴിക്കുമെന്ന് പ്രതീക്ഷിക്കരുതെന്നുമാണ് അവൾ പറയുന്നത്. ഇതിനെപ്പറ്റി എഴുതിക്കൊണ്ടിരിക്കുന്നതുകൊണ്ട് എന്ത് ഗുണമാണ് ഉള്ളത്? ആ കള്ളം കേൾക്കുന്നത് വളരെ ക്രൂരമായി വേദനിപ്പിക്കുന്നുണ്ട്, മേക്കർ അലക്സിയേവിച്ച്! ഞാൻ ഭയാനകമായ ഒരു അവസ്ഥയിലാണ്. ഞാൻ ഏങ്ങലടിച്ച് പൊട്ടിക്കരഞ്ഞുവിറച്ചുകൊണ്ട് ഇവിടെ ഇരിക്കുകയാണ്. ഈ എഴുത്ത് എഴുതാൻ ഞാൻ രണ്ടുമണിക്കൂർ എടുത്തു. അവൾ കുറഞ്ഞപക്ഷം എന്നോട് അവൾ എന്തുമാത്രം തെറ്റുചെയ്തെന്ന് സമ്മതിക്കുമെന്ന് എനിക്ക് ഉറപ്പുണ്ടായിരുന്നു. പക്ഷേ, നിങ്ങൾ അവിടെ ഉണ്ട്! എന്റെ ഒരേയൊര് അഭ്യുദയകാംക്ഷിയായ നിങ്ങൾ വിഷമിക്കരുത്! ഫെഡോറാ എല്ലാ സമയത്തും കൂട്ടിപ്പറയുന്നു. എനിക്ക് അസുഖം ഒന്നും ഇല്ല. ഞാൻ വോൾക്കോവോയിൽ കുർബാനയ്ക്ക് പോയപ്പോൾ എന്നെ പിടികൂടിയത് ഒരു ചെറിയ കുളിര് ആയിരുന്നു. നിങ്ങൾ എന്റെ കൂടെ വരാതിരുന്നത് എന്തുകൊണ്ടാണ്? ഞാൻ നിങ്ങളോട് വരാൻ യാചിച്ചിരുന്നു. ഞാ എന്റെ പാവം പ്രിയപ്പെട്ട അമ്മ— അമ്മയ്ക്ക് അമ്മയുടെ കുഴിമാടത്തിൽനിന്ന് എഴുന്നേറ്റുവരാൻ കഴിഞ്ഞിരുന്നെങ്കിൽ, അവർ എന്നോട് ചെയ്തത് അമ്മയ്ക്ക് കാണാനും മനസ്സിലാക്കാനും കഴിഞ്ഞിരുന്നെങ്കിൽ!

വി ഡി

മേയ് 20

വാരങ്കാ, എന്റെ മാടപ്രാവേ,

ഞാൻ നിങ്ങൾക്ക് കുറച്ച് മുന്തിരിപ്പഴങ്ങൾ കൊടുത്തുവിടുന്നു. പ്രിയപ്പെട്ടവളേ, കാരണം മുന്തിരിപ്പഴങ്ങൾ രോഗാനന്തരം ആരോഗ്യം വീണ്ടെടുക്കുന്നതിന് നല്ലതാണ്. ഡോക്ടറമ്മാരും ദാഹം ശമിപ്പിക്കാൻ അവ ശുപാർശ ചെയ്യുന്നുണ്ട്— അതുകൊണ്ടാണ് ഞാൻ അവ കൊടുത്തുവിടുന്നത്, വെറുതെ ദാഹത്തിനെതിരായി. ഓമനേ, നിങ്ങളുടെ വിശപ്പ് എങ്ങനെയാണ്? പ്രധാന കാര്യം അതാണ്. അതെല്ലാം അവസാനിച്ച് നമ്മുടെ ബുദ്ധിമുട്ടുകൾ അവസാനിക്കുന്നതിന് ദൈവത്തിനോട് നന്ദി പറയണം. നമുക്ക് അതിനുവേണ്ടി ദൈവരാജ്യത്തിന് നന്ദി പറയണം. പുസ്തകങ്ങളുടെ കാര്യമാണെങ്കിൽ എനിക്ക് ഇതുവരെ അവയൊന്നും സമ്പാ

ദിക്കാൻ കഴിഞ്ഞിട്ടില്ല. അവർ പറയുന്നത് ഇവിടെ ഒരു വളരെ നല്ല പുസ്തകം ഉണ്ടെന്നാണ്. വളരെ മനോഹരമായി എഴുതിയിട്ടുള്ള ഒരു പുസ്തകം. ഒരു നല്ല പുസ്തകം ആണെന്നാണ് അവർ പറയുന്നത്. ഞാൻ അത് വായിച്ചിട്ടില്ല. പക്ഷേ, എല്ലാവരും അതിനെ പുകഴ്ത്തിപ്പറയുന്നുണ്ട്. അതുകൂടാതെ അവർ എനിക്കും അത് വാടകയ്ക്ക് തരാമെന്ന് വാക്ക് പറഞ്ഞിട്ടുണ്ട്. പക്ഷേ, നിങ്ങൾ അത് വായിക്കുമോ? നിങ്ങളെ സന്തോഷിപ്പിക്കാൻ വളരെ ബുദ്ധിമുട്ടാണ്– അത് നിങ്ങളുടെ താല്പര്യവുമായി യോജിച്ചുപോകാൻ ബുദ്ധിമുട്ടായിരിക്കും. എന്റെ പ്രിയപ്പെട്ടവളെ, എനിക്ക് അത് നല്ലവണ്ണം അറിയാം. നിങ്ങൾ ഒരുപക്ഷേ, ആഗ്രഹിക്കുന്നത് കാവ്യാത്മകമായ എന്തെങ്കിലുമായിരിക്കാം. നെടുവീർപ്പുകളും അതിന്റെ കൂടെ പ്രണയവും നിറഞ്ഞ എന്തെങ്കിലും കാര്യം ഞാൻ അത് നിങ്ങൾക്കുവേണ്ടി കൊണ്ടുത്തരും. ഒരിക്കലും ഭയക്കരുത്. ഇവിടെ പകർത്തിയെഴുതിയ കവിതകളുടെ ഒരു കുറിപ്പു പുസ്തകമുണ്ട്.

എന്റെ കാര്യം പറഞ്ഞാൽ എനിക്ക് വളരെ സുഖമാണ്. അതുകൊണ്ട് പ്രിയപ്പെട്ടവളെ ദയവായി വേവലാതിപ്പെടരുത്. അതു കൂടാതെ ഫെഡോറാ എന്താണോ പറയുന്നത് അതിനെപ്പറ്റി ശ്രദ്ധിക്കരുത്. അവൾ ഒരു പഴയ അപവാദം പറച്ചിലുകാരിയാണെന്ന് അവളോട് പറയണം. അവളോട് വെറുതെ അങ്ങനെ പറഞ്ഞാൽ മതി! ഞാൻ എന്റെ പുതിയ യൂണിഫോറം വിറ്റിട്ടില്ല. അതുകൂടാതെ ഞാൻ എന്തിനാണ് അത് വില്ക്കുന്നത്? അതെന്തായാലും ഇല്ല? എനിക്ക് നാല്പതുറൂബിളുകളുടെ ഒരു ലാഭവിഹിതം ലഭിക്കാൻ പോകുന്നുണ്ടെന്ന് ഞാൻ കേട്ടിട്ടുണ്ടായിരുന്നു. അപ്പോൾ ഞാൻ എന്തിനാണ് അത് വില്ക്കുന്നത്? അതുകൊണ്ട് എന്റെ ഓമന വേവലാതിപ്പെടരുത്. ഫെഡോറാ വളരെ പരാതി പറയുന്നവളും ധൈര്യം ഇല്ലാത്തവളുമാണെന്ന് നിങ്ങൾക്കറിയാം ഇവിടെ വരാൻ പോകുന്നത് സന്തോഷം ഉള്ള ദിവസങ്ങളാണ്! എന്റെ മാലാഖ സുഖം പ്രാപിച്ചാൽ മാത്രം മതി. ദൈവത്തിന്റെ സ്നേഹത്തിനുവേണ്ടി സുഖം പ്രാപിക്കണം. നിങ്ങളുടെ പഴയ കൂട്ടുകാരനെ ദുഃഖിപ്പിക്കരുത്. ഞാൻ മെലിഞ്ഞുപോയെന്ന് നിങ്ങളോട് ആരാണ് പറഞ്ഞത്? അത് വീണ്ടും അപവാദമാണ്, വെറും അപവാദം! ഞാൻ കഴിയുന്നത്ര ആരോഗ്യവാനാണ്. അതിന്റെ കൂടെ സത്യത്തിൽ എനിക്ക് സ്വയം നാണക്കേട് തോന്നുന്ന വിധത്തിൽ തടികൂടിയിട്ടുമുണ്ട്. നിങ്ങളുടെ അസുഖം ഒന്ന് കുറഞ്ഞാൽ മാത്രം മതിയാകും! ഇപ്പോൾ എന്റെ മാലാഖയ്ക്ക് വിട. ഞാൻ നിങ്ങളുടെ വിരലുകൾ ഒന്നൊന്നായി ചുംബിച്ചുകൊണ്ട് ശാശ്വതമായി അവശേഷിക്കുന്നു.

നിങ്ങളുടെ ശാശ്വതമായ
കൂട്ടുകാരൻ
മേക്കർ ഡിവുഷ്ക്കിൻ

P S. സത്യത്തിൽ എന്റെ ഓമന ഈ വിഷയത്തെപ്പറ്റി എന്തിനാണ് വീണ്ടും വീണ്ടും എഴുതിക്കൊണ്ടിരിക്കുന്നത്? വിവേകപൂർവ്വമായിരി

ക്കണം! എങ്ങനെ എനിക്ക് നിങ്ങളെ ഇടയ്ക്കിടയ്ക്ക് സന്ദർശിക്കാൻ കഴിയും? അങ്ങനെ ഒരുകാര്യം എനിക്ക് എങ്ങനെ ചെയ്യാൻ കഴിയും? ഇരുട്ടിന്റെ മൂടുപടത്തിനുള്ളിൽ അല്ലാതെ ഞാൻ വരുമെന്ന് നിങ്ങൾക്ക് പ്രതീക്ഷിക്കാൻ കഴിയില്ല. എന്റെ ഓമനേ, നിങ്ങൾക്ക് എങ്ങനെ പ്രതീക്ഷിക്കാൻ കഴിയും? അതുകൂടാതെ ഈ കാലാവസ്ഥയിലെ രാത്രികളിൽ എന്ത് ഇരുട്ടാണ് അവിടെ അവശേഷിക്കുന്നത്? അതുകൂടാതെ നിങ്ങളുടെ അസുഖം കൂടിയിട്ട് നിങ്ങളുടെ മനസ്സ് അലഞ്ഞുതിരിഞ്ഞുകൊണ്ടിരുന്നപ്പോൾ, ഞാൻ നിങ്ങളുടെ കിടക്കയുടെ വശത്തുനിന്ന് വല്ലപ്പോഴുമാണ് എഴുന്നേറ്റുപോയിരുന്നത്. ഞാൻ എങ്ങനെയാണ് അത് കൈകാര്യം ചെയ്തതെന്ന് എനിക്ക് വ്യക്തമായി അറിയില്ല. പക്ഷേ, എനിക്ക് സംസാരവും അപവാദവും കാരണം എന്റെ വരവ് നിർത്തേണ്ടിവന്നിരുന്നു. അങ്ങനെ ചെയ്തിട്ടും നാക്കുകൾ കുണുങ്ങൽ തുടങ്ങിക്കഴിഞ്ഞിരുന്നു. ഞാൻ തെരാസായെ പൂർണ്ണമായും വിശ്വസിക്കുന്നു. അവൾ ഒരു അപവാദം പറച്ചിലുകാരിയല്ല. പക്ഷേ, അവർ നമ്മളെപ്പറ്റി കൂടുതൽ അറിഞ്ഞാൽ അവർ എന്ത് വിചാരിക്കുമെന്നും അവർ എന്ത് പറയുമെന്നും വെറുതെ ഒന്ന് സങ്കല്പിച്ചു നോക്കൂ! പ്രിയപ്പെട്ടവളെ, ക്ഷമ വേണം. അതിന്റെ കൂടെ നിങ്ങൾ സുഖം പ്രാപിക്കുന്നതുവരെ കാത്തിരിക്കണം. അതിനുശേഷം നമുക്ക് നമ്മുടെ സമാഗമസ്ഥാനം ഉണ്ടായിരിക്കും.

ജൂൺ 1

എന്റെ ആദരണീയനായ മേക്കർ അലക്സിയേവിച്ച്,

നിങ്ങൾ എന്നോടു കാണിച്ച എല്ലാ സ്നേഹത്തിനുംകൂടി നിങ്ങളെ സന്തോഷിപ്പിക്കാൻ വേണ്ടി എന്തെങ്കിലും ചെയ്യണമെന്ന് ഞാൻ വളരെ കൂടുതൽ ആഗ്രഹിച്ചിരുന്നു. അവസാനം ഞാൻ എന്റെ അലമാര തുറന്ന് നിങ്ങൾക്ക് അയച്ചുതരുന്ന ഈ പഴയ കൈയെഴുത്തുപ്രതി കണ്ടെത്തി. ഞാൻ ഇത് കൂടുതൽ സന്തോഷമുള്ള ദിവസങ്ങളിൽ എഴുതിത്തുടങ്ങിയതായിരുന്നു. അതിനുശേഷം ഞാൻ ഇത് ഇടവേളകളിൽ തുടർന്നുകൊണ്ടിരിക്കുകയായിരുന്നു. നിങ്ങൾ പലപ്പോഴും എന്റെ കഴിഞ്ഞകാലത്തെപറ്റി, എന്റെ അമ്മയെപ്പറ്റിയും പൊക്രോവ്സ്കിയെപ്പറ്റിയും അതിന്റെ കൂടെ അന്നാ ഫയഡൊറോവ്നായുടെ കൂടെയുള്ള എന്റെ ജീവിതത്തെപറ്റിയും ചോദിച്ചിരുന്നു. ഏറ്റവും അവസാനമായി അടുത്തകാലത്തുണ്ടായ ബുദ്ധിമുട്ടുകളെപ്പറ്റിയും നിങ്ങൾ അന്വേഷിച്ചിരുന്നു. നിങ്ങൾ ഈ കുറിപ്പുകൾ വായിക്കാൻ അത്രത്തോളം ആകാംക്ഷയുള്ളവൾ ആയിരുന്നു. അതിന്റെ കാരണം എന്താണെന്ന് എനിക്കറിയില്ല. എനിക്ക് സമയം ഉണ്ടായിരുന്നപ്പോളെല്ലാം ഞാൻ ഇത് വിശദീകരിച്ചിരുന്നു-- എന്റെ കഴിഞ്ഞകാല ജീവിതത്തിലെ നാനാതരത്തിലുള്ള നിമിഷങ്ങൾ, അത് നിങ്ങൾക്ക് സന്തോഷം തരുമെന്ന് എനിക്ക് ഉറപ്പുണ്ട്. എന്റെ കാര്യം പറഞ്ഞാൽ ഞാൻ അത് വായിക്കുമ്പോൾ കൂടുതൽ ദുഃഖിതനാകുന്നു. അവ

സാന വരികൾ എഴുതുമ്പോൾ എനിക്ക് ഉള്ളതിനേക്കാൾ ഇരട്ടിപ്രായം ഉണ്ടായിരുന്നെന്ന് എനിക്ക് തോന്നുന്നു. ഗുഡ്ബൈ, മേക്കർ അലക്സിയേവിച്ച്. ഞാൻ അങ്ങേയറ്റം ക്ഷീണിതയാണ്. അതിന്റെകൂടെ ഏകാകിയുമാണ്. അതിനോടൊപ്പം ഞാൻ ഉറക്കം കിട്ടാതെ കഷ്ടപ്പെടുന്നുമുണ്ട്. എത്രമാത്രം വിരസമായ ആരോഗ്യം പ്രാപിക്കൽ

വി ഡി

I

എന്റെ അച്ഛൻ മരിക്കുമ്പോൾ എനിക്ക് പതിനാല് ആയിരുന്നു. എന്റെ ജീവിതത്തിലെ ഏറ്റവും സന്തോഷമുള്ള സമയം എന്റെ കുട്ടിക്കാലം ആയിരുന്നു. എന്റെ അച്ഛൻ റ്റിയിലെ ഗുർബനിയായിലെ രാജകുമാരനായ പിയുടെ വിശാലമായ തോട്ടത്തിലെ കാര്യസ്ഥൻ ആയിരുന്നു. ഇവിടെ നിന്ന് വളരെ വളരെ ദൂരെയുള്ള രാജകുമാരന്റെ ഗ്രാമങ്ങളിൽ ഒന്നിൽ ഞങ്ങൾ സന്തോഷത്തോടെ ജീവിക്കുകയായിരുന്നു. ഞാൻ എല്ലാസമയത്തും തോട്ടങ്ങളിലും പുൽത്തകിടികളിലും കാടുകളിലും ഓടിക്കൊണ്ടിരിക്കുന്ന ഒരു വെറിപിടിച്ച കുട്ടി ആയിരുന്നു. എന്നെ ശ്രദ്ധിക്കാൻ ആരും ഉണ്ടായിരുന്നില്ല. അച്ഛൻ എല്ലാസമയത്തും തോട്ടത്തിലെ കാര്യങ്ങളുമായി തിരക്കിലായിരുന്നു. അമ്മ വീട്ടുകാര്യങ്ങളുടെ തിരക്കിലായിരുന്നു. അതുകൊണ്ട് ഞാൻ തനിയെ ഉപേക്ഷിക്കപ്പെട്ടിരുന്നു. അവിടെ എന്നെ പഠിപ്പിക്കാൻ ആരും ഉണ്ടായിരുന്നില്ല. അതിലെനിക്ക് കൂടുതൽ സന്തോഷമായിരുന്നു. രാവിലെ ഞാൻ കുളത്തിലേക്കും തോട്ടത്തിലേക്കും കച്ചി ഉണ്ടാക്കുന്നവരുടെ അടുത്തേക്കും കൊയ്ത്തുകാരുടെ അടുത്തേക്കും ഓടും- സൂര്യൻ ചുട്ടെരിച്ചാലോ വീട്ടിൽനിന്ന് വളരെ ദൂരെ കറങ്ങിത്തിരിഞ്ഞ് നടന്ന് എന്റെ കൈയും മുഖവും കുറ്റിക്കാടുകളിൽ കയറി മുറിഞ്ഞാലോ എന്റെ വേഷം മുള്ളുകൊണ്ട് കീറിയാലോ ഞാൻ അത് ശ്രദ്ധിച്ചിരുന്നില്ല. പിന്നീട് വീട്ടിലെത്തുമ്പോൾ അവർ എന്നെ വഴക്കുപറയും. പക്ഷേ, ഞാൻ ശ്രദ്ധ കൊടുക്കില്ല.

ആ ഗ്രാമത്തിൽ എന്റെ ജീവിതകാലം ചെലവഴിക്കാൻ എനിക്ക് സന്തോഷം ആയിരുന്നിരിക്കണം. പക്ഷേ, മറ്റൊരു രീതിയിലാണ് ജീവിതം ക്രമീകരിക്കപ്പെട്ടിരുന്നത്. ഞങ്ങൾ സെയിന്റ് പീറ്റേഴ്സ് ബർഗ്ഗിലേക്ക് താമസം മാറുന്ന സമയത്ത് ഞാൻ പന്ത്രണ്ട് വയസ്സുള്ള ഒരു കുട്ടി ആയിരുന്നു. ഞങ്ങൾ ആ യാത്രയ്ക്കുവേണ്ടി തയ്യാറെടുത്തത് ഓർക്കുമ്പോൾ എന്നെ അത് വേദനിപ്പിക്കുന്നു. വളരെ പ്രിയപ്പെട്ട കാര്യങ്ങളോട് വിടപറയുമ്പോൾ ഞാൻ എത്രമാത്രം കരഞ്ഞിരുന്നു. കുറച്ചുകാലംകൂടി അവിടെ താമസിക്കാൻ യാചിച്ചുകൊണ്ട് എന്റെ അച്ഛന്റെ കഴുത്തിൽ ഞാൻ എത്രമാത്രം സമയമാണ് തൂങ്ങിക്കിടന്നിരുന്നത്? അച്ഛൻ സഹികെട്ട് എന്നോട് ദേഷ്യപ്പെട്ടിരുന്നു. നമുക്ക് അച്ഛന്റെ കാര്യങ്ങൾക്കുവേണ്ടി പോകേണ്ടതുണ്ടെന്ന് അമ്മ കരഞ്ഞുകൊണ്ട് പറഞ്ഞു. അച്ഛൻ സെയിന്റ് പീറ്റേഴ്സ്

ബർഗ്ഗിലെ ചില മനുഷ്യരോടൊപ്പം കുറച്ചുപണം നിക്ഷേപിച്ചിരുന്നു. ഇപ്പോൾ തലസ്ഥാനത്തെ അദ്ദേഹത്തിന്റെ സാന്നിദ്ധ്യം ഞങ്ങളുടെ ചുറ്റുപാടിൽ പുരോഗതിവരുത്തുമെന്ന് അച്ഛൻ ചിന്തിച്ചിരുന്നു. എന്റെ അമ്മ ഇതിനെപ്പറ്റി പിന്നീട് എന്നോട് പറഞ്ഞിരുന്നു. തലസ്ഥാനത്ത് എത്തിയതിനുശേഷം എന്റെ അച്ഛൻ മരിക്കുന്നതുവരെ ഞങ്ങൾ പീറ്റേഴ്സ് ബർഗ്ഗ് പ്രദേശത്താണ് താമസിച്ചിരുന്നത്.

പുതിയ ജീവിതവുമായി പരിചയിച്ചുവരാൻ അങ്ങേയറ്റം ബുദ്ധിമുട്ട് ആയിരുന്നു. ഞങ്ങൾ ഗ്രാമം ഉപേക്ഷിക്കുന്നത് സൂര്യപ്രകാശത്തിന്റെ തിളക്കമുള്ള ഒരു ദിവസത്തിൽ ആയിരുന്നു. കൃഷിപ്പണി ഏറക്കുറെ അവസാനിച്ചിരുന്നു. മെതിക്കുന്ന തറകളിൽ ധാന്യങ്ങൾ കൂനകൂട്ടിയിരുന്നു. തലയ്ക്കുമുകളിൽ കിളികൾ ചിലച്ചുകൊണ്ട് ചിറകടിച്ച് പറക്കുന്നുണ്ടായിരുന്നു. എല്ലാ കാര്യങ്ങളിലും സന്തോഷം നിറഞ്ഞുനിന്നിരുന്നു. അതിനുശേഷം ഞങ്ങൾ പട്ടണത്തിൽ എത്തിയപ്പോൾ അവിടെ മഴയല്ലാതെ മറ്റൊന്നും ഉണ്ടായിരുന്നില്ല. ഇരുണ്ട ആകാശത്തിനുചുവട്ടിൽ ശരൽക്കാലത്തിന്റെ തുടക്കത്തിലെ ഉരുകുന്ന മഞ്ഞ് മാത്രമാണ് ഉണ്ടായിരുന്നത്. അവിടെ ആതിഥ്യ മര്യാദയില്ലാത്ത ശത്രുതയും കോപവുമുള്ള അപരിചിതരുടെ ആൾക്കൂട്ടങ്ങൾ ഉണ്ടായിരുന്നു. പക്ഷേ, അവസാനം ഞങ്ങൾ അവിടെ സ്ഥിരതാമസമാക്കി. ഒരു പുതിയ കുടുംബം സ്ഥിരതാമസമാക്കുന്നതിനെപ്പറ്റി ഓരോരുത്തരും എങ്ങനെയാണ് ഒച്ചപ്പാട് ഉണ്ടാക്കിയതെന്നും തിരക്കുകൂട്ടിയതെന്നും എനിക്ക് ഓർമ്മയുണ്ട്. അച്ഛൻ ഒരിക്കലും വീട്ടിൽ ഉണ്ടായിരുന്നില്ല. അവർക്ക് ഒരിക്കലും തിരക്കില്ലാത്ത ഒരു നിമിഷവും ഉണ്ടായിരുന്നില്ല. എന്നെപ്പറ്റി അവർ പൂർണ്ണമായും മറന്നുപോയിരുന്നു. ഞങ്ങളുടെ എത്തിച്ചേരലിനുശേഷമുള്ള ആദ്യത്തെ പ്രഭാതം എത്രമാത്രം ദാരുണമായിരുന്നു! ഞങ്ങളുടെ ജനാലകൾ തുറന്നിരുന്നത് ഒരു മഞ്ഞമതിലിന് അടുത്തായിട്ടായിരുന്നു. താഴെയുള്ള വഴിയിലെ ചെളി ഒരിക്കലും ഉണങ്ങിയിരുന്നില്ല. അവിടെ വളരെച്ചുരുക്കം വഴിയാത്രക്കാരാണ് ഉണ്ടായിരുന്നത്. തണുപ്പായിരുന്നതുകൊണ്ട് അവർ എല്ലാവരും അവരവരുടെ കോട്ടിനുള്ളിൽ തണുത്തുവിറച്ചുകൊണ്ടാണ് നടന്നുപോയിരുന്നത്.

ഞങ്ങളുടെ വീട് പകൽമുഴുവനും ഇരുട്ടുകൊണ്ട് ദുസ്സഹമായിരുന്നു. ഞങ്ങൾക്ക് ഒരു സുഹൃത്തോ ബന്ധുവോ ഉണ്ടായിരുന്നില്ല. അച്ഛൻ അന്നാ ഫയഡൊറോവ്നായുമായി സംസാരിക്കാവുന്ന അവസ്ഥയിൽ ആയിരുന്നില്ല (അദ്ദേഹം അവർക്ക് കുറച്ചുപണം കൊടുക്കാനുണ്ടായിരുന്നു). ഞങ്ങളുടെ പതിവായുള്ള സന്ദർശകർ വഴക്കടിച്ച് വാദപ്രതിവാദം നടത്തി വിളിച്ചുകൂവുന്ന അദ്ദേഹത്തിന്റെ കച്ചവടപങ്കാളികൾ ആയിരുന്നു. അത്തരം സന്ദർശകർ എല്ലാസമയത്തും അച്ഛനെ തളർത്തിയിരുന്നു. മണിക്കൂറുകളോളം അച്ഛൻ ആലോചനാമഗ്നനായി മുറിക്കുള്ളിൽ സാവധാനം നടന്നുകൊണ്ടിരിക്കും. ആ സമയത്ത് അച്ഛനോട് സംസാരിക്കാൻ അമ്മയ്ക്ക് ഭയമാണ്. ഞാനും ഏതെങ്കിലും മൂലയിൽ ഒരു എലിക്കുഞ്ഞി

നെപ്പോലെ കൈയിൽ ഒരു പുസ്തകവുമായി വെറുതെയിരിക്കും. സെയിന്റ് പീറ്റേഴ്സ് ബർഗ്ഗിലെ ഞങ്ങളുടെ വരവിനുശേഷം മൂന്നുമാസം കഴിഞ്ഞപ്പോൾ എന്നെ ഒരു ബോർഡിങ് സ്കൂളിലേക്ക് അയച്ചിരുന്നു. അപരിചിതരുടെ ഇടയിൽ എനിക്ക് വലിയ വിഷമം തോന്നി. എല്ലാവരും വളരെ ദേഷ്യത്തിലായിരുന്നു. ടീച്ചറമ്മാർ എല്ലാസമയത്തും വിളിച്ചുകൂവിക്കൊണ്ടിരിക്കും. പെൺകുട്ടികൾ എന്നെ കളിയാക്കിക്കൊണ്ടിരിക്കും. അവിടെ എല്ലാ കാര്യങ്ങളും എനിക്ക് അങ്ങേയറ്റം അസാധാരണമായി തോന്നുന്നുണ്ടായിരുന്നു. അവിടെ എല്ലാ കാര്യങ്ങളും വളരെ കർശനവും ശ്രമകരവും ആയിരുന്നു! എല്ലാ കാര്യങ്ങൾക്കും അവിടെ കൃത്യമായ മണിക്കൂറുകൾ ഉണ്ടായിരുന്നു! അവിടെ ഞങ്ങളുടെ ഭക്ഷണം താണതരത്തിലുള്ളതായിരുന്നു. അവിടെ ഞങ്ങൾക്ക് മടുപ്പിക്കുന്ന ടീച്ചറമ്മാർ ഉണ്ടായിരുന്നു. തുടക്കത്തിൽ എനിക്ക് ദാരുണമായ വേദന തോന്നി. എനിക്ക് ഉറങ്ങാൻപോലും കഴിഞ്ഞിരുന്നില്ല. പക്ഷേ, രാത്രി മുഴുവൻ ഞാൻ കരഞ്ഞുകൊണ്ട് കിടക്കുകയായിരുന്നു. അന്നത്തെ ഒരിക്കലും അവസാനിക്കാത്ത തണുപ്പുള്ള ദുരിതപൂർണ്ണമായ രാത്രികൾ! വൈകുന്നേരം ഞങ്ങൾ ഞങ്ങളുടെ പാഠങ്ങൾ പഠിച്ചുകൊണ്ടിരിക്കുമ്പോളും അനങ്ങാൻപോലും ധൈര്യമില്ലാതെ ക്രിയാപദങ്ങൾക്കും വാചകങ്ങൾക്കും മുകളിൽ ഗാഢമായി ചിന്തിച്ചുകൊണ്ടിരിക്കുമ്പോളും എന്റെ ചിന്തകൾ വീട്ടിലുള്ള അച്ഛന്റെ അടുത്തേക്കും അമ്മയുടെ അടുത്തേക്കും വൃദ്ധയായ എന്റെ അമ്മൂമ്മയുടെ അടുത്തേക്കും അവർ എനിക്ക് പറഞ്ഞുതന്നിരുന്ന യക്ഷിക്കഥകളിലേക്കും അലഞ്ഞുതിരിയാൻ തുടങ്ങും— അത് എനിക്ക് സഹിക്കാൻ കഴിയുന്നതിനേക്കാൾ വലിയ ബുദ്ധിമുട്ടായിരുന്നു. വീട്ടിലെ ഏറ്റവും ചെറിയ കാര്യങ്ങൾപോലും ആലോചിക്കുന്നത് ഒരു സന്തോഷമായിരുന്നു. അവിടെ ഉണ്ടായിരുന്നെങ്കിലെന്ന് ഞാൻ വീണ്ടും വീണ്ടും ആഗ്രഹിച്ചിരുന്നു. അവിടെ ഞങ്ങളുടെ ആ ചെറിയ മുറിയിൽ ഇരുന്ന് ഇന്നിപ്പോൾ ചായകുടിക്കുമ്പോൾ സമോവർ മേശപ്പുറത്തിരുന്ന് നീരാവി പുറത്തേക്ക് തള്ളിവിടുന്നുണ്ടാകും. എല്ലാ കാര്യങ്ങളും അങ്ങേയറ്റം സുഖകരവും പരിചിതവും ഊഷ്മളവുമായിരിക്കും. ഞാൻ എന്റെ അമ്മയെ കെട്ടിപ്പിടിക്കാനുള്ള സാദ്ധ്യത ഉണ്ടോ? കെട്ടിപ്പിടിച്ച് ഞെരിക്കുമോ? അങ്ങനെ ആലോചിച്ചുകൊണ്ട് ഞാൻ അവിടെ ഇരിക്കുമ്പോൾ പാഠങ്ങൾ പൂർണ്ണമായും മറന്നുപോകുന്നതുവരെ ഞാൻ ആരുമറിയാതെ അവിടെ ഇരുന്ന് പൊട്ടിക്കരയും. രാത്രി മുഴുവൻ ഞാൻ പ്രധാന അദ്ധ്യാപികയെപ്പറ്റിയും ടീച്ചറെപ്പറ്റിയും പെൺകുട്ടികളെപ്പറ്റിയും മോശം സ്വപ്നങ്ങൾ കാണുന്നുണ്ടാവും. ഞാൻ എന്റെ ഉറക്കത്തിൽ എന്റെ പാഠങ്ങൾ ഉരുവിടുന്നുണ്ടാകും. പക്ഷേ, പ്രഭാതത്തിൽ ഞാൻ ഒരിക്കലും കൂടുതൽ ബുദ്ധിമാൻ ആയിരിക്കില്ല. ശിക്ഷയായി അവർ എന്നെ മുട്ടുകാലിൽ നിർത്തും. കൂടാതെ ഒരുതവണമാത്രം ഭക്ഷണം തരും. ഞാൻ എല്ലാ സമയത്തും ദുഃഖിതൻ ആയിരുന്നു. തുടക്കത്തിൽ എല്ലാ പെൺകുട്ടികളും എന്നെ പരിഹസിച്ചു. എന്നെ കളിയാക്കി. ഞാൻ ടീച്ചറുടെ ചോദ്യങ്ങൾക്ക്

ഉത്തരം പറയുമ്പോൾ എന്നെ അവർ തടസ്സപ്പെടുത്തി. ഞങ്ങൾ ഈരണ്ടു പേർചേർന്ന് ഭക്ഷണത്തിനോ ചായയ്ക്കോ വേണ്ടി നടന്നുപോകുമ്പോൾ അവർ എന്നെ പിച്ചി. ഒരു കാര്യവും ഇല്ലാതെ എന്നെപ്പറ്റി കഥകൾ പ്രധാന അദ്ധ്യാപികയുടെ അടുത്തുപോയി അറിയിച്ചു. പക്ഷേ, ശനിയാഴ്ച വൈകുന്നേരത്ത് എന്റെ അമ്മൂമ്മ എന്നെ കാണാൻവേണ്ടി വന്നിരുന്നത് എത്രമാത്രം അത്ഭുതകരമായിരുന്നു. ഞാൻ അവരെ സന്തോഷം നിയന്ത്രിക്കാനാകാതെ കെട്ടിപ്പിടിക്കും. അവർ എന്നെ നല്ലതുപോലെ പുതപ്പിച്ചതിനുശേഷം വീട്ടിലേക്ക് കൂട്ടിക്കൊണ്ടുപോകും— പക്ഷേ, ഞങ്ങൾ വീട്ടിലേക്ക് നടക്കുമ്പോൾ അമ്മൂമ്മയ്ക്ക് ചുവടുകൾ നിലനിർത്താൻ കഴിഞ്ഞിരുന്നില്ല. ഞാൻ അവസാനം വീട്ടിൽ തിരിച്ചെത്തുന്നതുവരെ ഒരു കാര്യത്തെപ്പറ്റി അല്ലെങ്കിൽ മറ്റൊരു കാര്യത്തെപ്പറ്റി ഉറക്കെ ഇടവിടാതെ സംസാരിച്ചുകൊണ്ടിരിക്കും. പത്തുവർഷം ദൂരത്തായിരുന്നെന്നുള്ള മട്ടിൽ ഞാൻ ആഹ്ലാദത്തോടെ ഓരോരുത്തരേയും കെട്ടിപ്പിടിച്ച് ചുംബിക്കും. എന്തുമാത്രം സന്തോഷമുള്ള ഒരു കോലാഹലമാണ് അവിടെ ഉയരുന്നത്! ഞാൻ ഓരോരുത്തരോടും സംസാരിച്ച് പൊട്ടിച്ചിരിച്ച് അഭിവാദനം ചെയ്തുകൊണ്ട് അവിടെ മുഴുവൻ ഓടി നടക്കും. അതിനുശേഷം എന്റെ പാഠങ്ങളെപ്പറ്റിയും ടീച്ചറമ്മാരെപ്പറ്റിയും ഫ്രഞ്ച് ഭാഷയെപ്പറ്റിയും ലൊമൻഡോയുടെ വ്യാകരണത്തെപ്പറ്റിയും അച്ഛനുമായി സത്യസന്ധമായ സംസാരം ഉണ്ടായിരിക്കും. എല്ലാവർക്കും സന്തോഷം ആയിരുന്നു. ഇന്നുപോലും അതിനെപ്പറ്റിയുള്ള ഓർമ്മയിൽ ഞാൻ പുഞ്ചിരിക്കുന്നു. അച്ഛനുവേണ്ടി എന്റെ പാഠങ്ങൾ നല്ലതുപോലെ പഠിക്കാൻ ഞാൻ എന്റെ കഴിവിന്റെ പരമാവധി ശ്രമിച്ചിരുന്നു— അച്ഛൻ എനിക്കുവേണ്ടി അദ്ദേഹത്തിന്റെ അവസാനത്തെ കോപ്പക്ക്പോലും ചെലവാക്കുകയാണെന്ന് ഞാൻ മനസ്സിലാക്കിയിരുന്നു. അച്ഛന് ഒരു സ്ഥലംമാറ്റം വരുന്നുണ്ടെന്ന് എനിക്ക് എങ്ങനെയാണ് മനസ്സിലായതെന്ന് ദൈവത്തിന് അറിയാം.

ദിവസങ്ങൾ കഴിയുംതോറും അച്ഛൻ കൂടുതൽ ദുഃഖിതനും കൂടുതൽ അതൃപ്തനും കൂടുതൽ മുൻകോപമുള്ളവനുമായി മാറിക്കൊണ്ടിരുന്നു. അച്ഛന്റെ കാര്യങ്ങൾ മോശത്തിൽനിന്ന് കൂടുതൽ മോശപ്പെട്ട അവസ്ഥയിലേക്ക് പോയിരുന്നു. അച്ഛൻ പ്രതീക്ഷയ്ക്ക് വകയില്ലാത്തതരത്തിൽ കടത്തിലായിരുന്നു. അതുകൊണ്ട് അച്ഛനെ ശല്യപ്പെടുത്തുമെന്നുള്ള ഭയത്തിൽ അമ്മ അച്ഛന്റെ സാന്നിദ്ധ്യത്തിൽ സംസാരിക്കാനോ കരയാനോ ധൈര്യപ്പെട്ടിരുന്നില്ല. അമ്മയ്ക്ക് തീരെ സുഖമില്ലെന്ന് തോന്നി. അമ്മ കൂടുതൽ കൂടുതൽ മെലിഞ്ഞു. അമ്മ മോശമായി ചുമയ്ക്കാൻ ആരംഭിച്ചിരുന്നു. സ്കൂളിൽനിന്ന് തിരിച്ചുവരുമ്പോൾ അച്ഛൻ ദേഷ്യപ്പെടുന്നതും അമ്മ നിശ്ശബ്ദമായി കരയുന്നതും എല്ലാവരും ദുഃഖിച്ചിരിക്കുന്നതും ഞാൻ കണ്ടെത്തിയിരുന്നു. അവിടെ കുറ്റപ്പെടുത്തലുകളും ശാസനകളും ഉണ്ടായിരിക്കും. അച്ഛൻ ഞാൻ അദ്ദേഹത്തിന് സന്തോഷവും സാന്ത്വനവും നല്കിയില്ലെന്നും അവസാനത്തെ നാണയം വരെ എന്റെ പഠിത്തത്തിനുവേണ്ടി ചിലവഴിച്ചിട്ടും ഞാൻ ഫ്രഞ്ച് സംസാരി

ക്കാൻ പഠിച്ചില്ലെന്നും പരാതി പറയും. ചുരുക്കത്തിൽ അച്ഛന്റെ എല്ലാ പരാജയങ്ങൾക്കും പഴികേൾക്കേണ്ടിവന്നത് അമ്മയും ഞാനും ആയിരുന്നു. അച്ഛന് എങ്ങനെയാണ് അമ്മയെ ഈ വിധത്തിൽ പീഡിപ്പിക്കാൻ കഴിയുന്നത്? അമ്മയുടെ കാഴ്ചപോലും എന്റെ മനസ്സിനെ ഞെരുക്കുന്നു. അമ്മയുടെ മുഖം വാടിപ്പോയിരുന്നു. കണ്ണുകൾ കുഴിഞ്ഞുപോയിരുന്നു. അമ്മയുടെ വിളറിയ കവിളുകൾക്കു മുകളിൽ അസ്വാഭാവികമായി ക്ഷയിക്കുന്ന രക്തത്തുടുപ്പുണ്ടായിരുന്നു. പക്ഷേ, ഏറ്റവും മോശപ്പെട്ട കാര്യം എന്റെ അവസ്ഥയായിരുന്നു. അത് എല്ലാ സമയത്തും എന്തെങ്കിലും നിസ്സാരസംഗതിയിൽനിന്നാണ് ആരംഭിക്കുന്നത്. അതിനുശേഷം എത്ര മാത്രം നീണ്ടുപോകുമെന്ന് ദൈവത്തിനുമാത്രം അറിയാം. പലപ്പോഴും അതിലൂടെ പിൻതുടർന്നുപോകാൻ എനിക്ക് കഴിഞ്ഞിരുന്നില്ല. എനിക്ക് എതിരായുള്ള എല്ലാത്തരം കാര്യങ്ങളും നിലനില്ക്കും. എന്റെ മോശം ഫ്രഞ്ച്ഭാഷ. ഞാൻ ഒരു മന്ദബുദ്ധിയാണ്. എന്റെ പ്രധാന അദ്ധ്യാപിക അവരുടെ ചുമതലകൾ പാലിക്കാറില്ല. അവർ ഞങ്ങളുടെ സ്വഭാവത്തെപ്പറ്റി തീരെ ശ്രദ്ധിക്കാറില്ല. ലൊമാൻഡോയുടെ വ്യാകരണം ഒരു മോശം പുസ്തകമാണെന്നും സോപ്ലോവിസ്കിയുടെ പുസ്തകങ്ങൾ വളരെ മോശമാണെന്നും മനസ്സിലാക്കാനുള്ള ഒരവസരം അച്ഛൻ ഇതുവരെ കണ്ടെത്തിയിരുന്നില്ല. അച്ഛൻ ധാരാളം പണം എന്റെ പുറത്ത് നശിപ്പിച്ചിരുന്നതുകൊണ്ട് ഞാൻ മരവിച്ചുപോയിരുന്നു. ചുരുക്കത്തിൽ എന്റെ ക്രിയകളും വാചകങ്ങളുമായി ഞാൻ എത്രമാത്രം കഠിനമായി പ്രയ്തനിച്ചാലും എല്ലാ കാര്യങ്ങൾക്കും കുറ്റപ്പെടുത്തൽ അനുഭവിക്കേണ്ടിവന്നത് എനിക്ക് ആയിരുന്നു. അത് എന്റെ അച്ഛൻ എന്നെ സ്നേഹിക്കാത്തതുകൊണ്ട് ആയിരുന്നില്ല. മറിച്ച് അച്ഛൻ അമ്മയോടും എന്നോടും അമിതമായ സ്നേഹം കാണിച്ചിരുന്നതുകൊണ്ടായിരുന്നു.

ബുദ്ധിമുട്ടുകളും പരാജയങ്ങളും ചേർന്ന് അച്ഛനെ ഉപദ്രവിച്ചപ്പോൾ അച്ഛൻ മ്ലാനനും സംശയാലുവുമായി മാറിയിരുന്നു. പലപ്പോഴും നിരാശയുടെ വക്കിൽ എത്തുമ്പോൾ അച്ഛൻ അച്ഛന്റെ ആരോഗ്യത്തെ അവഗണിക്കാൻ ആരംഭിച്ചിരുന്നു. ഒരു ജലദോഷം പിടികൂടി അല്പകാലത്തെ അസുഖത്തിനുശേഷം അച്ഛൻ പെട്ടെന്ന് മരിച്ചു. കുറച്ചുദിവസത്തേക്ക് ഞങ്ങൾ അന്തംവിട്ടുപോയിരുന്നു. അച്ഛൻ മരിച്ചുപോയെന്ന് ഞങ്ങൾക്ക് വിശ്വസിക്കാൻ കഴിഞ്ഞിരുന്നില്ല. അമ്മ ബോധംകെട്ട് വീണിരുന്നു. അത് എനിക്ക് അമ്മയുടെ വിധിയെപ്പറ്റിയുള്ള ഭയം ഉണ്ടാക്കി. അച്ഛൻ മരിച്ചു കഴിഞ്ഞ ഉടൻതന്നെ അച്ഛന് കടംകൊടുത്തവർ എല്ലാഭാഗങ്ങളിൽനിന്നും കുതിച്ചെത്തി. ഞങ്ങൾക്ക് ഉണ്ടായിരുന്നതെല്ലാം ഞങ്ങൾക്ക് ഉപേക്ഷിക്കേണ്ടിവന്നിരുന്നു. ഞങ്ങൾ പീറ്റേഴ്സ്ബർഗ് പട്ടണത്തിലെത്തി. എതാണ്ട് ആറുമാസം കഴിഞ്ഞപ്പോൾ അച്ഛൻ വാങ്ങിയിരുന്ന ആ ചെറിയവീട് വില്ക്കേണ്ടിവന്നിരുന്നു. കാര്യങ്ങൾ എങ്ങനെയാണ് അവസാനം സ്വസ്ഥമായതെന്ന് എനിക്കറിയില്ല. പക്ഷേ, ഞങ്ങൾ വീടില്ലാതെ പണം ഇല്ലാതെ തിരിഞ്ഞുനോക്കാൻ ഒരാൾപോലും ഇല്ലാതെ അവശേഷിച്ചിരു

ന്നു. അമ്മ വേദന സഹിക്കേണ്ടിവന്നിരുന്ന ഒരു അസുഖം കാരണം ഇല്ലാതായിക്കൊണ്ടിരുന്നു. ഞങ്ങൾക്ക് സ്വയം താങ്ങിനിർത്താൻ കഴിഞ്ഞിരുന്നില്ല. ഞങ്ങൾക്ക് ജീവിക്കാൻ വേണ്ടി ഒന്നുംതന്നെ ഉണ്ടായിരുന്നില്ല; അവിടെ മോചനം ഉണ്ടായിരുന്നില്ല. ആ സമയത്ത് എനിക്ക് വെറും പതിനാറ് വയസ്സ് ആയിരുന്നു. ആ സമയത്താണ് അന്നാ ഫയഡറോവ്നാ ആദ്യമായി ഞങ്ങളെ കാണാൻ വരുന്നത്. അവൾക്ക് ഞങ്ങളോട് ബന്ധം ഉണ്ടെന്നും അവൾ ഒരുതരത്തിൽ ഈ ഭൂമിയുടെ ഉടമസ്ഥയാണെന്നും ഞങ്ങളോട് ഊന്നിപ്പറഞ്ഞിരുന്നു. ഞങ്ങളോട് അവൾക്ക് ബന്ധം ഉണ്ടെന്ന് അമ്മയും സമ്മതിച്ചിട്ടുണ്ടായിരുന്നു. പക്ഷേ, വളരെ അകന്ന ബന്ധമാണെന്ന് അമ്മ പറഞ്ഞിരുന്നു. അച്ഛൻ ജീവിച്ചിരിക്കുമ്പോൾ അവൾ ഒരിക്കൽ പോലും ഞങ്ങളെ സന്ദർശിച്ചിരുന്നില്ല. ഇപ്പോൾ അവൾ അവളുടെ കണ്ണുകളിൽ കണ്ണുനീരുമായാണ് ഞങ്ങളുടെ അടുത്തുവന്ന് ഞങ്ങളുടെ നഷ്ടത്തെപ്പറ്റിയും ഞങ്ങളുടെ ദയനീയമായ അവസ്ഥയെപ്പറ്റിയും വ്യാകുലപ്പെട്ടുകൊണ്ടിരിക്കുന്നത്. പക്ഷേ, അതിന് അച്ഛനെമാത്രം ആണ് കുറ്റപ്പെടുത്തേണ്ടതെന്ന് അവൾ കൂട്ടിച്ചേർത്തിരുന്നു: അദ്ദേഹം അദ്ദേഹത്തിന്റെ വരുമാനത്തിനു മുകളിലാണ് ജീവിച്ചിരുന്നതെന്നും വളരെ ഉയരങ്ങളിലേക്ക് പിടിച്ചുകയറാൻ ആഗ്രഹിച്ചിരുന്നെന്നും അച്ഛന് വളരെക്കൂടുതൽ ആത്മവിശ്വാസം ഉണ്ടായിരുന്നെന്നും അവൾ കൂട്ടിച്ചേർത്തിരുന്നു.

അവർ ഞങ്ങളുമായി സൗഹൃദത്തിലാകാൻ ആഗ്രഹിക്കുന്നതായി അവർ പറഞ്ഞു. കഴിഞ്ഞുപോയ സംഭവങ്ങൾ കഴിഞ്ഞുപോയവയാണെന്ന് അവർ അഭിപ്രായപ്പെട്ടു. അമ്മയ്ക്ക് അവരോട് ഒരിക്കലും വിരോധം തോന്നിയിരുന്നില്ലെന്ന് അമ്മ ഉറപ്പിച്ചുപറഞ്ഞപ്പോൾ അവർ കരഞ്ഞു. അതിനുശേഷം അവർ അമ്മയെ പള്ളിയിലേക്ക് കൂട്ടിക്കൊണ്ടുപോയി വിടപറഞ്ഞ പ്രിയപ്പെട്ടവന്റെ ആത്മാവിനുവേണ്ടി (എന്റെ അച്ഛനെ അവർ അങ്ങനെയാണ് വിളിച്ചിരുന്നത്) കുർബ്ബാന നടത്തിയിരുന്നു. അതോടെ ഞങ്ങൾ വീണ്ടും യോജിപ്പിൽ എത്തിയിരുന്നു. അവർ ഊന്നിപ്പറഞ്ഞിരുന്ന ഞങ്ങളുടെ മോശമായ ചുറ്റുപാടുകളെപ്പറ്റിയും ഞങ്ങളുടെ പൂർണ്ണമായ ഒറ്റപ്പെടലിനെപ്പറ്റിയും നിരാശയെപ്പറ്റിയുമുള്ള സുദീർഘമായ പ്രാരംഭചർച്ചകൾക്കുശേഷം അവർ പറയുന്ന രീതിയിൽ അവർ ഞങ്ങളെ അവരുടെ കൂടെ അഭയം തേടാൻ ക്ഷണിച്ചു. അമ്മ അവരോട് നന്ദി പറഞ്ഞു. എങ്കിലും വളരെക്കാലത്തേക്ക് അമ്മയ്ക്ക് തീരുമാനമെടുക്കാൻ കഴിഞ്ഞിരുന്നില്ല. പക്ഷേ, അവിടെ മറ്റൊരു വഴിയും ഉണ്ടായിരുന്നില്ല. ഞങ്ങൾക്ക് മറ്റൊന്നുംതന്നെ ചെയ്യാൻ കഴിഞ്ഞിരുന്നില്ല. അവസാനം അമ്മ ഞങ്ങൾ നന്ദിപൂർവ്വം അന്നാഫയഡോറോവ്നായുടെ വാഗ്ദാനം സ്വീകരിക്കുന്നതായി അവരോട് പറഞ്ഞു. പീറ്റേഴ്സ്ബർഗ്ഗ് ഭാഗത്തുനിന്നും വാഡ്ലവ്സ്കി ദ്വീപിലേക്ക് ഞങ്ങൾ പോയിരുന്ന പ്രഭാതം ഞാൻ നല്ലതുപോലെ ഓർക്കുന്നുണ്ട്. അമ്മ കരയുകയായിരുന്നു. എനിക്കും അങ്ങേയറ്റത്തെ ദുഃഖം തോന്നിയിരുന്നു. എന്റെ ഹൃദയം

അവ്യക്തമായ അനിഷ്ടസൂചനകൾകൊണ്ട് കൂടുതൽ വിരസമായിരുന്നു. അവ ബുദ്ധിമുട്ടുകളുടെ കാലഘട്ടമായിരുന്നു.

II

തുടക്കത്തിൽ ഞങ്ങൾ അന്നാ ഫയഡൊറോവ്നായോടൊപ്പമുള്ള ജീവിതവുമായി ഞങ്ങൾ കൂടുതൽ പരിചിതമാകുന്നതിനുമുമ്പ്, അത് ഞങ്ങൾക്ക് അപരിചിതവും ഒരുവിധത്തിൽ ഭയാനാകവും ആണെന്ന് തോന്നിയിരുന്നു. ആറാമത്തെ നിരയിലുള്ള അന്നാഫയഡൊറോവ്നായുടെ വീട് അവളുടെ സ്വന്തം സ്വത്ത് ആയിരുന്നു. അവിടെ അഞ്ച് മുറികൾ ഉണ്ടായിരുന്നു. അവയിൽ മൂന്നെണ്ണത്തിൽ അന്നാ ഫയഡൊറോവ്നായും അവർ ദത്തെടുത്തിരുന്ന എന്റെ അകന്ന ബന്ധുവും അനാഥവുമായ സായായും താമസിക്കുകയായിരുന്നു. നാലാമത്തെ മുറി അമ്മയ്ക്കും എനിക്കുംവേണ്ടി തന്നിരുന്നു. അഞ്ചാമത്തേത് ഏതോ ഒരു പാവം വിദ്യാർത്ഥിയായ പൊക്രോവ്സ്കിക്ക് വാടകയ്ക്ക് കൊടുത്തിരിക്കുകയായിരുന്നു. അന്നാഫയഡൊറോവ്നാ തുടക്കത്തിൽ സംശയിക്കാൻ കഴിയുന്നതിനേക്കാൾ സമ്പന്നയായിരുന്നു. പക്ഷേ, അവരുടെ വരുമാനത്തിന്റെ ഉറവിടം അവരുടെ തൊഴിലുപോലെ രഹസ്യമായിരുന്നു. എങ്കിലും വിശ്രമിക്കാതെ എല്ലാ സമയത്തും തിരക്കുള്ളവളായ അവർ ഒരു ദിവസം പലപ്രാവശ്യം വീട് ഉപേക്ഷിച്ച് പോകും. പക്ഷേ, അവരുടെ തിരക്കിന്റെ കാരണം എനിക്ക് ഊഹിക്കാൻ കഴിയുന്നതിനുമപ്പുറമായിരുന്നു. അവരുടെ പലതരത്തിലുള്ള ധാരാളം പരിചയക്കാരുടെ വരവും പോക്കും തുടരുന്നുണ്ടായിരുന്നു. അവർ ആരായിരുന്നു- ദൈവത്തിനറിയാം. അവർ എല്ലാ സമയത്തും ഇടപാടുകൾക്ക് വേണ്ടിയാണ് വന്നിരുന്നത്. അവർ ഒരുമിനിറ്റ് അല്ലെങ്കിൽ ഇത്രസമയംവരെ അവിടെ താമസിച്ചിരുന്നു. മണി മുഴങ്ങുമ്പോഴെല്ലാം അമ്മ എന്നെ മുറിക്കുള്ളിലേക്ക് വിളിച്ചിരുന്നു. ഇത് അന്നാ ഫയഡൊറോവ്നായെ വളരെയധികം ദേഷ്യം പിടിപ്പിച്ചിരുന്നു. അവർ അമ്മയുടെ നേർക്ക് കോപിക്കും. ഞങ്ങൾ വളരെ വലിയ അഹങ്കാരികളാണെന്ന് അവർ പറയും— ഞങ്ങൾക്ക് കഴിയുന്നതിലും വലിയ അഹങ്കാരികൾ— ഞങ്ങൾക്ക് ഇത്ര വലിയ അഹങ്കാരികളാകാൻ എന്ത് ഇടപാടാണുള്ളത്. ഈ കാര്യം അവസാനം അവർ ഈ രീതിയിൽ മണിക്കൂറുകളോളം തുടർന്നുകൊണ്ടുപോകും. എനിക്ക് അവരുടെ കുറ്റപ്പെടുത്തലുകളുടെ അർത്ഥം അന്ന് മനസ്സിലാക്കാൻ കഴിഞ്ഞിരുന്നില്ല. അന്നാ ഫയഡൊറോവ്നായുടെ വീട്ടിലേക്ക് പോകാൻ അമ്മ എന്തുകൊണ്ടാണ് ഇത്രയധികം മടികാണിച്ചിരുന്നതെന്ന് ഇപ്പോൾ മാത്രമാണ് എനിക്ക് തിരിച്ചറിയാൻ കഴിഞ്ഞിരുന്നത്. അവർ ഒരു ദ്രോഹവിചാരമുള്ള സ്ത്രീ ആയിരുന്നു. അവർ ഞങ്ങളെ സ്ഥിരമായി പീഡിപ്പിക്കുകയായിരുന്നു. അവർ ഞങ്ങളെ താമസിക്കാൻ ഒരിക്കലും ക്ഷണിക്കാതിരുന്നത് ഇപ്പോഴും എനിക്ക് ഒരു മനഃക്ലേശമാണ്. തുടക്കത്തിൽ

അവർ ഏറക്കുറെ അനുകമ്പയുള്ളവൾ ആയിരുന്നു. കുറച്ചുകാലം മുമ്പാണ് അവർ അവരുടെ യഥാർത്ഥ സ്വഭാവം കാണിച്ചുതന്നത്. അത് ഞങ്ങൾ പൂർണ്ണമായും നിസ്സഹായരാണെന്നും ഞങ്ങൾക്ക് പോകാൻ മറ്റൊരു സ്ഥലമില്ലെന്നും അവർക്ക് മനസ്സിലായപ്പോൾ ആയിരുന്നു. പിന്നീട് അവർക്ക് ചങ്ങാത്തത്തിന്റെയും അതിപ്രശംസയുടെയും വക്കുവരെ എത്തുന്നതരത്തിൽ എന്നോടുള്ള അനുകമ്പ വർദ്ധിച്ചിരുന്നു. പക്ഷേ, തുടക്കത്തിൽ എനിക്ക് എന്റെ അമ്മയേക്കാൾ കുറവില്ലാത്ത തരത്തിൽ കഷ്ടപ്പെടേണ്ടിവന്നിരുന്നു. ദിവസത്തിൽ ഓരോ മിനിറ്റിലും ഞങ്ങളെ ചീത്ത വിളിച്ചുകൊണ്ട് അവരുടെ ഔദാര്യത്തെപ്പറ്റി വീണ്ടും വീണ്ടും അവർ ഞങ്ങളെ ഓർമ്മിപ്പിച്ചിരുന്നു. അവർ ഞങ്ങളെ ക്രിസ്ത്യാനികളോടുള്ള അനുകമ്പകൊണ്ട് അവർ അഭയം നല്കിയിട്ടുള്ള പാവപ്പെട്ട നിരാശ്രയരായ ബന്ധുക്കളായി അപരിചിതർക്ക് പരിചയപ്പെടുത്തിയിരുന്നു. ഭക്ഷണം കഴിക്കുന്ന സമയത്ത് ഞങ്ങൾ കഴിക്കുന്ന ഓരോ വായ്നിറയെ ഉള്ള ഭക്ഷണവും അവർ സ്പർദ്ധയോടുകൂടി ശ്രദ്ധിക്കും. പക്ഷേ, ഞങ്ങൾ വളരെക്കുറച്ച് ഭക്ഷണമാണ് കഴിക്കുന്നതെങ്കിൽ അവർ വീണ്ടും ഒരു രംഗം സൃഷ്ടിക്കും: ഞങ്ങൾ വളരെക്കൂടുതൽ അശ്രദ്ധയുള്ളവർ ആയിരുന്നു. അവരുടെ മേശ ഞങ്ങൾക്ക് വേണ്ടത്ര നല്ലത് അല്ലായിരുന്നു. ഞങ്ങൾക്ക് ഇതിനെക്കാൾ നല്ല മേശ എന്നെങ്കിലും ഉണ്ടായിരുന്നോ? അച്ഛൻ എല്ലാവരുടേയും മുകളിൽ അച്ഛനെ പ്രതിഷ്ഠിക്കാൻ ശ്രമിച്ചിരുന്നെന്നും അത് അവസാനം ഒരു മോശം അന്ത്യത്തിലേക്ക് വന്നുചേർന്നെന്നും പറഞ്ഞുകൊണ്ട് അവർ ഒരിക്കലും അച്ഛനെ കുറ്റപ്പെടുത്തുന്നത് നിർത്തിയിരുന്നില്ല. അച്ഛൻ അച്ഛന്റെ കുടുംബത്തെ യാചനയിലേക്ക് തകർത്തുകളഞ്ഞെന്നും ഒരു അനുകമ്പയുള്ള ക്രിസ്ത്യാനിയുടെ ആത്മാവുള്ള ഒരു ബന്ധു ഇല്ലായിരുന്നെങ്കിൽ ഞങ്ങൾ ഒരുപക്ഷേ, തെരുവിൽ പട്ടിണികിടന്നിരിക്കാമെന്നും അവർ പറഞ്ഞു. അവർ എന്താണ് പറയാതിരുന്നത്! അവരെ ശ്രദ്ധിച്ച് കേൾക്കുന്നത് ദുഃഖകരം എന്നതിനെക്കാൾ കൂടുതൽ അരോചകമായിരുന്നു. അമ്മ എല്ലാസമയത്തും. കരഞ്ഞുകൊണ്ടിരുന്നു. ഓരോ ദിവസവും അമ്മയുടെ ആരോഗ്യം നശിച്ചുകൊണ്ടിരുന്നു. അമ്മ ഇല്ലാതായിക്കൊണ്ടിരുന്നു. പക്ഷേ, ഞങ്ങൾ രാവിലെ മുതൽ രാത്രിവരെ കഠിനാദ്ധ്വാനം തുടരുന്നുണ്ടായിരുന്നു. പല സമയത്തും അമ്മ തുന്നൽ പണികൾ ചെയ്തിരുന്നു. ഇതും അന്നാ ഫയഡൊറോവ്നായ്ക്ക് അതൃപ്തി ഉള്ളവാക്കിയിരുന്നു. അവരുടെ വീട് ഒരു ഫാഷൻകട അല്ലെന്ന് അവർ പറഞ്ഞിരുന്നു. പക്ഷേ, ഞങ്ങൾക്ക് ഞങ്ങളുടെ വസ്ത്രങ്ങൾ വാങ്ങാനും പ്രതീക്ഷിക്കാത്ത ചെലവുകൾ നേരിടാനും വേണ്ടി ജോലി ചെയ്യണമായിരുന്നു. കുറച്ച് സ്വന്തമായ പണം ഞങ്ങൾക്ക് അത്യാവശ്യമായിരുന്നു. അതുകൂടാതെ മറ്റൊരിടത്തേക്ക് താമസം മാറ്റുന്നതിനുവേണ്ടി കുറച്ചുപണം സമ്പാദിച്ചുവെക്കേണ്ടതും അത്യാവശ്യം ആയിരുന്നു. പക്ഷേ, ഇവിടുത്തെ ജോലി എന്റെ അമ്മയുടെ ബാക്കിവന്നിരുന്ന ആരോഗ്യംകൂടി ഇല്ലാതാക്കിക്കൊണ്ടിരുന്നു. അമ്മ

ദിവസംതോറും കൂടുതൽ കൂടുതൽ ക്ഷീണിതയായിക്കൊണ്ടിരുന്നു. അസുഖം അമ്മയുടെ ജീവിതത്തിന്റെ നീര് പോലും ചോർത്തിയെടുക്കുകയായിരുന്നു. ഒരുപോലെയുള്ള ആഴ്ചകൾ വഴുതിപ്പൊയ്ക്കൊണ്ടിരിക്കുമ്പോൾ ഞാൻ ഇതുമുഴുവൻ അനുവദിക്കുകയായിരുന്നു. ഞങ്ങൾ വളരെ ശാന്തമായാണ് ജീവിച്ചിരുന്നത്. ഞങ്ങൾ ഒരുപക്ഷേ, പ്രാന്തപ്രദേശത്ത് ജീവിക്കണമായിരുന്നു. തലസ്ഥാനത്ത് ജീവിക്കരുതായിരുന്നു. അന്നാ ഫയഡൊറോവ്നാ ഞങ്ങളുടെ മുകളിൽ അവർ ശക്തി നേടിക്കഴിഞ്ഞെന്ന് തിരിച്ചറിഞ്ഞപ്പോൾ അവർ സാവധാനം ശാന്തയായി. എന്തായാലും അവരെ എതിർക്കുന്നതിനെപ്പറ്റി ഒരാളും സ്വപ്നം കണ്ടിരുന്നില്ല. ഞങ്ങളെ അവരുടെ മുറികളിൽ ഒരു ഇടനാഴി വേർതിരിച്ചിരുന്നു. അതേസമയം ഞങ്ങളുടെ മുറിയുടെ തൊട്ടടുത്ത മുറി ഞാൻ പറഞ്ഞിരുന്നതുപോലെ പൊക്രോവ്സ്കിയുടെ മുറി ആയിരുന്നു. ഫ്രഞ്ച് ഭാഷയും ജർമ്മൻഭാഷയും ചരിത്രവും ഭൂമിശാസ്ത്രവും— അന്നാ ഫയഡൊറോവ്നാ പറയുന്നതുപോലെ എല്ലാ ശാസ്ത്രങ്ങളും സാഷായെ പഠിപ്പിക്കുന്നതിനു പകരമായി പൊക്രോവ്സ്കിക്ക് താമസവും ഭക്ഷണവും സൗജന്യമായി ലഭിച്ചിരുന്നു. അന്ന് പതിമൂന്ന് വയസ്സ് ഉണ്ടായിരുന്ന സാഷാ ഏകദേശം ഒരു തെറിച്ച പെൺകുട്ടി ആയിരുന്നെങ്കിലും അവൾ ബുദ്ധിയുള്ളവൾ ആയിരുന്നു. എന്റെ സ്കൂൾ വിദ്യാഭ്യാസം അവഗണിച്ചുപോയിരുന്നതുകൊണ്ട് ഞാനും പാഠങ്ങൾ പഠിക്കുകയാണെങ്കിൽ തനിക്ക് കുഴപ്പം ഒന്നും സംഭവിക്കില്ലെന്ന് ഒരിക്കൽ അന്നാ ഫയഡോറോവ്നാ നിരീക്ഷിച്ചപ്പോൾ എന്റെ അമ്മ സന്തോഷത്തോടെ അതിന് സമ്മതിച്ചിരുന്നു. ഞാൻ സാഷായുടെ കൂടെ ചേർന്നു. ഒരുവർഷത്തേക്ക് പൊക്രോവ്സ്കി ഞങ്ങളെ രണ്ടുപേരേയും പഠിപ്പിച്ചിരുന്നു.

ഞങ്ങളുടെ അദ്ധ്യാപകൻ വളരെ ദരിദ്രനായ ഒരു ചെറുപ്പക്കാരൻ ആയിരുന്നു. അയാളുടെ ആരോഗ്യം അയാളെ ഏതെങ്കിലും മുറപ്രകാരമുള്ള പാഠ്യക്രമത്തിൽ പങ്കെടുക്കുന്നതിൽനിന്ന് അയാളെ തടസ്സപ്പെടുത്തിയിരുന്നു. അയാളെ വിദ്യാർത്ഥി എന്ന് വിളിച്ചിരുന്നത് വെറും ശീലംകൊണ്ട് മാത്രം ആയിരുന്നു. അയാൾ വളരെ നിശ്ശബ്ദമായി ജീവിച്ചിരുന്നതുകൊണ്ട് ഞങ്ങൾ ഒരിക്കലും അയാളുടെ മുറിയിൽനിന്ന് ഒരു ശബ്ദവും കേട്ടിട്ടുണ്ടായിരുന്നില്ല. അയാൾ കാഴ്ചയ്ക്ക് വിരൂപനും ആയിരുന്നു. അയാൾ വളരെ വികൃതമായി വളരെ കുനിഞ്ഞാണ് ഒരിടത്തുനിന്ന് മറ്റൊരിടത്തേക്ക് നടന്നിരുന്നത്. തുടക്കത്തിൽ എനിക്ക് ചിരിക്കാതിരിക്കാൻ കഴിഞ്ഞിരുന്നില്ല. സാഷാ എല്ലാസമയത്തും പ്രത്യേകിച്ച് പഠിപ്പിക്കുന്ന സമയത്ത് അയാളെ കബളിപ്പിച്ചുകൊണ്ടിരിക്കും. അയാൾ മുൻകോപി ആയിരുന്നു. ഏത് നിസ്സാരകാര്യവും അയാളെ പ്രകോപിപ്പിക്കും. പഠിപ്പിച്ചു കഴിയുന്നതിനുമുമ്പ് അയാൾ ഉറക്കെ അലറിക്കൊണ്ട് മുറിയുടെ പുറത്തേക്ക് ഓടിവന്ന് അന്നാ ഫയഡൊറോവ്നായോട് പരാതി പറയും. അതിനുശേഷം അയാൾ അയാളുടെ പുസ്തകങ്ങൾ ശ്രദ്ധാപൂർവ്വം വായിച്ചുകൊണ്ട് ദിവസങ്ങളോളം തനിച്ചിരിക്കും. അവിടെ അപൂർവ്വവും വില

യേറിയതുമായ ധാരാളം പുസ്തകങ്ങൾ ഉണ്ടായിരുന്നു. അയാൾ ഇടയ്ക്കിടയ്ക്ക് കുറച്ചു പണം സമ്പാദിച്ചിരുന്നു. പ്രതിഫലത്തിനുവേണ്ടി അയാൾ മറ്റുസ്ഥലങ്ങളിലും പാഠങ്ങൾ പഠിപ്പിച്ചിരുന്നു. അയാളുടെ ശമ്പളം കിട്ടിക്കഴിയുമ്പോൾ ഉടൻതന്നെ അയാൾ കൂടുതൽ പുസ്തകങ്ങൾ വാങ്ങിക്കും. കാലം കൊണ്ട് എനിക്ക് അയാൾ കൂടുതൽ പരിചിതനായി. അയാൾ ഏറ്റവും നല്ലവൻ ആയിരുന്നു. ഞാൻ എന്നെങ്കിലും കണ്ടിട്ടുള്ളതിൽവച്ച് ഏറ്റവും അനുകമ്പയുള്ള മനുഷ്യൻ. അമ്മ അയാളെപ്പറ്റി വളരെ ഉയർന്നതരത്തിൽ ചിന്തിച്ചിരുന്നു. അതിനുശേഷം അമ്മ കഴിഞ്ഞാൽ എന്റെ ഏറ്റവും അടുത്ത സുഹൃത്ത് അയാൾ ആയിരുന്നു.

പക്ഷേ, തുടക്കത്തിൽ വലിയ പെൺകുട്ടിയായിരുന്നെങ്കിലും ഞാനും സാഷായുടെകൂടെ അയാളുടെ മുകളിൽ തമാശ കളിച്ചിരുന്നു. മണിക്കൂറുകളോളം ഞങ്ങൾക്ക് അയാളെ എത്രമാത്രം നല്ല രീതിയിൽ പരിഹസിച്ച് അയാളുടെ മാനസികനില തകർക്കാൻ കഴിയുമെന്ന് ഞങ്ങൾ തലപുണ്ണാക്കിയിരുന്നു. അയാൾ ദേഷ്യം വരുമ്പോൾ വളരെ പരിഹാസ്യനായിരുന്നു. അതോടെ ഞങ്ങൾ വളരെക്കൂടുതൽ സ്വയം ചിരിച്ചിരുന്നു (ഇപ്പോൾ അതിനെപ്പറ്റി ആലോചിക്കാൻ എനിക്ക് നാണക്കേട് ഉണ്ടായിരുന്നു) ഒരിക്കൽ ഞങ്ങൾ അയാളെ സത്യത്തിൽ കരയിപ്പിച്ചപ്പോൾ അയാൾ മുറുമുറുക്കുന്നത് ഞാൻ കേട്ടിട്ടുണ്ടായിരുന്നു. 'എന്ത് ക്രൂരകളായ കുട്ടികൾ!' വളരെപ്പെട്ടെന്ന് എനിക്ക് ഒരു വ്യത്യാസം സംഭവിച്ചു– എനിക്ക് എന്നെപ്പറ്റി സ്വയം നാണക്കേടും അയാളെപ്പറ്റി ദുഃഖവും തോന്നിയിരുന്നു. വളരെ വേഗത്തിൽ ചുവന്നുപോയ മുഖത്തോടെ ഏറക്കുറെ കണ്ണിൽ സ്വയം വന്ന കണ്ണുനീരോടെ ഞാൻ ഞങ്ങളെ ശ്രദ്ധിക്കരുതെന്ന് അയാളോട് യാചിച്ചു. ഞങ്ങളുടെ വിവേകശൂന്യമായ കോപ്രായങ്ങളെപ്പറ്റി കുറ്റകരമായി ചിന്തിക്കരുതെന്നും ഞാൻ യാചിച്ചു. പക്ഷേ, അയാൾ പുസ്തകം അടച്ചതിനുശേഷം പാഠം പൂർത്തിയാകാതെ മുറി ഉപേക്ഷിച്ചുപോയി. പകൽ മുഴുവൻ ഞാൻ പാശ്ചാത്താപം കാരണം പീഡിപ്പിക്കപ്പെടുകയായിരുന്നു. എനിക്ക് ഞങ്ങൾ കുട്ടികൾ അയാളെ കണ്ണുനീരിലേക്ക് തുരത്തിയെന്നുള്ള ചിന്ത സഹിക്കാൻ കഴിഞ്ഞിരുന്നില്ല. ഞങ്ങൾ അയാളുടെ കരച്ചിൽ പ്രതീക്ഷിച്ചിരുന്നില്ലേ? ഞങ്ങൾ അയാളുടെ കരച്ചിൽ ആഗ്രഹിച്ചിരുന്നില്ലേ? അതായത് ഞങ്ങൾ രണ്ട് കുട്ടികളും ചേർന്ന് അയാളെ സന്തോഷം ഇല്ലാത്ത മനുഷ്യനാക്കി മാറ്റി വേദനാ പൂർണ്ണമായ അവസ്ഥയിൽ എത്തിച്ചുകഴിഞ്ഞിരുന്നു. അന്ന് രാത്രിയിൽ എനിക്ക് ഉറങ്ങാൻ കഴിഞ്ഞിരുന്നില്ല. ഞാൻ സ്വയം അങ്ങേയറ്റം അലോസരപ്പെട്ടിരുന്നു. എനിക്ക് അങ്ങേയറ്റത്തെ മനോവേദനയും മനഃസാക്ഷിക്കുത്തും അനുഭവപ്പെടുന്നുണ്ടായിരുന്നു. മനഃസാക്ഷിക്കുത്ത് മനസ്സിനെ ആശ്വസിപ്പിക്കുമെന്ന് പറയാറുണ്ടായിരുന്നു. എത്രമാത്രം അസത്യം! എന്തായാലും എന്റെ ദുഃഖം ദുരഭിമാനവുമായി കൂടിക്കലർന്ന് ഉണ്ടായതായിരുന്നു. എന്നെ അയാൾ ഒരു കുട്ടിയായി കരുതണമെന്ന് ഞാൻ ആഗ്രഹിച്ചിരുന്നില്ല. ആ സമയത്ത് എനിക്ക് പതിനഞ്ച് വയസ്സ് ആയിരുന്നു

ആ ദിവസം മുതൽ പൊക്രോവ്സ്കിയെക്കൊണ്ട് എന്നെപ്പറ്റിയുള്ള അഭിപ്രായത്തിൽ വ്യത്യാസം വരുത്താനായി എന്റെ ഭാവന ആയിരം പദ്ധതികൾകൊണ്ട് പീഡിപ്പിക്കപ്പെടുകയായിരുന്നു. പക്ഷേ, ഞാൻ ലജ്ജയുള്ളവൾ ആയിരുന്നു. വലിയ ധൈര്യം ഇല്ലാത്തവൾ ആയിരുന്നു. അവ്യക്തമായ സ്വപ്നങ്ങൾ ഒഴിച്ച് മറ്റൊന്നിലും എനിക്ക് എന്റെ മനസ്സിനെ കുടിയിരുത്താൻ കഴിഞ്ഞിരുന്നില്ല. (എന്നുമാത്രമല്ല, അവയെല്ലാം എന്തു തരം സ്വപ്നങ്ങൾ ആയിരുന്നു!) എനിക്ക് ആകപ്പാടെ ചെയ്യാൻ കഴിഞ്ഞിരുന്നത് സാഷായോടൊപ്പം അവളുടെ കോപ്രായങ്ങളിൽ പങ്കെടുക്കാതിരിക്കുന്നത് മാത്രം ആയിരുന്നു. അതോടെ അയാൾ ഞങ്ങളോട് ദേഷ്യപ്പെടുന്നത് അവസാനിപ്പിച്ചിരുന്നു. പക്ഷേ, ഇത് എന്റെ ദുരഭിമാനത്തെ കുറച്ചിരുന്നു.

ഇപ്പോൾ ഞാൻ എന്നെങ്കിലും മനസ്സിലാക്കിയിട്ടുള്ള മനുഷ്യരിൽവച്ച് ഏറ്റവും വിചിത്രവും അപൂർവ്വവും ശോചനീയവുമായ മനുഷ്യനെക്കുറിച്ച് ഏതാനും വാക്കുകൾ നിശ്ചയമായും പറയണം. ഞാൻ ഈ അവസരത്തിൽ അയാളെപ്പറ്റി സംസാരിക്കാൻ കാരണം ഇതുവരെ ഞാൻ അയാളെ ശ്രദ്ധിക്കാതിരുന്നതിന് പകരമായിരിക്കാം. കൂടാതെ ഞാൻ അങ്ങനെ ചെയ്യാൻ ആരംഭിച്ചത് അയാളോട് ബന്ധപ്പെട്ട എല്ലാ കാര്യങ്ങളിലും പെട്ടെന്ന് എന്റെ താല്പര്യം ഉൾക്കൊള്ളാൻ ആരംഭിച്ചതുകൊണ്ടായിരിക്കാം!

ഇടയ്ക്കിടയ്ക്ക് മുഷിഞ്ഞവേഷങ്ങൾ ധരിച്ച നരച്ച വൃത്തികെട്ട ഒരു വൃദ്ധൻ വീട്ടിൽവരാറുണ്ടായിരുന്നു. അയാൾ എല്ലാ സമയത്തും എന്തിനെപ്പറ്റിയോ— അയാളെപ്പറ്റിത്തന്നെ ലജ്ജയുള്ളവൻ ആയിരുന്നു. ഇതു കാരണം അയാൾ എല്ലാ സമയത്തും അസ്വസ്ഥനായിരുന്നു. അമ്പരപ്പ് പ്രകടിപ്പിച്ചിരുന്നു. ഒരാൾക്ക് അയാളുടെ മനസ്സ് ശരിയാണോ എന്ന് അത്ഭുതം തോന്നുന്ന മട്ടിൽ അയാൾ തുള്ളിക്കളിച്ചിരുന്നു. വന്നുകഴിയുമ്പോൾ അയാൾ അകത്തേക്കുവരാൻ ഭയന്ന് കണ്ണാടിവാതിലിന് പുറത്ത് നിലയുറപ്പിക്കും. ആരെങ്കിലും അതുവഴി കടന്നുപോകുകയാണെങ്കിൽ — ഞാനോ സാഷായോ അല്ലെങ്കിൽ കൂടുതൽ അനുകമ്പയുള്ള— മറ്റ് ഏതെങ്കിലും ജോലിക്കാരോ കടന്നുപോകുമ്പോൾ— അയാൾ ഞങ്ങളെ ആംഗ്യം കാട്ടിവിളിച്ച് പലതരം സൂചനകൾ നല്കും. വീട്ടിൽ സന്ദർശകർ ആരും ഇല്ലെന്നും അയാളെ വീട്ടിലേക്ക് കയറാൻ സ്വാഗതം ചെയ്യുന്നെന്നും ഉള്ള മറുപടി ആംഗ്യത്തിലൂടെ ലഭിച്ചതിനുശേഷം അയാൾ ജാഗ്രതയോടെ വാതിൽ തുറക്കും. അയാൾ കൈകൾ സന്തോഷത്തോടെ കൂട്ടിത്തിരുമ്മിക്കൊണ്ട് പൊക്രോവ്സ്കിയുടെ മുറിയിലേക്ക് കാലറ്റം ഊന്നി പ്രവേശിക്കും. ഈ മനുഷ്യൻ പൊക്രോവ്സ്കിയുടെ അച്ഛനായിരുന്നു.

ഞാൻ അയാളുടെ കഥ പൂർണ്ണമായും മനസ്സിലാക്കിയത് പിന്നീട് ആയിരുന്നു. ഏതോ ഒരു സ്ഥലത്ത് അയാൾ ഗുമസ്തനായി പണിയെടുത്തിരുന്നു. അയാൾ കഴിവുകൾ പ്രകടമാക്കിയിരുന്നില്ല. അങ്ങനെ അയാൾ

ഏറ്റവും അപ്രധാനമായ ഉദ്യോഗം ആണ് വഹിച്ചിരുന്നത്. പൊക്രോവ്സ്കിയുടെ അമ്മയായിരുന്ന അയാളുടെ ആദ്യഭാര്യ മരിച്ചപ്പോൾ അയാൾ വീണ്ടും വിവാഹം കഴിക്കാൻ തീരുമാനിച്ചു. അയാളുടെ പുതിയ ഭാര്യയുടെ വരവോടെ എല്ലാ കാര്യങ്ങളും ശരിയല്ലാതായി. അവർ ശരിയായ ഒരു വായാടി ആയിരുന്നു. അവർ എല്ലാവരേയും അവരുടെ തള്ളവിരലിനടിയിൽ സൂക്ഷിച്ചു. പൊക്രോവ്സ്കി ആ സമയത്ത് പത്തുവയസ്സുള്ള ഒരു ആൺകുട്ടി ആയിരുന്നു. അയാളുടെ രണ്ടാനമ്മ അയാളോടുള്ള വെറുപ്പുമായാണ് വന്നത്. പക്ഷേ, അതിനുശേഷം ഭാഗ്യം താഴോട്ട് അയാളെ നോക്കി പുഞ്ചിരിച്ചു. പൊക്രവ്സ്കിയുടെ അച്ഛനെ പരിചയം ഉണ്ടായിരുന്ന അയാളുടെ അഭ്യുദയകാംക്ഷിയായിരുന്ന ബൈക്കോവ് എന്ന് പേരുള്ള ഒരു ജന്മി ഇപ്പോൾ അയാളുടെ സംരക്ഷണം ആൺകുട്ടിക്ക് വാഗ്ദാനം ചെയ്തുകൊണ്ട് പൊക്രോവ്സ്കിയെ സ്കൂളിൽ അയച്ചു. അയാൾ അവനുവേണ്ടി ഇതു ചെയ്തതിന്റെ കാരണം അയാൾക്ക് അവന്റെ മരണമടഞ്ഞ അമ്മയെപ്പറ്റി അറിയാമായിരുന്നതുകൊണ്ട് ആയിരുന്നു. അന്നാ ഫയഡൊറോവ്നായുടെ സുഹൃത്തായിരുന്ന ഒരു ചെറുപ്പക്കാരി മഹാമനസ്കതകൊണ്ട് പൊക്രോവ്സ്കിയെ വിവാഹം കഴിച്ചിരുന്നു. അന്നാ ഫയഡൊറോവ്നായുടെ അടുത്ത സുഹൃത്തായിരുന്ന മിസ്റ്റർ ബൈക്കോവ് ആ പെൺകുട്ടിക്ക് സ്ത്രീധനമായി അയ്യായിരം റൂബിൾ നല്കിയിരുന്നു. ആ പണത്തിന് എന്ത് സംഭവിച്ചെന്ന് അറിയില്ല. ഞാൻ ഇത്രയും കാര്യങ്ങൾ അന്നാ ഫയഡൊറോവ്നായിൽനിന്നാണ് മനസ്സിലാക്കിയത്. കൗമാരക്കാരനായ പൊക്രോവ്സ്കി സ്വയം അയാളുടെ കുടുംബകാര്യങ്ങൾ സംസാരിക്കാൻ ശ്രദ്ധിച്ചിരുന്നില്ല. അയാളുടെ അമ്മ വളരെ സുന്ദരിയായിരുന്നെന്ന് പറയപ്പെട്ടിരുന്നു. അവർ ഒരു വളരെ മോശം ജോഡിയെ തെരഞ്ഞെടുത്തത് അസാധാരണമാണെന്നാണ് ഞാൻ വിചാരിക്കുന്നത്. അവർ വിവാഹം കഴിഞ്ഞ് വെറും നാലുവർഷത്തിനുശേഷം ചെറുപ്പത്തിൽത്തന്നെ മരിച്ചുപോവുകയായിരുന്നു.

സ്കൂൾ വിദ്യാഭ്യാസം അവസാനിച്ചപ്പോൾ കൗമാരക്കാരനായ പൊക്രോവ്സ്കി സർവ്വകലാശാലയിൽ പ്രവേശിച്ചു. സെയിന്റ് പീറ്റേഴ്സ്ബർഗിൽ ഇടയ്ക്കിടയ്ക്ക് വന്നിരുന്ന മിസ്റ്റർ ബൈക്കോവ് അവന്റെ കാര്യത്തിൽ അനുകമ്പയോടെയുള്ള താല്പര്യം തുടർന്നിരുന്നു. പൊക്രോവ്സ്കിക്ക് അയാളുടെ പഠനം അനാരോഗ്യം കാരണം അവസാനിപ്പിക്കേണ്ടിവന്നപ്പോൾ മിസ്റ്റർ ബൈക്കോവ് അയാളെ അന്നാ ഫയഡൊറോവ്നായോട് സാഷായെ പഠിപ്പിക്കാൻ വേണ്ടി ഭക്ഷണവും താമസവും കൊടുത്തുകൊണ്ട് താമസിപ്പിക്കാൻ ശുപാർശ ചെയ്തിരുന്നു.

അതിനിടയ്ക്ക് പൊക്രോവ്സ്കിയുടെ അച്ഛൻ അയാളുടെ രണ്ടാമത്തെ ഭാര്യയുടെ ഉപദ്രവം സഹിക്കാൻ വയ്യാതെ ഏറ്റവും മോശം ദുഃശീലങ്ങൾ സ്വീകരിച്ചുകഴിഞ്ഞിരുന്നു. അയാൾ ഏറക്കുറെ എല്ലാസമയത്തും കുടിച്ചുന്മത്തനായിരുന്നു. അയാളുടെ ഭാര്യ അയാളെ അടിക്കാറുണ്ടായിരുന്നു. അവർ അയാളെ അടുക്കളയിൽ താമസിപ്പിച്ചിരുന്നു. അടി കിട്ടി

യാലും പരാതിപറയാത്ത ഒരു അവസ്ഥയിൽ അയാൾ എത്തിയിരുന്നു. അയാൾ ഇതുവരെ ശരിക്കും വൃദ്ധൻ ആയിരുന്നില്ലെങ്കിലും അയാളുടെ മദ്യപാനം അയാളുടെ വിവേകത്തെ നശിപ്പിക്കുമെന്നുള്ള മുന്നറിയിപ്പ് നല്കിയിരുന്നു. അയാളുടെ മാനുഷികമായ മര്യാദയുടെ അവസാന അടയാളം അമ്മയുടെ പ്രതിച്ഛായ ആയിരുന്ന ചെറുപ്പക്കാരനായ പൊക്രോവ്സ്കിയോടുള്ള അഗാധമായ സ്നേഹം ആയിരുന്നു. ഒരുപക്ഷേ, ഈ തകർന്ന കിഴവന്റെ ഉള്ളിൽ ഈ ഭ്രാന്തമായ സ്നേഹം മുളപൊട്ടിയത് അയാളുടെ കുലീനയായ ആദ്യഭാര്യയുടെ ഓർമ്മകളും അവളോടുള്ള സ്നേഹവും കാരണം ആയിരിക്കാം. അയാൾക്ക് അയാളുടെ മകനെപ്പറ്റിയല്ലാതെ മറ്റൊന്നിനെക്കുറിച്ചും ചിന്തിക്കാനും സംസാരിക്കാനും കഴിഞ്ഞിരുന്നില്ല. അയാൾ മകനെ ആഴ്ചയിൽ രണ്ടുതവണ സന്ദർശിച്ചിരുന്നു. അതിലും കൂടുതൽ തവണ സന്ദർശിക്കാൻ അയാൾക്ക് ഭയമായിരുന്നു– എങ്കിലും ചെറുപ്പക്കാരനായ പൊക്രോവ്സ്കി ഈ സന്ദർശനങ്ങളെ വെറുത്തിരുന്നു. അയാളുടെ എല്ലാ കുറ്റങ്ങളിലും വച്ച് ഏറ്റവും വലിയ കുറ്റം അയാളുടെ അച്ഛനോടുള്ള ബഹുമാനക്കുറവ് ആയിരുന്നു. പക്ഷേ, അതുകൂടാതെ ചില സമയങ്ങളിൽ ഈ ലോകത്തെ ഏറ്റവും അഹിതകരമായ ജന്തു ഈ കിഴവൻ ആയിരുന്നു. അയാൾ അങ്ങേയറ്റം ജിജ്ഞാസയുള്ളവൻ ആയിരുന്നു. അയാളുടെ സംസാരവും ചോദ്യങ്ങളും അങ്ങേയറ്റം ബാലിശവും ബുദ്ധിശൂന്യവും ആയിരുന്നു. അത് അയാളുടെ മകന്റെ പഠനത്തിന് പ്രതിബന്ധമായിരുന്നു. കൂടാതെ അവസാനമായി അയാൾ എല്ലാസമയത്തും സുബോധത്തിൽ ആയിരുന്നില്ല. മകൻ അച്ഛനെ അയാളുടെ ദുഃശീലത്തിൽനിന്നും അയാളുടെ ജിജ്ഞാസയിൽനിന്നും സംസാരത്തിൽനിന്നും ചികിത്സിച്ച് ഭേദപ്പെടുത്താൻ ശ്രമിച്ചു. അതിന്റെ ഫലമായി കിഴവൻ അയാളെ സ്വയം ഒരു വെളിച്ചപ്പാടായി പരിഗണിക്കാൻ ആരംഭിച്ചു. അതോടെ അനുവാദം ഇല്ലാതെ വായ് തുറക്കാൻ അയാൾക്ക് ധൈര്യമില്ലാതായി.

പാവം കിഴവന് അയാളുടെ പേറ്റങ്കായെ വേണ്ടത്ര കാണാനോ സംസാരിക്കാനോ കഴിഞ്ഞിരുന്നില്ല. (മകനെ അങ്ങനെയാണ് അയാൾ വിളിച്ചിരുന്നത്) അയാൾ മകനെ കാണാൻ വരുന്ന സമയത്തെല്ലാം തല ഏറക്കുറെ കുനിച്ചാണ് വന്നിരുന്നത്. അയാളുടെ മുഖത്ത് ഒരു ഭയന്ന മുഖഭാവമായിരുന്നു. അയാൾ ഏത് രീതിയിൽ സ്വീകരിക്കപ്പെടുമെന്ന് അയാൾക്ക് ഒരിക്കലും അറിയാത്തതായിരുന്നു അതിന്റെ കാരണം. അയാൾ ശങ്കയോടെ അവിടെ നില്ക്കും. ഞാൻ അവിടെ പ്രത്യക്ഷപ്പെടാൻ ഇടയായാൽ അയാൾ ഇരുപത് മിനിറ്റുനേരം അയാളുടെ പേറ്റങ്കായെക്കുറിച്ച് എന്നെ ചോദ്യം ചെയ്യും. അയാളുടെ ആരോഗ്യം എങ്ങനെയുണ്ടായിരുന്നു? അയാളുടെ മാനസികാവസ്ഥ എന്തായിരുന്നു? അയാൾ എന്തെങ്കിലും പ്രധാനകാര്യത്തിന്റെ തിരക്കിലായിരുന്നോ? അങ്ങനെ ആയിരുന്നെങ്കിൽ ആ കാര്യം എന്തായിരുന്നു? അയാൾ എഴുതുകയായിരുന്നോ? വായിക്കുകയായിരുന്നോ? ഞാൻ ആ വൃദ്ധന് വേണ്ടത്ര

പ്രോത്സാഹനം കൊടുത്ത് ധൈര്യം പകർന്നുകൊടുത്തുകഴിയുമ്പോൾ അയാൾ ആലോചിച്ച് തീരുമാനം എടുത്തതിനുശേഷം വാതിൽ തുറക്കും. വളരെ ജാഗ്രതയോടെ അയാൾ തല മുറിക്കുള്ളിലേക്ക് നീട്ടും. മകൻ സമ്മതം അറിയിച്ചുകൊണ്ട് തലയാട്ടിയാലും അയാൾ ദേഷ്യപ്പെടുന്നില്ലെന്ന് ഉറപ്പുവരുത്തിയതിനുശേഷം നിശ്ശബ്ദമായി മുറിയിൽ കടന്ന് അയാളുടെ കോട്ടും തൊപ്പിയും ഊരിമാറ്റും— ദ്വാരങ്ങൾ നിറഞ്ഞതും വാക്കുകൾ കീറിയതുമായ ഒരു പൊടിഞ്ഞ സാധനം. അയാൾ അയാളുടെ സാധനങ്ങൾ തൂക്കിയിടും. അയാൾ തുല്യമായ ജാഗ്രതയോടെ അയാളുടെ പേറ്റങ്കായുടെ മാനസികാവസ്ഥ നിശ്ചയിക്കാൻ ശ്രമിക്കുന്നമട്ടിൽ മകനെ നോക്കിക്കൊണ്ട് ഒരു കസേരയിൽ ഇരിക്കും. പേറ്റങ്കായുടെ മാനസികാവസ്ഥ ശരിയല്ലെന്ന് അയാൾ ഉടൻതന്നെ മനസ്സിലാക്കും. വിശ്രമിക്കാൻവേണ്ടി കയറിയതാണെന്ന് പിറുപിറുത്തുകൊണ്ട് അയാൾ എഴുന്നേല്ക്കും. അതിനുശേഷം അയാളുടെ കീറിപ്പറിഞ്ഞ കോട്ടും തൊപ്പിയും എടുത്തുകൊണ്ട് ജാഗ്രതയോടെ വീണ്ടും വാതിൽതുറന്ന് അയാളുടെ നിരാശ മറച്ചുവെക്കാൻ വേണ്ടി പുഞ്ചിരിച്ചുകൊണ്ട് പുറത്തേക്ക് പോകും.

മറിച്ച് അയാൾ നല്ലരീതിയിൽ സ്വീകരിക്കപ്പെടുമ്പോൾ വൃദ്ധൻ സന്തോഷത്തോടെ അയാളുടെ അടുത്ത് ഉണ്ടായിരിക്കും. അയാളുടെ മുഖത്തെ ഓരോ ചുളിവിലും അയാളുടെ ഓരോ മുഖഭാവത്തിലും അപ്പോൾ സംതൃപ്തി തിളങ്ങും. പെറ്റങ്കാ അയാളോട് സംസാരിക്കാൻ സമ്മതിക്കുകയാണെങ്കിൽ അയാൾ ഒരു അനുസരണയുള്ളവനെപ്പോലെ ഏറക്കുറെ സംഭ്രമത്തോടെ ഏറ്റവും പരിഹാസ്യമായ മറുപടി പറയുന്നു. അയാൾ സംസാരിക്കുന്നവൻ ആയിരുന്നില്ല. പാവം മനുഷ്യൻ. അയാൾ എല്ലാ സമയത്തും ആശയക്കുഴപ്പത്തിൽ ആയിരുന്നു. അയാൾ എല്ലാസമയത്തും ലജ്ജയുള്ളവൻ ആയിരുന്നു. അയാൾ കൈകൊണ്ട് എന്തുചെയ്യണമെന്ന് അറിയാതെ, അയാളെക്കൊണ്ട് തന്നെ എന്തുചെയ്യണമെന്ന് അറിയാതെ, അയാളുടെ മറുപടികൾ ശരിയാക്കണമെന്നുള്ള ആകാംക്ഷയിൽ എന്തെങ്കിലും മുറുമുറുത്തുകൊണ്ടിരിക്കും. പക്ഷേ, അയാൾക്ക് ശരിയായ ഉത്തരം പറയാൻ പറ്റിയാൽ അയാൾ അയാളുടെ തോളുകൾ ശരിയാക്കും. അയാളുടെ ബനിയനും കോട്ടും ടൈയും നേരെ പിടിച്ചിടും. വലിയ മാന്യതയുടെ ഒരു മുഖഭാവം അണിയും. ചിലപ്പോൾ എഴുന്നേറ്റ് പുസ്തക അലമാരയുടെ അടുത്തുചെന്ന് ഏതെങ്കിലും ഒരു പുസ്തകം തെരഞ്ഞെടുത്ത് അതിന്റെ തലക്കെട്ട് നോക്കുന്നതിനുവരെ ധൈര്യം കാണിക്കും. പേറ്റങ്കായുടെ ദയ തീർച്ചയായും ഒരു കാര്യമാണെന്നുള്ള രീതിയിൽ അയാളുടെ മകന്റെ പുസ്തകങ്ങൾ കൈകാര്യം ചെയ്യുന്നത് പതിവാണെന്നുള്ള മട്ടിലാണ് അയാൾ ഇത് ചെയ്തിരുന്നത്. പക്ഷേ, ഒരിക്കൽ അയാളുടെ മകൻ പുസ്തകങ്ങൾ ഇരിക്കുന്നിടത്ത് ഇരിക്കട്ടെ എന്ന് ആജ്ഞാപിച്ചപ്പോൾ അയാൾ എന്തുമാത്രം ഭയപ്പെട്ടിരുന്നെന്ന് ഞാൻ നേരിട്ട് കണ്ടിരുന്നു. അയാൾ പരിഭ്രമത്തോടെയും ആശങ്കയോടെയും അയാളുടെ തെറ്റ് ശരിയാക്കാനുള്ള ആകാംക്ഷയോടെയും

പുസ്തകങ്ങൾ തലതിരിച്ച് തെറ്റായ അറ്റം പുറത്തുകാണുന്നതരത്തിൽ കുത്തിത്തിരുകി വച്ചു. ഈ സമയം മുഴുവൻ അയാൾ അയാളുടെ തെറ്റ് എങ്ങനെ ശരിയാക്കാൻ പറ്റുമെന്ന് അറിയാതെ പുഞ്ചിരിക്കുന്നുണ്ടായിരുന്നു. ലജ്ജിക്കുന്നുണ്ടായിരുന്നു.

അയാളുടെ അച്ഛന്റെ വഴികളിൽ മാറ്റംവരുത്താനുള്ള ആകാംക്ഷയോടെ, മൂന്നുപ്രാവശ്യം വൃദ്ധൻ പൂർണ്ണബോധത്തോടെ തന്നെ തുടർച്ചയായി സന്ദർശിക്കുകയാണെങ്കിൽ; പൊക്രോവ്സ്കി ഇരുപത്തഞ്ചോ അൻപതോ അതിലും കൂടുതലോ കോപ്പക്കുകളോ കൊടുക്കും. അല്ലെങ്കിൽ അയാൾ അച്ഛന് ഒരു പുതിയ ജോഡിബൂട്ടുകൾ, ഒരു ടൈ, അല്ലെങ്കിൽ ഒരു അടിയുടുപ്പ് സമ്മാനമായി നല്കും. അത് വൃദ്ധൻ അഭിമാനത്തോടെ ശേഖരിച്ചുവെക്കും. ചില സമയങ്ങളിൽ അയാൾ സാഷായ്ക്കും എനിക്കും വേഷങ്ങളും കേക്കും വാങ്ങിക്കൊണ്ടുവന്നിരുന്നു. അങ്ങനെ ഞാനും ഞങ്ങളും പേറ്റങ്കായെപ്പറ്റി സംസാരിക്കാറുണ്ടായിരുന്നു. അയാൾ ഞങ്ങളെ ഞങ്ങളുടെ പാഠങ്ങൾ ശ്രദ്ധിക്കാൻ നിർബ്ബന്ധിക്കും; ഒരു നല്ല മകനായ ഒരു മാതൃകാപരമായ മകനായ അതിലും കൂടുതൽ ഒരു പഠിച്ച മകനായ പേറ്റങ്കായെ അനുസരിക്കാൻ നിർബ്ബന്ധിക്കും. ഇതുപറഞ്ഞുകൊണ്ട് അയാൾ ഞങ്ങൾക്ക് പൊട്ടിച്ചിരിച്ചുകൊണ്ട് കൂവിവിളിക്കാൻ ഇടവരുത്തുന്ന മുഖഭാവത്തോടെ ഞങ്ങളെ നോക്കി കണ്ണിറുക്കിക്കാണിക്കും. അമ്മയും അയാളെ വളരെക്കൂടുതൽ ഇഷ്ടപ്പെടുന്നുണ്ടായിരുന്നു. പക്ഷേ, അയാൾ അന്നാ ഫയഡൊറോവ്നായുടെ സാന്നിദ്ധ്യത്തിൽ ഒരു എലിക്കുഞ്ഞിനെപ്പോലെ നിശ്ശബ്ദനും ചിതാഭസ്മത്തോളം വിനയമുള്ളവനും ആയിരുന്നെങ്കിലും അയാൾ അവളെ വെറുത്തിരുന്നു.

പൊക്രോവ്സ്കിയുടെ കൂടെയുള്ള എന്റെ പഠനം അവസാനിക്കാറായിരുന്നു. അയാൾ ഇപ്പോഴും എന്നെ ഒരു കുട്ടിയായാണ് പരിഗണിച്ചിരുന്നത്. സാഷായെപ്പോലെയുള്ള ഒരു കുരുത്തംകെട്ട പെണ്ണ്. എന്റെ മുമ്പുള്ള വീഴ്ചകൾ പരിഹരിക്കാൻ ഞാൻ ശ്രമിക്കുന്നുണ്ടായിരുന്നെങ്കിലും അയാൾ അത് ശ്രദ്ധിക്കാതിരുന്നത് എന്നെ വേദനിപ്പിച്ചിരുന്നു. ഇത് എന്നെ വളരെക്കൂടുതൽ അലോസരപ്പെടുത്തിയിരുന്നു. ഞാൻ അയാളോട് പാഠങ്ങൾക്ക് പുറത്തുള്ള കാര്യങ്ങൾ ഒരിക്കലും സംസാരിച്ചിരുന്നില്ല— എനിക്ക് അവസരങ്ങൾ ഉണ്ടായിരുന്ന സമയത്തുപോലും അങ്ങനെ ചെയ്യാൻ കഴിഞ്ഞിരുന്നില്ല. എന്റെ മുഖം ചുവക്കും. അതിന്റെ കൂടെ ശബ്ദം പുറത്തുവരില്ല. അതിനുശേഷം ഞാൻ ഏതെങ്കിലും മൂലയിൽ ഇരുന്ന് കോപത്തോടെ കരയും. ഒരു വിചിത്രമായ സംഭവം നടന്നില്ലായിരുന്നെങ്കിൽ ഇതെല്ലാം എങ്ങനെ അവസാനിച്ചിരിക്കുമെന്ന് ആർക്കാണ് അറിവുള്ളത്? ഒരു വൈകുന്നേരം അമ്മ അന്നാ ഫയഡൊറോവ്നായുടെ മുറിയിലായിരുന്ന സമയത്ത് ഞാൻ അയാളുടെ മുറിയിലേക്ക് ഒളിച്ചുകയറി. അയാൾ ദൂരെ ആയിരുന്നെന്ന് എനിക്ക് അറിയാമായിരുന്നു. എന്തുകൊണ്ടാണ് ഞാൻ അങ്ങനെ ചെയ്തതെന്ന് എനിക്ക് പറയാൻ കഴിയില്ല. ഞങ്ങൾ ഒരു വർഷത്തിന് മുകളിലായി അയൽവാ

സികൾ ആയിരുന്നെങ്കിലും ഞാൻ ഒരിക്കൽ പോലും അയാളുടെ മുറിയിൽ പോയിരുന്നില്ല. എന്റെ ഹൃദയം ഭ്രാന്തമായി മിടിക്കുന്നുണ്ടായിരുന്നു. ആദ്യം ഞാൻ അമ്പരപ്പിനോടൊപ്പം ആകാംക്ഷയോടെ നാലുചുറ്റും നോക്കി. ദരിദ്രമായി സജ്ജീകരിച്ചിരുന്ന ആ മുറി അലങ്കോലമായി കിടക്കുകയായിരുന്നു. ഭിത്തി അലമാരയിൽ ഒരറ്റം മുതൽ മറ്റേ അറ്റം വരെ അഞ്ചുനിരയായി പുസ്തകങ്ങൾ നിരത്തിവച്ചിരുന്നു. കസേരകളിലും മേശയിലും കടലാസുകൾ കൂനകൂട്ടിയിട്ടിരുന്നു. എല്ലാ സ്ഥലത്തും പുസ്തകങ്ങളും കടലാസുകളും ആയിരുന്നു. ആ സമയത്ത് എന്റെ മനസ്സിലേക്ക് ബുദ്ധിമുട്ടിക്കുന്നതും ശല്യപ്പെടുത്തുന്നതുമായ ഒരു ചിന്ത കടന്നുവന്നിരുന്നു. അയാൾ എന്തിനാണ് എന്റെ സ്നേഹത്തെപ്പറ്റിയും സൗഹൃദത്തെപ്പറ്റിയും ശ്രദ്ധിക്കുന്നത്? അയാൾ ഒരു പഠിപ്പുള്ള മനുഷ്യൻ ആയിരുന്നു. ഞാൻ അങ്ങേയറ്റം മണ്ടി ആയിരുന്നു. എനിക്ക് ഒരു കാര്യവും അറിയില്ല. ഞാൻ ഒരു പുസ്തകവും വായിച്ചിരുന്നില്ല. ആ പുസ്തകങ്ങളുടെ എല്ലാം ഭാരത്തിൽ ഞരങ്ങിക്കൊണ്ടിരുന്ന ഷെൽഫിലേക്ക് ഞാൻ ശത്രുതയോടെ നോക്കിക്കൊണ്ട് നിന്നു. എനിക്ക് വിഷമം പിടിച്ചതായി തോന്നുന്നുണ്ടായിരുന്നു. എനിക്ക് മുൻകോപം വന്നിരുന്നു. അതുകൂടാതെ ഞാൻ അസാധാരണമായ രീതിയിൽ ഭ്രാന്തചിത്തയായി. ഞാൻ ഉടൻ തന്നെ അവയെല്ലാം ആദ്യംമുതൽ അവസാനം വരെ കഴിയുന്നത്രവേഗത്തിൽ വായിക്കാൻ തീരുമാനമെടുത്തിരുന്നു. ഒരുപക്ഷേ, അയാൾക്ക് അറിയാവുന്നതെല്ലാം മനസ്സിലാക്കിക്കഴിയുമ്പോൾ ഞാൻ അയാളുടെ സൗഹൃദത്തിന് കൂടുതൽ യോഗ്യയാകുമെന്നായിരുന്നു എന്റെ ആശയം. വളരെപ്പെട്ടെന്ന് ഞാൻ എവിടെനിന്നോ പൊടിപിടിച്ച ഒരു പഴയ പുസ്തകം വലിച്ചെടുത്തു. ഞാൻ അതിനെ നെഞ്ചത്ത് അടുക്കിപ്പിടിച്ചുകൊണ്ട് ദൂരത്തേക്ക് അതിവേഗം ഓടിപ്പോയി. ഞാൻ ഭയവും വിസ്മയവും കാരണം വിറയ്ക്കുന്നുണ്ടായിരുന്നു. ലജ്ജയും തടസ്സങ്ങളും മാറിമാറി വന്നുകൊണ്ടിരുന്നു. എന്റെ അമ്മ ഉറങ്ങിക്കഴിയുമ്പോൾ രാത്രിയിലെ വിളക്കിന്റെ വെളിച്ചത്തിൽ അത് വായിക്കാമെന്നാണ്— ഞാൻ ഉദ്ദേശിച്ചിരുന്നത്. പക്ഷേ, ഞാൻ എന്റെ മുറിയിലെത്തി തുറന്നു നോക്കിയപ്പോൾ അത് ലാറ്റിൻഭാഷയിലുള്ള ഒരു പഴയപുഴു തിന്നുതീർത്ത ഉപന്യാസമാണെന്ന് കണ്ടെത്തിയപ്പോൾ ഞാൻ എത്രമാത്രം നിരാശപ്പെട്ടിരുന്നു. സമയം നഷ്ടപ്പെടുത്താതെ ഞാൻ തിരിച്ചുവന്ന് ഷെൽഫിൽ അത് തിരിച്ചുവെക്കാൻ പോകുന്ന സമയത്തായിരുന്നു ഇടനാഴിയിൽ കാലൊച്ച കേട്ടിരുന്നത്. ഞാൻ തീവ്ര നൈരാശ്യത്തോടെ ഉപയോഗിക്കാൻ പറ്റാത്ത ആ പുസ്തകത്തെ പരുങ്ങലോടെയാണ് കൈകാര്യം ചെയ്തിരുന്നത്. അത് ബലമായി ഒരു സ്ഥലത്ത് ഉറപ്പിച്ചുവച്ചിരിക്കുകയായിരുന്നു. ഇപ്പോൾ അത് അവിടെ നിന്ന് മാറ്റിക്കഴിഞ്ഞപ്പോൾ അതിന്റെ അടുത്തിരുന്ന പുസ്തകങ്ങൾ ആ സ്ഥലം കൈയേറിക്കഴിഞ്ഞിരുന്നു. എനിക്ക് അത് വീണ്ടും തള്ളിക്കയറ്റാൻ കഴിഞ്ഞിരുന്നില്ല. ഞാൻ എനിക്ക് കഴിയാവുന്ന ശക്തിയിൽ തള്ളിക്കയറ്റുകയായിരുന്നു. ഷെൽഫുകൾ തൂക്കിയിട്ടിരുന്ന തുരു

മ്പുപിടിച്ച ആണികൾ നിശ്ചയമായും ഇതിനുവേണ്ടിയായിരുന്നിരിക്കണം കാത്തിരുന്നത്. ഷെൽഫുകളും പുസ്തകങ്ങളും എല്ലാംകൂടി താഴോട്ടു വന്നുവീണു. ആ സമയത്ത് പൊക്രോവ്സ്കി മുറിക്കുള്ളിൽ പ്രവേശിച്ചു.

ആരെങ്കിലും അയാളുടെ പുസ്തകങ്ങൾ കേടുവരുത്തുന്നത് അയാൾക്ക് സഹിക്കാൻ കഴിഞ്ഞിരുന്നില്ല. അവയെ തൊടാനുള്ള ധൈര്യം കാണിക്കുന്നവനെ ദൈവം വേണം സഹായിക്കാൻ! എല്ലാ വലിപ്പത്തിലും ആകൃതിയിലുമുള്ള കട്ടികൂടിയതും കട്ടികുറഞ്ഞതുമായ എല്ലാ പുസ്തകങ്ങളും കൂടി താഴെ തെറിച്ചുവീണ് കസേരകളുടെയും മേശയുടെയും അടിയിലേക്ക് തെന്നിപ്പോയി മുറി മുഴുവൻ പരന്നുകിടന്നാൽ എനിക്ക് ഉണ്ടാകുന്ന ഭയം ഒന്ന് സങ്കല്പിച്ചുനോക്കൂ! ഞാൻ ഓടിപ്പോകാൻ ആഗ്രഹിച്ചിരുന്നു. പക്ഷേ, അതിന് കൂടുതൽ താമസം വന്നുപോയിരുന്നു. 'ഇത് അവസാനമാണ്.' ഞാൻ വിചാരിച്ചു. "ഇതാണ് അവസാനം! ഞാൻ ഇല്ലാതായിരിക്കുന്നു! പത്തുവയസ്സുകാരിയുടെ കുസൃതിയിൽ ഞാൻ പിടികൂടപ്പെട്ടിരിക്കുന്നു. ഒരു കഥയില്ലാത്ത പെൺകുട്ടിയെപ്പോലെ! ഒരു പമ്പര വിഡ്ഢി!" പൊക്രോവ്സ്കി ദേഷ്യം കൊണ്ട് പരിഭ്രാന്തനായിരുന്നു. "അടുത്തത് എന്താണ്?" അയാൾ അലറി. "ഇത്തരം ഒരു പമ്പരവിഡ്ഢിത്തത്തെക്കുറിച്ച് നിങ്ങൾക്ക് നാണക്കേട് തോന്നുന്നില്ലേ? നിങ്ങൾ എന്നാണ് വളരാൻ പോകുന്നത്?" അയാൾ പുസ്തകങ്ങൾ നിലത്തുനിന്ന് എടുക്കാൻവേണ്ടി കുനിഞ്ഞു. ഞാൻ അയാളെ സഹായിക്കാൻ വേണ്ടി കുനിഞ്ഞു. "ബുദ്ധിമുട്ടണ്ട!" അയാൾ പരുഷശബ്ദത്തിൽ പറഞ്ഞു. "ക്ഷണിക്കാതിരിക്കുമ്പോൾ നിങ്ങൾ അകന്നു നില്ക്കുന്നതായിരുന്നു കൂടുതൽ നല്ലത്." പക്ഷേ, അയാൾ എന്റെ വിനയമുള്ള ശരീരചലനങ്ങൾ ശ്രദ്ധിച്ചിരുന്നതുകൊണ്ട്, അടുത്തകാലത്ത് ഞങ്ങളെ പാഠങ്ങൾ പഠിപ്പിക്കുന്ന സമയത്ത് ഉണ്ടാകാറുള്ള ഒരു ശാസിക്കുന്ന അദ്ധ്യാപകന്റെ ശൈലി മൃദുലമാക്കിയിരുന്നു. "അവസാനം നിങ്ങൾക്ക് എപ്പോഴാണ് ബോധം വരാൻ പോകുന്നത്? നിങ്ങൾ സ്വയം നിങ്ങളെ നോക്കൂ. നിങ്ങൾ ഒരു കുട്ടി അല്ല. ഒരു ചെറിയ പെൺകുട്ടി അല്ല. നിങ്ങൾക്ക് പതിനഞ്ച് വയസ്സുണ്ട്." സ്വയം ബോദ്ധ്യപ്പെടാൻ വേണ്ടി എന്നുള്ളമട്ടിൽ അയാൾ തല ഉയർത്തി എന്നെ നോക്കി. പെട്ടെന്ന് അയാളുടെ മുഖം ചുവന്നു എനിക്ക് അത് മനസ്സിലാക്കാൻ കഴിഞ്ഞിരുന്നില്ല— ഞാൻ അയാളെ നോക്കിക്കൊണ്ട് നിന്നു. അയാൾ എഴുന്നേറ്റ് അമ്പരപ്പോടെ ചേർച്ചയില്ലാതെ സംസാരിക്കാൻ ആരംഭിച്ചിരുന്നു— എന്തോ കാര്യത്തിന് അയാൾ മാപ്പുചോദിച്ചുകൊണ്ടിരുന്നു. ഒരുപക്ഷേ, ഞാൻ വളർന്നെന്നുള്ളത് ഇപ്പോൾ മാത്രം ശ്രദ്ധിച്ചതിന് ആയിരുന്നിരിക്കാം. അതിനുശേഷം അവസാനം എനിക്ക് മനസ്സിലായപ്പോൾ യഥാർത്ഥത്തിൽ ഞാൻ എന്താണ് ചെയ്തത്? ഞാൻ അയാളെക്കാൾ വളരെ കൂടുതൽ വികാരാവേശത്തോടെ ലജ്ജിച്ചിരുന്നു എന്നതല്ലാതെ എനിക്ക് അത് ശരിക്ക് മനസ്സിലായിരുന്നില്ല. പൂർണ്ണമായും പരിഭ്രമിച്ചുപോയിരുന്ന ഞാൻ എന്റെ മുഖം മറച്ചുകൊണ്ട് മുറിയിൽനിന്നും അതിവേഗം പുറത്തേക്ക് ഓടി.

അയാൾ എന്നെ അയാളുടെ മുറിയിൽവച്ച് കണ്ടെത്തിയതിൽ എനിക്ക് നാണക്കേട് കൊണ്ട് സ്വയം എന്താണ് ചെയ്യേണ്ടതെന്ന് അറിയില്ലായിരുന്നു. മൂന്നുദിവസത്തേക്ക് എനിക്ക് അയാളെ നോക്കാനുള്ള ധൈര്യം ഇല്ലായിരുന്നു. ഞാൻ ഏറെക്കുറെ കരയുന്നതുവരെ അയാളെ നോക്കിയിരുന്നില്ല. ഏറ്റവും വിചിത്രവും ഏറ്റവും കുഴഞ്ഞുമറിഞ്ഞതുമായ ആശയങ്ങൾ എന്റെ മനസ്സിലേക്ക് കടന്നുവന്നിരുന്നു. അതിൽ ഏറ്റവും വിചിത്രമായത് അയാളുടെ അടുത്തുചെന്ന് മനസ്സ് തുറന്നു കാണിക്കുന്നതായിരിക്കും– അതെല്ലാം വിശദീകരിച്ച് ഞാൻ ഒരു കഥയില്ലാത്ത പെൺകുട്ടിയല്ലെന്ന് അയാളെ ബോദ്ധ്യപ്പെടുത്തുന്നതായിരിക്കും. ഞാൻ അങ്ങനെ ചെയ്യാൻ ഏറക്കുറെ എന്റെ മനസ്സിൽ തീരുമാനിച്ചിരുന്നു. പക്ഷേ, എനിക്ക് അതിനുള്ള ധൈര്യത്തിന്റെ കുറവ് ഉണ്ടായിരുന്നു! ദൈവത്തിന് നന്ദി! ഞാൻ എത്രമാത്രം ബുദ്ധിയില്ലാത്തവളായി അനുഭവപ്പെടുമെന്ന് എനിക്ക് നല്ലതുപോലെ സങ്കല്പിക്കാൻ കഴിയും. ഇപ്പോൾ പോലും അതിനെപ്പറ്റി ആലോചിക്കാൻ എനിക്ക് നാണക്കേടാണ്.

കുറച്ചുദിവസം കഴിഞ്ഞപ്പോൾ എന്റെ അമ്മ തീരെ സുഖമില്ലാതെ വീണിരുന്നു. അമ്മ കിടപ്പിലായി മൂന്നാമത്തെ രാത്രിയിൽ പനികൂടിയിട്ട് ബോധം നശിച്ചിരുന്നു. ഞാൻ ഒരു മിനിറ്റ് പോലും അമ്മയെവിട്ട് പോയിരുന്നില്ല. ഞാൻ അമ്മയെക്കൊണ്ട് മരുന്നും പാനീയങ്ങളും കഴിപ്പിച്ചുകൊണ്ടിരുന്നു. രണ്ടാമത്തെ രാത്രിയായപ്പോൾ ഞാൻ പൂർണ്ണമായും തളർന്നുപോയിരുന്നു. എനിക്ക് ഉണർന്നിരിക്കാൻ പോലും കഴിഞ്ഞിരുന്നില്ല. പച്ച നിറമുള്ള അടയാളങ്ങൾ എന്റെ കണ്ണുകൾക്ക് മുമ്പിൽ നൃത്തം ചെയ്തിരുന്നു. കൂടാതെ എല്ലാക്കാര്യങ്ങളും എനിക്ക് ചുറ്റും നീന്തിത്തുടിക്കുന്നതുപോലെ തോന്നിയിരുന്നു. അമ്മയുടെ തളർന്ന മൂളലുകൾ ഇല്ലായിരുന്നെങ്കിൽ എനിക്ക് ഏത് നിമിഷത്തിലും ഉറക്കത്തിലേക്ക് വഴുതിവീഴാൻ കഴിയുമായിരുന്നു. വീണ്ടും വീണ്ടും ഞാൻ ഇരുന്നിടത്തുനിന്ന് എഴുന്നേല്ക്കും. പക്ഷേ, അപ്പോൾ ഉറക്കം പണ്ടത്തെപ്പോലെ നഷ്ടപ്പെടും, അത് പീഡനം ആയിരുന്നു! എനിക്ക് അറിയില്ല; എനിക്ക് ഓർക്കാൻ കഴിയുന്നില്ല. പക്ഷേ, ഒരു നിമിഷത്തിനുള്ളിൽ ഉറക്കം ഉറക്കമില്ലായ്മയുമായി മല്ലിടുമ്പോൾ എന്റെ തളർന്ന മനസ്സിലേക്ക് വിചിത്രമായ ഒരു സ്വപ്നം, ഭയനാകമായ ഒരു കാഴ്ച അതിക്രമിച്ചു കയറിയിരുന്നു. ഞാൻ ഞെട്ടി ഉണർന്നു. മുറിയിൽ ഇരുട്ടായിരുന്നു. മെഴുകുതിരി ഉരുകിത്തീർന്നിരുന്നു. ഭിത്തിക്ക് കുറുകെ വെളിച്ചത്തിന്റെ കിരണങ്ങൾ ഇപ്പോൾ മിന്നിമറയുന്നുണ്ടായിരുന്നു. ഇപ്പോൾ അത് പൂർണ്ണമായും അപ്രത്യക്ഷമായി. അസാധാരണമായ ഒരു ഭയം എന്റെ മുകളിലേക്ക് ഇഴഞ്ഞുകയറി. എന്റെ ഭാവന ഒരു ദുഃസ്വപ്നത്തിൽ അകപ്പെട്ടുപോയിരുന്നു. അതോടെ എന്റെ ഹൃദയം ചുരുങ്ങി. അസ്സഹനീയമായ വേദനയോടെ ഞാൻ കസേരയിൽനിന്ന് ചാടി എഴുന്നേറ്റ് പുറത്തേക്ക് ഓടി. കതക് തുറന്ന് പൊക്രോവ്സ്കി അടുത്തേക്ക് വന്നു. ഞാൻ ആത്മനിയന്ത്രണം വീണ്ടെടുത്തപ്പോൾ ഞാൻ

അയാളുടെ കൈകൾക്ക് ഉള്ളിലായിരുന്നെന്ന് ഞാൻ ഓർക്കുന്നുണ്ട്. അയാൾ എന്നെ മാന്യമായി ഒരു കസേരയിൽ പിടിച്ചിരുത്തി. ഒരു ഗ്ലാസ് വെള്ളം തന്നതിനുശേഷം ചോദ്യങ്ങൾ ചോദിച്ചുകൊണ്ടിരുന്നു. ഞാൻ ഏതോ ഒരു കാര്യം പറഞ്ഞു— എന്താണ് പറഞ്ഞതെന്ന് ഞാൻ ഓർക്കുന്നില്ല.

"നിങ്ങൾക്ക് സുഖമില്ല." അയാൾ എന്റെ കൈയിൽ പിടിച്ചുകൊണ്ട് പറഞ്ഞു. "തീരെ സുഖമില്ല! നിങ്ങൾക്ക് പനിയുണ്ട്. നിങ്ങളുടെ ആരോഗ്യത്തെ നിങ്ങൾ അപകടത്തിലാക്കുകയാണ്. വിശ്രമം എടുക്കണം. കിടന്ന് ഉറങ്ങണം. ഞാൻ നിങ്ങളെ രണ്ടു മണിക്കൂറിനുള്ളിൽ വിളിക്കാം. ദയവായി നിങ്ങൾ കിടക്കണം!" എതിർക്കാൻ എനിക്ക് സമയംതരാതെ അയാൾ എന്നെ നിർബ്ബന്ധിച്ചുകൊണ്ടിരുന്നു. തളർച്ചകൊണ്ട് ഞാൻ ബോധംകെട്ട് നിലത്തുവീഴാൻ തയ്യാറായിക്കഴിഞ്ഞിരുന്നു. എന്റെ കണ്ണുകൾക്ക് അങ്ങേയറ്റത്തെ ഭാരം അനുഭവപ്പെടുന്നുണ്ടായിരുന്നു. ഞാൻ അരമണിക്കൂർ വിശ്രമിക്കാൻ വേണ്ടി ഒരു കസേരയിൽ ചുരുണ്ടുകൂടി. പക്ഷേ, പൊക്രോവ്സ്കി എന്നെ വിളിച്ചുണർത്തുന്നതുവരെ ഞാൻ ഉറങ്ങുകയായിരുന്നു. കാരണം അപ്പോൾ എന്റെ അമ്മയ്ക്ക് മരുന്നുകൊടുക്കാനുള്ള സമയം ആയിരുന്നു.

അടുത്തരാത്രിയിൽ പതിനൊന്നുമണിക്ക് ഞാൻ ഉറങ്ങില്ലെന്നുള്ള തീരുമാനം എടുത്തുകൊണ്ട് ഇരിക്കുമ്പോൾ പൊക്രോവ്സ്കി മുട്ടിവിളിച്ചു. "നിങ്ങൾ തനിച്ച് ഇവിടെ ഇരിക്കുന്നത് നിശ്ചയമായും ഏകാന്തതയാണ്." ഞാൻ വാതിൽ തുറക്കുമ്പോൾ അയാൾ പറഞ്ഞു. "ഞാൻ നിങ്ങൾക്ക് ഒരു പുസ്തകം കൊണ്ടുവന്നിട്ടുണ്ട്. അത് നിങ്ങളെ സമയം പോകാൻ സഹായിക്കും." ഞാൻ നന്ദിപൂർവ്വം അത് സ്വീകരിച്ചു. അത് ഏത് പുസ്തകം ആയിരുന്നെന്ന് എനിക്ക് ഓർമ്മിക്കാൻ കഴിയുന്നില്ല. ഞാൻ അത് തുറന്നിരുന്നോ ഒന്നും ഓർക്കുന്നില്ല. എങ്കിലും ആ രാത്രിയിൽ ഞാൻ ഒരുപോള കണ്ണടച്ചിരുന്നില്ല. അസാധാരണമായ ഒരു ആഹ്ലാദം എന്നെ ഉണർത്തിക്കിടത്തിയിരിക്കുകയായിരുന്നു. ഞാൻ അടങ്ങിയിരിക്കാൻ കഴിയാത്തതരത്തിൽ അസ്വസ്ഥയായിരുന്നു. വീണ്ടും വീണ്ടും മുറിക്കുള്ളിൽ നടക്കാൻ വേണ്ടി ഞാൻ എഴുന്നേറ്റു. ഒരു സന്തോഷകരമായ ഇളംചൂട് എന്റെ ഉള്ളിൽ തിളങ്ങിക്കൊണ്ടിരിക്കുന്നുണ്ടായിരുന്നു. സംതൃപ്തിയുടെ ഒരു മനോഭാവം! അയാളുടെ നോട്ടത്തിൽ ഞാൻ അങ്ങേയറ്റം സന്തോഷത്തിൽ ആയിരുന്നു. എന്നെപ്പറ്റിയുള്ള അയാളുടെ താല്പര്യത്തിൽ ഞാൻ അങ്ങേയറ്റം അഭിമാനം കൊള്ളുന്നുണ്ടായിരുന്നു. രാത്രി മുഴുവൻ ഞാൻ സ്വപ്നം കണ്ടുകൊണ്ടിരുന്നു. ആലോചിച്ചുകൊണ്ടിരുന്നു. അയാൾ വീണ്ടും വന്നിരുന്നില്ല. അയാൾ വരില്ലെന്ന് എനിക്ക് അറിയാമായിരുന്നു. അതുകൊണ്ട് അയാൾ അടുത്ത രാത്രിയിൽ വരുമോ എന്ന് ഞാൻ അത്ഭുതപ്പെട്ടിരുന്നു.

അടുത്ത വൈകുന്നേരം എല്ലാവരും ഉറങ്ങിക്കഴിഞ്ഞപ്പോൾ പൊക്രോവ്സ്കി അയാളുടെ വാതിൽതുറന്ന് വാതിൽപ്പടിയിൽനിന്നു

കൊണ്ട് എന്നോട് സംസാരിച്ചു. ഞങ്ങൾ പരസ്പരം പറഞ്ഞതിൽ ഒരു വാക്കും എനിക്ക് ഓർക്കാൻ കഴിയുന്നില്ല. ഞാൻ സ്വയം ആശയക്കുഴപ്പത്തിലായി. തുടർച്ചയായി ലജ്ജിച്ചുകൊണ്ടിരുന്നു. ഇതിനുവേണ്ടി ഞാൻ തീവ്രമായി ആഗ്രഹിക്കുകയും സ്വപ്നം കാണുകയും പകൽമുഴുവൻ എന്റെ ചോദ്യങ്ങൾ പരിശീലിക്കുകയും ചെയ്യുന്നുണ്ടായിരുന്നെങ്കിലും ഇത് ഒന്ന് അവസാനിച്ചിരുന്നെങ്കിലെന്ന് ഞാൻ ആഗ്രഹിച്ചു. അന്ന് വൈകുന്നേരമാണ് ഞങ്ങളുടെ സൗഹൃദം ആരംഭിച്ചത്. എന്റെ അമ്മയുടെ അസുഖം അവസാനിക്കുന്നതുവരെ എല്ലാ രാത്രിയിലും ഞങ്ങൾ ഒന്നിച്ച് നിരവധി മണിക്കൂറുകൾ ചിലവഴിച്ചിരുന്നു. ഓരോ സംസാരവും എന്നെ ഇപ്പോഴും ശല്യപ്പെടുത്തിക്കൊണ്ട് ഉപേക്ഷിക്കപ്പെട്ടിരുന്നെങ്കിലും കാലക്രമത്തിൽ ഞാൻ എന്റെ ലജ്ജയെ മറികടന്നിരുന്നു. അയാളുടെ വൃത്തികെട്ട പുസ്തകങ്ങൾ എന്റെ കൈവശം ഉണ്ടെന്നുള്ളത് അയാൾ മറന്നുപോയതായി കാണുന്നതിൽ ഞാൻ രഹസ്യമായി സന്തോഷിച്ചിരുന്നു. രഹസ്യമായി ഞാൻ അതിൽ അഭിമാനിച്ചിരുന്നു. ഒരിക്കൽ ഷെൽഫ് വീണതിനെപ്പറ്റി നേരമ്പോക്കിനുവേണ്ടിയുള്ള സംസാരത്തിലേക്ക് ഞങ്ങൾ കടന്നിരുന്നു. ഞാൻ ആ നിമിഷത്തിൽ കൂടുതൽ വിശ്വസിച്ച് ഏല്പിക്കാൻ കഴിയുന്ന ഒരു മനോഭാവത്തിൽ ആയിരുന്നു. എന്നെ ഒരു വെറും കുട്ടിയായി പരിഗണിക്കുന്നതിൽ എനിക്ക് ഇഷ്ടക്കേട് തോന്നിയിരുന്നെന്നും ഞാൻ എന്തെങ്കിലും കാര്യം മനസ്സിലാക്കി പഠിക്കാൻ ആഗ്രഹിച്ചിരുന്നെന്നും ഏറ്റുപറയാവുന്ന വിചിത്രമായ ഒരു വിജയാഹ്ലാദത്തിന് ഞാൻ ആവേശം പകർന്നു. ഞാൻ നിശ്ചയമായും ഒരു വിചിത്രമായ മാനസികാവസ്ഥയിൽ ആയിരുന്നിരിക്കണം. എന്റെ ഉള്ളിൽ ആർദ്രത പൂർണ്ണമായും നിറഞ്ഞിരുന്നു. കൂടാതെ എന്റെ കണ്ണുകളിൽ കണ്ണുനീർ ഉണ്ടായിരുന്നു. ഞാൻ അയാളോട് എല്ലാ കാര്യങ്ങളും പറഞ്ഞിരുന്നു– എനിക്ക് അയാളോടുള്ള സൗഹൃദത്തെപ്പറ്റിയുള്ള എല്ലാക്കാര്യങ്ങളും പറഞ്ഞു. അയാളെ പരിചരിക്കാനുള്ള ആഗ്രഹം ഉണ്ടെന്ന് പറഞ്ഞു. ഉടൻതന്നെ അയാൾക്കൊപ്പമെത്തി അയാളെ സന്തോഷിപ്പിക്കാനും സാന്ത്വനിപ്പിക്കാനും ആഗ്രഹിക്കുന്നതായി പറഞ്ഞു. അയാൾ അത്ഭുതത്തോടെ അമ്പരപ്പോടെ വിചിത്രമായ രീതിയിൽ എന്റെ മുഖത്തേക്ക് നോക്കി. അതിനുശേഷം ഒന്നും പറഞ്ഞില്ല. പെട്ടെന്ന് എനിക്ക് നിരാശയും മനഃപ്രയാസവും വന്നു. അയാൾക്ക് അത് മനസ്സിലായിരുന്നില്ല. ഒരുപക്ഷേ, അയാൾ എന്നെപ്പറ്റി ചിരിച്ചിരിക്കാൻപോലും ഇടയുണ്ട്. ഞാൻ ഏങ്ങലുകൾ അടക്കിനിർത്താൻ കഴിയാതെ ഒരു കുട്ടിയെപ്പോലെ പൊട്ടിക്കരഞ്ഞു. അയാൾ എന്റെ കൈകളെടുത്ത് ചുംബിച്ചതിനുശേഷം സാന്ത്വനങ്ങൾ അവ്യക്തമായി ഉച്ചരിച്ചുകൊണ്ട് എന്നെ അയാളുടെ നെഞ്ചോടുചേർത്തു. അയാൾ വികാരാധീനനായിരുന്നു. അയാൾ എന്താണ് എന്നോട് പറഞ്ഞതെന്ന് എനിക്ക് ഓർമ്മിക്കാൻ കഴിയുന്നില്ല– ഞാൻ കരഞ്ഞിരുന്നു. അതിനുശേഷം ചിരിച്ചു. വീണ്ടും കരഞ്ഞു. എന്റെ കവിളുകളിൽ കണ്ണുനീരിന്റെ ചൂട് ഉണ്ടായിരുന്നു. എനിക്ക് സന്തോഷംകൊണ്ട് ഒരു വാക്കുപോലും

ഉച്ചരിക്കാൻ കഴിഞ്ഞിരുന്നില്ല. മനഃക്ഷോഭത്തിൽ ആയിരുന്നെങ്കിലും അയാൾ നിയന്ത്രിക്കുന്നുണ്ടെന്നും അസ്വസ്ഥനായിരുന്നെന്നും ഞാൻ ശ്രദ്ധിച്ചിരുന്നു. പെട്ടെന്നുള്ള ഉത്സാഹം കൊണ്ടുള്ള എന്റെ ആവേശത്തെ പ്പറ്റിയുള്ള അയാളുടെ അത്ഭുതത്തിൽനിന്ന് അയാൾക്ക് ആത്മനിയ ന്ത്രണം വീണ്ടെടുക്കാൻ കഴിഞ്ഞുകാണില്ല. ഒരുപക്ഷേ, തുടക്കത്തിൽ അയാൾ ജിജ്ഞാസമാത്രമുള്ളവൻ ആയിരുന്നിരിക്കാം. പക്ഷേ, അതി നുശേഷം അയാൾ എന്റെ ആരാധനയും എന്റെ സ്നേഹപൂർവ്വമുള്ള വാക്കുകളും അംഗീകരിച്ചു. ഏറക്കുറെ ഒരു സഹോദരനും തുല്യമായ സൗഹൃദത്തോടെയും എനിക്ക് തുല്യമായ ആത്മാർത്ഥതയോടും അനു കമ്പയോടും കൂടി അയാൾ എന്നെ അംഗീകരിച്ചു. അത് അങ്ങേയറ്റം സന്തോഷകരം ആയിരുന്നു! അങ്ങേയറ്റം ആശ്വാസകരമായിരുന്നു! അവിടെ എന്തെങ്കിലും ഒളിച്ചുവെക്കേണ്ട ആവശ്യം ഇല്ലായിരുന്നു. അയാൾക്ക് അത് നല്ലതുപോലെ അനുഭവിക്കാൻ കഴിഞ്ഞിരുന്നു. അയാൾ ദിവസംതോറും എന്നോട് കൂടുതൽ അടുത്തുകൊണ്ടിരുന്നു. ഞങ്ങൾ അമ്മയുടെ കിടക്കയുടെ അരുകിൽ ഇരുന്ന് മിന്നിത്തിളങ്ങുന്ന മെഴുകു തിരിയുടെ വെളിച്ചത്തിൽ ഉൽക്കണ്ഠാജനകവും മനോഹരവുമായ ആ രാത്രികളിൽ സൂര്യനുതാഴെയുള്ള എല്ലാ കാര്യങ്ങളേയുംപറ്റി സംസാരി ച്ചിരുന്നു. ഞങ്ങൾ ഏറക്കുറെ സന്തോഷത്തിലായിരുന്നു. കാര്യങ്ങൾ എല്ലാം ദുഃഖകരമായിരുന്നെങ്കിലും സന്തോഷമുള്ള മണിക്കൂറുകൾ ഉണ്ടാ യിരുന്നു. അവയെപ്പറ്റി ഓർമ്മിക്കുന്നത് ഒരേപോലെ സന്തോഷകരവും വേദനാജനകവുമാണ്. സന്തോഷകരമായാലും വേദനാജനകമായാലും ഓർമ്മകൾ എല്ലാ സമയത്തും ദുഃഖകരമാണ്. കുറഞ്ഞപക്ഷം എനിക്ക് അങ്ങയാണ്. പക്ഷേ, അത് ഒരുതരം സന്തോഷകരമായ വേദനയാണ്. എന്റെ മനസ്സ് വിരസമായിരിക്കുമ്പോൾ ഉച്ചച്ചൂടിൽ തളർന്നുവീണ് വൈകു ന്നേരത്തെ കുളിർമ്മയിൽ ഉന്മേഷം വീണ്ടെടുക്കുന്ന ഒരു പാവം പൂവിനെ പ്പോലെ അത് ആനന്ദപ്രദമാണ്.

അമ്മയുടെ അസുഖം കുറയുന്നുണ്ടായിരുന്നു. പക്ഷേ, ഞാൻ ഇപ്പോഴും അമ്മയുടെ കിടക്കയുടെ അരുകിൽ ഇരുന്നിരുന്നു. ഇടയ്ക്കി ടയ്ക്ക് പൊക്രോവ്സ്കി എനിക്ക് പുസ്തകങ്ങൾ കൊണ്ടുവരും. തുട ക്കത്തിൽ ഉണർന്നിരിക്കാൻ വേണ്ടി ഞാൻ അവ വായിച്ചിരുന്നു. ക്രമേണ കൂടുതൽ ശ്രദ്ധയോടെ ഞാൻ അവ വായിക്കാൻ ആരംഭിച്ചു. അവസാനം എന്റെ ഹൃദയത്തിൽ പുതിയ മുദ്രകൾ പതിപ്പിച്ചുകൊണ്ട് പുതിയ ആകാം ക്ഷയോടെ ഞാൻ അവ വായിച്ചു. അവ മനസ്സിലാക്കാനുള്ള പ്രയാസം കൂടുമ്പോൾ അവ എനിക്ക് കൂടുതൽ പ്രിയപ്പെട്ടവയും എന്റെ ആത്മാ വിന് അവ കൂടുതൽ മാധുര്യമുള്ളവയുമായി മാറിയിരുന്നു. ഒരിക്കലും അവസാനിക്കാതെ അവ എന്റെ മനസ്സിൽ കൂട്ടംകൂടിയപ്പോൾ അവ എനിക്ക് വിശ്രമം തന്നില്ല. എന്റെ മൊത്തം സ്വഭാവത്തെയും അവ അല ങ്കോലപ്പെടുത്തി. പക്ഷേ, വിചിത്രമായ ആത്മീയതയുടെ കടന്നുകയറ്റ ത്തിന് എന്നെ മൊത്തത്തിൽ പിടിച്ചുലയ്ക്കാൻ കഴിഞ്ഞിരുന്നില്ല. ഞാൻ

വളരെവലിയ ഒരു സ്വപ്നജീവി ആയിരുന്നു. അതിനുശേഷം അതാണ് എന്നെ രക്ഷിച്ചത്. ഞങ്ങളുടെ വൈകുന്നേരത്തെ ജാഗ്രതകളും നീണ്ടു നിന്ന സംഭാഷണങ്ങളും അവസാനിച്ചിരുന്നു. ചില സമയങ്ങളിൽ ഞങ്ങൾ ഏതാനും വാക്കുകൾ ഒരുപക്ഷേ, ബാലിശമായ വാക്കുകൾ പരസ്പരം കൈമാറിയിരുന്നു. പക്ഷേ, ഞാൻ അവയെ എന്റെ രീതിയിൽ വ്യാഖ്യാനിക്കാൻ അവയുടെ രഹസ്യമായ അർത്ഥങ്ങൾ വായിച്ചെടുക്കാൻ ഇഷ്ടപ്പെട്ടിരുന്നു. എന്റെ ജീവിതം സമ്പൂർണ്ണമായിരുന്നു. അതിനുശേഷം ഞാൻ ആഴ്ചകളോളം പ്രസന്നമായ സന്തോഷത്തിൽ ആയിരുന്നു.

ഒരു ദിവസം പൊക്രോവ്സ്കിയുടെ അച്ഛൻ ഞങ്ങളെ കാണാൻ വേണ്ടി വന്നിരുന്നു. എല്ലാ സമയത്തേയുംപോലെ സംസാരിക്കാൻ ഇഷ്ടപ്പെട്ടിരുന്ന അയാൾ പതിവില്ലാത്ത രീതിയിൽ സംതൃപ്തനും ധീരനും സംസാരിക്കുന്നവനും ആയിരുന്നു. അയാൾ ചിരിച്ച് തമാശപറഞ്ഞു കൊണ്ട് അവസാനം അയാളുടെ ആവേശത്തിന്റെ കാരണം അയാളുടെ പേറ്റങ്കായുടെ ജന്മദിനം ഒരാഴ്ച അകലെയാണെന്നും, അയാൾ ആ സന്ദർഭത്തിൽ അയാളുടെ മകനെ സന്ദർശിക്കുന്നുണ്ടെന്നും അയാൾ അയാളുടെ പുതിയ അടിക്കുപ്പായവും അയാളുടെ ഭാര്യ അയാളോട് വാക്കു പറഞ്ഞിരുന്ന പുതിയ ബൂട്ടുകളും ധരിക്കാൻ പോകുകയാണെന്ന് ഞങ്ങളോട് വെളിപ്പെടുത്തി. ചുരുക്കത്തിൽ വൃദ്ധൻ വളരെ സന്തോഷത്തിൽ അതിനുശേഷം അവസാനമില്ലാതെ സംസാരിച്ചുകൊണ്ടിരുന്നു.

പൊക്രോവ്സ്കിയുടെ ജന്മദിനം! ഞാൻ രാത്രിയും പകലും അതിനെക്കുറിച്ച് ആലോചിച്ചു. ഞാനും ഞങ്ങളുടെ സൗഹൃദത്തിന്റെ ഒരു ഓർമ്മപ്പെടുത്തൽ എന്ന രീതിയിൽ അയാൾക്ക് ഒരു ജന്മദിന സമ്മാനം കൊടുക്കും. പക്ഷേ, അത് എന്തായിരിക്കണം? അവസാനം ഞാൻ അയാൾക്ക് എന്തെങ്കിലും പുസ്തകങ്ങൾ കൊടുക്കാൻ തീരുമാനിച്ചു. അയാൾക്ക് വേണ്ട പുസ്തകം ഏതാണെന്ന് എനിക്ക് അറിയാം. *പുഷ്ക്കിന്റെ സമ്പൂർണ്ണകൃതി*കളുടെ ഏറ്റവും പുതിയ പതിപ്പ്. അതുകൊണ്ട് അത് പുഷ്ക്കിൻതന്നെ ആയിരിക്കണം. എന്റെ തയ്യൽജോലി കൊണ്ട് ഞാൻ ഏറെക്കുറെ മുപ്പതുറൂബിൾ എന്റെ ഒരു ഫ്രോക്കിനു വേണ്ടി ഉദ്ദേശിച്ച് സമ്പാദിച്ചിട്ടുണ്ടായിരുന്നു. ഞാൻ ഞങ്ങളുടെ പാചകക്കാരിയായ വൃദ്ധ മാട്രിയോണായെ പുസ്തകങ്ങൾക്ക് എല്ലാംകൂടി എന്തു വിലവരുമെന്ന് അറിയാൻ പറഞ്ഞയച്ചിരുന്നു. എന്റെ ദൈവമേ! പതിനൊന്നു പുസ്തകങ്ങളും അതിന്റെ പുറംചട്ടകളുംകൂടി ഏറ്റവുംകുറഞ്ഞത് അറുപത് റൂബിൾ വിലയായി കൊടുക്കേണ്ടിവരും. ആ പണം എനിക്ക് എവിടെനിന്ന് ലഭിക്കും? ഞാൻ വീണ്ടും വീണ്ടും ആലോചിച്ചു. പക്ഷേ, എനിക്ക് ഉത്തരം ലഭിച്ചില്ല. എനിക്ക് വെറുതെ എന്റെ അമ്മയുടെ അടുത്തു ചോദിക്കാൻ കഴിയില്ല. അമ്മ എന്നെ തീർച്ചയായും സഹായിക്കുമായിരുന്നു. പക്ഷേ, അങ്ങനെ വരുമ്പോൾ വീട്ടിലുള്ള എല്ലാവരും അതിനെപ്പറ്റി അറിയും. അതുകൂടാതെ ആ സമ്മാനം പൊക്രോവ്സ്കിയുടെ അദ്ധ്യാപനത്തിനുള്ള ഒരു നന്ദി മാത്രമായി മാറും. ഈ സമ്മാനം

എന്റെ മാത്രം ഒരു സമ്മാനമായിരിക്കാനാണ് ഞാൻ ആഗ്രഹിച്ചിരുന്നത്. കൂടാതെ എന്നെ പഠിപ്പിക്കാൻ അയാൾ ബുദ്ധിമുട്ടിയതിന് എന്റെ സൗഹൃദം കൊണ്ട് മാത്രം കടം വീട്ടുകയാണെങ്കിൽ ഞാൻ അയാളുടെ ശാശ്വതമായ കടക്കാരിയായി അവശേഷിക്കും. ഏറ്റവും അവസാനം ഞാൻ വഴി കണ്ടെത്തി.

ഗോസ്റ്റിനി ഡോറിലുള്ള പുസ്തകക്കച്ചവടക്കാരൻ ചില സമയങ്ങളിൽ ഏറക്കുറെ പുതിയതായി തോന്നിക്കുന്ന കൈമറിഞ്ഞെത്തിയ പുസ്തകങ്ങൾ ഒരാൾ വിലപേശുകയാണെങ്കിൽ പകുതിവിലയ്ക്ക് വില്ക്കുന്നുണ്ടെന്ന് എനിക്ക് അറിവുണ്ടായിരുന്നു. അതുകൊണ്ട് കഴിയുന്നതും വേഗം ഗോസ്റ്റിനി ഡോർ സന്ദർശിക്കാൻ ഞാൻ തീരുമാനം എടുത്തു. എന്റെ അവസരം അടുത്തദിവസം തന്നെ വന്നുചേർന്നു. ഞങ്ങൾക്ക് ഏതോ ഒരു കാര്യം വാങ്ങേണ്ട ആവശ്യം ഉണ്ടായിരുന്നു. എന്റെ അമ്മയ്ക്ക് അസുഖമായിരുന്നതുകൊണ്ടും അന്ന ഫയഡൊറോവ്നായ്ക്ക് ഏറ്റവും അവസരോചിതമായ മോഹാലസ്യം വന്നതുകൊണ്ടും അതിനു നിയോഗം എന്റെ ചുമതലയായി മാറി.

ഞാൻ മാട്രിയോനായെ കൂട്ടിക്കൊണ്ട് യാത്രതിരിച്ചു. പെട്ടെന്നുതന്നെ വലിയഭാഗ്യംകൊണ്ട് മനോഹരമായ പുറംചട്ടയുള്ള പുഷ്കിന്റെ ഒരു കൂട്ടം പുസ്തകങ്ങൾ ഞാൻ കണ്ടെത്തി. ഞാൻ വിലപേശാൻ ആരംഭിച്ചു. പുസ്തകക്കടക്കാരൻ തുടക്കത്തിൽ കടയിലെ വിലയേക്കാൾ കൂടുതൽ വില ആവശ്യപ്പെട്ടിരുന്നു. പക്ഷേ, അതിനുശേഷം പല പ്രാവശ്യം പോകുകയാണെന്ന് അഭിനയിച്ച് പോയിത്തിരിച്ചുവന്നതിനുശേഷം ഞാൻ കച്ചവടക്കാരനെ പത്ത് വെള്ളി റൂബിളുകളിലേക്ക് ഇറക്കിക്കൊണ്ടു വന്നു. വിലപേശൽ എത്രമാത്രം നേരമ്പോക്ക് ആയിരുന്നു! പാവം മാട്രിയോനായിക്ക് ഞാൻ എന്തുകൊണ്ട് ഇത്രമാത്രം ഉത്തേജിതയായയെന്നോ എനിക്ക് ഇത്രയധികം പുസ്തകങ്ങളുടെ ആവശ്യം എന്താണെന്നോ മനസ്സിലായിരുന്നില്ല. പക്ഷേ, എനിക്ക് നോട്ടുരൂപത്തിലുള്ള മുപ്പത് റൂബിൾ മാത്രമാണ് ഉണ്ടായിരുന്നത്. കടക്കാരൻ അയാൾ പറഞ്ഞ വിലയേക്കാൾ ഒരു കോപ്പക്ക് കുറഞ്ഞാൽപ്പോലും കച്ചവടം നടക്കാൻ അനുവദിക്കില്ല. ഞാൻ വീണ്ടും വീണ്ടും അപേക്ഷിച്ച് അവസാനം അയാൾ വില മറ്റൊരു രണ്ട് റൂബിൾ കൂടി കുറയ്ക്കാമെന്ന് സമ്മതിച്ചു. അയാൾ ദൈവത്തെ വിളിച്ച് അയാൾ വില കുറച്ചത് ഞാൻ അത്രമാത്രം സുന്ദരിയും സൽസ്വഭാവിയുമായ ഒരു ചെറുപ്പക്കാരി ആയതുകൊണ്ടാണെന്നും അല്ലായിരുന്നെങ്കിൽ ഈ ലോകത്ത് മറ്റൊരാൾക്കുവേണ്ടിയും അങ്ങനെ ചെയ്യില്ലായിരുന്നെന്നും പറഞ്ഞു. രണ്ടര റൂബിളുകൾ മാത്രമാണ് ആവശ്യം ഉള്ളതെന്ന് ആലോചിക്കുമ്പോൾ ഞാൻ ഉപദ്രവം കാരണം പൊട്ടിക്കരയാൻ തയ്യാറായിരുന്നു. പക്ഷേ, തീരെ പ്രതീക്ഷിക്കാതെവന്ന ഒരുചുറ്റുപാട് എന്റെ ദുരിതത്തിൽ എന്നെ സഹായിച്ചു.

വളരെ ദൂരത്തല്ലാത്ത ഒരു പുസ്തകക്കടയിൽ പൊക്രോവ്സ്കിയുടെ അച്ഛൻ നാലോ അഞ്ചോ പുസ്തകക്കടക്കാരുടെ നടുക്ക് നില്ക്കുന്നത്

ഞാൻ കണ്ടിരുന്നു. അവർ അയാളുടെ ശ്രദ്ധ തിരിക്കാൻ വേണ്ടി ശ്രമിക്കുകയായിരുന്നു. ഓരോരുത്തരും അവരവരുടെ സ്വന്തം പുസ്തകങ്ങളെ പ്രശംസിക്കുകയായിരുന്നു. അവർ എന്തുകാര്യമാണ് അയാളോട് വാക്ക് പറയാത്തത്. അയാൾ അവരോടെല്ലാം താല്പര്യമുള്ളവൻ ആയിരുന്നു. പാവം വൃദ്ധൻ അവർക്കിടയിൽ വലിയ ഭയത്തോടെ നില്ക്കുകയായിരുന്നു. അയാളുടെ തെരഞ്ഞെടുക്കൽ നടത്താൻ വേണ്ടി വളരെക്കൂടുതൽ അമ്പരപ്പോടെ അവർക്കിടയിൽ നില്ക്കുകയായിരുന്നെന്ന് സംശയമില്ലാതെ പറയാൻ കഴിയും. ഞാൻ അയാളുടെ അടുത്തുചെന്ന് അയാൾ അവിടെ എന്തുചെയ്യുകയാണെന്ന് ചോദിച്ചപ്പോൾ അയാൾക്ക് വലിയ സന്തോഷം ആയിരുന്നു. ഞാൻ അയാളുടെ ശ്രദ്ധ തിരിച്ചത് അയാൾക്ക് ഇഷ്ടപ്പെട്ടു. ഒരുപക്ഷേ, അയാളുടെ പേറ്റങ്കായെ അയാൾ സ്നേഹം കൊണ്ട് ഇഷ്ടപ്പെട്ട് ആരാധിക്കുന്നതുപോലെ. 'വാർവാരാ അലക്സിയേവ്നാ, ഞാൻ പേറ്റങ്കായിക്കുവേണ്ടി ചില പുസ്തകങ്ങൾ വാങ്ങുകയാണ്.' അവന്റെ ജന്മദിനം അടുത്തുകൊണ്ടിരിക്കുകയാണ്. അവൻ പുസ്തകങ്ങൾ ഇഷ്ടപ്പെടുന്നതുകൊണ്ട് ഞാൻ പുസ്തകങ്ങൾ വാങ്ങുകയാണ്. വൃദ്ധൻ എല്ലാ സമയത്തും സ്വയം അഭിപ്രായം പ്രകടിപ്പിക്കുന്നത് ചിരിപ്പിക്കുന്ന രീതിയിൽ ആയിരുന്നു. ഇപ്പോൾ അയാൾ അതിന്റെകൂടെ ആശയക്കുഴപ്പത്തിൽപ്പെട്ടിരുന്നു. അയാൾ ഏതുതന്നെ തിരിഞ്ഞെടുത്താലും അതിന്റെ വില ഒന്നോ രണ്ടോ മൂന്നോ വെള്ളിറൂബിളുകൾ ആയിരുന്നു. വലിയ പുസ്തകങ്ങൾക്ക് അയാൾ വിലപോലും ചോദിച്ചിരുന്നില്ല. പക്ഷേ, അയാൾ ആഗ്രഹത്തോടെ അവയെ നോക്കിക്കൊണ്ട് താളുകൾ എളുപ്പത്തിൽ മറിച്ചുനോക്കിയതിനുശേഷം അവ തിരിച്ചുവച്ചു.

"വേണ്ടാ, വേണ്ടാ, അവ വളരെ വിലയേറിയതാണ്." അയാൾ പിറുപിറുക്കും. "ഒരു പക്ഷേ, മറ്റുള്ള പുസ്തകങ്ങൾ?" അതിനുശേഷം അയാൾ വിലകുറഞ്ഞ ആനുകാലികങ്ങളും പാട്ടുപുസ്തകങ്ങളും പഞ്ചാംഗങ്ങളും പരിശോധിക്കും. "നിങ്ങൾ എന്തിനാണ് അവ വാങ്ങാൻ ആഗ്രഹിക്കുന്നത്?" ഞാൻ ചോദിച്ചു. "അവ തീരെ മോശമായ ചവറുകൾ ആണ്.' "ഒരിക്കലും അല്ല" അയാൾ മറുപടി പറഞ്ഞു. 'ഇറിടെ നല്ല പുസ്തകങ്ങൾ ഉണ്ട്. പരിശോധിച്ചുനോക്കൂ. നിങ്ങൾക്ക് കണ്ടെത്താൻ കഴിയും. ചിലത് വളരെവളരെ നല്ല പുസ്തകങ്ങളാണ്" നല്ല പുസ്തകങ്ങൾ വിലപിടിപ്പുള്ളവയായതുകൊണ്ട് അയാൾ അവസാനവാക്കുകൾ ഉച്ചരിച്ചത് അങ്ങേയറ്റത്തെ ദുഃഖത്തോടെ ആയിരുന്നു. എനിക്ക് അയാളുടെ ചുവന്ന മൂക്കിന്റെ പുറത്തുകൂടി ഒരു വലിയ കണ്ണുനീർത്തുള്ളി ഇറ്റുവീഴുന്നത് ഏറക്കുറെ കാണാൻ കഴിയുന്നുണ്ടായിരുന്നു. അയാൾക്ക് എത്രമാത്രം പണം കൈവശം ഉണ്ടെന്ന് ഞാൻ ചോദിച്ചു. "ഓ! അത്" അയാൾ പിറുപിറുത്തു. അതിനുശേഷം പാവം മനുഷ്യൻ പത്രക്കടലാസിൽ പൊതിഞ്ഞുവച്ചിരുന്ന അയാളുടെ മൊത്തം സമ്പാദ്യവും ഹാജരാക്കി. "ഇപ്പോൾ ഇവിടെ അര റൂബിൾ ഉണ്ട്. ഇരുപത് കോപ്പക്കിന്റെ ഒരു നാണയം ഉണ്ട്. ചെമ്പിന്റെ ഇരുപത് കോപ്പക്കും കൂടി ഉണ്ട്." ഞാൻ അയാളെ പുസ്തക

ക്കടക്കാരന്റെ അടുത്തുനിന്ന് ദൂരത്തേക്ക് വലിച്ചുകൊണ്ടുവന്നു. "ഇവിടെ മുപ്പത്തിരണ്ട് റൂബിളുകളും അൻപതു കോപ്പക്കുകളും വിലയുള്ള പതിനൊന്നു പുസ്തകങ്ങൾ ഉണ്ട്. എന്റെ കൈവശം മുപ്പതു റൂബിളുകൾ ഉണ്ട്. നിങ്ങളുടെ രണ്ട് റൂബിളുകളും അൻപതു കോപ്പക്കുകളും കൂടി എനിക്ക് തരുകയാണെങ്കിൽ നമ്മൾ ഈ പുസ്തകങ്ങൾ ഒന്നിച്ച് വാങ്ങും. അതിനുശേഷം നമുക്ക് ഇതിനെ ഒന്നിച്ചുള്ള ഒരു സമ്മാനമാക്കി മാറ്റാൻ കഴിയും." അയാൾ ഉടൻ തന്നെ ഞങ്ങൾ വിലയ്ക്ക് വാങ്ങിയ പുസ്തകങ്ങളുടെ കെട്ട് വൃദ്ധനെ ഏല്പിച്ചു. വൃദ്ധൻ അയാളുടെ പോക്കറ്റുകളിൽ കുത്തി നിറച്ച പുസ്തകങ്ങളും കക്ഷത്തിൽ മുറുകെപ്പിടിച്ചിരുന്ന പുസ്തകങ്ങളും ചുമന്നു കൊണ്ട് വീട്ടിലേക്ക് പോയി. അടുത്തുദിവസം അവയെ എന്റെയടുത്ത് കൊണ്ടുത്തരാമെന്ന് എന്നോട് വിശ്വസ്തതയോടെ വാക്ക് പറഞ്ഞുകൊണ്ടാണ് വൃദ്ധൻ വീട്ടിലേക്ക് പോയത്.

അടുത്തദിവസം അയാൾ അയാളുടെ മകനെ കാണാൻ വന്നിരുന്നു. ഒരു മണിക്കൂറോളം പതിവുപോലെ അവിടെ ഇരുന്നതിനുശേഷം അയാൾ ഞങ്ങളെ സന്ദർശിക്കാൻ എത്തി. അയാൾ സങ്കല്പിക്കാവുന്നതിൽ ഏറ്റവും നിഗൂഢവും ഏറ്റവും ചിരി വരുത്തുന്നതുമായ മുഖഭാവത്തോടെ എന്റെ സമീപത്തുവന്ന് ഇരുന്നു. സൗമ്യമായി പുഞ്ചിരിച്ചുകൊണ്ട് അയാളുടെ കൈകൾ അഹ്ലാദത്തോടെ തിരുമ്മിക്കൊണ്ടും പുസ്തകങ്ങൾ ഞങ്ങളുടെ മുറികളിലേക്ക് കൊണ്ടുവരാൻ വേണ്ടി മാട്രിയോനായുടെ മേൽനോട്ടത്തിൽ അട്ടക്കളയിൽ ശേഖരിച്ചുവച്ചിരിക്കുകയാണെന്ന് എന്നോട് പറഞ്ഞു. അതിനുശേഷം സംസാരം സന്തോഷമുള്ള ഒരു വിശേഷസംഭവത്തിലേക്ക് തിരിഞ്ഞു. വൃദ്ധൻ ഞങ്ങൾ എങ്ങനെയാണ് സമ്മാനം കൊടുക്കേണ്ടതെന്ന് വളരെ വിസ്തരിച്ച് വിശദമായി പറഞ്ഞു. അയാൾ കൂടുതൽ സംസാരിക്കുന്നതിന് അനുസരിച്ച് അയാളുടെ മനസ്സിൽ ഏതോ കാര്യം ഉണ്ടെന്ന് എനിക്ക് കൂടുതൽ വ്യക്തമാകുന്നുണ്ടായിരുന്നു. അയാൾക്ക് പറയാൻ ധൈര്യം ഇല്ലാത്ത, സൂചിപ്പിക്കാൻപോലും ഭയമുള്ള ഏതോ കാര്യം. ഞാൻ ഒന്നും പറയാതെ കാത്തിരുന്നു. അയാളുടെ കോമാളിത്തരങ്ങളിലും അയാളുടെ ചേഷ്ടകളിലും ആഹ്ലാദത്തിന്റെ ഒരു ചൈതന്യവും നിഗൂഢമായ ഒരു സംതൃപ്തിയും വ്യക്തമായിരുന്നു. അതിനുശേഷം അയാളുടെ ഇടതുകണ്ണിന്റെ കണ്ണുചിമ്മൽ അപ്രത്യക്ഷമായി. അയാളുടെ ആകാംക്ഷ കൂടുതൽ കൂടുതൽ വളർന്നുകൊണ്ടിരുന്നു. ഓരോ മിനിറ്റ് കഴിയുമ്പോഴും അയാൾ കൂടുതൽ കൂടുതൽ അസ്വസ്ഥനായിക്കൊണ്ടിരുന്നു.

"വാർവാരാ അലക്സിയേവ്നാ" അയാൾ അവസാനം ഭയത്തോടെ ശബ്ദംതാഴ്ത്തി ആരംഭിച്ചു. "വാർവാരാ അലക്സിയേവ്നാ, ഞാൻ എന്താണ് ചിന്തിക്കുന്നതെന്ന് നിങ്ങൾക്ക് മനസ്സിലായോ?" അയാൾ ഇപ്പോൾ പൂർണ്ണമായും അസ്വസ്ഥനായിരുന്നു. "ഇതാണ് ആ വഴി. പത്ത് പുസ്തകങ്ങൾ നിങ്ങൾക്ക് കൊടുക്കണമെങ്കിൽ പതിനൊന്നാമത്തെ പുസ്തകം എന്റെ സ്വന്തം സമ്മാനമായി ഞാൻ കൊണ്ടുവന്ന് കൊടുക്കും.

ഈ രീതിയിൽ നിങ്ങൾക്ക് നിങ്ങളുടെ സമ്മാനം കൊടുക്കാം. എനിക്ക് എന്റെ സമ്മാനം കൊടുക്കാം— നമുക്ക് രണ്ടുപേർക്കും കൊടുക്കാൻ സമ്മാനങ്ങൾ ഉണ്ടായിരിക്കും. അവരവരുടെ സ്വന്തം സമ്മാനങ്ങൾ...?" അയാൾ സംസാരം തുടർന്നുകൊണ്ടുപോകാൻ കഴിയാത്തതരത്തിൽ അസ്വസ്ഥനായിരുന്നു. അയാൾ എന്റെ കോടതിവിധിക്ക് വേണ്ടി ക്ഷമ യോടെ കാത്തുനിന്നു. "സഹാർ പിത്രോവിച്ച്, നമ്മുടെ സമ്മാനങ്ങൾ ഒന്നിച്ചു കൊടുക്കാൻ നിങ്ങൾ എന്തുകൊണ്ട് ആഗ്രഹിക്കുന്നില്ല?" ഞാൻ ചോദിച്ചു. "ശരി, വാർവാരാ അലക്സിയേവ്നാ, സത്യത്തിൽ കാര്യം" അയാൾ വിക്കുന്നുണ്ടായിരുന്നു. അയാൾ വാക്കുകൾ ഉച്ചരിക്കാൻ വിഷ മിക്കുന്നുണ്ടായിരുന്നു. അയാൾ വളരെ ദുഃഖിതനായിരുന്നു.

"പ്രശ്നം..." അയാൾ അവസാനം വിശദീകരിച്ചു. "ഇടയ്ക്കിടയ്ക്ക് ഞാൻ അല്പം കുടിക്കും. വാർവാരാ അലക്സിയേവ്നാ, അതായത് ഞാൻ എല്ലാ സമയത്തും കുടിക്കുന്നു. എനിക്ക് ഭയമാണ്. ചുരുക്കത്തിൽ ഞാൻ ചിലപ്പോൾ പെരുമാറേണ്ടരീതിയിൽ പെരുമാറുന്നില്ല. ചിലപ്പോൾ പുറത്തു തണുപ്പ് കൂടുതലായിരിക്കും, അല്ലെങ്കിൽ എന്തെങ്കിലും സങ്കടം കാണും; അല്ലെങ്കിൽ ദുഃഖം എന്നെ പിടികൂടും. അല്ലെങ്കിൽ എന്തെങ്കിലും കാര്യം തെറ്റിപ്പോകും. അതിനുശേഷം അപ്പോൾ എനിക്ക് പിടിച്ചുനില്ക്കാൻ കഴിയില്ല. ചിലപ്പോൾ ഞാൻ ഒരു തുള്ളി കൂടുതൽ കഴിക്കും. പേറ്റങ്കോയിക്ക് അത് ഇഷ്ടപ്പെടില്ല. നിങ്ങൾ മനസ്സിലാക്കണം. അവന് ഭയങ്കരമായി ദേഷ്യം വരും. എന്നെ വഴക്കുപറയും. എന്നെ പഠി പ്പിക്കും. അതുകൊണ്ട് എന്റെ സമ്മാനംകൊണ്ട് ഞാൻ എന്റെ തെറ്റു കൾ പരിഹരിക്കാൻ വളരെക്കാലമായി ശ്രമിക്കുകയാണെന്ന് അവന് മന സ്സിലാകും. കാരണം പേറ്റങ്കാ എന്തെങ്കിലും തന്നില്ലെങ്കിൽ എനിക്ക് ഒരി ക്കലും ഒന്നും സ്വന്തമായി ഉണ്ടാവില്ല. അവന് അത് അറിയാം... അതു കൊണ്ട് ഞാൻ പണം ഈ രീതിയിൽ ചെലവാക്കിയെന്ന് മനസ്സിലാകു മ്പോൾ അവന് സന്തോഷം ആയിരിക്കും. ഞാൻ ഇതുമുഴുവൻ സമ്പാദി ച്ചത് അവനുവേണ്ടി മാത്രം ആയിരുന്നു.

എനിക്ക് വളരെ ആകാംക്ഷയോടെ എന്നെനോക്കിയിരിക്കുന്ന ആ വൃദ്ധനെപ്പറ്റി സഹതാപം തോന്നുന്നുണ്ടായിരുന്നു. ഞാൻ പെട്ടെന്ന് മന സ്സിൽ തീരുമാനമെടുത്തു.

"സഹർ പിത്രോവിച്ച്" ഞാൻ പറഞ്ഞു. "എല്ലാ പുസ്തകങ്ങളും നിങ്ങൾതന്നെ അയാൾക്ക് കൊടുത്തുകൊള്ളൂ."

"എല്ലാം, മുഴുവൻ പുസ്തകങ്ങളും എന്നാണോ നിങ്ങൾ ഉദ്ദേശി ച്ചത്? എന്റെ സ്വന്തം സമ്മാനമായി കൊടുക്കാനോ?"

"അതെ."

"എന്റെ സ്വന്തം സമ്മാനമായി."

"അതെ."

"എന്റെ മാത്രം സമ്മാനമായി."

"നിങ്ങളുടെ മാത്രം സമ്മാനമായി."

ഞാൻ അത് വളരെ വ്യക്തമായി പറഞ്ഞിരുന്നെങ്കിലും വളരെ നേരത്തേക്ക് അയാൾക്ക് അത് മനസ്സിലാക്കാൻ കഴിയുന്നുണ്ടെന്ന് തോന്നിയില്ല.

"എനിക്ക് മനസ്സിലായി." അയാൾ സ്വപ്നത്തിലെന്നവണ്ണം പിറുപിറുത്തു. "അത് അത്ഭുതകരമായിരിക്കും– അത് ഉറപ്പായും ഗംഭീരമായിരിക്കും. പക്ഷേ, അപ്പോൾ, നിങ്ങൾ... വാർവാരാ അലക്സിയേവ്നാ അപ്പോൾ നിങ്ങൾ എന്തുചെയ്യും?"

"അപ്പോൾ എന്റെ കൈവശം ഒന്നും ഉണ്ടാകില്ല. അത്രമാത്രം." ഞാൻ പറഞ്ഞു.

അയാൾ അമ്പരപ്പോടെ നിലവിളിച്ചു. "നിങ്ങൾ ഒന്നും കൊടുക്കുന്നില്ലെന്നോ? ഒരു സാധനവും ഇല്ലെന്നോ?"

അയാൾ നിരാശയോടെ ഈ ആശയം ഉപേക്ഷിക്കാൻ തയ്യാറായിരുന്നു. അതുകൊണ്ട് എനിക്കും അയാളുടെ മകന് കൊടുക്കാൻ ഒരു സമ്മാനം കാണും. അയാൾ ഒരു അനുകമ്പയുള്ള മനുഷ്യനായിരുന്നു. എന്തെങ്കിലും അയാളുടെ മകനുകൊടുക്കുന്നതിൽ എനിക്ക് സന്തോഷം ആയിരിക്കുമെന്ന് ഞാൻ അയാൾക്ക് വാക്ക് കൊടുത്തു. പക്ഷേ, അയാളുടെ ആഹ്ലാദം നശിപ്പിക്കാൻ ഞാൻ ആഗ്രഹിക്കുന്നില്ല. "നിങ്ങളുടെ മകന് സന്തോഷം ലഭിച്ചാൽ" ഞാൻ കൂട്ടിച്ചേർത്തു. "അതിന്റെ കൂടെ നിങ്ങൾക്കും സന്തോഷം ലഭിച്ചാൽ ആ സമയത്ത് എനിക്കും സന്തോഷം ആയിരിക്കും. കാരണം രഹസ്യമായി ഞാൻ സ്വയം ഈ സമ്മാനം അയാൾക്ക് നല്കിയതായി എനിക്ക് തോന്നും." ഇത് അയാളെ സമാശ്വസിപ്പിച്ചു. അയാൾ ഞങ്ങളോടൊപ്പം രണ്ടുമണിക്കൂർകൂടി അവിടെ തങ്ങിയിരുന്നു. പക്ഷേ, ഒരു നിമിഷം പോലും അയാൾക്ക് അടങ്ങിയിരിക്കാൻ കഴിഞ്ഞിരുന്നില്ല. അയാൾ പൊട്ടിച്ചിരിച്ച് സംസാരിച്ചുകൊണ്ട് എന്നെ സൂത്രത്തിൽ ചുംബിക്കുകയും അന്നാ ഫയഡൊറോവ്നായെ അവർ ശ്രദ്ധിക്കാതിരിക്കുമ്പോൾ കൊഞ്ഞനം കുത്തുകയും ചെയ്തുകൊണ്ട് സാഷായോടൊപ്പം തുള്ളിക്കളിച്ചുകൊണ്ടിരുന്നു. മുമ്പ് ഒരിക്കലും അയാൾ ഇത്രമാത്രം ബഹളം ഉണ്ടാക്കിയിരുന്നില്ല.

മഹത്തായ ദിവസം വന്നുചേർന്നപ്പോൾ കൃത്യം പതിനൊന്നുമണിക്ക് നേരിട്ട് കുർബാന കഴിഞ്ഞ് അയാൾ ശ്രദ്ധാപൂർവ്വം കേടുപാടുകൾ തീർത്ത ഒരു കോട്ടും പുതിയഷൂസും ധരിച്ചുകൊണ്ട് വാതിലിൽ പ്രത്യക്ഷപ്പെട്ടിരുന്നു. ഓരോ കൈയിലും അയാൾ ഓരോ പുസ്തകക്കെട്ട് ചുമന്നുകൊണ്ട് വന്നിരുന്നു. ഞങ്ങൾ അന്നാ ഫയഡൊറോവ്നായുടെ മുറിയിൽ ഇരുന്ന് ഞങ്ങളുടെ ചായകുടി അവസാനിപ്പിച്ചിട്ട് അധികസമയം കഴിഞ്ഞിരുന്നില്ല. (അന്ന് ഞായറാഴ്ച ആയിരുന്നു). അയാളുടെ ആദ്യത്തെ നിരീക്ഷണം പുഷ്ഹിൻ ഒരു വലിയ കവി ആയിരുന്നു എന്നുള്ളതായിരുന്നു. പക്ഷേ, അയാൾ പെട്ടന്ന് ആശയക്കുഴപ്പത്തിൽപ്പെട്ട് ഒരാൾ സ്വയം മാന്യമായ രീതിയിൽ പെരുമാറണമെന്നും അയാൾ അങ്ങനെ പെരുമാറിയില്ലെങ്കിൽ മനുഷ്യന്റെ മോശം വാസനകളെ തടുക്കാതിരിക്കുകയാ

യിരിക്കും ചെയ്യുന്നതെന്ന് പ്രഖ്യാപിച്ചുകൊണ്ട് അയാൾ മറ്റൊരുവിഷയത്തിലേക്ക് മാറിയിരുന്നു. അയാൾ വിനാശകരമായ മദ്യപാനാസക്തിചൂണ്ടിക്കാട്ടിക്കൊണ്ട് പല ഉദാഹരണങ്ങളും തെളിവിനായി എടുത്തുകാട്ടിയിരുന്നു. കുറച്ചുകാലം മുമ്പ് അയാൾ അയാളുടെ വഴിയിലെ തെറ്റുകളെ നല്ലരീതിയിൽ തിരുത്തിയിരുന്നെന്നും പ്രസ്താവിച്ചിരുന്നു. അയാളുടെ മകന്റെ വാക്കുകളിലെ ന്യായത്തെപ്പറ്റി എല്ലാ സമയത്തും അയാൾ ബോധവാനായിരുന്നെന്നും അവയെ അയാൾ സ്വീകരിച്ചിരുന്നെന്നും പ്രഖ്യാപിച്ചിരുന്നു. അനുകരണീയമായ രീതിയിൽ മെച്ചപ്പെടുന്നതിനുവേണ്ടി അവയെ ഇപ്പോൾ മാത്രമാണ് സത്യത്തിൽ അയാൾ മനസ്സിലാക്കിമാറിയതെന്ന് അയാൾ പ്രഖ്യാപിച്ചു. ഇതിന്റെ തെളിവായി വളരെക്കാലമായി അയാൾ സമ്പാദിച്ചിരുന്ന പണം കൊണ്ട് വാങ്ങിയ ഈ പുസ്തകങ്ങൾ സ്വീകരിക്കണമെന്ന് അയാൾ മകനോട് യാചിക്കുന്നുണ്ടായിരുന്നു.

വൃദ്ധനെ ശ്രദ്ധയോടെ കേട്ടുകൊണ്ടിരിക്കുമ്പോൾ എനിക്ക് ചിരിക്കാതിരിക്കാനും ഒറ്റശ്വാസത്തിന് കരയാതിരിക്കാനും കഴിഞ്ഞിരുന്നില്ല. സന്ദർഭത്തിന് ആവശ്യമുള്ള തരത്തിലുള്ള കഥ എങ്ങനെ ഉണ്ടാക്കണമെന്ന് അയാൾക്ക് അറിയാമായിരുന്നു. പുസ്തകങ്ങൾ അയാളുടെ മകന്റെ മുറിയിലേക്ക് കൊണ്ടുവന്നതിനുശേഷം അയാൾ അവയെ അലമാരയിൽ അടുക്കിവച്ചു.

പൊക്രൊവിസ്കി നിശ്ചയമായും ഉടൻതന്നെ സത്യം ഊഹിച്ചെടുത്തിരുന്നു. അത് എത്രമാത്രം സന്തോഷമുള്ള ദിവസം ആയിരുന്നെന്നും വൃദ്ധനെ ഭക്ഷണം കഴിക്കാൻ വേണ്ടി മുറിയിലെത്താൻ ക്ഷണിച്ചിട്ടുണ്ടെന്നും അയാൾക്ക് മനസ്സിലായി. ഭക്ഷണത്തിനുശേഷം ഞങ്ങൾ ചീട്ടുകളിച്ചിരുന്നു. സാഷാ ധാരാളം കുസൃതികൾ കാണിച്ചിരുന്നു. ഞാൻ അവളെക്കാൾ ഒട്ടും പിന്നിൽ അല്ലായിരുന്നു. പൊക്രോവ്സ്കി ഏതാനും വാക്കുകൾ എന്നോട് തനിച്ച് സംസാരിക്കാനുള്ള ഒരു അവസരത്തിനുവേണ്ടി പരിശ്രമിക്കുന്നുണ്ടായിരുന്നു. പക്ഷേ, ഞാൻ അയാളെ അതിന് അനുവദിച്ചിരുന്നില്ല. അത് നാലുവർഷത്തിനുള്ളിലെ ഏറ്റവും സന്തോഷമുള്ള ദിവസമായിരുന്നു.

അതിനുശേഷം ഇപ്പോൾ ഇരുണ്ട ദിവസങ്ങളും വേദനാജനകമായ ഓർമ്മകളും കടന്നുവന്നു. ഒരുപക്ഷേ, എന്റെ പേന തുടരാൻ കൂട്ടാക്കാതെ കൂടുതൽ സാവധാനം നീങ്ങുന്നതിന്റെ കാരണം അതായിരിക്കാം. അതും ഒരുപക്ഷേ, ഞാൻ വളരെ സ്നേഹത്തോടെ എന്റെ സന്തോഷമുള്ള ദിവസങ്ങളുടെ ഏറ്റവും ചെറിയ വിശദാംശങ്ങൾ പറഞ്ഞതുകൊണ്ട് ആയിരിക്കാം. അവ വളരെക്കുറിച്ച് ദിവസങ്ങൾ മാത്രം ആയിരുന്നു. എന്ന് അവസാനിക്കുമെന്ന് ദൈവത്തിന് മാത്രം അറിയാവുന്ന ദിവസങ്ങൾ ആയിരുന്നു. പിന്നീട് ദുഃഖവും പരിഹരിക്കാൻ കഴിയാത്ത കഷ്ടപ്പാടുകളും പിൻതുടർന്നുകൊണ്ടിരുന്ന ദിവസങ്ങളായിരുന്നു.

ഞാൻ ഇപ്പോൾ വിശദീകരിച്ച സംഭവങ്ങൾ കഴിഞ്ഞ് രണ്ടുമാസത്തിനുശേഷം കിടപ്പിലായ പൊക്രോവ്സ്കിയുടെ അസുഖത്തിനും മര

ണത്തിനും ഒപ്പമാണ് എന്റെ ഭാഗ്യദോഷങ്ങൾ ആരംഭിച്ചിരുന്നത്. ആ അവസാനത്തെ രണ്ടുദിവസങ്ങളിൽ അയാൾ ജീവിക്കാൻവേണ്ടി കഠിനമായി ജോലി ചെയ്തിരുന്നു. അയാൾക്ക് സുരക്ഷിതമായ ഉദ്യോഗങ്ങൾ ഒന്നും ഉണ്ടായിരുന്നില്ല. മരിച്ചുകൊണ്ടിരിക്കുന്ന എല്ലാ മനുഷ്യരെയും പോലെ അയാളും വളരെക്കാലം ജീവിച്ചിരിക്കുമെന്നുള്ള പ്രതീക്ഷയിൽ ആയിരുന്നു. ഇത്തരത്തിലുള്ള ഒരു ജോലിയെ അയാൾ വെറുത്തില്ലായിരുന്നെങ്കിൽ അയാൾക്ക് ഒരു അദ്ധ്യാപകന്റെ സ്ഥാനം വളരെ എളുപ്പത്തിൽ ലഭിക്കുമായിരുന്നു. രാഷ്ട്രത്തിന്റെ ഭരണവകുപ്പുകളിൽ ആണെങ്കിൽ അയാളുടെ ആരോഗ്യം കാരണം അയാൾക്ക് ജോലി ചെയ്യാൻ കഴിയുമായിരുന്നില്ല. അതുകൂടാതെ ആദ്യത്തെ ശമ്പളം കിട്ടാൻ വേണ്ടി അയാൾക്ക് വളരെക്കാലം കാത്തിരിക്കേണ്ടിവരും. എല്ലാ സ്ഥലത്തും തോല്‌വി അല്ലാതെ മറ്റൊന്നും ഉണ്ടായിരുന്നില്ല. അയാളുടെ ക്ഷമ നശിച്ചിരുന്നു. അയാൾ അയാളുടെ ആരോഗ്യം ശ്രദ്ധിച്ചിരുന്നില്ലെങ്കിലും അത് കുറഞ്ഞു കൊണ്ടിരിക്കുകയായിരുന്നു. ശരൽക്കാലം വന്നുചേർന്നിരുന്നു. അയാൾ ഒരു നേർത്ത കോട്ടുമാത്രം ധരിച്ചുകൊണ്ട് എല്ലാദിവസവും പുറത്തുപോയിരുന്നു. അയാൾ ഒരു ജോലിക്കുവേണ്ടി അപേക്ഷിക്കാനും യാചിക്കാനും വേണ്ടിയാണ് പുറത്തുപോയിരുന്നത്. അത് അയാളെ ഭീകരമായി നാണംകെടുത്തിയിരുന്നു. വീണ്ടും വീണ്ടും അയാൾ മഴയിൽ കുടുങ്ങി അയാളുടെ പാദങ്ങൾ നനച്ചിരുന്നു. അവസാനം അയാൾ ഒരിക്കലും എഴുന്നേല്ക്കാൻ പറ്റാത്ത തരത്തിൽ കിടക്കയിൽ കിടപ്പിലായി. ഒക്ടോബർ അവസാനത്തിൽ ശരൽക്കാലത്തിന്റെ മദ്ധ്യത്തിൽവച്ച് അയാൾ മരിച്ചു.

അയാളുടെ അസുഖത്തിന്റെ തുടക്കം മുതൽ അവസാനംവരെ ഞാൻ ഒരിക്കലും അയാളുടെ മുറിയിൽനിന്ന് പുറത്തുപോയിരുന്നില്ല. ഞാൻ അയാളുടെ ആവശ്യങ്ങളിൽ ശ്രദ്ധ പതിപ്പിച്ചുകൊണ്ട് പലപ്പോഴും രാത്രി മുഴുവൻ ഉണർന്നിരിക്കുകയായിരുന്നു. കൂടുതൽ സമയവും അയാളുടെ മനസ്സ് അലഞ്ഞുതിരിയുകയായിരുന്നു അയാൾ എല്ലാത്തരം കാര്യങ്ങളും സംസാരിക്കും. അയാളുടെ പുസ്തകങ്ങളെപ്പറ്റിയും അയാൾ അന്വേഷിച്ചിരുന്ന ജോലികളെപ്പറ്റിയും എന്നെപ്പറ്റിയും അയാളുടെ അച്ഛനെപ്പറ്റിയും എല്ലാം സംസാരിച്ചിരുന്നു— ഞാൻ ഒരിക്കലും അറിഞ്ഞിട്ടില്ലാത്തതും മുമ്പ് ഒരിക്കലും ഊഹിച്ചിട്ടില്ലാത്തതുമായ കാര്യങ്ങളെപ്പറ്റിയും അയാൾ സംസാരിച്ചിരുന്നു. അയാളുടെ അസുഖത്തിന്റെ ആദ്യദിവസങ്ങളിൽ വീട്ടിലുള്ളവരെല്ലാം എന്നെ അസാധാരണമായി നോക്കുന്നുണ്ടായിരുന്നു. അതിനുശേഷം അന്നാ ഫയഡറോവ്നാ തലകുലുക്കും. പക്ഷേ, ഞാൻ അവരുടെ നോട്ടങ്ങളെ ശാന്തമായി തിരിച്ചുകൊടുത്തിരുന്നു. പിന്നീട് കാലക്രമേണ അവർ എന്നെ ശ്രദ്ധിക്കാതായി. കുറഞ്ഞപക്ഷം എന്റെ അമ്മ എന്നെ ശ്രദ്ധിച്ചിരുന്നില്ല.

ചില സമയങ്ങളിൽ പൊക്രോവ്സ്കി എന്നെ തിരിച്ചറിഞ്ഞിരുന്നു. പക്ഷേ, സുബോധമുള്ള അത്തരം നിമിഷങ്ങൾ അപൂർവ്വമായിരുന്നു.

അയാൾ മിക്കപ്പോഴും പിച്ചും പേയും പറയുന്ന അവസ്ഥയിൽ ആയിരുന്നു. നീണ്ടതും അസ്പഷ്ടവുമായ വാചകങ്ങൾ അവ്യക്തമായി പറഞ്ഞുകൊണ്ട് രാത്രി മുഴുവൻ അയാൾ ആരോടോ തർക്കിച്ചുകൊണ്ടിരിക്കും. ആ ചെറിയ മുറിയിൽ അയാളുടെ പരുക്കൻ ശബ്ദം ഒരു നിലവറയിലെ ശബ്ദംപോലെ വിചിത്രമായിരുന്നു. മുഴക്കമുള്ളതായിരുന്നു. അതോടെ ഞാൻ ഭയന്നിരുന്നു. കഴിഞ്ഞരാത്രിയിൽ അയാൾ വിശേഷിച്ചും ഒരു ഉന്മാദാവസ്ഥയിൽ ആയിരുന്നു. അയാളുടെ അവസ്ഥ വളരെ പരിതാപകരം ആയിരുന്നു. അയാൾ ഞരങ്ങുന്നുണ്ടായിരുന്നു. അയാളുടെ മനോവേദന നിറഞ്ഞ ഞരക്കങ്ങൾ എന്റെ മനസ്സിനെ ഞെക്കിപ്പിഴിഞ്ഞു. മൊത്തം വീട്ടുകാരും ഭയന്നുപോയിരുന്നു. അതിനുശേഷം അന്നാ ഫയഡൊറോവ്നാ അയാളെ പെട്ടെന്ന് കൊണ്ടുപോകാൻ വേണ്ടി ദൈവത്തിനോട് പ്രാർത്ഥിച്ചു. ഒരു ഡോക്ടറെ വിളിച്ചുവരുത്തിയിരുന്നു. മരണം നിശ്ചയമായും രാവിലെ ആയിരിക്കുമെന്ന് അയാൾ പറഞ്ഞു.

വൃദ്ധനായ പൊക്രോവ്ക്സി വാതിലിൽ അയാൾക്കുവേണ്ടി വിരിച്ചിരുന്ന പായയിൽ ചെലവഴിച്ചു. അയാൾ ദാരുണമായ ഭയത്തോടെ മുറിയിൽ പ്രവേശിക്കുന്നത് തുടരുന്നുണ്ടായിരുന്നു. അയാൾ ഹൃദയം തകർന്ന് ഹതാശനായിരുന്നു. അയാൾ ഞെട്ടിപ്പോയിരുന്നു. അയാൾ ദുഃഖം കാരണം സ്തബ്ധനായിരുന്നു. അയാളുടെ തല ഭയം കാരണം വിറച്ചിരുന്നു. ശരീരം പൂർണ്ണമായും വിറയ്ക്കുന്നുണ്ടായിരുന്നു. അയാൾ പിറുപിറുത്തുകൊണ്ടിരുന്നു. അയാൾ സ്വയം തർക്കിക്കുകയായിരുന്നു. ഞാൻ അയാളുടെ തർക്കം കാരണം ഭയന്നുപോയിരുന്നു. സന്ധ്യക്ക് തൊട്ടുമുമ്പ് ക്ഷീണത്തിനുകീഴടങ്ങിയ അയാൾ മരണംപോലെയുള്ള ഉറക്കത്തിലേക്ക് വീണിരുന്നു.

ഏഴുമണികഴിഞ്ഞ് മരണം അടുത്തുവന്ന് അച്ഛനെ ഉണർത്തിയെന്ന് എനിക്ക് മനസ്സിലായിരുന്നു. മരിച്ചുകൊണ്ടിരുന്ന മനുഷ്യന് പൂർണ്ണമായ ബോധം ഉണ്ടായിരുന്നു. അയാൾ ഞങ്ങൾ ഓരോരുത്തരോടും വിട ചോദിച്ചിരുന്നു. എന്റെ ഹൃദയം തകർന്നിരുന്നെങ്കിലും എനിക്ക് കണ്ണീരൊലിപ്പിക്കാൻ കഴിയാതിരുന്നത് വിചിത്രമായിരുന്നു.

പക്ഷേ, ഏറ്റവും മോശമായിരുന്നത് അവസാന നിമിഷങ്ങൾ ആയിരുന്നു. അയാൾ പതറുന്ന നാവുകൊണ്ട് ഏതോ കാര്യത്തിനുവേണ്ടി അപേക്ഷിച്ചുകൊണ്ടിരുന്നു. പക്ഷേ, എനിക്ക് വാക്കുകൾ വ്യക്തമായി കേൾക്കാൻ കഴിഞ്ഞിരുന്നില്ല. അത് എനിക്ക് സഹിക്കാൻ കഴിയുന്നതിലും കൂടുതൽ ആയിരുന്നു. ഒരു മണിക്കൂർ സമയം അയാൾ അസ്വസ്ഥനായിരുന്നു. അയാൾ അനുകമ്പയോടെ എന്നെ നോക്കിക്കൊണ്ട് അയാളുടെ താല്പര്യം ആംഗ്യങ്ങളിലൂടെ പകർന്നുതരാൻ ശ്രമിച്ചിരുന്നു. അതിനുശേഷം അയാൾ വീണ്ടും അയാളുടെ അവ്യക്തമായ കർക്കശ ശബ്ദത്തിൽ അപേക്ഷിച്ചിരുന്നു. വീണ്ടും അതിൽനിന്ന് എനിക്ക് ഒന്നും മനസ്സിലാക്കാൻ കഴിഞ്ഞിരുന്നില്ല. പലതവണയായി ഞാൻ എല്ലാവരേയും അയാളുടെ കിടക്കയുടെ വശത്തേക്ക് വിളിച്ചുകൊണ്ടുവന്നിരുന്നു. ഞാൻ അയാൾക്ക് അല്പം വെള്ളം കൊടുത്തിരുന്നു. പക്ഷേ, അയാൾ ദുഃഖത്തോടെ തല

തിരിച്ചുകളഞ്ഞു. അവസാനം അയാൾ ആഗ്രഹിച്ചത് എന്താണെന്ന് എനിക്ക് മനസ്സിലായി: അയാൾ പകൽ വെളിച്ചത്തെയും സൂര്യനേയും അങ്ങനെ ദൈവത്തിന്റെ ലോകത്തെയും അവസാനമായി കാണാൻ വേണ്ടി തിരശ്ശീല മുഴുവനും നീക്കിയിടാൻ എന്നോട് ആവശ്യപ്പെടുകയായിരുന്നു. ഞാൻ തിരശ്ശീല ഉയർത്തിവച്ചു. പക്ഷേ, പുറത്തെ പ്രഭാതം അയാളുടെ ദരിദ്രമായ ജീവിതത്തിന്റെ ക്ഷയിക്കൽപോലെ ദുഃഖപൂർണ്ണവും ശോചനീയവും ആയിരുന്നു. അവിടെ സൂര്യപ്രകാശം ഉണ്ടായിരുന്നില്ല. മേഘങ്ങൾ ആകാശത്ത് മഞ്ഞുമൂടിയ ഒരു മൂടുപടം പോലെ ഒരുവശത്തുനിന്ന് മറുവശത്തേക്ക് പരന്നുകിടക്കുന്നുണ്ടായിരുന്നു. അത് അത്രമാത്രം ദുഃഖകരവും മഴയുള്ളതും മഴക്കാർ മൂടിയതുമായ ഒരു ദിവസം ആയിരുന്നു. ഒരു മനോഹരമായ മഴ ജന്നലിന്റെ കണ്ണാടിച്ചില്ലിൽ തണുത്ത വൃത്തികെട്ട വെള്ളത്തിന്റെ ചെറുനദികൾ കൊണ്ട് വരയിടുകയായിരുന്നു. അത് തണുത്തിരുന്നു. അതിന്റെകൂടെ അത് ഇരുണ്ടുപോയിരുന്നു. പകലിന്റെ വിളറിയ വെളിച്ചം മുറിക്കുള്ളിലേക്ക് രഹസ്യമായി കടന്നുവന്ന് ബിംബത്തിന്റെ വിളക്കിന്റെ വിറയ്ക്കുന്ന തീനാളത്തെ ദുർബ്ബലമായി വെല്ലുവിളിച്ചിരുന്നു. മരിച്ചുകൊണ്ടിരുന്ന മനുഷ്യർ ഉൽക്കണ്ഠയോടെ എന്നെ നോക്കിയതിനുശേഷം അയാളുടെ തലകുലുക്കി. അടുത്തനിമിഷത്തിൽ അയാൾ പോയിക്കഴിഞ്ഞിരുന്നു.

ശവസംസ്കാരം അന്നാ ഫയഡൊറോവ്നാ ആണ് ഏർപ്പാട് ചെയ്തിരുന്നത്. വളരെ ലളിതമായ ഒരു ശവപ്പെട്ടിയാണ് കൊണ്ടുവന്നിരുന്നത്. അതിന്റെ കൂടെ ഒരു സാധാരണ ഒറ്റക്കുതിരവണ്ടിയാണ് കൂലിക്ക് എടുത്തിരുന്നത്. മുടക്കുമുതലിന്റെ നഷ്ടപരിഹാരത്തിനുവേണ്ടി അന്നാ ഫയഡൊറോവ്നാ മരിച്ച മനുഷ്യന്റെ പുസ്തകങ്ങളും മറ്റ് ജംഗമസ്വത്തുക്കളും പിടിച്ചെടുത്തിരുന്നു. വൃദ്ധൻ അവളോട് ദുഃഖത്തോടുകൂടി വഴക്കടിച്ചിരുന്നു. അയാൾക്ക് കഴിയുന്നത്ര പുസ്തകങ്ങൾ അയാൾ തിരിച്ചെടുത്തിരുന്നു. അയാൾ അയാളുടെ പോക്കറ്റുകളിലും തൊപ്പിക്കടിയിലുമായി അവയെ കുത്തിത്തിരുകിക്കൊണ്ട് മൂന്നുദിവസം കഴിഞ്ഞുള്ള ശവസംസ്കാരം നടത്താൻ പള്ളിയിൽ പോകുന്നതുവരെയും ചുമന്നുകൊണ്ടു നടന്നിരുന്നു. അവയെ അയാൾ പള്ളിയിലേക്ക് പോലും ചുമന്നുകൊണ്ട് പോയിരുന്നു. അയാൾ അങ്ങേയറ്റം പരിഭ്രാന്തനായിരുന്നു. അയാൾ മരണം കാരണം ഒറ്റപ്പെട്ടുപോയിരുന്നതായി തോന്നിയിരുന്നു. അയാൾ ശവപ്പെട്ടിക്ക് ചുറ്റും വെഞ്ചിക്ക്* നിവർത്തിയിട്ടുകൊണ്ടും തല്ക്കാലം മെഴുകുതിരികൾ മണപ്പിച്ച് കത്തിച്ചുകൊണ്ടും ഒച്ചപ്പാട് ഉണ്ടാക്കിക്കൊണ്ടിരുന്നു. അയാൾക്ക് മറ്റൊരുകാര്യത്തിലും അയാളുടെ ചിന്തകളെ വളരെ നേരം ഉറപ്പിച്ചുനിർത്താൻ കഴിഞ്ഞിരുന്നില്ല. അമ്മയോ അന്നാ ഫയഡൊറോവ്നായോ പള്ളിയിലെ കുർബ്ബാനയിൽ പങ്കുകൊണ്ടിരുന്നില്ല. അമ്മ

---

* ഗ്രീസിലെ ആചാരനിഷ്ഠയുള്ള പള്ളിയുടെ ആചാരം അനുസരിച്ച് മരിച്ച മനുഷ്യന്റെ നെറ്റിയിൽ വെയ്ക്കുന്ന ക്രിസ്തുവിന്റെയും വിശുദ്ധകന്യകയുടെയും ജോൺ പ്രവാചകന്റെയും ചിത്രങ്ങളുള്ള കടലാസ് അല്ലെങ്കിൽ സിൽക്ക് തുണി.

അസ്വസ്ഥയായിരുന്നു. അന്നാ ഫയഡൊറോവ്നാ പോകാൻ തുടങ്ങിയതായിരുന്നു. പക്ഷേ, വീണ്ടും വൃദ്ധനായ പൊക്രോവ്സ്കിയുമായി വഴക്കുണ്ടാക്കിയിട്ട് അവളുടെ മനസ്സ് മാറിയിരുന്നു. വൃദ്ധനും ഞാനും മാത്രമാണ് സന്നിഹിതരായിരുന്നത്. കുർബ്ബാന നടന്നുകൊണ്ടിരിക്കുമ്പോൾ അകാരണമായ ഒരു പരിഭ്രാന്തിക്ക് ഞാൻ അടിമപ്പെട്ടിരുന്നു. ഒരുതരം ഭാവിയെപ്പറ്റിയുള്ള മുന്നറിയിപ്പ് എന്നെ പിടികൂടി. കുർബ്ബാന കഴിയുന്നതുവരെ എനിക്ക് അത് സഹിക്കാൻ കഴിഞ്ഞിരുന്നില്ല. അവസാനം ശവപ്പെട്ടിയടച്ച് ആണിയടച്ച് ഒരു കുതിരവണ്ടിയിൽക്കയറ്റിക്കൊണ്ട് പോകുകയായിരുന്നു. ഞാൻ തെരുവ് അവസാനിക്കുന്നതുവരെ പിന്തുടർന്നിരുന്നു. വണ്ടിക്കാരൻ ഒറ്റക്കുതിപ്പിന് കുതിരയെ മുന്നോട്ടെടുത്തു. വൃദ്ധൻ ഉറക്കെ കണ്ണീരൊഴുക്കി വിലപിച്ചുകൊണ്ട് പിന്നാലെ ഓടുന്നുണ്ടായിരുന്നു. അയാൾ ഏങ്ങലടി നിയന്ത്രിച്ചുകൊണ്ട് ശ്വാസം പിടിച്ചെടുത്തു. അയാൾക്ക് അയാളുടെ തൊപ്പി നഷ്ടപ്പെട്ടിരുന്നു. പക്ഷേ, അയാൾ അത് നിലത്തുനിന്ന് എടുക്കാൻ വേണ്ടി തല്ക്കാലത്തേക്ക് ഓട്ടം നിർത്തിയില്ല. അയാളുടെ തലമുടി മഴകാരണം നനഞ്ഞിരുന്നു. അസഹ്യമായ കാറ്റ് അയാളുടെ മുഖത്തുകൂടി വീശിയടിച്ചിരുന്നു. അയാൾ ഒരു കാര്യം ശ്രദ്ധിക്കുന്നതായി തോന്നിയിരുന്നില്ല. അയാൾ കുതിരവണ്ടിയുടെ ഒരുവശത്തുനിന്ന് മറുവശത്തേക്ക് അയാളുടെ പഴയ കോട്ടിന്റെ അറ്റം പറപ്പിച്ചുകൊണ്ട് ഓടുന്നുണ്ടായിരുന്നു. പുസ്തകങ്ങൾ അയാളുടെ എല്ലാ പോക്കറ്റുകളിൽനിന്നും പുറത്തേക്ക് തള്ളിനിന്നിരുന്നു. അയാൾ ഏറ്റവും വലിയ പുസ്തകം അയാളുടെ നെഞ്ചോട് ചേർത്തുവച്ചിരുന്നു. വഴിയാത്രക്കാർ അവരുടെ തൊപ്പി ഊരിക്കൊണ്ട് സ്വയം കുരിശുവരച്ചിരുന്നു. ചിലർ പാവം കിഴവനെ നോക്കാൻവേണ്ടി അയാളെ പിടിച്ചുനിർത്തിയിരുന്നു. പുസ്തകങ്ങൾ അയാളുടെ പോക്കറ്റിൽനിന്ന് ചെളിയിലേക്ക് വീണുകൊണ്ടിരുന്നു. ആരെങ്കിലും അയാളെ പിടിച്ചുനിർത്തി അയാളുടെ ഒരു പുസ്തകം ചെളിയിൽ വീണെന്നുപറയുമ്പോൾ അയാൾ അത് എടുത്തുകൊണ്ട് വീണ്ടും കുതിരവണ്ടിയുടെ പിന്നാലെ ഓടും. തെരുവിന്റെ മൂലയിൽവച്ച് കീറിപ്പറിഞ്ഞ വസ്ത്രങ്ങൾ ധരിച്ച ഒരുസ്ത്രീ അയാളുടെ പിന്നാലെ പോയിരുന്നു. കുതിരവണ്ടി അപ്രത്യക്ഷമായിക്കഴിഞ്ഞപ്പോൾ ഞാൻ വീട്ടിൽ പോയി തീക്ഷ്ണമായി ഏങ്ങലടിച്ചുകരഞ്ഞുകൊണ്ട് അമ്മയുടെ മാറിലേക്ക് വീണു. എന്റെ അവസാനത്തെ സുഹൃത്തിനെ മരണത്തിന്റെ പിടിയിൽനിന്ന് സുരക്ഷിതയായി രക്ഷിക്കാൻ എന്ന മട്ടിൽ ഞാൻ അമ്മയെ ചുറ്റിപ്പിടിച്ചുകൊണ്ട് ചുംബിക്കുന്നുണ്ടായിരുന്നു. പക്ഷേ, മരണം അമ്മയുടെ മുകളിൽ വട്ടമിട്ട് പറക്കാൻ ആരംഭിച്ചുകഴിഞ്ഞിരുന്നു.........................

....

ജൂൺ 11

മേക്കർ അലക്സിയേവിച്ച്,

ദ്വീപുകളിലേക്കുള്ള ഇന്നലത്തെ നടത്തത്തിന് ഞാൻ എത്രമാത്രം

നന്ദിയുള്ളവളാണ്. അവിടം എത്രമാത്രം മനോഹരവും പുതുമയുള്ളതും പുൽത്തകിടികൾ നിറഞ്ഞതുമാണ്! ഞാൻ വളരെക്കാലമായി മരങ്ങളും പുൽത്തകിടികളും കണ്ടിരുന്നില്ല. എനിക്ക് അസുഖം ആയിരുന്നപ്പോൾ ഞാൻ മരിക്കാൻ പോകുകയാണെന്നാണ് ഞാൻ വിചാരിച്ചിരുന്നത്. അതു കൊണ്ട് ഇന്നലെ എനിക്ക് എന്താണ് തോന്നിയിരുന്നതെന്ന് സങ്കല്പിച്ചു നോക്കൂ. ഇന്നലെ ഞാൻ വളരെ ദുഃഖിതയായിരുന്നതിനാൽ ദയവായി അലോസരപ്പെടരുത്. എനിക്ക് സത്യത്തിൽ സന്തോഷം ആയിരുന്നു. പക്ഷേ, എന്തുകൊണ്ടോ എന്റെ ഏറ്റവും സന്തോഷമുള്ള നിമിഷങ്ങളിൽ ഞാൻ എല്ലാ സമയത്തും ദുഃഖിതയായിരിക്കും. ഞാൻ ഇപ്പോൾ കര ഞ്ഞാലും അത് കാര്യമാക്കേണ്ടതില്ല. ഞാൻ ഇടയ്ക്കിടയ്ക്ക് കരയാറു ണ്ട്. എന്തിനാണ് കരയുന്നതെന്ന് എനിക്ക് അറിയില്ല. എല്ലാ കാര്യങ്ങളും ദയനീയമാണെന്ന് എനിക്ക് തോന്നുന്നു. എന്റെ തോന്നലുകൾ എല്ലാ സമയത്തും വളരെ വേദനാജനകമാണ്. മേഘങ്ങൾ ഇല്ലാത്ത വിളറിയ ആകാശം, അസ്തമിച്ചു കൊണ്ടിരിക്കുന്ന സൂര്യനും വൈകുന്നേരത്തെ നിശ്ചലതയും– ശരി, എനിക്ക് അറിയില്ല– ഞാൻ എളുപ്പത്തിൽ മനസ്സി ളകി പോകുന്ന അവസ്ഥയിൽ ആയിരുന്നു. എന്റെ മനസ്സിന്റെ ഭാരം വർദ്ധി ച്ചിരുന്നു. എന്റെ മനസ്സ് കണ്ണുനീർ ആവശ്യപ്പെടുന്നുണ്ടായിരുന്നു. ഞാൻ എന്തിനാണ് ഇതെല്ലാം എഴുതുന്നത്? ഇതെല്ലാം എന്റെ മനസ്സിൽപോലും വ്യക്തമല്ല. ഒരു കടലാസിലാക്കിയാൽ അർത്ഥം ഇല്ലെന്ന് തോന്നും. പക്ഷേ, ഒരുപക്ഷേ, നിങ്ങൾക്ക് മനസ്സിലാകും. കണ്ണുനീരും ചിരിയും! മേക്കർ അലക്സിയേവിച്ച്, നിങ്ങൾ എത്രമാത്രം അനുകമ്പയുള്ളവൻ ആണ്. നിങ്ങൾ എത്രമാത്രം നല്ലവനാണ്. എന്റെ ഉത്സാഹത്തിൽ കൗതുകം തോന്നി എന്റെ കണ്ണുകളിൽനിന്ന് എനിക്ക് അനുഭവപ്പെടുന്ന കാര്യങ്ങൾ മനസ്സിലാക്കിയെടുക്കാൻവേണ്ടി ഇന്നലെ വൈകുന്നേരം നിങ്ങൾ എങ്ങനെയാണ് എന്നെ നോക്കിയിരുന്നത്. ഒരു കുറ്റിക്കാട് ആണെങ്കിലും ഒരു വൃക്ഷത്തെ ആണെങ്കിലും മരങ്ങളുടെ ഇടയിലൂടെ യുള്ള ഒരു ഒറ്റയടിപ്പാതയാണെങ്കിലും അല്ലെങ്കിൽ ഞാൻ കാണാൻ ഇട യായ വെള്ളം ഒഴുകുന്ന ഒരു തോട് ആണെങ്കിലും അവിടെ നിങ്ങൾ എന്നെ ശ്രദ്ധിച്ചുകൊണ്ടിരിക്കുകയും അതു മുഴുവൻ നിങ്ങളുടെ സ്വന്തം സമ്പത്താണെന്നമട്ടിൽ ഞെളിഞ്ഞുനടക്കുകയും ചെയ്തിരുന്നു. മേക്കർ അലക്സിയേവിച്ച്, ഇതെല്ലാം കാണിക്കുന്നത് നിങ്ങൾക്ക് അനുകമ്പ യുള്ള ഒരു മനസ്സുണ്ടെന്നാണ്. ഞാൻ അനുകമ്പയുള്ള മനസ്സിനുവേണ്ടി നിങ്ങളെ സ്നേഹിക്കുന്നു. എനിക്ക് ഇന്ന് വീണ്ടും അസുഖമാണ്. എനിക്ക് പാദങ്ങൾ നനഞ്ഞതുകാരണം ജലദോഷം കിട്ടി. ഫെഡോ റായ്ക്കും സുഖമില്ല. അതിനുശേഷം അതുകൊണ്ട് ഞങ്ങൾ രണ്ടുപേരും രോഗികളാണ്. ഞങ്ങളെ മറക്കരുത്. അങ്ങനെ നിങ്ങൾക്ക് വരാൻ പറ്റുന്ന സമയത്തെല്ലാം നിങ്ങൾ വരണം.

നിങ്ങളുടെ
വി ഡി

ജൂൺ 12

എന്റെ പ്രിയപ്പെട്ട വാർവാരാ അലക്സിയേവ്നാ,

നിങ്ങളുടെ ഇന്നലത്തെ അഭിപ്രായങ്ങൾ കവിതകളായി വിവരിക്കുമെന്നാണ് ഞാൻ വിചാരിച്ചിരുന്നത്. അതിനുപകരം അതുമുഴുവൻ നിങ്ങൾ ഒരു വെള്ളക്കടലാസിൽ എഴുതുകയായിരുന്നു. പക്ഷേ, നിങ്ങൾ വളരെ കുറച്ചുമാത്രമാണ് എഴുതിയിരുന്നതെങ്കിലും അത് വളരെ നല്ലതും മനോഹരവുമായിരുന്നു. ചുരുക്കത്തിൽ അവിടെ പ്രകൃതിയും എല്ലാത്തരം പ്രകൃതിദൃശ്യങ്ങളും അതിന്റെ കൂടെ മനോഭാവങ്ങളും ഉണ്ടായിരുന്നു. നിങ്ങൾ അവയെല്ലാം വളരെ നല്ലവണ്ണം വിവരിച്ചിരുന്നു. എന്റെ കാര്യം പറഞ്ഞാൽ എനിക്ക് പ്രത്യേക കഴിവ് ഇല്ല. ഞാൻ ഒരു ഡസൻ കടലാസുകൾ എഴുതിയാലും അവയിൽനിന്ന് ഒരുകാര്യവും പുറത്തുവരില്ല. ഞാൻ അതിന് ശ്രമിച്ചിരുന്നു. എനിക്ക് അത് മനസ്സിലായിട്ടുണ്ട്. ഞാൻ എന്റെ അയൽവാസിയോട് തെറ്റുചെയ്യാൻ കഴിവില്ലാത്ത ഒരു നല്ല മനുഷ്യനാണെന്നാണ് എന്റെ ഓമന പറയുന്നത്. ഞാൻ പ്രകൃതിയിൽ പ്രത്യക്ഷമാകുന്ന ദൈവത്തിന്റെ കാരുണ്യമുള്ള നന്മയോട് പ്രതികരിക്കുന്ന മനുഷ്യനാണെന്നാണ് നിങ്ങൾ പറയുന്നത്. അതുകൂടാതെ നിങ്ങൾ മറ്റ് പല വഴികളിലൂടെയും എന്നെ പ്രശംസിക്കുന്നുണ്ട്. എന്റെ ഓമനേ, അത് മുഴുവൻ സത്യമാണ്. ക്രിസ്തുവചനങ്ങളിലെ സത്യം. ഞാൻ നിങ്ങൾ വിവരിച്ചതുപോലെ മാത്രമാണ്. എനിക്ക് അത് സ്വയമാറിയാം. എങ്കിലും നിങ്ങൾ എഴുതുന്ന കാര്യങ്ങൾ വായിക്കുമ്പോൾ എന്റെ ഹൃദയത്തിന് ഉരുകാതിരിക്കാൻ കഴിയുന്നില്ല. പക്ഷേ, അതിനുശേഷം ഞാൻ ആലോചിക്കാൻ ആരംഭിച്ചു. ഇപ്പോൾ ഞാൻ എന്നെപ്പറ്റി ചില കാര്യങ്ങൾ നിങ്ങളോട് പറയാം.

ഞാൻ ആദ്യമായി ഓഫീസിൽ വരുമ്പോൾ എനിക്ക് പതിനേഴ് വയസ്സ് ആയിരുന്നു. ഒരു ദിവസം കൂടി ഉണ്ടായിരുന്നെങ്കിൽ അത് മുപ്പതുവർഷം മുമ്പായിരുന്നു. ആ സമയത്ത് ഞാൻ യുദ്ധസേവനത്തിന്റെ ധാരാളം പുറങ്കുപ്പായങ്ങൾ ഉപയോഗിച്ച് കീറിപ്പറിഞ്ഞുകഴിഞ്ഞിരുന്നു. ഞാൻ യുദ്ധസേവനത്തിൽ മുഴുകുകയും അറിവുള്ളവനാകുകയും ചെയ്തിരുന്നു. ഞാൻ മനുഷ്യരെപ്പറ്റിയും ചില കാര്യങ്ങൾ മനസ്സിലാക്കിക്കഴിഞ്ഞിരുന്നു. ഞാൻ ജീവിക്കുകയായിരുന്നെന്ന് ഒരുപക്ഷേ, നിങ്ങൾക്ക് ഉറപ്പാക്കാം! എന്നെ കീർത്തിമുദ്രയ്ക്കുപോലും ശുപാർശ ചെയ്യപ്പെട്ടിരുന്ന ഒരു സമയം ഉണ്ടായിരുന്നു. നിങ്ങൾ ഒരുപക്ഷേ, അത് വിശ്വസിക്കില്ല. പക്ഷേ, ദൈവം ആണ് എന്റെ സാക്ഷി. എന്റെ ഓമനേ, എന്ത് സംഭവിച്ചെന്നാണ് നിങ്ങൾ വിചാരിക്കുന്നത്. എനിക്കുവേണ്ടി അതെല്ലാം നശിപ്പിച്ചത് അസൂയയുള്ള മനുഷ്യർ ആയിരുന്നു. ഞാൻ ഒരുപക്ഷേ, ഒന്നും അറിഞ്ഞുകൂടാത്തവനും സ്വതവേ വിവേകം ഇല്ലാത്തവനും ആയിരുന്നിരിക്കാം. പക്ഷേ, മറ്റ് എല്ലാവരെയുംപോലെ എനിക്കും ഒരു ഹൃദയമുണ്ട്. അങ്ങനെ ആ അസൂയയുള്ള മനുഷ്യർ എന്നോട്

എന്താണ് ചെയ്തതെന്ന് വാരങ്കാ മനസ്സിലാക്കിയിട്ടുണ്ടോ? എനിക്ക് അത് പറയാൻ നാണക്കേടാണ്- നിങ്ങൾ അവർ എന്തിനാണ് അത് ചെയ്തതെന്ന് അവരോട് ചോദിക്കുന്നതാണ് കൂടുതൽ നല്ലത്. കാരണം ഞാൻ ധൈര്യം ഇല്ലാത്തവനായതുകൊണ്ടാണ്. കാരണം ഞാൻ വിനയമുള്ളവനായതുകൊണ്ടാണ്. കാരണം ഞാൻ അനുകമ്പയുള്ളവനായതുകൊണ്ടാണ്. ഞാൻ അവരുടെ അഭിരുചിക്ക് യോജിക്കാത്തവനായതുകൊണ്ടാണ്. അതാണ് കാരണം. അതു തുടങ്ങിയത് ചെറിയ കാര്യങ്ങളിൽ ആയിരുന്നു. 'മേക്കർ അലക്സിയേവിച്ച് ഇങ്ങനെയാണ്? അതിന്റെകൂടെ മേക്കർ അലക്സിയേവിച്ച് അങ്ങനെയാണ്?' പിന്നീട് അത് ഇതിലേക്ക് വന്നിരുന്നു. 'ഇപ്പോൾ മേക്കർ അലക്സിയേവിച്ചിൽനിന്ന് നിങ്ങൾക്ക് എന്താണ് പ്രതീക്ഷിക്കാൻ കഴിയുന്നത്? പിന്നീട് അവസാനം 'ആരെയാണ് കുറ്റപ്പെടുത്തേണ്ടത്? നിശ്ചയമായും മേക്കർ അലക്സിയേവിച്ചിനെയാണ് കുറ്റപ്പെടുത്തേണ്ടത്!' അതുകൊണ്ട് എന്റെ ഓമന ഇത് മനസ്സിലാക്കണം. അത് എല്ലാസമയത്തും മേക്കർ അലക്സിയേവിച്ചിന്റെ കുറ്റം ആയിരുന്നു. അവർ അതാണ് ചെയ്തത്: മൊത്തം മന്ത്രിസഭയിലെല്ലാം മേക്കർ അലക്സിയേവിച്ചിനെ ഒരു പരിഹാസവാക്കാക്കി മാറ്റുക. പക്ഷേ, ഇതുകൊണ്ടും അവർക്ക് തൃപ്തി വന്നില്ല. പെട്ടെന്ന് ഞാൻ ധരിച്ചിരുന്ന ബൂട്ടുകളെപ്പറ്റി അവിടെ അഭിപ്രായങ്ങൾ ഉണ്ടായിരുന്നു. എന്റെ യുദ്ധക്കുപ്പായത്തെപ്പറ്റി അഭിപ്രായങ്ങൾ ഉണ്ടായിരുന്നു. എന്റെ തലമുടിയെപ്പറ്റിയും എന്റെ രൂപത്തെപ്പറ്റിപ്പോലും അഭിപ്രായങ്ങൾ ഉണ്ടായിരുന്നു: അത് മുഴുവൻ തെറ്റായിരുന്നു. അതെല്ലാം വ്യത്യാസപ്പെടുത്തേണ്ടിയിരിക്കുന്നു. ഇത് വർഷങ്ങളോളം എനിക്ക് ഓർമ്മിക്കാൻ കഴിയുന്ന കാലത്തോളം തുടർന്നിരുന്നു. അതുവരെ ഓരോ ദിവസവും ധന്യമായ ദിവസങ്ങൾ ആയിരുന്നു. എനിക്ക് ഇപ്പോൾ അത് പരിചിതമാണ്. ഞാൻ പ്രത്യേകിച്ച് ഒരു പ്രധാന്യവും ഇല്ലാത്ത ഒരു ചെറിയ മനുഷ്യൻ ആയിരുന്നതുകൊണ്ട് എനിക്ക് ഏത് കാര്യവുമായി പെട്ടെന്ന് പരിചിതമാകാൻ കഴിഞ്ഞിരുന്നു. എങ്കിലും ഇതെല്ലാമായി എന്നെ സജ്ജീകരിക്കുന്നത് എന്തിനാണ്? ഞാൻ എന്തു തെറ്റാണ് ചെയ്തത്? ഞാൻ മറ്റൊരു മനുഷ്യന്റെ ഉദ്യോഗക്കയറ്റം ക്രമം തെറ്റിച്ച് തട്ടിയെടുത്തോ? ഞാൻ എന്നെങ്കിലും ഒരാളെയെങ്കിലും ഞങ്ങളുടെ മേലധികാരികളുടെ മുന്നിൽ അപകീർത്തിപ്പെടുത്തിയോ? ഞാൻ എന്നെങ്കിലും ഒരു ഉയർച്ചയ്ക്കുവേണ്ടി വഴക്കടിച്ചിരുന്നോ? ഞാൻ എന്നെങ്കിലും ആർക്കെങ്കിലും എതിരായി ഉപജാപം നടത്തിയോ? അങ്ങനെ ഒരുകാര്യം സങ്കല്പിക്കുന്നതുപോലും പാപം ആയിരിക്കും! എന്റെ ഓമന ഞാൻ അതിമോഹമുള്ളവനും ചതിക്കുന്നവനും വേണ്ടത്ര കൗശലമുള്ളവനും ആണെന്ന് വെറുതെ ആലോചിച്ചുനോക്കൂ. എനിക്ക് ഇതിനെല്ലാം അർഹത ഉണ്ടായിരിക്കാൻ ഞാൻ എന്താണ് ചെയ്തത്? നിങ്ങൾ എന്നെ ഒരു മേന്മയുള്ള മനുഷ്യനായി കണ്ടെത്തും. എന്റെ ഓമനയായ നിങ്ങൾ അവരെ എല്ലാവരെയുംകാൾ താരതമ്യപ്പെടുത്താൻ കഴിയാത്തതരത്തിൽ മെച്ചപ്പെട്ട ഒരുവളാണ്. അതു

കൂടാതെ, എന്തായാലും ഏറ്റവും വലിയ നാഗരികമായ നന്മ എന്താണ്? യസ്ടിഫൈ ഇവാനോവിച്ച് ഇന്നലെ ഒരു സ്വകാര്യസംഭാഷണത്തിൽ ഏറ്റവും വലിയ നാഗരികമായ നന്മ പണം ഉണ്ടാക്കുന്നതാണെന്ന് പറഞ്ഞിരുന്നു. നിശ്ചയമായും യസ്ടിഫൈ ഇവനോവിച്ച് ഫലിതം പറയുകയായിരുന്നു. (യസ്ടിഫൈ ഇവാനോവിച്ച് ഫലിതം പറയുകയാണെന്ന് എനിക്ക് ഉറപ്പായിരുന്നു.) പക്ഷേ, ഗുണപാഠം ഒരാൾ മറ്റ് ഏതെങ്കിലും ഒരാൾക്ക് ഒരു ഭാരമാകാൻ പാടില്ലെന്നാണ്. അതുകൂടാതെ ഞാൻ ഒരാൾക്കും ഒരു ഭാരമല്ല. എനിക്ക് എന്റെ റൊട്ടിയുടെ പുറംപാളിയുണ്ട്. ഒരുപക്ഷേ, പഴകിപ്പോയതായിരിക്കാം. പക്ഷേ, സത്യസന്ധമായി സമ്പാദിച്ചതാണ്. കൂടാതെ വളരെ നിയമപരമായി ഒരു മനുഷ്യൻ എന്താണ് ചെയ്യേണ്ടത്? കടലാസുകൾ പകർത്തിയെഴുതുന്നതിൽ അവിടെ വലിയ അഭ്യാസമില്ല. പക്ഷേ, എന്നിട്ടും ഞാൻ അതിൽ അഭിമാനം ഉള്ളവനാണ്. കാരണം ഞാൻ എന്റെ പുരികത്തിന്റെ വിയർപ്പൊഴുക്കിയാണ് ജോലിചെയ്യുന്നത്. അപ്പോൾ അതിനുശേഷം കടലാസുകൾ പകർത്തിയെഴുതുന്നതിൽ എന്താണ് തെറ്റ്? അത് ഒരു പാപം ആണോ? "അയാൾ അവിടെ പകർത്തിയെഴുതിക്കൊണ്ടിരിക്കുന്നു!" "ഓഫീസിലെ എലി പകർത്തിയെഴുതുകയാണ്!" അതിനെന്താണ്? അതിൽ എന്ത് സത്യസന്ധതയില്ലായ്മയാണുള്ളത്? എന്റെ കൈയക്ഷരം വളരെ വൃത്തിയുള്ളതും കാണാൻ വളരെ ഭംഗിയുള്ളതുമാണ്. മഹാരാജാവ് എല്ലാ സമയത്തും സന്തുഷ്ടൻ ആയിരുന്നു– മഹാരാജാവിനുള്ള എല്ലാപ്രധാന കടലാസുകളും പകർത്തിയെഴുതുന്നത് ഞാനാണ്. രചനാരീതിയുടെ കാര്യത്തിൽ എന്നെ വിഷമിപ്പിക്കാൻ മറ്റൊരാളും ഇല്ല. എനിക്ക് അത് നല്ലതുപോലെ അറിയാം. ഞാൻ ഒരിക്കലും യുദ്ധസേവനത്തിൽ ഉയരാത്തതിന്റെ കാരണം അതാണ്. എന്റെ വാറങ്കാ, നിങ്ങൾ പോലും ഞാനിപ്പോൾ എഴുതുന്ന രീതിയിൽ അലങ്കാരഭാഷ പ്രയോഗിക്കാതെ ചിന്തിക്കുന്നരീതിയിലാണ് എഴുതുന്നത്. എനിക്ക് അത് നല്ലതുപോലെ അറിയാം. പക്ഷേ, ഞാൻ ഒരുകാര്യം ചോദിക്കട്ടെ; എല്ലാവരും വിന്യസിക്കൽ ആരംഭിച്ചാൽ എന്താണ് സംഭവിക്കുന്നത്? അപ്പോൾ ഈ പകർത്തിയെഴുത്ത് ആര് ചെയ്യും? ഈ ചോദ്യം ഞാൻ നിങ്ങളോട് ചോദിക്കുകയാണ്. അതിന്റെ കൂടെ ഒരു ഉത്തരം ആഗ്രഹിക്കുന്നു. ശരി, അപ്പോൾ എന്നെ ആവശ്യമുണ്ടെന്ന് എനിക്കറിയാം. അപ്പോൾ അവർ അവരുടെ ആക്ഷേപങ്ങളുമായി എന്നെ പരാജയപ്പെടുത്താനുള്ള ശ്രമം അവസാനിപ്പിക്കട്ടെ. ഞാൻ കാഴ്ചയിൽ അതുപോലെ ആണെങ്കിൽ അവർ എന്നെ ഓഫീസ് എലി എന്ന് വിളിക്കട്ടെ. പക്ഷേ, ഈ എലിയെ ആവശ്യമുണ്ടെന്ന് അവർക്ക് കാണാൻ കഴിയില്ലേ? അതായത് ഈ എലിയെ ആവശ്യമുണ്ടെന്നും, ഇത് അഭിനന്ദനം അർഹിക്കുന്ന ഒരു എലിയാണെന്നും പ്രതിഫലം നല്കപ്പെടുന്ന ഒരു എലി ആണെന്നും അവർക്ക് മനസ്സിലാകില്ലേ? ഞാൻ അത്തരത്തിലുള്ള ഒരു എലി ആണ്! പക്ഷേ, എന്റെ ഓമനേ, എലികളെപ്പറ്റിയുള്ള സംസാരം അവസാനിപ്പിക്കാം. ഞാൻ ഇതിനെപ്പറ്റി എഴുതാൻ ഉദ്ദേശിച്ചി

രുന്നില്ല. എനിക്ക് എന്റെ മാനസികനില അല്പം നഷ്ടപ്പെട്ടു. ഇടയ്ക്കിടയ്ക്ക് പിശാചിന് കൊടുക്കാനുള്ളത് കൊടുക്കുന്നത് നല്ല കാര്യമാണ്. എന്റെ ഓമനേ, എന്റെ അനുകമ്പയുള്ള പരിശുദ്ധാത്മാവേ, എന്റെ കുഞ്ഞു മാടപ്രാവേ നല്ലതുവരട്ടെ. എന്റെ മാലാഖേ, ഞാൻ നിങ്ങളെ കാണാൻ വേണ്ടി ഉടൻതന്നെ വരുമെന്ന് എനിക്ക് ഉറപ്പാണ്. അതുവരെ തനിച്ചിരിക്കരുത്. ഞാൻ ഒരു പുസ്തകവും കൂടി കൊണ്ടുവരാം. വാറങ്കാ, നല്ലതുവരട്ടെ.

നിങ്ങളുടെ ഏറ്റവും ആത്മാർത്ഥതയുള്ള അഭ്യുദയകാംക്ഷി
മേക്കർ ഡിവുഷ്കിൻ

ജൂൺ 20

എന്റെ പ്രിയപ്പെട്ട മേയർ അലക്സിയേവിച്ച്

എന്റെ ജോലി സമയത്തു ചെയ്തുതീർക്കാനുള്ള ധൃതിയിലാണ് ഞാൻ ഇത് എഴുതുന്നത്. ഞാൻ അത് വിശദീകരിക്കട്ടെ: വളരെ നല്ല ഒരു വിലപേശലിനുള്ള സാദ്ധ്യത ഇവിടെയുണ്ട്. വളരെ പുതിയതും വിലക്കുറവുള്ളതുമായ ഒരു പട്ടാളവേഷം, കാലുറകളും മേല്ക്കുപ്പായവും തൊപ്പിയും ഉൾപ്പെടെയുള്ള ഒരു സമ്പൂർണ്ണ പട്ടാളവേഷം ആരോ വില്ക്കാൻ ആഗ്രഹിക്കുന്നുണ്ടെന്ന് ഫെഡോറാ പറയുന്നു. നിങ്ങൾക്ക് അത് വാങ്ങാൻ കഴിയില്ലേ? നിങ്ങൾ ഇപ്പോൾ ഭേദപ്പെട്ട നിലയിലാണ്. നിങ്ങൾക്ക് ഇപ്പോൾ കുറച്ച് പണം ഉണ്ടെന്ന് നിങ്ങൾ തന്നെ സമ്മതിക്കുന്നുണ്ട്. ഇപ്പോൾ നിങ്ങൾ ദയവായി ഒരു പിശുക്കൻ ആകരുത്. ആ കാര്യങ്ങളെല്ലാം നിങ്ങൾക്ക് ആവശ്യമുള്ളതാണ്. വെറുതെ നിങ്ങൾ നിങ്ങളെത്തന്നെ ഒന്ന് നോക്കണം. നിങ്ങൾ ധരിച്ചിരിക്കുന്ന വേഷങ്ങളിൽ നോക്കണം. അവ വളരെകൂടുതൽ മുഷിഞ്ഞവയാണ്. അത് ഒരു നാണക്കേടാണ്. എന്തായാലും നിങ്ങൾക്ക് പുതിയ വേഷങ്ങൾ ഒന്നുമല്ല. ഉണ്ടെന്ന് നിങ്ങൾ പറയുന്നുണ്ടെങ്കിലും ഇല്ലെന്ന് എനിക്ക് ഉറപ്പാണ്. നിങ്ങളുടെ പുതിയ പട്ടാളവേഷം കൊണ്ട് എന്തു ചെയ്തെന്ന് ദൈവത്തിനറിയാം. അതുകൊണ്ട് ദയവായി ഞാൻ പറയുന്നത് കേട്ടതിനുശേഷം അത് വാങ്ങണം. നിങ്ങൾ എന്നെ സ്നേഹിക്കുന്നുണ്ടെന്ന് തെളിയിക്കാൻ എനിക്ക് വേണ്ടി അത് വാങ്ങണം.

നിങ്ങൾ എനിക്ക് കുറച്ച് ലിനൻ തുണി സമ്മാനമായി അയച്ചുതന്നിരുന്നു. പക്ഷേ, നിങ്ങൾ വെറുതെ സ്വയം നശിപ്പിക്കുകയാണ്. നിങ്ങൾ എനിക്കുവേണ്ടി ചെലവാക്കുന്ന തുക ഭയാനകമാണ്– വളരെ ഭയാനകമായ ഒരു സംഖ്യ! നിങ്ങൾ എന്തൊരു ധാരാളിയാണ്. ഈ കാര്യങ്ങൾ സത്യത്തിൽ അനാവശ്യചെലവാണ്. നിങ്ങൾ എന്നെ സ്നേഹിക്കുന്നുണ്ടെന്ന് എനിക്ക് പൂർണ്ണമായും ഉറപ്പുണ്ട്. അത് എനിക്കറിയാം. പ്രത്യേകിച്ചും എനിക്ക് സ്വീകരിക്കാൻ ബുദ്ധിമുട്ടുള്ള നിങ്ങളുടെ സമ്മാനങ്ങൾ തന്നുകൊണ്ട് എന്നെ നിങ്ങൾ അത് ഓർമ്മപ്പെടുത്തേണ്ട ആവശ്യമില്ല.

അവയ്ക്ക് നിങ്ങൾ എന്തു വിലകൊടുത്തിരിക്കുമെന്ന് എനിക്ക് അറിയാം. എന്നന്നേക്കുമായി വീണ്ടും ഇത് ഒരിക്കൽക്കൂടി ചെയ്യാൻ പാടില്ല. ഞാൻ നിങ്ങളോട് യാചിക്കുകയാണ്. നിങ്ങൾ ചെയ്യില്ല. അല്ലേ?

മേക്കർ അലക്സിയേവിച്ച്, എന്റെ ബാക്കിക്കുറിപ്പുകൾ കൂടി നിങ്ങൾക്ക് അയച്ചുതരണമെന്ന് നിങ്ങൾ എന്നോട് ആവശ്യപ്പെട്ടിരുന്നു. നിങ്ങൾ അവയെല്ലാം വായിച്ചുതീർക്കാൻ ആഗ്രഹിച്ചിരുന്നു. സത്യം പറയുകയാണെങ്കിൽ ഇത്രയും പോലും എനിക്ക് എങ്ങനെ എഴുതാൻ കഴിഞ്ഞെന്ന് എനിക്ക് അറിയില്ല. എനിക്ക് കഴിഞ്ഞകാലത്തെപ്പറ്റി സംസാരിക്കുന്നത് അല്ലെങ്കിൽ ചിന്തിക്കുന്നതുപോലും സഹിക്കാൻ കഴിയില്ല. അതിന്റെ ഓർമ്മപോലും എന്നെ ഭയപ്പെടുത്തുന്നു. അതിക്രൂരന്മാരുടെ കൈകളിലേക്ക് സ്വന്തം മക്കളെ ഉപേക്ഷിക്കേണ്ടിവന്ന എന്റെ പാവം അമ്മയെപ്പറ്റി സംസാരിക്കുന്നതാണ് ഏറ്റവും ബുദ്ധിമുട്ടുള്ള കാര്യം. അതിനെപ്പറ്റിയുള്ള ആലോചനകൊണ്ട് എന്റെ ഹൃദയത്തിൽനിന്ന് ഇപ്പോഴും ചോര ഒലിച്ചുകൊണ്ടിരിക്കുന്നു. അവയെല്ലാം അങ്ങേയറ്റം പുതിയവയാണ്. അതുകൊണ്ട് ഒരുവർഷം കഴിഞ്ഞിട്ടുപോലും എനിക്ക് എന്റെ മനസമാധാനം വീണ്ടെടുക്കാൻ കഴിഞ്ഞിട്ടില്ല. പക്ഷേ, അതിനെപ്പറ്റി എല്ലാം നിങ്ങൾക്ക് അറിയാം.

ഇപ്പോൾ അന്നാ ഫയഡറോവ്നാ എന്താണ് ചിന്തിക്കുന്നതെന്ന് ഞാൻ നിങ്ങളോട് പറഞ്ഞിരുന്നു. അവർ എനിക്ക് നന്ദിയില്ലെന്ന് കുറ്റപ്പെടുത്തുന്നു. കൂടാതെ മിസ്റ്റർ: ബൈക്കോവിന്റെ പ്രവർത്തനങ്ങളുമായി അവർക്ക് ഒന്നുംതന്നെ ചെയ്യാനില്ലെന്ന് വ്യക്തമാക്കിക്കൊണ്ട് ഒഴിഞ്ഞുമാറുന്നു. അവർ ഞാൻ തിരിച്ചുവരാൻ ആഗ്രഹിക്കുന്നു. അതിന്റെ കൂടെ ഞാൻ ഭിക്ഷ കൊണ്ടാണ് ജീവിക്കുന്നതെന്നും ഞാൻ ഒരു മോശം അന്ത്യത്തിൽ എത്തിച്ചേരുമെന്നും അവർ പറയുന്നു. ഞാൻ തിരിച്ചു വരികയാണെങ്കിൽ അവർ മിസ്റ്റർ ബൈക്കോവിനോട് തെറ്റുതിരുത്തി എനിക്ക് ഒരു സ്ത്രീധനം നല്കാൻ പ്രേരിപ്പിക്കുമെന്നും അവർ പറയുന്നുണ്ട്. ഞാൻ അവരിൽനിന്ന് ഒരുകാര്യവും ആഗ്രഹിക്കുന്നില്ല. ഞാൻ ഇവിടെ നിങ്ങളുടെ കൂടെ സന്തോഷത്തിലാണ്. അതുകൂടാതെ അനുകമ്പയുള്ള എന്റെ അമ്മൂമ്മയെപ്പറ്റി ഫെഡോറാ എന്നെ ഓർമ്മപ്പെടുത്തുന്നുണ്ട്. നിങ്ങൾ ഒരു അകന്ന ബന്ധുവാണ്. പക്ഷേ, നിങ്ങളുടെ പേര് ഒരു സംരക്ഷണമാണ്. അവരെ സംബന്ധിച്ചിടത്തോളം എനിക്ക് അവരെ അറിയാൻ ആഗ്രഹമില്ല. എനിക്ക് കഴിയുമെങ്കിൽ ഞാൻ അവരെപ്പറ്റി മറക്കും. അവർ എന്റെ അടുത്തുനിന്ന് ഇതിലും കൂടുതൽ എന്താണ് ആഗ്രഹിക്കുന്നത്! ഇതുമുഴുവൻ അപവാദമാണെന്നും അതിനുശേഷം അവർ എന്നെ തനിച്ച് ഉപേക്ഷിക്കുമെന്നാണ് ഫെഡോറാ പറയുന്നത്. ദൈവം അവർക്ക് അവരുടെ ആഗ്രഹം അനുവദിച്ചുകൊടുക്കട്ടെ.

വി ഡി

ജൂൺ 21

എന്റെ പ്രിയപ്പെട്ട എന്റെ കുഞ്ഞുമാടപ്രാവേ,

എങ്ങനെ തുടങ്ങണമെന്ന് എനിക്ക് അറിയില്ല. നമ്മൾ ഇവിടെ ഈ രീതിയിൽ താമസിക്കുന്നത് എത്രമാത്രം അസാധാരണമാണ്. ഞാൻ പറയാൻ ആഗ്രഹിച്ചത് ഇത്തരം പരമാനന്ദദിവസങ്ങൾ ഒരിക്കലും അറിഞ്ഞിരുന്നില്ലെന്ന് പറയാനായിരുന്നു. അത് പ്രിയപ്പെട്ട ദൈവം ഒരുവീടും കുടുംബവും തന്ന് എന്നെ വെറുതെ അനുഗ്രഹിച്ചതുപോലെയാണ്. ഹോ, സുന്ദരിയായ പ്രിയപ്പെട്ട കുഞ്ഞേ! ഞാൻ അയച്ചുതന്നിരുന്ന നാല് മോശമായ അടിക്കുപ്പായങ്ങളുടെ മുകളിൽ നിങ്ങളുടെ പ്രിയപ്പെട്ട ജീവിതം എന്തിനാണ് പാഴാക്കുന്നത്. നിങ്ങൾക്ക് അവ ആവശ്യമുണ്ടെന്ന് ഫെഡോറാ എന്നോട് പറഞ്ഞിരുന്നു. നിങ്ങൾക്ക് സന്തോഷം തരുന്നത് എനിക്ക് അത്രമാത്രം ആഹ്ലാദം ആയിരുന്നു. അത് എന്റെ സ്വന്തം ഇഷ്ടമാണ്. അതുകൊണ്ട് എന്നെ എതിർക്കരുത്. എന്നോട് തർക്കിക്കരുത്. എന്റെ ഓമനേ, ഇതുപോലെ ഒരുകാര്യം മുമ്പ് ഒരിക്കലും എനിക്ക് സംഭവിച്ചിട്ടില്ല. ഞാൻ സമൂഹത്തിനുള്ളിലേക്കും ഇറങ്ങിപ്പോകുന്നുണ്ട്. എന്റെ ദിവസങ്ങളെ പ്രകാശമാനമാക്കാൻവേണ്ടി നിങ്ങൾ നിരത്തിന്റെ മറുവശത്ത് താമസിക്കുന്നതു കാരണം എന്റെ ജീവിതം ഇരട്ടി സമ്പൂർണ്ണമായിരിക്കുന്നു. മറ്റൊരുകാര്യം, എന്നെ ഇന്ന് ചായകുടിക്കാൻ വേണ്ടി എന്റെ അയൽവാസി റാറ്റാസിയേവ് ക്ഷണിച്ചിരിക്കുന്നു. റാറ്റാസിയേവ് സാഹിത്യപരമായ വിരുന്നുകൾ നടത്തുന്ന ഒരു ഉദ്യോഗസ്ഥനാണ്. ഞങ്ങൾ സാഹിത്യരചനകൾ വായിക്കാൻ പോകുകയാണ്. ഞങ്ങൾ ആ രീതിയിൽ ഉള്ളവരാണ്. അവിടെ! എന്റെ ഓമനയോട് ഞാൻ വിടപറയുന്നു. ഞാൻ ഇത് വെറുതെ കുറിച്ചതിന് ഞാൻ സുഖമായിരിക്കുന്നു എന്ന് നിങ്ങളെ അറിയിക്കുന്നതല്ലാതെ പ്രത്യേകിച്ച് മറ്റ് ഉദ്ദേശ്യങ്ങൾ ഒന്നും ഇല്ല. തെരേസാ വഴിയായി നിങ്ങൾക്ക് ചിത്രത്തുന്നലിനുവേണ്ടി കുറച്ച് നിറം ഉള്ള സിൽക്ക് തുണിവേണമെന്ന് നിങ്ങൾ എന്നെ അറിയിച്ചിരുന്നു. എന്റെ ഓമനേ, ഞാൻ അത് വാങ്ങിക്കും. ഞാൻ തീർച്ചയായും വാങ്ങിക്കും. നിങ്ങളുടെ ആഗ്രഹം തൃപ്തിപ്പെടുത്തിയതിന്റെ സന്തോഷം നാളത്തെ ദിവസം അവസാനിക്കുന്നതിനുമുമ്പ് എനിക്ക് ലഭിക്കും. അത് എവിടെ നിന്ന് ന്യായവിലയ്ക്ക് വാങ്ങാൻ കഴിയുമെന്ന് പോലും എനിക്ക് അറിയാം. ഞാൻ പഴയതുപോലെ തുടരുന്നു.

നിങ്ങളുടെ ആത്മാർത്ഥതയുള്ള സുഹൃത്ത്
മേക്കർ ഡിവുഷ്ക്കിൻ

ജൂൺ 22

എന്റെ പ്രിയപ്പെട്ട വാർവാരാ അലക്സിയേവ്നാ,

ഞങ്ങളുടെ വീട്ടിൽ വളരെ വളരെ ദയനീയമായ ചില കാര്യങ്ങൾ സംഭവിച്ചതിനെപ്പറ്റി നിങ്ങളെ അറിയിക്കേണ്ടിവന്നതിൽ എനിക്ക് ദുഃഖ

മുണ്ട്. ഗോർഷേക്കോവിന്റെ ചെറിയ ആൺകുട്ടി ഇന്നുരാവിലെ നാലുമണി കഴിഞ്ഞപ്പോൾ ഉടൻതന്നെ മരിച്ചുപോയിരിക്കുന്നു. അയാൾ എന്തുകൊണ്ട് മരിച്ചെന്ന് എനിക്ക് പറയാൻ കഴിയില്ല. പകരുന്ന വിഷജ്വരം അല്ലെങ്കിൽ അതുപോലെയുള്ള മറ്റൊരുരോഗം. നിശ്ചയമായും ഞാൻ അവരെ സാന്ത്വനിപ്പിക്കാൻ പോയിരുന്നു. അവരും ജീവിക്കുന്നത് ദാരിദ്ര്യത്തിൽ ആയിരുന്നു. അവരുടെ മുറി എത്രമാത്രം വൃത്തിഹീനമായിരുന്നു! അവർ എല്ലാവരും കൂടി മാന്യതയ്ക്ക് വേണ്ടി ധാരാളം തിരശ്ശീലകൾകൊണ്ട് വേർതിരിച്ച ഒരു മുറിയിൽ താമസിക്കുന്നതിൽ അത്ഭുതമില്ല. ശവപ്പെട്ടി തയ്യാറാക്കിയിരുന്നു. അധികം കൊത്തുപണികൾ ഇല്ലാത്ത ലളിതമായ ഒരു ചെറിയ ശവപ്പെട്ടി. പക്ഷേ, അത് ഏറക്കുറെ മനോഹരമായിരുന്നു. അവർ അത് പണിതീർത്ത് വാങ്ങിയതായിരുന്നു. ആൺകുട്ടിക്ക് ഒൻപത് വയസ്സ് ഉണ്ടായിരുന്നു. ഒരു കഴിവുള്ള കമ്പി ആയിരുന്നെന്നാണ് അവർ പറയുന്നത്. വാരങ്കാ, അവരെ കാണുന്നത് മനോവേദന ഉണ്ടാക്കും. അമ്മ കരയുന്നുണ്ടായിരുന്നില്ല. പക്ഷേ, പാവം അവർ വലിയ ദുഃഖത്തിലാണ്. ഭക്ഷണം കൊടുക്കാൻ ഒരു കുട്ടി കുറഞ്ഞിരിക്കുന്നത് ഒരുപക്ഷേ, ഒരു ആശ്വാസം ആയിരിക്കാം. അവിടെ രണ്ട് കുട്ടികൾകൂടി ഉണ്ട്. ഒരു കൈക്കുഞ്ഞും ആറുവയസ്സോളം ഉള്ള ഒരു പെൺകുട്ടിയും. പ്രത്യേകിച്ചും കുട്ടികൾ നിങ്ങളുടെ സ്വന്തമാണെങ്കിൽ നിങ്ങൾക്ക് അവരെ സഹായിക്കാൻ കഴിയാതിരിക്കുകയുമാണെങ്കിൽ കുട്ടികൾ കഷ്ടപ്പെടുന്നത് കാണുന്നതിൽ വലിയ സന്തോഷം ഒന്നുമില്ല. അച്ഛൻ ഒരു തിളക്കമുള്ള നീളൻ കുപ്പായം ഇട്ടുകൊണ്ട് ഒരു ഒടിഞ്ഞ കസേരയിൽ ഇരിക്കുന്നുണ്ടായിരുന്നു. അയാളുടെ കണ്ണുകളിലൂടെ കണ്ണുനീർ താഴോട്ട് ഒഴുകുന്നുണ്ടായിരുന്നു. ദുഃഖം കൊണ്ട് ആയിരുന്നില്ല. ഒരുപക്ഷേ, ശീലമായിരിക്കാം. കാരണം അയാളുടെ കണ്ണുകളുടെ കാര്യത്തിൽ ഏതോ ചില കാര്യങ്ങൾ ഉണ്ട്. അയാൾ ഒരു അരക്കിറുക്കൻ ആണ്. നിങ്ങൾ അയാളോട് സംസാരിക്കുമ്പോൾ എല്ലാ സമയത്തും അയാൾ ആശയക്കുഴപ്പത്തിൽ ആയിരിക്കും. അയാൾക്ക് സംസാരിക്കാൻ കഴിയില്ല. അയാളുടെ മകളായ ചെറിയ പെൺകുട്ടി വളരെ വിളർത്ത് വിവർണ്ണയായി ശവപ്പെട്ടിയുടെ അടുത്ത് ചിന്തിച്ചുകൊണ്ട് നില്ക്കുന്നുണ്ടായിരുന്നു. പാവം. ഒരു ചെറിയ കുട്ടി അങ്ങേയറ്റം ചിന്തയിൽ മുഴുകിനില്ക്കുന്നത് കാണാൻ ഞാൻ ഇഷ്ടപ്പെടുന്നില്ല. വാരങ്കാ, അത് എന്തായാലും അരോചകമാണ്. അവളുടെ കീറിപ്പറിഞ്ഞ പാവക്കുട്ടി തറയിൽ കിടക്കുന്നുണ്ടായിരുന്നു. അവൾ അതുമായി കളിക്കുകയായിരുന്നില്ല. അവൾ അവളുടെ ചുണ്ടിൽ വിരൽ അമർത്തിക്കൊണ്ടാണ് അവിടെ നിന്നിരുന്നത്. അവൾ അനങ്ങുന്നുണ്ടായിരുന്നില്ല. ഞങ്ങളുടെ വാടകവീടിന്റെ ഉടമസ്ഥ അവൾക്ക് ഒരു മധുരപലഹാരം കൊടുത്തു. അവൾ അത് വാങ്ങിച്ചു. പക്ഷേ, കഴിച്ചിരുന്നില്ല. ഇത് വളരെ ദുഃഖകരമാണ്. വാറങ്കാ, അങ്ങനെ അല്ലേ?

മേക്കർ ഡിവുഷ്കിൻ

ജൂൺ 25

എന്റെ പ്രിയപ്പെട്ട അലക്സിയേവിച്ച്,

ഞാൻ നിങ്ങളുടെ പുസ്തകം തിരിച്ചുതരുകയാണ്. ഒരു വൃത്തികെട്ട പുസ്തകം. അത് തൊടാൻ വെറുപ്പുതോന്നുന്ന ഒരു പുസ്തകമാണ്. ഇത്തരം ഒരു മുത്ത് നിങ്ങൾ എവിടെനിന്നാണ് കുഴിച്ചെടുത്തത്? തമാശ ഒഴിവാക്കിയാൽ മേക്കർ അലക്സിയേവിച്ച്, നിങ്ങൾ ഇത്തരം പുസ്തകങ്ങൾ ഇഷ്ടപ്പെടുന്നുണ്ടോ? കഴിഞ്ഞ ദിവസം നിങ്ങൾ എനിക്ക് വായിക്കാൻ ചില കാര്യങ്ങൾ അയച്ചുതരാമെന്ന് വാഗ്ദാനം ചെയ്തിരുന്നു. നിങ്ങൾ ആഗ്രഹിക്കുന്നുണ്ടെങ്കിൽ നമുക്ക് അത് ഒന്നിച്ചിരുന്ന് വായിക്കാം. അതിനുശേഷം ഇപ്പോൾ വിട പറയുന്നു. കൂടുതൽ എഴുതാൻ എനിക്ക് സമയമില്ല.

വി ഡി

ജൂൺ 26

പ്രിയപ്പെട്ട വാരങ്കാ,

സത്യം പറയുകയാണെങ്കിൽ ഞാൻ ആ പുസ്തകം വായിച്ചിട്ടില്ല. ഞാൻ ഏതാനും താളുകൾ മാത്രമാണ് വായിച്ചത്. അതു മുഴുവൻ ആളുകളെ വെറുതെ ചിരിപ്പിക്കാൻവേണ്ടിയുള്ള ചാപല്യമാണ്. അത് സത്യത്തിൽ ആഹ്ലാദകരം ആയിരിക്കുമെന്നാണ് ഞാൻ വിചാരിച്ചിരുന്നത്. ആർക്കറിയാം, ഒരുപക്ഷേ, അത് വാരങ്കായും ഇഷ്ടപ്പെടുമെന്നാണ് ഞാൻ വിചാരിക്കുന്നത്. അതിനുശേഷം അതുകൊണ്ടാണ് ഞാൻ അത് കൊടുത്തുവിട്ടിരുന്നത്.

പക്ഷേ, റാറ്റസിയേവ് — അയാൾ എനിക്ക് ശരിക്കും ലാഭകരമായ ചിലത് കടം തരാമെന്ന് വാക്ക് പറഞ്ഞിട്ടുണ്ട്. അതുകൊണ്ട് എന്റെ ഓമനേ, നിങ്ങൾക്ക് വായിക്കാൻ ധാരാളം ഉണ്ടായിരിക്കും. ആ റാറ്റാസിയേവ് അഗാധപാണ്ഡിത്യമുള്ള ഒരു മനുഷ്യനാണ്. ഒരു ശരിയായ പണ്ഡിതൻ. അയാൾ സ്വയം എഴുതുകപോലും ചെയ്യാറുണ്ട്. ദൈവമേ, അയാൾ എത്ര ഭംഗിയായാണ് എഴുതുന്നത്! അയാൾക്ക് ഒരു ഒഴുക്കുള്ള രചനാരീതി ഉണ്ട്. അയാൾക്ക് അതിനുള്ളിലെ ആശയം എങ്ങനെ വ്യക്തമാക്കണമെന്നറിയാം. ശൂന്യവും ബാലിശവും അസഭ്യവുമായ വാക്കുകൾകൊണ്ടുപോലും ആശയം എങ്ങനെ വ്യക്തമാക്കണമെന്ന് അയാൾക്ക് അറിയാം. ഫാൽഡോനിയോടോ തെരേസായോടോ സംസാരിക്കുമ്പോൾ ഞാൻ ഉപയോഗിക്കുന്നതുപോലെ അയാൾ ആ വാക്കുകൾ ഉപയോഗിക്കുമ്പോൾ അവയ്ക്കുള്ളിൽ ആശയ പ്രകാശനരീതി നിറഞ്ഞിരിക്കും. ഞാൻ അയാളുടെ വിരുന്നുകൾക്കും പോകാറുണ്ട്. ഞങ്ങൾ അവിടെ പുകവലിച്ചുകൊണ്ടിരിക്കും. അയാൾ അയാളുടെ കുറിപ്പുകൾ വായിക്കും. ചിലപ്പോൾ രാവിലെ അഞ്ചുമണിയാകുന്നതുവരെ അത് തുടരും. സാഹിത്യകൃതികളുടെ ഒരു വിരുന്ന്! അത് പൂക്കളെപ്പോലെ അങ്ങേയറ്റം മനോ

ഹരമാണ്. അതിന് മറ്റൊരുവാക്ക് പറയാനില്ല. ഓരോ താളിലും നിന്ന് നിങ്ങൾക്ക് ഓരോ പൂച്ചെണ്ട് ഉണ്ടാക്കിയെടുക്കാം! അയാൾ അങ്ങേയറ്റം അനുകമ്പയുള്ളവനും അങ്ങേയറ്റം വീണ്ടുവിചാരം ഉള്ളവനും അങ്ങേയറ്റം സഹായമനഃസ്ഥിതിയുള്ളവനും ആയിരുന്നു! അയാളുമായി താരതമ്യപ്പെടുത്തിയാൽ ഞാൻ ആരാണ്? ഒന്നും അല്ല! അയാൾക്ക് പ്രശസ്തിയുണ്ട്. എനിക്കോ? എനിക്ക് ഒന്നും ഇല്ല. ഞാൻ വെറുതെ ജീവിക്കുന്നവനാണ്. എന്നിട്ടും അയാൾ എന്നോട് ദയയുള്ളവനാണ്! അയാൾ എന്നെ അയാൾക്കുവേണ്ടി ചില കാര്യങ്ങൾ പകർത്തിയെഴുതാൻപോലും അനുവദിക്കുന്നുണ്ട്. പക്ഷേ, എന്റെ ഓമന അത് ഒരു തന്ത്രം മാത്രമാണെന്ന് വിചാരിക്കരുത്. എന്നെക്കൊണ്ട് കാര്യങ്ങൾ പകർത്തിയെഴുതിക്കാനുള്ള ഒരു തന്ത്രം. എന്റെ ഓമനേ, അത് വൃത്തികെട്ട പരദൂഷണമാണ്! വെറും വൃത്തികെട്ട പരദൂഷണം! ഞാൻ അത് ചെയ്യുന്നതിന്റെ കാരണം ഞാൻ അത് ചെയ്യാൻ സത്യത്തിൽ ആഗ്രഹിക്കുന്നതുകൊണ്ടാണ്. ഞാൻ അത് ചെയ്യുന്നതു സ്വന്തം സന്തോഷത്തിനുവേണ്ടിയാണ്. അയാൾ ദയാലുവാകുന്നതിന്റെ കൃത്യമായ കാരണം അതാണ്— എനിക്ക് ആഹ്ലാദം തരാൻവേണ്ടി. എന്റെ ഓമനേ, എനിക്ക് മറ്റുള്ളവരോടുള്ള പരിഗണന കാണുമ്പോൾ അതിനെ അഭിനന്ദിക്കാൻ കഴിയാറുണ്ട്! അയാൾ അനുകമ്പയുള്ള ഒരു നല്ല മനുഷ്യനാണ്. അതെ, എന്നുമാത്രമല്ല അയാൾ ഒരു വൈശിഷ്ട്യമുള്ള ഒരു എഴുത്തുകാരനുമാണ്.

വാരങ്കാ, സാഹിത്യരചന ഒരു നല്ല കാര്യമാണ്. ശരിക്കും നല്ല കാര്യമാണ്. അതാണ് ഞാൻ മിനിഞ്ഞാന്ന് അവരിൽനിന്നും മനസ്സിലാക്കിയത്. അത് ഒരു ഗഹനമായ കാര്യം കൂടിയാണ്! അത് അറിവുണ്ടാകുന്ന കാര്യമാണ്. അത് സുരക്ഷിതമാക്കുന്ന കാര്യമാണ്. അവരുടെ പുസ്തകത്തിൽ ഈ കാര്യങ്ങളെല്ലാം കണ്ടെത്താൻ കഴിയും. ഇതിനേക്കാൾ കൂടുതലും കണ്ടെത്താൻ കഴിയും! അത് അങ്ങേയറ്റം നല്ലതുപോലെ എഴുതിയിരിക്കുകയാണ്! സാഹിത്യരചന ഒരു ചിത്രം വരയ്ക്കുന്നതുപോലെ ആണ്. അതായത് ഒരുതരത്തിലുള്ള ഒരു ചിത്രരചനപോലെയാണ്. അത് ഒരു കണ്ണാടിപോലെയാണ്. അത് വികാരം പ്രകടമാക്കുന്നു. അത് നല്ല വിമർശനങ്ങളും നിർദ്ദേശങ്ങളും തരുന്നു. അതുകൂടാതെ അത് ജീവിതത്തിന്റെ ഒരു ചരിത്രമാണ്. ഇതെല്ലാം എനിക്ക് ലഭിച്ചത് അവരിൽ നിന്നാണ്. തുറന്നുപറയുകയാണെങ്കിൽ എനിക്ക് അവിടെ കേട്ടുകൊണ്ടിരിക്കാം. (മറ്റുള്ളവരെപ്പോലെ എനിക്ക് എന്റെ പൈപ്പ് വലിക്കുകയും ചെയ്യാം). പക്ഷേ, എല്ലാത്തരം കാര്യങ്ങളെപ്പറ്റിയും അവർ തർക്കിക്കാൻ തുടങ്ങുമ്പോൾ വാരങ്കാ, ഞാൻ അതിൽനിന്ന് പുറത്താകും. അത് ഞങ്ങളുടെ തലച്ചോറുകൾക്ക് പുറത്താണ്! എനിക്ക് സത്യത്തിൽ എന്നെപ്പറ്റി നാണക്കേട് തോന്നാറുണ്ട്: അവിടെയിരുന്ന് വൈകുന്നേരം മുഴുവൻ ഒരു തടിക്കുറ്റിയെപ്പോലെ ഉചിതമായ ഒരു വാക്ക് കണ്ടെത്താൻ വേണ്ടി എന്റെ തല പുണ്ണാക്കിയിട്ടും പകുതി അനുയോജ്യമായ ഒരു വാക്ക് പോലും കണ്ടെത്താൻ കഴിയാതിരിക്കുമ്പോൾ സത്യത്തിൽ എനിക്ക്

എന്നെപ്പറ്റി നാണക്കേട് തോന്നിയിരുന്നു! വാരങ്കാ, ഒരാൾ മറ്റുള്ളവർക്ക് ഒപ്പം അല്ലെന്ന് മനസ്സിലാക്കുമ്പോൾ വിഷമം തോന്നും. അതായത് വർഷങ്ങൾ എന്നെ കൂടുതൽ ബുദ്ധിമാനാക്കിയില്ലെന്ന് മനസ്സിലാകുമ്പോൾ വിഷമം തോന്നും. എന്റെ ഒഴിവു സമയത്ത് ഞാൻ എന്താണ് ചെയ്യുന്നത്: ഞാൻ ഒരു മരക്കുറ്റിപോലെ ഉറങ്ങുന്നു. ഒരുപക്ഷേ, ഞാൻ എന്തെങ്കിലും സന്തോഷകരമായ കാര്യം ചെയ്യുമായിരിക്കാം. ഒരുപക്ഷേ, ഞാൻ എഴുതുമായിരിക്കാം. അത് എനിക്ക് പ്രയോജനകരവും മറ്റുള്ളവർക്ക് അറിവുണ്ടാകുകയും ചെയ്യുന്ന കാര്യമായിരിക്കാം. എന്തുകൊണ്ട്? ഇതിൽ നിന്ന് അവർ എന്ത് സമ്പാദിക്കുന്നുണ്ടെന്ന് നിങ്ങൾക്ക് അറിവുണ്ടോ? ഒരുപക്ഷേ, ദൈവം അവരോട് ക്ഷമിക്കുമായിരിക്കും. റാറ്റാസിയേവിന് പ്രതിഫലം ലഭിക്കുന്ന പണം ഒരു ഉദാഹരണമായി എടുക്കാം! അയാൾക്ക് ഒരു ദിവസം അഞ്ച് കടലാസുകൾ എഴുതാൻ കഴിയും. അയാൾക്ക് ഒരു കടലാസിന് മുന്നൂറുറൂബിളുകൾ ലഭിക്കുന്നുണ്ടെന്നാണ് അയാൾ പറയുന്നത്. അതുകൂടാതെ അത് ഒരു വിസ്മയാവഹമായ കഥയാണെങ്കിൽ അല്ലെങ്കിൽ ആളുകൾക്ക് അറിയാൻ ആഗ്രഹമുള്ള കഥയാണെങ്കിൽ അയാൾക്ക് മൊത്തം കടലാസുകൾക്കും ഒരു കടലാസിന് അഞ്ഞൂറ് റൂബിളുകൾ വീതം ലഭിക്കും. അവർ ധൈര്യമായി നിരസിക്കട്ടെ! നമ്മൾ അടുത്തതവണ ആയിരം റൂബിളുകൾ ആവശ്യപ്പെടും! വാർവാരാ അലക്സിയേവ്നാ, നിങ്ങളുടെ അസംബന്ധങ്ങളൊന്നും ഞങ്ങളോട് വേണ്ട. എന്തുകൊണ്ട്? എന്റെ ഓമനക്കവിതകൾ പതിവായി വാങ്ങണം. വെറും ചെറിയ കവിതകൾ— അയാൾക്ക് അവ പകർത്തിയെഴുതിയ ഒരു പുസ്തകം ഉണ്ട്. അതിന്റെ വില ഒരു കോപ്പക് അല്ലെങ്കിൽ ഏഴായിരം റൂബിളുകൾ ആണ്! അതിനെപ്പറ്റി വെറുതെ ഒന്ന് ആലോചിച്ചു നോക്കൂ! ഒരു തോട്ടത്തിന്റെ വില, ഒരു ബംഗ്ലാവിന്റെ വില! അവർ അയ്യായിരം വാഗ്ദാനം ചെയ്തെന്നാണ് അയാൾ പറയുന്നത്. പക്ഷേ, അയാൾക്ക് കൂടുതൽ വിലയുള്ളതാക്കാൻ അറിയാം. ഞാൻ അയാളോട് തർക്കിക്കാൻ ശ്രമിച്ചു: അയ്യായിരം സ്വീകരിക്കാൻ ഞാൻ പറഞ്ഞു. അതിനുശേഷം അവർ എന്തെങ്കിലും ചെയ്യട്ടെ! അത് രൊക്കം പണമായി അയ്യായിരം റൂബിളുകൾ ആണ്. പക്ഷേ, അയാൾ വിട്ടുവീഴ്ചയില്ലാത്തവൻ ആണ്. 'അവർ എനിക്ക് ഏഴായിരം തരും!' അയാൾ വാസ്തവത്തിൽ വിവേകമുള്ളവൻ അല്ലേ?

വാക്കുകൾ എന്തിനാണ് പാഴാക്കുന്നത്? ഞാൻ ഇറ്റാലിയൻ പാഷൻസിൽനിന്ന് എടുത്തെഴുതുന്നതാണ് കൂടുതൽ നല്ലത്. അയാളുടെ പുസ്തകത്തിന്റെ പേര് അങ്ങനെയാണ്. നിങ്ങൾക്ക് അത് സ്വയം വിലയിരുത്താം:

വ്ളാഡിമർ, ആരംഭിച്ചുകഴിഞ്ഞിരുന്നു. കാരണം അയാളുടെ സിരകളിൽ വികാരങ്ങൾക്കുവേണ്ടിയുള്ള ആസക്തി തിളയ്ക്കുന്ന നിലയിലേക്ക് എത്തിച്ചേർന്നിരുന്നു.

'പ്രഭി' അയാൾ നിലവിളിച്ചു. 'എന്റെ ഈ ആരാധന എത്രമാത്രം

ഭയാനകമാണെന്ന് നിങ്ങൾക്ക് അറിയാമോ? അതിന്റെ കൂടെ ഈ ഭ്രാന്ത് എത്രമാത്രം പരിമിതികൾ ഇല്ലാത്തതാണെന്ന് നിങ്ങൾക്ക് അറിയാമോ? ഇല്ല! എന്റെ സ്വപ്നങ്ങൾ ഇന്നുവരെ എന്നെ ചതിച്ചിട്ടില്ല— ഞാൻ നിങ്ങളെ ഭ്രാന്തമായി സ്നേഹിക്കുന്നു. നിർവൃതിയുളവാക്കുന്ന രീതിയിൽ സ്നേഹിക്കുന്നു. നിങ്ങളുടെ ഭർത്താവിന്റെ ശരീരത്തിലെ മൊത്തം രക്തത്തിനും എന്റെ ആത്മാവിന്റെയുള്ളിൽ തിളച്ചുമറിയുന്ന ആനന്ദത്തെ നശിപ്പിക്കാൻ കഴിയുകയില്ല! എന്റെ തളർന്ന നെഞ്ചിനെ ദഹിപ്പിച്ചുകൊണ്ടിരിക്കുന്ന എല്ലാം നശിക്കുന്ന പൈശാചികമായ തീജ്ജ്വാലയെ ഒരു തടസ്സത്തിനും തടഞ്ഞുനിർത്താൻ കഴിയില്ല! ഓ സിനൈദാ, എന്റെ സിനൈദാ!'

'വ്ളാഡിമിർ' അവൾ അയാളുടെ മാറിലേക്ക് മുങ്ങിപ്പോകുന്നതിനിടയിൽ ഏറെക്കുറെ സ്വയം ചേർന്നുനിന്നുകൊണ്ട് ചെവിയിൽ പറഞ്ഞു.

'ഓ, സിനൈദാ!' നിർവൃതിയിലായിരുന്ന സ്മെൽക്സി ഒരിക്കൽക്കൂടി വിളിച്ചുകൂവി.

അയാളുടെ ശ്വാസം തീവ്രമായി തകർന്ന നെടുവീർപ്പുകളായാണ് വന്നുകൊണ്ടിരുന്നത്. പ്രേമത്തിന്റെ ദീപം ഭാഗ്യദോഷികളായ രണ്ട് ദുഃഖിതരുടെയും ഹൃദയങ്ങളെ പൊള്ളിച്ചുകൊണ്ട് വികാരത്തിന്റെ അൾത്താരയിൽ തിളക്കത്തോടെ എരിഞ്ഞുകൊണ്ടിരിക്കുകയായിരുന്നു.

'വ്ളാഡിമിർ' അവൾ അവളുടെ ഉന്മത്തതയിൽ വീണ്ടും ചെവിയിൽ പറഞ്ഞു. ഈ സമയത്ത് അവളുടെ മാറിടം ഉയരുകയും താഴുകയും ചെയ്യുന്നുണ്ടായിരുന്നു. അവളുടെ കവിളുകൾ തിളങ്ങിയിരുന്നു. അതിന്റെ കൂടെ അവളുടെ കണ്ണുകളിൽ തീജ്ജ്വാല ഉണ്ടായിരുന്നു.

പുതിയതും ഭയാനകവുമായ ഐക്യം പൂർത്തിയാക്കിയത് ഇങ്ങനെ ആയിരുന്നു...

....

അരമണിക്കൂറിനുശേഷം വൃദ്ധനായ പ്രഭു അയാളുടെ ഭാര്യയുടെ സ്വകാര്യമുറിയിൽ കടന്നുചെന്നിരുന്നു

'ശരി, എന്റെ ഓമനേ?' അയാൾ പറഞ്ഞു. 'നമ്മൾ സ്വാഗതം ചെയ്ത അതിഥിക്ക് വേണ്ടി ചായ കൊണ്ടുവരാൻ നമുക്ക് ആജ്ഞാപിക്കാതിരിക്കാൻ കഴിയുമോ?' അതിനുശേഷം അയാൾ അവളുടെ കവിളിൽ തലോടി.

വാരങ്കാ, ഇപ്പോൾ നിങ്ങൾ അതിനെപ്പറ്റി എന്താണ് വിചാരിക്കുന്നത്? ഒരുപക്ഷേ, അല്പം ബാലിശമായിരിക്കാം. ആണോ? പക്ഷേ, അത് വളരെ ന്യായമായിരിക്കണം. നമുക്ക് ആ മനുഷ്യന് അയാളുടെ പങ്ക് കൊടുക്കാം. യർമാക്കും സുലൈഖയും എന്ന അയാളുടെ കഥയിൽനിന്നുള്ള മറ്റൊരു ഭാഗം ഇവിടെ ഉണ്ട്. എന്റെ പ്രിയപ്പെട്ടവൾ സങ്കല്പിച്ചുനോക്കൂ. ഈ പറയുന്ന സൈബീരിയായെ കീഴടക്കിയ ഭയഭീതിയുണർത്തുന്ന യർമാക്ക് സൈബീരിയൻ ചക്രവർത്തിയായ കുച്ചുമിന്റെ മകൾ സുലൈഖയുമായി പ്രണയത്തിലാണെന്ന് സങ്കല്പിച്ചുനോക്കൂ. സുലൈഖ അയാളുടെ തടവുകാരി ആണ്. അത് നിങ്ങൾക്ക് നേരിട്ട് കാണാൻ കഴിയുന്നതുപോലെ

'ഇവാൻ ദി ടെറിബിളിന്റെ' കാലത്തുനിന്ന് വരുന്ന ഏതോ ഒരു കാര്യമാണ്.

'സുലൈഖാ, നിങ്ങൾ എന്നെ സ്നേഹിക്കുന്നില്ലേ? നിങ്ങൾ എന്നെ സ്നേഹിക്കുന്നുണ്ടെന്ന് ഒന്നുകൂടി പറയണം. നിങ്ങൾ എന്നെ സ്നേഹിക്കുന്നുണ്ട്!'

'യർമാക്ക്, ഞാനും സ്നേഹിക്കുന്നത് നിങ്ങളെ മാത്രമാണ്' സുലൈഖ ചെവിയിൽ പറഞ്ഞു.

'അപ്പോൾ സ്വർഗ്ഗത്തിനും ഭൂമിക്കുംവേണ്ടി ഞാൻ നിങ്ങളോട് നന്ദി പറയുന്നു! സ്വർഗ്ഗത്തിനും ഭൂമിക്കും വേണ്ടി നിങ്ങൾ എന്നെ സന്തോഷിപ്പിച്ചു! നിങ്ങൾ എനിക്ക് എല്ലാം തന്നു! ഞാൻ ജനിച്ചതിനുശേഷം എന്റെ പീഡിപ്പിക്കപ്പെട്ടിരുന്ന ആത്മാവ് അന്വേഷിച്ചുകൊണ്ടിരുന്ന എല്ലാ കാര്യങ്ങളും നിങ്ങൾ തന്നു. എനിക്ക് മാർഗ്ഗനിർദ്ദേശം തരുന്ന നക്ഷത്രമേ, നിങ്ങൾ എന്നെ ഇവിടേക്ക് നയിച്ചുകൊണ്ടുവന്നത് ഇതിനായിരുന്നോ! നിങ്ങൾ എന്നെ ശിലായുഗത്തിനപ്പുറത്തേക്ക് നയിച്ചുകൊണ്ടുപോയത് ഇതിനായിരുന്നോ! മൊത്തം ലോകത്തിനും ഞാൻ എന്റെ സുലൈഖയെ ഇപ്പോൾ കാണിച്ചുകൊടുക്കും. അപ്പറഞ്ഞ ഉഗ്രകോപികളായ അതിക്രൂരന്മാരായ ആളുകൾ എന്നെ കുറ്റപ്പെടുത്താൻ ധൈര്യപ്പെടുകയില്ല. ഹോ, അവളുടെ മൃദുല ഹൃദയത്തിന്റെ നിഗൂഢവും തീവ്രവുമായ മാനസിക വ്യഥ മനുഷ്യൻ മനസ്സിലാക്കിയിരുന്നെങ്കിൽ, അതിനുശേഷം അവളുടെ ചെറിയ കണ്ണുനീർത്തുള്ളികളിൽ ഒളിഞ്ഞിരിക്കുന്ന കവിത മനസ്സിലാക്കിയിരുന്നെങ്കിൽ! ഓ! ഞാൻ നിങ്ങളുടെ കണ്ണുനീർത്തുള്ളികളെ ചുംബിച്ചുതുടച്ചുനീക്കട്ടെ! ആ സ്വർഗ്ഗീയമായ അമൃതിന് തുല്യമായ തുള്ളികളെ ഞാൻ കുടിച്ചുവറ്റിക്കട്ടെ!'

'യർമാക്ക്' സുലൈഖ പറഞ്ഞു 'ഈ ലോകം ക്രൂരമാണ്. അതിന്റെ കൂടെ അവിടെയുള്ള പുരുഷന്മാർ ആത്മാർത്ഥത ഇല്ലാത്തവരാണ്. അവർ ഞങ്ങളെ അവരുടെ ഇടയിൽനിന്ന് തട്ടിനീക്കും. എന്റെ പ്രിയപ്പെട്ട യർമാക്ക്, അവർ ഞങ്ങളെ കുറ്റവാളികൾ എന്ന് വിധി പറയും! നിങ്ങളുടെ ഹൃദയശൂന്യമായ തണുത്തുറഞ്ഞ ആ കപടസമൂഹത്തിൽ അവളുടെ അച്ഛന്റെ കൂടാരങ്ങൾക്കുള്ളിൽ ഹിമപാതങ്ങൾക്കിടയിൽ ഒരു പാവം കന്യക കാത്തിരിക്കും. അവർക്ക് ഒരിക്കലും എന്നെ മനസ്സിലാകില്ല. എന്റെ ഹൃദയത്തിന്റെ അഭിലാഷങ്ങൾ മനസ്സിലാകില്ല!'

'അപ്പോൾ എന്റെ 'കൊസാക്വാൾ അവരുടെ തലകൾക്ക് മുകളിലൂടെ ചൂളമടിക്കും' കത്തിജ്വലിക്കുന്ന കണ്ണുകളുമായി യർമാക്ക് വിളിച്ചുകൂവി.

വാരങ്കാ, സുലൈഖയെ മരിക്കുന്നതുവരെ കുത്തിക്കൊല്ലുകയായിരുന്നെന്ന് മനസ്സിലാക്കുമ്പോൾ അയാൾക്ക് എന്തുമാത്രം വിഷമം തോന്നിയിരിക്കുമെന്ന് ഒന്ന് സങ്കല്പിച്ചു നോക്കൂ. രാത്രിയുടെ പുതപ്പിനുള്ളിൽ അന്ധനും വൃദ്ധനുമായ കുച്ചും യർമാക്കിന്റെ കൂടാരത്തിനുള്ളിൽ ഒളിച്ചുകയറി അയാളുടെ സ്വന്തം മകളെ കുത്തുകയായിരുന്നു. അയാളുടെ സിംഹാസനവും ചെങ്കോലും കവർന്നെടുത്ത മനുഷ്യന് മാരകമായ ഒരു

അടി നല്കുകയാണെന്ന് അയാൾക്ക് അറിയാമായിരുന്നു. 'ഉരുക്ക് കല്ലിനുമുകളിൽ ഉരയുന്നതിന്റെ ശബ്ദം എനിക്ക് ഇഷ്ടമാണ്!' അയാൾ അത്യാകർഷകമായ പാറയിൽ വാളിന്റെ വായ്ത്തല മൂർച്ച കൂട്ടുന്നതിനിടയിൽ അയാളുടെ കോപത്തിന്റെ മനഃക്ഷോഭത്തിൽ യർമാക്ക് വിളിച്ചുകൂവി. 'ഞാൻ അവരുടെ ചോര ആഗ്രഹിക്കുന്നു. അവരെ നിശ്ചയമായും കഷണങ്ങളായി കൊത്തിക്കൊത്തിനുറുക്കണം!'

അതിനുശേഷം യർമാക്ക് സുലൈഖയുടെ വിയോഗം സഹിക്കാൻ കഴിയാതെ ആത്മഹത്യ ചെയ്യുന്നു. അതോടെ കഥ അവസാനിക്കുന്നു.

അതുകൂടാതെ ആളുകളെ ചിരിപ്പിക്കാൻവേണ്ടി ഇവിടെ അല്പം രസമുള്ള കാര്യങ്ങളും ഉണ്ട്:

'നിങ്ങൾക്ക് ഇവാൻ പ്രൊക്കോഫീവിച്ച് സെൽറ്റോ പൗഡിനെ പരിചയമുണ്ടോ? പ്രൊക്കോഫീ ഇവാനോവിച്ചിന്റെ കാലിൽക്കടിച്ചത് ഈ മനുഷ്യൻ ആണ്. ഇവാൻ പ്രൊക്കോഫീവിച്ച് പെട്ടെന്ന് ദേഷ്യം വരുന്ന ഒരു മനുഷ്യനാണ്. പക്ഷേ, അയാൾക്ക് ധാരാളം അസാധാരണമായ ഗുണങ്ങളുണ്ട്. മറിച്ച് പ്രൊക്കോഫീ ഇവനോവിച്ചിന് തേനിനോടൊപ്പം മുള്ളങ്കിക്കിഴങ്ങ് ഇഷ്ടമാണ്. പിലാഗിയോ അന്റോനോവ്നാ അയാളുടെ സുഹൃത്തായിരുന്ന സമയത്ത്... നിങ്ങൾക്ക് അന്റോനോവ്നായെ പരിചയം ഉണ്ടോ? എല്ലാസമയത്തും അവരുടെ പെറ്റിക്കോട്ടിന്റെ അകം പുറത്താക്കിയിടുന്ന സ്ത്രീ അവരാണ്.

ഇത് വളരെ രസകരമല്ലേ? വാരങ്കാ, ഇത് കേവലം രസകരമല്ലേ? അയാൾ ഞങ്ങൾക്കുവേണ്ടി അത് ഉറക്കെവായിച്ചപ്പോൾ ഞങ്ങൾ ചിരിച്ച് രണ്ടായി പിളർന്നുപോകുമായിരുന്നു. അയാൾ അത്തരത്തിലുള്ള ഒരു മനുഷ്യനാണ്. ഒരുപക്ഷേ, ഇത് അല്പം സങ്കല്പികമായിരിക്കാം. അതിലുമുപരി ഇത് കൂടുതൽ ബാലിശമായിരിക്കാം. പക്ഷേ, അപ്പോൾ ഇതു മുഴുവൻ നിഷ്കളങ്കമായിരിക്കാം. അതിന്റെകൂടെ ഇതിൽ മൗലികമായ ആശയങ്ങളും സ്വതന്ത്രചിന്തകളും ഇല്ല. വാരങ്കാ, ആ റാറ്റാസിയേവ് നല്ല സ്വഭാവമുള്ള ഒരു മനുഷ്യനാണെന്നും അങ്ങനെ അയാൾ ഒരു ഒന്നാം തരം എഴുത്തുകാരൻ ആണെന്നും ഞാൻ നിശ്ചയമായും പറയും. അത് കൂടുതൽ എഴുത്തുകാരെപ്പറ്റിയും പറയാൻ കഴിയുന്നതിലുമധികമാണ്.

അതിനുശേഷം അതുകൊണ്ട് എന്താണ്— ഒരാൾക്ക് എന്ത് ഗഹനമായ ആശയങ്ങളാണ് കിട്ടുന്നത്— ഞാൻ എന്തെങ്കിലും കാര്യം എഴുതുകയാണെങ്കിൽ? നിങ്ങൾ പെട്ടെന്ന് മേക്കർ ഡിവുഷ്കിന്റെ കവിതകൾ എന്നൊരു പുസ്തകം— കണ്ടുമുട്ടുന്നു. എന്റെ കൊച്ചുമാലാഖ അപ്പോൾ എന്തു പറയും? അത് എങ്ങനെ നിങ്ങളുടെ മനസ്സിൽ തറയ്ക്കും? എന്റെ കാര്യം പറഞ്ഞാൽ എന്റെ ഓമനേ, അപ്പോൾ ഞാൻ നെവെസ്കി തെരുവിൽ സ്വയം പ്രത്യക്ഷപ്പെടാൻ ധൈര്യപ്പെടുകയില്ല. എല്ലാവരും എന്നെ നോക്കിക്കൊണ്ട് പറഞ്ഞുകൊണ്ടിരുന്നാൽ എനിക്ക് എന്ത് തോന്നും. 'കവിയും എഴുത്തുകാരനുമായ ഡിവുഷ്ക്കിൻ അതാ പോകുന്നു.' 'ജീവനോടിരിക്കുന്ന ഡിവുഷ്ക്കിൻ!' അപ്പോൾ ഞാൻ എന്റെ ബൂട്ടുകൾകൊണ്ട്

എന്തുചെയ്യും. നടന്നുപോകുമ്പോൾ അവ എല്ലാ സമയത്തും തുണ്ട് വച്ച് തയ്ച്ചവയായിരിക്കുമെന്ന് ഞാൻ തീർച്ചയായും പറയണം. അതിന്റെ അടിവശം ചിലപ്പോൾ ഏറ്റവും കൊള്ളരുതാത്ത രീതിയിൽ പിളർന്നിരിക്കും. കവിയും എഴുത്തുകാരനുമായ ഡിവുഷ്ക്കിൻ തുണ്ടുവച്ച് തയ്ച്ചതും കീറിയതുമായ ബൂട്ടുധരിച്ചുകൊണ്ട് പോകുന്നത് എല്ലാവരും കാണുമ്പോൾ അത് എത്രമാത്രം ദാരുണമായിരിക്കും. ഡച്ച് പ്രഭ്വി എന്നെ കാണുകയാണെങ്കിൽ അവർ എന്ത് പറയും? അവർ അത് ശ്രദ്ധിക്കുമെന്ന് ഞാൻ വിചാരിക്കുന്നില്ല. കാരണം പ്രഭ്വികൾ സത്യത്തിൽ ഒരാളുടെ ബൂട്ടുകളെപ്പറ്റി ശ്രദ്ധിക്കില്ല. പ്രത്യേകിച്ചും ഒരു ഗുമസ്തന്റെ ബൂട്ടിനെപ്പറ്റി. (അവിടെ ബൂട്ടുകൾ ഇഷ്ടംപോലെ ഉണ്ട്) പക്ഷേ, എന്റെ സ്വന്തം സുഹൃത്തുക്കൾ തന്നെ എന്നെ ഒഴിവാക്കും. അതുകൂടാതെ റാറ്റാസിയേവ് ആയിരിക്കും എന്നെ ആദ്യം ഒഴിവാക്കുന്നത്. അയാൾ ഇടയ്ക്കിടയ്ക്ക് ബിപ്രഭ്വിയെ സന്ദർശിക്കുന്നുണ്ട്. എല്ലാ സ്വീകരിക്കൽ ദിവസങ്ങളിലും സന്ദർശിക്കുന്നുണ്ടെന്നാണ് അയാൾ പറയുന്നത്. അതുകൂടാതെ സാധാരണരീതിയിലും അയാൾ സന്ദർശിക്കുന്നുണ്ട്. അവർ പൂർണ്ണമായും സാഹിത്യരചനയിൽ ആഹ്ലാദിക്കുന്ന ഒരു സ്ത്രീ ആണെന്നാണ് അയാൾ പറയുന്നത്. ആ റാറ്റാസിയേവ് എന്ത് ബുദ്ധിയുള്ള മനുഷ്യനാണ്!

പക്ഷേ, ഇത് മതിയാക്കാം. ഞാൻ എഴുതിക്കൊണ്ടിരുന്നത് വെറുതെ നിങ്ങളെ വിസ്മയിപ്പിക്കുന്നതിന്റെ രസത്തിനുവേണ്ടിയാണ്. എന്റെ അമൂല്യയായ കൂട്ടുകാരി, വിട. ഞാൻ ഇവിടെ ഇടതടവില്ലാതെ കുത്തിക്കുറിക്കുന്നതിൽ കൂടുതലും അസംബന്ധങ്ങളാണ്. പക്ഷേ, അത് ഞാൻ ഇന്ന് ഏറ്റവും ഉയർന്ന താല്പര്യത്തിലായതുകൊണ്ടാണ്. ഞങ്ങൾക്ക് എല്ലാവർക്കും റാറ്റാസിയേവിനോടൊപ്പം ഭക്ഷണം ഉണ്ടായിരുന്നു. അതിന്റെ കൂടെ അവർ (ആഭാസന്മാർ!) വളരെക്കൂടുതൽ വീഞ്ഞുകുടിച്ചിരുന്നു. ഞാൻ അതിനെപ്പറ്റി എഴുതേണ്ടതായിരുന്നു. പക്ഷേ, എന്നെപ്പറ്റി തെറ്റായി ഒന്നും സങ്കല്പിക്കരുത്. അത് സത്യത്തിൽ ഒരുകാര്യമല്ല. ഞാൻ നിങ്ങൾക്ക് ആ പുസ്തകങ്ങൾ അയച്ചുതരും. ഞാൻ ഉറപ്പായും ആ പുസ്തകങ്ങൾ അയച്ചുതരാം.... വീട്ടിൽ പോൾ ഡി കോക്കിന്റെ ഒരു പുസ്തകം ചുറ്റിത്തിരിയുന്നുണ്ട്. പക്ഷേ, എന്റെ ഓമനേ, അത് ഏത് രീതിയിൽ നോക്കിയാലും, നിങ്ങൾക്കുവേണ്ടിയുള്ള ഒരു പുസ്തകം അല്ല! അയാൾ അതിലൂടെ സെയിന്റ് പീറ്റേഴ്സ് ബർഗിലെ നീതിബോധമുള്ള നിരൂപകരുടെ ധാർമ്മികരോഷം ഉണർത്തിയതായി പറഞ്ഞുവരുന്നു. ഞാൻ നിങ്ങൾക്ക് ഒരു റാത്തൽ മധുരപലഹാരം അയച്ചുതരുന്നുണ്ട്— റാത്തൽ മധുരപലഹാരം അയച്ചുതരുന്നുണ്ട്— ഞാൻ അത് നിങ്ങൾക്ക് വേണ്ടി പ്രത്യേകം വാങ്ങിയതാണ്. എന്റെ ഓമന അത് ആസ്വദിക്കണം. ഓരോതവണ അതിൽനിന്ന് ഒരെണ്ണം എടുക്കുന്ന സമയത്തും എന്നെ ഓർമ്മിക്കണം. നിങ്ങൾ ആ പഴത്തിന്റെ ചാറ് നിശ്ചയമായും ഇറുമ്പിക്കുടിക്കണം. എന്റെ ഓമന അതിൽ ഒരിക്കലും കടിക്കരുത്. കടിച്ചാൽ നിങ്ങൾക്ക് പല്ലുവേദന വരും. നിങ്ങൾക്ക് ക്യാൻഡൈഡ് പഴങ്ങൾ ഇഷ്ട

മാണോ? നിങ്ങൾക്ക് ഇഷ്ടമാണെങ്കിൽ എനിക്ക് എഴുതണം. ശരി, വിട, വാരങ്കാ, വിട! ദൈവം നിങ്ങളെ അനുഗ്രഹിക്കും; എന്റെ കുഞ്ഞുമാടപ്രാവേ, ഞാൻ ഇവിടെ ബാക്കിയാവുന്നു.

നിങ്ങളുടെ വിശ്വസ്തനായ കൂട്ടുകാരൻ
മേക്കർ ഡിവുഷ്ക്കിൻ

ജൂൺ 27

എന്റെ പ്രിയപ്പെട്ട മേക്കർ അലക്സിയേവിച്ച്,

ഞാൻ ആഗ്രഹിക്കുന്നുണ്ടെങ്കിൽ എന്നെ സഹായിക്കാൻ ആളുകൾ ഉണ്ടെന്ന് ഫെഡോറാ പറയുന്നു. അവർ എനിക്ക് ആയയുടെ നല്ല ജോലി ഉറപ്പാക്കിത്തരുമെന്നാണ് ഫെഡോറാ പറയുന്നത്. ഞാൻ അനുമതി നല്കണമോ നല്കാതിരിക്കണമോ? നിങ്ങൾ എന്താണ് ഉപദേശിക്കുന്നത്? ഞാൻ അനുമതി നല്കുകയാണെങ്കിൽ ഞാൻ നിങ്ങൾക്ക് പിന്നീട് ഒരു ഭാരം ആയിരിക്കില്ല. കൂടാതെ അത് നല്ല ശമ്പളം കിട്ടുന്ന ഒരു ജോലി ആണെന്നാണ് ഞാൻ വിശ്വസിക്കുന്നത്. മറിച്ച് പരിചിതമല്ലാത്ത ഒരു വീട്ടിൽ പ്രവേശിക്കാനുള്ള ആഗ്രഹം എന്നെ ഏതെങ്കിലും തരത്തിൽ ആകർഷിക്കുന്നുണ്ടോ? അവർ ഏതോ ഒരു സ്ഥലത്തെ ഭൂമിയുടെ ഉടമസ്ഥരാണ്. അവർ എന്നോട് കഴിഞ്ഞകാലത്തെപ്പറ്റി അന്വേഷിച്ചുകൊണ്ട് സൂക്ഷ്മനിരീക്ഷണം നടത്തും. അതിനുശേഷം ഞാൻ എന്താണ് അവരോട് പറയേണ്ടത്? അതുകൂടാതെ ഞാൻ അത്തരത്തിലുള്ള ഒരു ഏകാകിയാണ്. ഞാൻ വളരെ ഇണക്കം ഇല്ലാത്തവൾ ആണ്. വളരെക്കാലമായി ഞാൻ ജീവിച്ചിരുന്ന സ്ഥലങ്ങളിൽ എനിക്ക് പരിചയം കൂടുതലാണ്. അവിടെ ജീവിതം ബുദ്ധിമുട്ടോടെ ആണെങ്കിലും എനിക്ക് അത് മെച്ചപ്പെട്ടതായി തോന്നിയിരുന്നു. കൂടാതെ അത് വളരെ ദൂരെയാണ്. എനിക്ക് അവിടെ എന്താണ് ചെയ്യാനുള്ളതെന്ന് ആർക്കറിയാം. ഒരുപക്ഷേ, വെറുതെ കുട്ടികളെ പരിചരിച്ചാൽ മതിയാകും. അവരെ സന്തോഷിപ്പിക്കാൻ ബുദ്ധിമുട്ടായിരിക്കുമെന്ന് തോന്നുന്നു: അവർക്ക് രണ്ടുവർഷങ്ങളിലായിട്ട് രണ്ട് ആയമാർ ഉണ്ടായിരുന്നു. മേക്കർ അലക്സിയേവിച്ച്, ഞാൻ എന്നെ ഉപദേശിക്കാൻ നിങ്ങളോട് അഭ്യർത്ഥിക്കുന്നു. ഞാൻ പോകണോ? അതോ പോകാതിരിക്കണോ? നിങ്ങൾ എന്താണ് ഒരിക്കലും ഞങ്ങളെ സന്ദർശിക്കാത്തത്? ഈ ദിവസങ്ങളിൽ ഞങ്ങൾ നിങ്ങളെക്കുറിച്ച് വളരെക്കുറിച്ച് മാത്രമാണ് അറിഞ്ഞുകൊണ്ടിരിക്കുന്നത്. ഞായറാഴ്ച മാത്രമാണ് പള്ളിയിൽനിന്ന് വല്ലതും അറിയുന്നത്. നിങ്ങൾ എന്നെപ്പോലെ ഏറക്കുറെ ഒരു ഏകാകിയാണ്. ഞാൻ ഏറക്കുറെ നിങ്ങളുടെ ഒരു ബന്ധുവാണ്. മേക്കർ അലക്സിയേവിച്ച്, നിങ്ങൾ വെറുതെ എന്നെ സ്നേഹിക്കരുത്. ഞാൻ തനിച്ചാകുമ്പോൾ ഞാൻ വളരെ ഏകാകിയാണ്. ചില സമയങ്ങളിൽ, പ്രത്യേകിച്ചും വൈകുന്നേരങ്ങളിൽ ഞാൻ തനിച്ചിരിക്കും. ആരുമില്ലാതെ തനിച്ചിരിക്കും. ഫെഡോറാ ഒരുപക്ഷേ,

ദൂരെ ആയിരിക്കും. പിന്നീട് ഞാൻ ഇരുന്ന് ചിന്തിച്ചുകൊണ്ടിരിക്കും— കഴിഞ്ഞകാലത്തെക്കുറിച്ച് ചിന്തിക്കും. ദുഃഖമുള്ള കാര്യങ്ങളും സന്തോഷമുള്ള കാര്യങ്ങളും ചിന്തിക്കും. രണ്ടുകാര്യങ്ങളും ചിന്തിക്കും. അപ്പോൾ അതുമുഴുവൻ എന്റെ കണ്ണുകൾക്ക് മുമ്പിലൂടെ കടന്നുപോകും. അതോടെ ഞാൻ വീണ്ടും എനിക്ക് പരിചയമുണ്ടായിരുന്ന മുഖങ്ങൾ കാണും. (അവ ഏറക്കുറെ യഥാർത്ഥ മുഖങ്ങളാണെന്ന് തോന്നും) അമ്മയെ മറ്റുള്ളവരേക്കാൾ കൂടുതൽ പ്രാവശ്യം കാണും. ഞാൻ എന്തുമാത്രം സ്വപ്നങ്ങളാണ് കണ്ടത്. എന്റെ ആരോഗ്യം നശിച്ചതായി എനിക്ക് തോന്നുന്നു. ഞാൻ വളരെ ദുർബ്ബലയാണ്. ഞാൻ ഇന്ന് എഴുന്നേറ്റപ്പോൾ പെട്ടെന്ന് മോഹാലസ്യപ്പെട്ടു. എനിക്ക് കുറച്ചുകാലമായി ഒരു മോശം ചുമ ഉണ്ടായിരുന്നു. ഞാൻ പെട്ടെന്ന് മരിക്കും. എനിക്ക് അങ്ങനെ തോന്നുന്നുണ്ട്. എനിക്ക് അതറിയാം. ആരാണ് അത് ശ്രദ്ധിക്കുന്നത്. എനിക്ക് വേണ്ടി ആരാണ് കരയുന്നത്. എന്റെ ശവപ്പെട്ടിയെ ശ്മശാനത്തിലേക്ക് ആരാണ് പിന്തുടരുന്നത്. ഒരുപക്ഷേ, എനിക്ക് അപരിചിതമായ സ്ഥലത്തുള്ള അപരിചിതമായ വീട്ടിൽ കിടന്ന് മരിക്കുമായിരിക്കാം. ഓ, ദൈവമേ, ജീവിതം എന്തുമാത്രം ദുഃഖകരമാണ്.

മേക്കർ അലക്സിയേവിച്ച്, നിങ്ങൾ എന്തിനാണ് എല്ലാ സമയത്തും എന്നെക്കൊണ്ട് മധുരപലഹാരങ്ങൾ കഴിപ്പിക്കുന്നത്? എനിക്ക് സത്യത്തിൽ നിങ്ങൾ എവിടെനിന്നാണ് പണം കണ്ടെത്തുന്നതെന്ന് സങ്കല്പിക്കാൻ കഴിയുന്നില്ല. എന്റെ പ്രിയപ്പെട്ട കൂട്ടുകാരാ, നിങ്ങൾ നിങ്ങളുടെ പണം സമ്പാദിക്കണം. സ്വർഗ്ഗത്തെ ഓർത്ത് സമ്പാദിക്കണം. ഫെഡോറാ ഞാൻ ചിത്രത്തുന്നൽ നടത്തിയ ഒരു വിരിപ്പ് വില്ക്കാൻ നോക്കുന്നുണ്ട്. അവർ ഞങ്ങൾക്ക് ബാങ്ക് നോട്ടുകളായി അൻപത് റൂബിളുകൾ വാഗ്ദാനം ചെയ്തിട്ടുണ്ട്. അത് നല്ല വിലയാണ്. ഞാൻ പ്രതീക്ഷിച്ചതിലും കൂടുതലാണ്. ഞാൻ മൂന്ന് റൂബിളുകൾ ഫെഡോറയ്ക്ക് കൊടുത്ത് എനിക്ക് വേണ്ടി ഒരു സാധാരണ ഫ്രോക്ക് തുന്നിക്കും. പക്ഷേ, ഇളംചൂട് ലഭിക്കുന്ന ഒരു ഫ്രോക്ക്. അതുകൂടാതെ ഞാൻ നിങ്ങൾക്കുവേണ്ടി ഒരു കൈയില്ലാക്കുപ്പായം തയ്ക്കും. അത് നല്ലതുണികൊണ്ട് ഞാൻ തന്നെ തയ്ക്കും.

ഫെഡോറാ എനിക്ക് ഒരു പുസ്തകം വാങ്ങിച്ചുകൊണ്ട് വന്നിരുന്നു. ഇവാൻ ബെൽക്കിന്റെ കഥകൾ* എന്നൊരു പുസ്തകം. അത് ഞാൻ നിങ്ങൾക്ക് അയച്ചുതരുന്നുണ്ട്. നിങ്ങൾക്ക് താല്പര്യം ഉണ്ടെങ്കിൽ അത് വായിക്കാം. പക്ഷേ, അത് ദയവായി അഴുക്കാക്കുകയോ വളരെക്കാലം സൂക്ഷിച്ചുവയ്ക്കുകയോ ചെയ്യരുത്. അത് എന്റെ പുസ്തകം അല്ല. രണ്ട് വർഷംമുമ്പ് അമ്മയും ഞാനും ഒന്നിച്ചിരുന്ന് ഈ കഥകൾ വായിച്ചിരുന്നു. ഇപ്പോൾ ഈ കഥകൾ തനിച്ചിരുന്ന് വായിക്കാൻ പോകുന്നത് എന്നെ ദുഃഖിതയാക്കുന്നു. നിങ്ങളുടെ കൈയിൽ ഏതെങ്കിലും പുസ്തകം ഉണ്ടെ

---

* എ എസ് പുഷ്ക്കിന്റെ ആയിരത്തിഎണ്ണൂറ്റി മുപ്പതുകളിൽ എഴുതിയ കഥകളുടെ ഒരു സമാഹാരം.

ങ്കിൽ ദയവായി അത് എനിക്ക് അയച്ചുതരണം— അത് റാറ്റാസിയേവിന്റെ പുസ്തകം അല്ലെങ്കിൽമാത്രം അയച്ചു തന്നാൽ മതി. അയാൾ ഒരുപക്ഷേ, അയാളുടെ സ്വന്തം പുസ്തകങ്ങൾ അവ ഒരിക്കലും അച്ചടിച്ചവയല്ലെങ്കിൽ നിങ്ങൾക്ക് വാഗ്ദാനം ചെയ്യുമായിരിക്കും. മേക്കർ അലക്സിയേവിച്ച് അവ നിങ്ങൾക്ക് എങ്ങനെയാണ്— ഇഷ്ടപ്പെടാൻ കഴിയുന്നത്? അവ അതുപോലെ അസംബന്ധമാണ്. അപ്പോൾ വിട പറയുന്നു. ഞാൻ ഇപ്പോൾത്തന്നെ വളരെക്കൂടുതൽ ചിലച്ചുകഴിഞ്ഞു. എനിക്ക് ദുഃഖം ഉള്ളപ്പോൾ ചില സമയങ്ങളിൽ ഞാൻ ചിലയ്ക്കാൻ ഇഷ്ടപ്പെടുന്നു. അത് ഒരു മരുന്നുപോലെയാണ്. അത് പെട്ടെന്ന് ഉപകരിക്കും. പ്രത്യേകിച്ചും ഞാൻ എന്റെ മനസ്സിനെ ഞെരുക്കുന്ന എല്ലാക്കാര്യങ്ങളും തുറന്നുപറയുകയാണെങ്കിൽ. വിട, എന്റെ കൂട്ടുകാരാ, വിട.

നിങ്ങളുടെ
വി ഡി

ജൂൺ 28

വാർവാരാ അലക്സിയേവ്നാ, എന്റെ മാടപ്രാവേ,

വീട്, നിങ്ങൾ നിശ്ചയമായും ഇതുപോലെ അടയിരിക്കാൻ പാടില്ല. നിങ്ങൾക്ക് നിങ്ങളെപ്പറ്റി നാണക്കേട് തോന്നുന്നില്ലേ? വരൂ, വരൂ എന്റെ മാലാഖേ! നിങ്ങൾക്ക് എന്നെങ്കിലും ഇത്തരം ചിന്തകളിൽ കിടന്ന് ഉരുളാൻ പറ്റുന്നത് എങ്ങനെയാണ്. എന്റെ ഓമനേ, നിങ്ങൾക്ക് യാതൊരു അസുഖവും ഇല്ല. നിങ്ങൾ യൗവനത്തിലേക്ക് കടക്കുകയാണ്! ഒരു പക്ഷേ, അല്പം വിളറിയിട്ടുണ്ടാകാം. പക്ഷേ, നിങ്ങൾ യൗവനത്തിലേക്ക് കടക്കുകയാണ്. എന്തൊക്കെയാണ് നിങ്ങളുടെ സ്വപ്നങ്ങളും സ്വപ്നദർശനങ്ങളും. എന്റെ കുഞ്ഞോമനേ, നിങ്ങൾക്ക് നാണക്കേട് തോന്നുന്നുണ്ടാകും. നിങ്ങൾ വെറുതെ നിങ്ങളുടെ വിരലുകൾ അവരുടെ നേർക്ക് നൊടിക്കണം. ഞാൻ എങ്ങനെയാണ് നല്ലതുപോലെ ഉറങ്ങുന്നത്. ഒരു കാര്യവും ഒരിക്കലും എന്നെ ബുദ്ധിമുട്ടിക്കുന്നില്ല. എന്തുകൊണ്ട്? എന്നെ നോക്കൂ! ഞാൻ ഒരു തടിക്കുറ്റിപോലെ ഉറങ്ങുന്നു; എനിക്ക് നല്ല ആരോഗ്യമുണ്ട്. ഞാൻ ഒരു ചെറുപ്പക്കാരനെപ്പോലെ ശക്തനാണ്— ശരിക്കും ശക്തനാണ്! വരൂ, വരൂ, വാരങ്കാ! നിങ്ങൾ സ്വയം തീരുമാനിക്കുക! നിങ്ങൾ എങ്ങനെയാണ് മുന്നോട്ടുപോകുന്നതെന്ന് എനിക്ക് അറിയാം: ഏത് ചെറിയ കാര്യവും നിങ്ങളെ സ്വപ്നങ്ങളിലേക്കും ആലോചനകളിലേക്കും കൊണ്ടുപോകുന്നു. വീണ്ടും എനിക്ക് വേണ്ടിയെങ്കിലും ഇത് ആവർത്തിക്കരുത്. ആയയുടെ ജോലി ഒരിക്കലും സ്വീകരിക്കരുത്. വേണ്ടാ, വേണ്ടാ വേണ്ടാ! ഇത്തരം ഒരു ആശയത്തെപ്പറ്റി നിങ്ങൾക്ക് എങ്ങനെ ചിന്തിക്കാൻ കഴിഞ്ഞു. അതുകൂടാതെ ആ സ്ഥലം വളരെ ദൂരെയാണ്. വേണ്ട, എന്റെ ഓമനേ ഞാൻ അതിന് അനുവദിച്ചുതരില്ല. ഞാൻ എന്റെ എല്ലാ ശക്തിയുമെടുത്ത് അതിനെ എതിർക്കും! ഞാൻ ആദ്യം എന്റെ പഴയ കോട്ട് വില്ക്കും. അതിനുശേഷം നിങ്ങളെ കഷ്ടപ്പെ

ടുത്താതെ ഞാൻ എന്റെ ഷർട്ട് ധരിച്ചുകൊണ്ട് പുറത്തിറങ്ങും. അല്ല വാരങ്കാ, അത് നിങ്ങൾക്ക് വേണ്ടിയല്ല. അത് വിഡ്ഢിത്തമാണ്. വെറും വിഡ്ഢിത്തം! അത് മുഴുവൻ ഫെഡോറായുടെ തെറ്റാണെന്ന് എനിക്കറിയാം. അത് അവളാണ്. വിവരമില്ലാത്ത സ്ത്രീ. അവളാണ് നിങ്ങളെ അവിടെക്കൊണ്ട് എത്തിച്ചത്. പ്രിയപ്പെട്ടവളെ, നിങ്ങൾ അവളെ വിശ്വസിക്കരുത്. അവളെപ്പറ്റി നിങ്ങൾക്ക് അറിവില്ലാത്ത കാര്യങ്ങൾ ഉണ്ടായിരിക്കാം. അവൾ അപവാദം പറഞ്ഞ് നിരന്തരം ശല്യം ചെയ്യുന്ന ഒരു വിവരംകെട്ട സ്ത്രീയാണ്. അവൾ അവളുടെ മരിച്ചുപോയ ഭർത്താവിനെ മരണത്തിലേക്ക് എത്തിച്ചിരുന്നു. ഒരുപക്ഷേ, അവൾ നിങ്ങളെ ദേഷ്യം പിടിപ്പിച്ചിരിക്കാം. വേണ്ട, വേണ്ടാ, എന്റെ ഓമനേ, ഈ ലോകത്തിലെ ഒരു കാര്യത്തിനുംവേണ്ടി വേണ്ടാ! അതിനുശേഷം ഞാൻ എന്താണ് ചെയ്യാൻ പോകുന്നത്, എനിക്ക് വേണ്ടി എന്താണ് ബാക്കിയുള്ളത്? വേണ്ടാ, വാരങ്കാ, വേണ്ടാ, പ്രിയപ്പെട്ടവളെ വേണ്ടാ! നിങ്ങളുടെ മനസ്സിൽനിന്ന് ഈ കാര്യം പുറത്തുകളയുക! എന്തായാലും നിങ്ങൾക്ക് ഇവിടെ എന്താണ് കുറവുള്ളത്? നിങ്ങൾ എന്തുമാത്രം സന്തോഷമാണ് ഞങ്ങൾക്ക് തരുന്നത്? ഫെഡോറായ്ക്കും എനിക്കും! അതിന്റെ കൂടെ നിങ്ങൾക്ക് ഞങ്ങളെ ഇഷ്ടവുമാണ്. അതുകൊണ്ട് നിങ്ങൾ ചെയ്യുന്നതുപോലെ ശ്രദ്ധയോടെ സുഖകരമായി ജീവിതം മുന്നോട്ടുകൊണ്ടുപോകരുതോ! നിങ്ങൾക്ക് വായിക്കാം അല്ലെങ്കിൽ തയ്ക്കാം. അല്ലെങ്കിൽ വെറുതെ വായിക്കാം അല്ലെങ്കിൽ തയ്ക്കാതിരിക്കാം— പോകാതിരുന്നാൽ മാത്രം മതി. നിങ്ങൾ ദൂരെപ്പോകുന്നതിന് അത് ഒരിക്കലും കാരണമാകില്ല. നിങ്ങൾക്ക് ആവശ്യമുള്ള പുസ്തകങ്ങൾ ഞാൻ കൊണ്ടുത്തരും. നമ്മൾ വീണ്ടും നടക്കാനിറങ്ങും. പക്ഷേ, ബുദ്ധിപൂർവ്വം ആയിരിക്കണം. അതുകൂടാതെ ഇത്തരം വിഡ്ഢിത്തങ്ങളെക്കുറിച്ച് വീണ്ടും ആലോചിക്കരുത്. ഞാൻ നിങ്ങളെ കാണാൻ വരും. വളരെപ്പെട്ടെന്ന് വരും. എന്റെ മനസ്സിലുള്ളത് പറഞ്ഞതിന് എന്നോട് ക്ഷമിക്കണം. പക്ഷേ, എന്റെ പ്രിയപ്പെട്ടവളേ, അത് നിങ്ങൾക്ക് മോശമാണ്. വളരെ മോശം. ഞാൻ ഒരു പഠിപ്പുള്ള മനുഷ്യനല്ല. നിശ്ചയമായും എനിക്ക് കിട്ടിയിരുന്ന വിദ്യാഭ്യാസം പഴംചൊല്ലിൽ പറയുന്നതുപോലെ കോപ്പക്കുകളിലാണ് ശമ്പളം കൊടുത്തിരുന്നത്. പക്ഷേ, അത് എന്റെമാത്രം കാര്യമല്ലേ. ഞാൻ പറയാൻ ആഗ്രഹിക്കുന്ന റാറ്റാസിയേവിന്റെ കാര്യംകൂടിയാണ്. എന്റെ ഓമന എന്നോട് ക്ഷമിക്കണം. പക്ഷേ, ഞാൻ അയാൾക്കുവേണ്ടി പക്ഷപാതം കാണിക്കണം. അയാൾ എന്റെ കൂട്ടുകാരനാണ്. ഞാൻ നിശ്ചയമായും അയാൾക്കുവേണ്ടി പക്ഷപാതം കാണിക്കണം. അയാൾ നല്ലതുപോലെ എഴുതും. വളരെ നന്നായി എഴുതും. സത്യത്തിൽ അല്പംപോലും മോശം മാകില്ല. ഈ കാര്യത്തിൻ എനിക്ക് നിങ്ങളോട് യോജിക്കാൻ പറ്റില്ല. എനിക്ക് വെറുതെ യോജിക്കാൻ പറ്റില്ല. അയാൾ നല്ല ചിത്രങ്ങളും സംസാരവും അതിന്റെകൂടെ എല്ലാത്തരം ആശയങ്ങളും കൂടി കൂട്ടിക്കുഴച്ച് ഒരു ആലങ്കാരികമായ ശൈലിയിലാണ് എഴുതുന്നത്. തീരെ മോശമല്ല!

വാരങ്കാ, നിങ്ങൾ ഒരുപക്ഷേ, ഉചിതമായ മനോഭാവത്തോടെയല്ല അത് വായിച്ചത്. അല്ലെങ്കിൽ നിങ്ങൾ വെറുതെ ഒരു മോശം മാനസികാവസ്ഥയിലായിരുന്നു— ഒരുപക്ഷേ, ഫെഡോറായോട് നിങ്ങൾ കോപത്തിലായിരുന്നു കാണും. അല്ലെങ്കിൽ സന്തോഷം തരാത്ത ഏതോ കാര്യങ്ങൾ സംഭവിച്ചിരുന്നു. വാരങ്കാ, കൂടുതൽ ശ്രദ്ധയോടെ ഉചിതമായ യുക്തിയോടെ അത് വായിക്കണം. സംതൃപ്തിയും സന്തോഷവുമുള്ള ഒരു മാനസികാവസ്ഥയിൽ നിങ്ങൾ അത് വായിക്കണം. ഉദാഹരണത്തിന് നിങ്ങൾ വായിൽ പഴത്തിന്റെ ചാറ് നുണയുന്നത് നിങ്ങൾ വായിൽ പഴത്തിന്റെ ചാറ് നുണയുന്നതിനിടയിൽ അത് വായിക്കണം. എനിക്ക് സംശയമില്ല (ആർക്കാണ് സംശയമുള്ളത്). തീർച്ചയായും റാറ്റാസിയേവിനേക്കാൾ മെച്ചപ്പെട്ട എഴുത്തുകാർ അവിടെ ഉണ്ടായിരിക്കും. ഒരുപക്ഷേ, വളരെ മെച്ചപ്പെട്ട എഴുത്തുകാർ കാണും. അവർ നല്ല എഴുത്തുകാരാണ്. എന്നാൽ റാറ്റസിയേവും നല്ല എഴുത്തുകാരനാണ്. അവർ നല്ലതുപോലെ എഴുതുന്നു. പക്ഷേ, അയാളും മോശമായ രീതിയിൽ എഴുതുന്നില്ല. അയാൾ അയാൾക്കുവേണ്ടിയാണ് എഴുതുന്നത്. അയാളുടേതായ അല്പം കാര്യങ്ങൾ അയാളും എഴുതുന്നു. അത് അയാൾക്കും നല്ലതാണ്! വിട, പ്രിയപ്പെട്ടവളെ എനിക്ക് കൂടുതൽ എഴുതാൻ കഴിയുന്നില്ല. ഞാൻ ഇന്ന് തിരക്കിലാണ്— എന്റെ കുഞ്ഞുമാടപ്രാവ് ഇപ്പോൾ അനുസരിക്കണം. ദുഃഖകരമായ ചിന്തകൾകൊണ്ട് ഇനിയും കൂടുതൽ ബുദ്ധിമുട്ട് അനുഭവിക്കരുത്. അതുകൂടാതെ ഞാൻ ഇവിടെ നില്ക്കുമ്പോൾ ദൈവം നിങ്ങളുടെ കൂടെ ഉണ്ടാകട്ടെ.

നിങ്ങളുടെ യഥാർത്ഥ കൂട്ടുകാരൻ
മേക്കർ ഡിവുഷ്ക്കിൻ

പി എസ് പ്രിയപ്പെട്ടവളെ, പുസ്തകത്തിന് എന്നത്തേതിലും കൂടുതൽ, നന്ദി പറയുന്നു. ഞാൻ പുഷ്ക്കിനെയും വായിക്കാറുണ്ട്. ഞാൻ ഇന്നു വൈകുന്നേരത്തോടെ നിങ്ങളെ വന്ന് കാണും.

ജൂലൈ 1

എന്റെ പ്രിയപ്പെട്ട കൂട്ടുകാരാ, മേക്കർ അലക്സിയേവിച്ച്,

ഇല്ല. എന്റെ കൂട്ടുകാരാ, എനിക്ക് നിങ്ങളുടെ ഇടയിൽ ഇവിടെ ജീവിതമില്ല. ആലോചിച്ചപ്പോൾ ഇത്തരത്തിൽ പ്രയോജനമുള്ള ഒരു വാഗ്ദാനം നിരസിക്കുന്നത് വളരെ തെറ്റാണെന്ന് ഞാൻ കണ്ടെത്തി. കുറഞ്ഞത് എന്റെ ദിവസേനയുള്ള ഭക്ഷണം എനിക്ക് ഉറപ്പാക്കും. ഒരു അപരിചിതമായ കുടുംബത്തിന്റെ അനുകമ്പയ്ക്ക് അർഹയാകാൻ വേണ്ടി ഞാൻ എനിക്ക് കഴിയാവുന്നത്ര കാര്യങ്ങൾ ചെയ്യും. തീർച്ചയായും അപരിചിതരുടെ ഇടയിൽ ജീവിക്കുന്നത് ബുദ്ധിമുട്ടാണ്. ഒരാളുടെ വികാരങ്ങൾ അടക്കിവച്ച് ചിന്തകൾ ഒളിച്ചുവച്ച് അവരുടെ കാരുണ്യം അന്വേഷിക്കുന്നത് ബുദ്ധിമുട്ടാണ്. പക്ഷേ, ദൈവം എന്നെ സഹായിക്കും. എനിക്ക് ജീവിതം മുഴുവൻ അത്രത്തോളം മനുഷ്യരുമായി ഇടപഴകാതെ താമ

സിക്കാൻ പറ്റില്ല! ഇത്തരം കാര്യങ്ങൾ മുമ്പും എനിക്ക് സംഭവിച്ചിട്ടുണ്ട്. എന്റെ ബോർഡിങ് സ്കൂളിലെ കാര്യങ്ങൾ ഞാൻ മറന്നിട്ടില്ല. ഞാൻ വീട്ടിൽ ആർത്തുവിളിച്ച് കളിച്ചിരുന്ന ഞായറാഴ്ചകൾ ഞാൻ ഓർക്കുന്നുണ്ട്. അമ്മ എന്നെ ശകാരിക്കുന്ന നേരത്തുപോലും എന്റെ മനസ്സിന് എന്നത്തേതിലും സ്വസ്ഥതയും അങ്ങേയറ്റത്തെ ഭാരക്കുറവും ഉണ്ടായിരുന്നു. പക്ഷേ, വൈകുന്നേരം എന്റെ ഉത്സാഹം പെട്ടെന്ന് കുറഞ്ഞിരുന്നു. അതിനുശേഷം ഞാൻ അങ്ങേയറ്റം ദുഃഖിതയായിരുന്നു. എനിക്ക് ഒൻപത് മണിയാകുമ്പോഴേക്കും സ്കൂളിൽ തിരിച്ചെത്തണം. സ്കൂളിൽ എല്ലാ കാര്യങ്ങളും വളരെ വിചിത്രവും കഠിനവും കർശനവും ആയിരുന്നു. അതു കൂടാതെ അദ്ധ്യാപികമാർ തിങ്കളാഴ്ചകളിൽ വളരെ ദേഷ്യത്തിൽ ആയിരുന്നു. ഞാൻ കരയാൻ ആഗ്രഹിച്ചിരുന്നു. ഏതെങ്കിലും ഒരു മൂലയിൽ പോയിനിന്ന് ഞാൻ രഹസ്യമായി കരയും— കാരണം ഞാൻ മടിച്ചിയായതുകൊണ്ടാണെന്ന് അവർ പറയും. പക്ഷേ, എന്നെ കരയിച്ചത് എന്റെ പാഠങ്ങൾ ആയിരുന്നില്ല. അതിനുശേഷം എന്താണ് സംഭവിച്ചത്? കാലം കഴിഞ്ഞപ്പോൾ എന്റെ സ്കൂളുമായുള്ള പരിചയം വളരെ കൂടുതൽ വർദ്ധിച്ചു. അതുകൊണ്ട് എനിക്ക് സ്കൂളിൽനിന്ന് എന്റെ കൂട്ടുകാരെ ഉപേക്ഷിച്ചിട്ട് പോരേണ്ടിവന്നസമയത്തും ഞാൻ കരഞ്ഞിരുന്നു.

അതുകൂടാതെ ഞാൻ നിങ്ങൾക്കും ഫെഡോറയ്ക്കും ഒരു ഭാരമാകുന്നത് ശരിയല്ല. അത് ഒരു വേദനിപ്പിക്കുന്ന ആലോചനയാണ്. ഞാൻ കാര്യങ്ങൾ വ്യക്തമായി പറയുകയാണ്. കാരണം എനിക്ക് നിങ്ങളുമായുള്ള തുറന്നുള്ള സംസാരം പരിചിതമാണ്. ദിവസം മുഴുവൻ നീണ്ടുനില്ക്കുന്ന തുണികഴുകൽ നടത്താൻ വേണ്ടി ഫെഡോറാ എങ്ങനെയാണ് എഴുന്നേല്ക്കുന്നതെന്ന് ഞാൻ കാണുന്നതല്ലേ? വൃദ്ധരുടെ എല്ലുകൾ നിങ്ങൾക്ക് അറിയാവുന്നതുപോലെ വിശ്രമത്തിനുവേണ്ടി തീവ്രമായി ആഗ്രഹിക്കുന്നു. നിങ്ങൾ നിങ്ങളുടെ മൊത്തം സമ്പാദ്യത്തിലെ ഓരോ കോപ്പക്കും എന്റെ മുകളിൽ ചിലവഴിക്കുന്നത് ഞാൻ കാണുന്നതല്ലേ? ഇത് എന്റെ കൂട്ടുകാരാ, നിങ്ങളുടെ ചുറ്റുപാടിലാണ്. നിങ്ങൾ എന്നെ ആവശ്യങ്ങളിൽനിന്ന് രക്ഷിച്ച് തിരിച്ചുകൊണ്ടുവരാൻവേണ്ടി കോട്ട് വില്ക്കാൻ പോകുകയാണെന്ന് എഴുതുന്നു. ഞാൻ നിങ്ങളെ വിശ്വസിക്കുന്നു.

എന്റെ പ്രിയപ്പെട്ടവനേ, ഞാൻ നിങ്ങളുടെ അനുകമ്പയുള്ള മനസ്സിനെ വിശ്വസിക്കുന്നു. പക്ഷേ, നിങ്ങൾ ഇപ്പോൾ അതാണ് പറയുന്നത് — നിങ്ങൾക്ക് കാറ്റോടുകൂടിയ മഴ ഉണ്ടായിരുന്നപ്പോൾ അത് വേതനത്തിനു പുറമേ ലഭിക്കുന്ന പ്രതിഫലം ആണ്! പക്ഷേ, അതിനുശേഷം? എനിക്ക് തുടർച്ചയായി അസുഖങ്ങൾ ഉണ്ടെന്ന് നിങ്ങൾക്കറിയാം. എനിക്ക് വളരെ സന്തോഷം ആയിരിക്കുമെങ്കിലും നിങ്ങൾ ചെയ്യുന്നതുപോലെ എനിക്ക് ജോലി ചെയ്യാൻ കഴിയില്ല. അതുകൂടാതെ എല്ലാ സമയത്തും വേണ്ടത്ര ജോലി കാണുകയില്ല. എന്റെ കൈവശം ബാക്കി എന്താണ് ഉള്ളത്? ഞാൻ നിങ്ങളെ നോക്കുമ്പോൾ ചെലവാക്കിക്കളയാൻ

വിലയില്ലാത്ത കാര്യങ്ങൾ മാത്രമാണുള്ളത്. നിങ്ങളിൽ ആർക്കെങ്കിലും എന്നെക്കൊണ്ട് ഏറ്റവും കുറഞ്ഞ ഉപയോഗമെങ്കിലും എങ്ങനെയാണ് ഉണ്ടാകുന്നത്? നിങ്ങൾക്ക് ഞാൻ എന്തുകൊണ്ടാണ് ഇത്രമാത്രം അത്യാവശ്യം ഉള്ളവൾ ആകുന്നത്? ഞാൻ നിങ്ങൾക്ക് എന്ത് നന്മയാണ് ചെയ്യുന്നത്? ഞാൻ പൂർണ്ണമനസ്സോടെ നിങ്ങളുമായി കൂട്ടിച്ചേർക്കപ്പെട്ടിരിക്കുന്നു. നിങ്ങൾ എനിക്ക് വളരെവളരെ പ്രിയപ്പെട്ടവനാണ്— പക്ഷേ, എന്റെ വിധി അങ്ങനെയാണ്. എനിക്ക് സ്നേഹിക്കാൻ കഴിയും, പക്ഷേ, എന്റെ സ്നേഹത്തെ നല്ല പ്രവൃത്തികളാക്കി മാറ്റാൻ കഴിയില്ല— നിങ്ങളുടെ അനുകമ്പയ്ക്ക് പകരം നിങ്ങൾക്ക് ഒന്നുംതന്നെ തിരിച്ചുനല്കാൻ കഴിയില്ല. എന്നെ ഇനിയും കൂടുതൽ സമയം കാത്തുനിർത്തരുത്. അതിനെപ്പറ്റി വീണ്ടും ആലോചിച്ചതിനുശേഷം എന്നോട് നിങ്ങളുടെ അന്തിമതീരുമാനം പറയണം. ഞാൻ നിങ്ങളുടെ മറുപടി പ്രതീക്ഷിക്കുന്നുണ്ട്.

നിങ്ങളുടെ
സ്നേഹപൂർവ്വം വി ഡി

ജൂലൈ 1

വാരങ്കാ, എന്ത് അസംബന്ധമാണ്; എന്ത് സങ്കല്പമാണ്! നിങ്ങൾ തനിച്ചായപ്പോൾ മുതൽ എല്ലാത്തരം വിഡ്ഢിത്തങ്ങളും നിങ്ങളുടെ മനോഹരമായ തലയ്ക്കുള്ളിലേക്ക് കടന്നുവരുന്നു. നിങ്ങൾക്ക് അത് ഇഷ്ടമല്ല. നിങ്ങൾക്ക് ഇതും ഇഷ്ടമല്ല. മാത്രമല്ല അത് മുഴുവൻ വെറും അസംബന്ധമാണ്. നിങ്ങൾക്ക് എന്താണ് ആവശ്യമെന്ന് എന്നോട് വെറുതെ പറയൂ. വെറുതെ എന്താണ് നിങ്ങൾക്കുള്ള കുറവെന്ന് പറയൂ. ഞങ്ങൾ നിങ്ങളേ സ്നേഹിക്കുന്നുണ്ട്. അതുകൂടാതെ നിങ്ങൾ ഞങ്ങളേയും സ്നേഹിക്കുന്നുണ്ട്. ഞങ്ങൾ സംതൃപ്തരും സന്തോഷിക്കുന്നവരുമാണ് അവിടെ അതിലും കൂടുതൽ എന്താണ് ലഭിക്കാനുള്ളത്? അപരിചിതരുടെ ഇടയിൽ നിങ്ങൾ എന്താണ് കണ്ടെത്തുന്നത്? എന്റെ പ്രിയപ്പെട്ടവളെ, അപരിചിതർ എന്താണെന്ന് നിങ്ങൾക്ക് അറിയില്ല. അവർ എന്താണെന്ന് നിങ്ങൾ എന്നോട് ചോദിക്കണമായിരുന്നു. അവർ എന്തുപോലെ ആണെന്ന് എനിക്കറിയാം. എനിക്ക് അത് നല്ലതുപോലെ അറിയാം. ഞാൻ അവരുടെ ഭക്ഷണത്തിന്റെ സ്വാദ് അറിഞ്ഞിട്ടുണ്ട്. വാരങ്കാ, അവർ വൃത്തികെട്ട പെരുമാറ്റമുള്ളവരാണ്. വൃത്തികെട്ട പെരുമാറ്റമുള്ളവരും പകയുള്ളവരുമാണ്. ഹോ! വളരെ വൃത്തികെട്ട പെരുമാറ്റമുള്ളവരാണ്! അവർ നിന്ദ്യമായ വാക്കുകൾകൊണ്ടും വഷളായ നോട്ടങ്ങൾ കൊണ്ടും നിങ്ങളുടെ ഹൃദയത്തെ കഷണങ്ങളായി വലിച്ചുകീറും. എന്നാൽ ഇവിടെ ഞങ്ങളുടെ കൂടെ നിങ്ങൾ ഒരു കൂട്ടിലെ കിളിക്കുഞ്ഞിനെപ്പോലെ ഉത്സാഹമുള്ളവളും സംരക്ഷിക്കപ്പെടുന്നവളും ആണ്. നിങ്ങൾ പറന്നുപോകുകയാണെങ്കിൽ ജീവിക്കാൻ ഒന്നുംതന്നെ ഇല്ലാത്ത പാവം മനുഷ്യരായ ഞങ്ങൾക്ക് എന്തുചെയ്യാൻ പറ്റും? ഒരു പ്രായം ചെന്ന മനുഷ്യനായ എനിക്ക് എന്തു ചെയ്യാൻ പറ്റും? നിങ്ങൾ പ്രയോജനമില്ലാത്തവൾ ആണെന്ന് നിങ്ങൾ

പറയുന്നു. പ്രയോജനം ഇല്ലാത്തവൾ? നിങ്ങൾക്ക് അത് എങ്ങനെ പറയാൻ പറ്റും? നിങ്ങൾ ഞങ്ങൾക്ക് ഒന്നും ചെയ്യുന്നില്ലെന്ന് നിങ്ങൾക്ക് എങ്ങനെ പറയാൻ പറ്റും. എന്റെ ഓമന വെറുതെ ഒന്ന് ആലോചിച്ചു നോക്കൂ. നിങ്ങൾ എനിക്കുവേണ്ടി എത്രമാത്രം കാര്യങ്ങളാണ് ചെയ്യുന്നത്. ഒരു കാര്യം പറയാം. ഉദാഹരണത്തിന് നിങ്ങൾക്ക് വലിയ ഉപകാരങ്ങൾ ചെയ്യാൻ കഴിയും. നിങ്ങൾക്ക് സ്വാധീനവുമുണ്ട്. ഞാൻ ഇപ്പോൾത്തന്നെ നിങ്ങളെക്കുറിച്ച് ആലോചിച്ചുകൊണ്ടിരിക്കുകയായിരുന്നു. എന്നുമാത്രമല്ല, അത് എന്നെ വളരെക്കൂടുതൽ സന്തോഷിപ്പിക്കുന്നുണ്ട്. ചില സമയങ്ങളിൽ ഞാൻ എന്റെ സകലവികാരങ്ങളും നിങ്ങൾക്ക് എഴുതുന്ന എഴുത്തുകളിൽ ഞാൻ എഴുതാറുണ്ട്. അതിനുശേഷം എനിക്ക് പിന്നീട് മുഴുവൻ വിവരങ്ങളും അടങ്ങിയ ഒരു മറുപടി ലഭിക്കുന്നുമുണ്ട്.. എനിക്ക് നിങ്ങൾക്ക് ധരിക്കാൻ വേണ്ടി നല്ല സാധനങ്ങൾ വാങ്ങാൻ പോലും കഴിയും— ഞാൻ നിങ്ങൾക്ക് ഒരു തൊപ്പിപോലും വാങ്ങിക്കൊണ്ടു വന്നിട്ടുണ്ട്... അല്ലെങ്കിൽ അവിടെ ഞാൻ ചെയ്യണമെന്ന് നിങ്ങൾ ആഗ്രഹിക്കുന്ന കാര്യങ്ങളുണ്ട്. നിങ്ങളെക്കൊണ്ട് പ്രയോജനമില്ലെന്ന് നിങ്ങൾക്ക് എങ്ങനെ പറയാൻ കഴിയും? വൃദ്ധനായ എനിക്ക് തനിച്ചെന്താണ് ചെയ്യാൻ കഴിയുന്നത്? എന്നെക്കൊണ്ട് എന്ത് ഗുണമാണുള്ളത്? വാരങ്കാ, ഒരു പക്ഷേ, നിങ്ങൾ അതിനെപ്പറ്റി ആലോചിച്ചിട്ടുണ്ടാകില്ല. പക്ഷേ, നിങ്ങൾ ആലോചിക്കേണ്ടതായിരുന്നു. അതിനെ വെറുതെ ഈ രീതിയിൽ വ്യക്തമാക്കാം: ഞാനില്ലാതെ ആ വൃദ്ധന് എന്തുചെയ്യാൻ പറ്റും? നിങ്ങൾ പതിവായി എന്റെ സമീപത്ത് വരുന്നത് എനിക്ക് പരിചിതമാണ്. അതിനുശേഷം നിങ്ങൾ പോകുകയാണെങ്കിൽ എനിക്ക് ഒരു കാര്യം മാത്രമാണ് ചെയ്യാൻ കഴിയുന്നത്. നേവാ നദിയിലേക്ക് പോയി ഇതു മുഴുവൻ അവസാനിപ്പിക്കുക. അവിടെ മറ്റെന്താണ് ചെയ്യാനുള്ളത്? വാരങ്കാ, എന്റെ ഓമനയായ വാരങ്കാ, എന്നെ ഒരു ഒറ്റക്കുതിരവണ്ടിയിൽ കിടത്തി തനിച്ച് ഒരു ഭിക്ഷക്കാരി മാത്രം എന്റെ ശവക്കുഴി മണ്ണിട്ടു മൂടിയതിനുശേഷം വോൾക്കോവോ ശ്മശാനത്തിലേക്ക് തനിച്ച് വലിച്ചുകൊണ്ടുപോകാൻ നിങ്ങൾ ഇഷ്ടപ്പെടുന്നുണ്ടെന്ന് തോന്നുന്നു. അത് ഒരു പാപമാണ്. പ്രിയപ്പെട്ടവളെ ഇത്തരം ആഗ്രഹങ്ങൾ ആഗ്രഹിക്കുന്നത് ഒരു ദോഷകരമായ പാപമാണ്. ഞാൻ നിങ്ങളുടെ പുസ്തകം തരിച്ചുതരുന്നു. വാരങ്കാ, എന്റെ അഭിപ്രായം അറിയാൻ നിങ്ങൾ ആഗ്രഹിക്കുന്നുണ്ടെങ്കിൽ എന്റെ കുഞ്ഞുകൂട്ടുകാരി, ഞാൻ ഇങ്ങനെ പറയും: എന്റെ ജീവിതത്തിൽ ഞാൻ ഒരിക്കലും ഇതിനെക്കാൾ നല്ല ഒരു പുസ്തകം വായിച്ചിട്ടില്ല. അതുകൂടാതെ ഞാൻ എന്നോടുതന്നെ ചോദിച്ചുകൊണ്ടിരിക്കുന്നു: ഞാൻ എങ്ങനെയാണ് ഇത്തരം ഒരു നാട്ടുമ്പുറത്തുകാരൻ ആകുന്നത്. ദൈവം എന്നോട് ക്ഷമിക്കട്ടെ! ഞാൻ എന്താണ് സ്വയം ചെയ്തുകൊണ്ടിരിക്കുന്നത്? ഞാനിത് കാടുകളിൽ നിന്നാണ് കിളിർത്തു വന്നത്? സത്യത്തിൽ, എന്റെ മാടപ്രാവേ, എനിക്ക് ഒന്നും അറിയില്ല. ഒന്നും തന്നെ അറിയില്ല! വാരങ്കാ, ഞാൻ ഇത് വ്യക്തമായി പറയും. ഞാൻ ഒരു

അറിവില്ലാത്ത മനുഷ്യനാണ്. ഞാൻ വളരെ കുറച്ചാണ് വായിച്ചിട്ടുള്ളത്. നിശ്ചയമായും വളരെക്കുറച്ച് മാത്രം. ഏറെക്കുറെ ഒന്നുമില്ല. '*ഒരു മനുഷ്യന്റെ ചിത്രം*,' വളരെ അറിവുലഭിക്കുന്ന ഒരു പുസ്തകം, അതുകൂടാതെ '*മണിനാദത്തിൽ മനോഹര ശകലങ്ങൾ വായിക്കാൻ പഠിച്ച ഒരു ആൺകുട്ടി*' അതുകൂടാതെ '*ഇവിക്തിന്റെ കൊക്കുകൾ*,' അതെ അത്ര മാത്രം. ഞാൻ വായിച്ചിട്ടുള്ളത് അത്രമാത്രം ആണ്. ഇപ്പോൾ നിങ്ങളുടെ പുസ്തകത്തിൽ നിന്നും ഞാൻ '*സ്റ്റേഷൻ മാസ്റ്റർ**' വായിച്ചു. അതുകൊണ്ട് എന്റെ വാരങ്കാ ഇത് മനസ്സിലാക്കണം. നിങ്ങളുടെ കൈയുടെ തൊട്ടടുത്തു കൂടി നിങ്ങളുടെ ജീവിതത്തിന്റെ മൊത്തം കഥയും ലളിതമായി പറയുന്ന ഒരു പുസ്തകം കടന്നുപോയിരിക്കാൻ സാദ്ധ്യതയുണ്ട്. നിങ്ങൾക്ക് മനസ്സിലാക്കാൻ കഴിയാത്തത് നിങ്ങളുടെ വായന പുരോഗമിക്കുന്നതിനിടയിൽ കൂടുതൽ വ്യക്തമായിക്കൊണ്ടിരിക്കും. അതോടുകൂടി നിങ്ങൾ കാര്യങ്ങൾ ഓർമ്മിക്കും. അതിനുശേഷം കാര്യങ്ങൾ മനസ്സിലാക്കും. പിന്നീട് കാര്യങ്ങൾ ഊഹിക്കും. ആ പുസ്തകത്തിൽ ഞാൻ ഇഷ്ടപ്പെടുന്ന മറ്റ് കാര്യങ്ങൾ ഇവയാണ്: മറ്റ് പുസ്തകങ്ങൾ ചില സമയങ്ങളിൽ വളരെ ബുദ്ധിപരമാണ്. അതുകൊണ്ട് ഞാൻ വീണ്ടും വീണ്ടും വായിക്കും. അതിനുശേഷം എന്റെ ജീവിതകാലത്ത് എനിക്ക് ഒരു കാര്യവും മനസ്സിലാകില്ല. ഞാൻ ജന്മനാ വളരെയധികം മന്ദബുദ്ധിയാണ്. അതുകൊണ്ട് വളരെ പ്രധാനപ്പെട്ട പുസ്തകങ്ങൾ എനിക്കുവേണ്ടിയുള്ളവ അല്ല. പക്ഷേ, നിങ്ങൾ ഈ പുസ്തകം വായിക്കുമ്പോൾ അത് നിങ്ങൾതന്നെ വെറുതെ എഴുതിയ ഒരു പുസ്തകം പോലെ തോന്നും. എന്തുകൊണ്ട് എനിക്ക് അങ്ങനെ തോന്നിക്കൂടാ. എനിക്ക് ഇത് വെറുതെ ഈ പുസ്തകത്തിൽ എഴുതിയിരിക്കുന്നതുപോലെ തോന്നുന്നുണ്ട്. ആ പാവം സാംസൺ വൈറിനെ*പ്പോലെ എനിക്ക് അതേ അനുഭവം ഉണ്ടായിട്ടില്ലേ? നമുക്കിടയിൽ എന്തുമാത്രം വൈറിനെപ്പോലെയുള്ള പാവം പിശാചുക്കൾ ഉണ്ട്. പക്ഷേ, എഴുത്തുകാരൻ ഇതുമുഴുവൻ വളരെ ബുദ്ധിപരമായി വിശദീകരിച്ചിട്ടില്ലേ? അയാൾ എങ്ങനെ കുടി ശീലിച്ചെന്നും എങ്ങനെ അയാൾ കുടിച്ചുബോധം കെടുന്ന അവസ്ഥയിൽ എത്തിയെന്നും പകൽ മുഴുവൻ ആട്ടിൻതോലിൽ കിടന്ന് ഉറങ്ങിയെന്നും അല്ലെങ്കിൽ അയാൾ അയാളുടെ അലഞ്ഞു നടക്കുന്ന മകളെപ്പറ്റി ആലോചിച്ച് അയാളുടെ കോട്ടിന്റെ അഴുക്കുപിടിച്ച അറ്റംകൊണ്ട് അയാളുടെ കണ്ണുനീർ തുടച്ചുമാറ്റിക്കൊണ്ടിരുന്നിരുന്നെന്നും ആലോചിച്ച് ഞാൻ ഏറെക്കുറെ കരഞ്ഞുപോയിരുന്നു. അതാണ് ജീവിതം. അതു വായിച്ചുനോക്കൂ. അത് നിലവിലുള്ള കാര്യമാണ്. ഞാൻ അത് നേരിട്ട് കണ്ടിട്ടുണ്ട്. അത് മുഴുവൻ എന്നെപ്പറ്റി ആണ്. നമ്മുടെ തെരേസായെ ഉദാഹരണമായി സ്വീകരിക്കൂ; അല്ലെങ്കിൽ നമ്മുടെ പാവം ഗുമസ്തനെ. അയാളുടെ പേര് ഗോർഷ്ക്കോവ് എന്നാണെങ്കിലും അയാൾ മറ്റൊരു സംസൺവൈ

* എ പുഷ്ക്കിന്റെ 'ഇവാൻബെൽക്കിന്റെ കഥകളിൽ' നിന്നുള്ള ഒരു കഥ.

* സ്റ്റേഷൻ മാസ്റ്ററിൽ നിന്നുള്ള ഒരു കഥാപാത്രം.

റിൻ അല്ലേ? അത് ഒരു സാധാരണ കാര്യമാണ്. നമ്മളിൽ ഓരോരുത്തർക്കും ഇതേകാര്യം ഒരുപക്ഷേ, സംഭവിക്കാം. നെവ്സ്കൈയിലോ കൊത്തളത്തിലൊ ജീവിക്കുന്ന പ്രഭുവിനുപോലും ഒരുപക്ഷേ, ഇത് സംഭവിക്കാം. എന്നാലും അവരുടെ ഉയർന്ന ജീവിതശൈലികാരണം ഇത് വ്യത്യസ്തമാണെന്ന് തോന്നാം. പക്ഷേ, അവിടെയെല്ലാം ഇത് ഒരുപോലെ ആയിരിക്കും. അതെ, ഏത് കാര്യവും ഒരുപക്ഷേ, സംഭവിക്കാം. എനിക്കുപോലും സംഭവിക്കാം! അത് എങ്ങനെയാണെന്ന് എന്റെ പ്രിയപ്പെട്ടവൾ കണ്ടു. ഞങ്ങളെ വിട്ടുപോകുന്നതിനെപ്പറ്റി നിങ്ങൾക്ക് എങ്ങനെയാണ് ചിന്തിക്കാൻ കഴിയുന്നത്? വൈറിന്റെ ദുഃശീലം ഒരുപക്ഷേ, എന്നെയും പൂർണ്ണമായി കീഴടക്കുമായിരിക്കും. അപ്പോൾ ഞങ്ങൾ രണ്ടുപേരും മോശമായിരിക്കും. അതുകൊണ്ട് ദൈവത്തിനോടുള്ള സ്നേഹത്തിനുവേണ്ടി അത്തരം തന്നിഷ്ടത്തിനുള്ള ചിന്തകൾ നിങ്ങളുടെ തലയിൽനിന്ന് പുറത്തുകളയണം. അതിനുശേഷം എന്നെ പീഡിപ്പിക്കുന്നത് അവസാനിപ്പിക്കണം. എന്റെ പാവം ചിറകുമുളച്ച പക്ഷിക്കുഞ്ഞേ, നിങ്ങൾക്ക് ഉപദ്രവങ്ങളിൽനിന്ന് രക്ഷപ്പെടും അതിന്റെ കൂടെ ദുഃഷ്ടന്മാരായ മനുഷ്യരോട് സ്വയം ചെറുത്തുനിന്നും നിങ്ങൾക്ക് എങ്ങനെയാണ് നിങ്ങളുടെ ജീവിതത്തിനുള്ളത് സമ്പാദിക്കാൻ കഴിയുന്നത്. വരിക, വരിക, വാരങ്കാ! മോശം ഉപദേശങ്ങൾക്ക് ശ്രദ്ധ കൊടുക്കരുത്. നിങ്ങളുടെ പുസ്തകം കൂടുതൽ ശ്രദ്ധയോടെ വായിക്കുന്നത് നിങ്ങൾക്ക് ഗുണം ചെയ്യും; അത് നിങ്ങൾക്ക് നന്മ ചെയ്യും.

ഞാൻ 'സ്റ്റേഷൻ മാസ്റ്ററെ' പറ്റി റാറ്റിസിയേവിനോട് പറഞ്ഞിരുന്നു. അത് പഴയ രീതിയിൽ ഉള്ളതാണെന്നും ഈ കാലത്ത് എല്ലാ നല്ല പുസ്തകങ്ങൾക്കും ചിത്രങ്ങൾക്കും പലതരത്തിലുള്ള വിവരണങ്ങളും ഉണ്ടെന്ന് അയാൾ പറയുന്നു. എനിക്ക് അയാളെ നല്ലതുപോലെ മനസ്സിലാകുന്നില്ല. പുഷ്ക്കിൻ ഒരു നല്ല എഴുത്തുകാരൻ ആയിരുന്നെന്നും അയാൾ റഷ്യയുടെ ഖ്യാതിക്കുവേണ്ടി സംഭാവനകൾ നടത്തിയിട്ടുണ്ടെന്നും സമ്മതിച്ചിരുന്നു. അതിനുശേഷം അതേ ശൈലിയിൽ വളരെക്കൂടുതൽ കാര്യങ്ങൾ പറഞ്ഞിരുന്നു. അതെ, വാരങ്കാ, അത് നല്ല പുസ്തകമാണ്. വളരെ നല്ല ഒരു പുസ്തകം. എന്റെ ഉപദേശം സ്വീകരിച്ചുകൊണ്ട് നിങ്ങളുടെ അനുസരണയിലൂടെ ഒരു വൃദ്ധനെ സന്തോഷിപ്പിക്കൂ. ദൈവം നിങ്ങൾക്ക് പ്രതിഫലം തരും, എന്റെ പ്രിയപ്പെട്ടവളെ, അദ്ദേഹം നിങ്ങൾക്ക് തീർച്ചയായും പ്രതിഫലം തരും.

നിങ്ങളുടെ വിശ്വസ്തനായ സുഹൃത്ത്
മേക്കർ ഡിവുഷ്ക്കിൻ

ജൂലൈ 6

എന്റെ പ്രിയപ്പെട്ട മേക്കർ അലക്സിയേവിച്ച്,

ഇന്ന് ഫെഡോറാ എനിക്ക് വെള്ളിയിലുള്ള പതിനഞ്ച് റൂബിൾ നാണയങ്ങൾ കൊണ്ടുവന്നിരുന്നു. അതിനുശേഷം ഞാൻ അവൾക്ക് മൂന്ന്

റൂബിളുകൾ കൊടുത്തപ്പോൾ അവൾ അത്രമാത്രം സന്തോഷത്തിലായിരുന്നു പാവം. ഞാൻ ഇത് ധൃതിയിലാണ് എഴുതുന്നത്. ഞാൻ നിങ്ങൾക്കു വേണ്ടിയുള്ള കൈയില്ലാക്കുപ്പായം മുറിച്ചുകൊണ്ടിരിക്കുകയാണ്. അതിന്റെ തുണി മനോഹരമാണ്. അത് മഞ്ഞനിറമുള്ള തുണിയാണ്. അതുകൂടാതെ അതിൽ വളരെ ചെറിയ പൂക്കളുണ്ട്. ഞാൻ നിങ്ങൾക്ക് മറ്റൊരു പുസ്തകം അയക്കുന്നുണ്ട്. കഥകളുടെ ഒരു സമാഹാരം. ഞാൻ അവയിൽ ചിലതെല്ലാം വായിച്ചു. അതിൽ 'പട്ടാള വേഷം'* എന്ന് പേരുള്ള കഥ നിങ്ങൾ വായിക്കണം. നിങ്ങൾ നാടകശാലയിലേക്കുള്ള നിങ്ങളുടെ ക്ഷണം സ്വീകരിക്കാൻ എന്നെ ബന്ധിക്കുകയാണ്. അതിന് വലിയ ചെലവല്ലേ? നമ്മൾ പോകുകയാണെങ്കിൽ ആ സമയത്ത് ഇരിപ്പിടത്തിനുള്ള ടിക്കറ്റുകൾ വാങ്ങിയാൽ മതി. എനിക്ക് ഓർമ്മിക്കാൻ കഴിയുന്ന കാലത്തോളം ഞാൻ നാടകശാലയിൽ പോയിട്ടില്ല. പക്ഷേ, വീണ്ടും ഞാൻ ഭയക്കുന്നു. അതിന് കൂടുതൽ ചെലവില്ലേ? ഫെഡോറാ തലകുലുക്കിക്കൊണ്ട് പറയുന്നത് നിങ്ങൾ നിങ്ങളുടെ വരുമാനത്തിലധികം ചെലവാക്കിക്കൊണ്ട് ജീവിക്കുകയാണെന്നാണ്. അത് എനിക്ക് നേരിട്ട് കാണാൻ കഴിയുന്നുണ്ട്– നിങ്ങൾ എനിക്കുവേണ്ടി മാത്രം എത്രമാത്രം ചെലവാക്കിയിരിക്കുന്നു! നിങ്ങൾ ഇതുപോലെ തുടരുകയാണെങ്കിൽ എന്തെങ്കിലും സംഭവിക്കുമെന്ന് ഞാൻ ഭയക്കുന്നു. വാടകസംബന്ധിച്ച് വീട്ടുടമസ്ഥയുമായുള്ള നിങ്ങളുടെ ചില തർക്കങ്ങളെ പറ്റി ഫെഡോറാ എന്നോട് പറഞ്ഞിരുന്നു. മേക്കർ അലക്സിയേവിച്ച്, ഞാൻ നിങ്ങളെപ്പറ്റി ഭയക്കുന്നു. വിട. ഞാൻ ഇപ്പോൾ ധൃതിയിലാണ്. അവിടെ ഞാൻ നിശ്ചയമായും ശ്രദ്ധിക്കേണ്ട ഒരു ചെറിയ കാര്യമുണ്ട്. എന്റെ തൊപ്പിയിലെ നാട തീർച്ചയായും എനിക്ക് മാറ്റണം.

വി ഡി

പി എസ് നമ്മൾ നാടകശാലയിൽ പോകുകയാണെങ്കിൽ ഞാൻ എന്റെ പുതിയ തൊപ്പിയും കറുത്ത ബാഹ്യാവരണവും ധരിക്കാമെന്നാണ് ഞാൻ വിചാരിക്കുന്നത്. അത് ആകർഷകമായിരിക്കും. ആയിരിക്കില്ലേ?

ജൂലൈ 7

എന്റെ ഏറ്റവും പ്രിയപ്പെട്ട വാർവാരാ അലക്സിയേവ്നാ,

നമ്മുടെ ഇന്നലത്തെ സംസാരം തുടരുന്നതിന്, എന്റെ പ്രിയപ്പെട്ടവളെ ഒരുകാലത്ത് ഞാനും ഒരു അല്പബുദ്ധിയായ ചെറുപ്പക്കാരൻ ആയിരുന്നു. എന്ന് പറയാൻ നിങ്ങൾ എന്നെ അനുവദിക്കണം. ഞാൻ ഒരു നടിയുമായി പരിപൂർണ്ണ സ്നേഹത്തിലായിരുന്നെങ്കിലും അവളെ ഒരിക്കൽ ഒരു നാടകശാലയിൽവച്ച് കണ്ടിട്ടുള്ളതല്ലാതെ അനുഭവത്തിൽ ഞാൻ മറ്റൊരിക്കലും കണ്ടിട്ടുണ്ടായിരുന്നില്ല എന്നതാണ് അതിലെ

---

* എൻ വി ഗോഗലിന്റെ 1842 ൽ എഴുതിയ കഥ.

ഏറ്റവും അമ്പരപ്പിക്കുന്ന കാര്യം. എന്നിട്ടും ഞാൻ കടുത്ത പ്രണയത്തിൽ ആയിരുന്നു. ആ സമയത്തെ എന്റെ അയൽക്കാർ അഞ്ച് ഉത്സാഹമുള്ള ചെറുപ്പക്കാർ ആയിരുന്നു. ഞാൻ അവരുമായി ഏറക്കുറെ എന്റെ ആഗ്രഹത്തിനു വിപരീതമായി കൂടുതൽ സൗഹൃദത്തിൽ ആയിരുന്നു. തുടക്കത്തിൽ ഞാൻ എന്റെ അകലം സൂക്ഷിച്ചിരുന്നു. എന്തായാലും ഒരു അരസികൻ അല്ലാത്തതുകൊണ്ട് ഞാൻ സാധാരണഗതിയിൽ അവരുടെ ഫലിതങ്ങളിൽ പങ്കെടുത്തിരുന്നു. ആ നടിയെപ്പറ്റി അവർ എന്നോടു പറഞ്ഞിരുന്ന കാര്യങ്ങൾ! എല്ലാ വൈകുന്നേരങ്ങളിലും ഒരു പ്രദർശനം ഉണ്ടായിരുന്ന സമയത്ത് മൊത്തം ആൾക്കൂട്ടവും ബാൽക്കണിയിൽ ഇരിപ്പുറപ്പിക്കും. അവരുടെ അടിസ്ഥാനപരമായ ആവശ്യങ്ങൾക്കുപോലും അവരുടെ കൈയിൽ പണം ഉണ്ടായിരിക്കില്ല— അതിനുശേഷം അവളെ ഭ്രാന്തന്മാരെപ്പോലെ കൈയടിച്ച് പ്രോത്സാഹിപ്പിച്ചുകൊണ്ട് അവർ അവിടെ ഇരിക്കുന്നുണ്ടാവും. അതിനുശേഷം അവർക്ക് ഉറക്കം ഉണ്ടാവില്ല. അവർ രാത്രി മുഴുവൻ അവരുടെ പ്രിയപ്പെട്ട ഗ്ലാഷായെപ്പറ്റി സംസാരിക്കുന്നുണ്ടാവും. അവർ എല്ലാവരും ഒന്നിച്ചു അവളുമായി സ്നേഹത്തിൽ ആയിരുന്നു. ഓരോ ഹൃദയത്തിലും ആ മൈനപ്പക്ഷി പാട്ടുപാടിയിരുന്നു. അവർ അവസാനം ഒരു നിസ്സഹായനായ ചെറുപ്പക്കാരനായിരുന്ന എനിക്കുകൂടി ഉത്സാഹം ജനിപ്പിച്ചു. ഞാൻ അത് തിരിച്ചറിയുന്നതിനുമുമ്പ് ഞാൻ മറ്റുള്ളവരോടൊപ്പം നാടകശാലയിലെ ബാൽക്കണിയിൽ ഇരിക്കുകയായിരുന്നെന്ന് ഞാൻ സ്വയം കണ്ടെത്തി. ഞാൻ ഇരുന്നിരുന്ന ഇരിപ്പിടത്തിൽനിന്ന് തിരശ്ശീലയുടെ ഒരറ്റംമാത്രമേ കാണാൻ കഴിഞ്ഞിരുന്നുള്ളൂ. പക്ഷേ, ഒരു കാര്യവും എന്റെ കാതുകളിൽ നിന്ന് നഷ്ടപ്പെട്ടിരുന്നില്ല. മൈനപ്പക്ഷിക്ക് തേനിൽ മുക്കിയ രാപ്പാടിയുടെ പാട്ടുപോലെ വളരെ മാധുര്യവും മുഴക്കവുമുള്ള ഒരു ശബ്ദം ഉണ്ടായിരുന്നു എന്നതിൽ വേണ്ടത്ര സത്യമുണ്ട്. ഞങ്ങൾ സ്വയം പരുഷമായി ആർപ്പുവിളിച്ചു. ഞങ്ങളുടെ കൈകൾ വേദനിച്ച് ഞങ്ങളിൽ ഒരാൾ സത്യത്തിൽ പിൻമാറുന്നതുവരെ ഞങ്ങൾ കൈയടിച്ചു. ഞാൻ എന്റെ പോക്കറ്റിൽ ഒരു റൂബിളുമായി അടുത്ത ശമ്പളത്തിന് പത്തുദിവസം ഉള്ളപ്പോൾ ഒരു സ്വപ്നത്തിലെന്നപോലെ വീട്ടിൽ തിരിച്ചെത്തി. എന്റെ ഓമനേ, നിങ്ങൾ എന്താണ് വിചാരിക്കുന്നത്? അടുത്ത ദിവസം തന്നെ ഓഫീസ് തുടങ്ങുന്നതിനുമുമ്പ് എന്റെ പണത്തിന്റെ ബാക്കിഭാഗം ഒരു ഫ്രഞ്ച് ക്ഷുരകന്റെ കടിയിൽ ഫ്രഞ്ച് സുഗന്ധദ്രവ്യങ്ങൾക്കും വാസനസോപ്പുകൾക്കും വേണ്ടി ചെലവഴിച്ചു. ഞാൻ അത് എന്തിനാണ് വാങ്ങിയതെന്ന് എനിക്ക് പറയാൻ കഴിയുന്നതിലും കൂടുതലാണ്. ആ ദിവസം ഞാൻ അത്താഴം കഴിച്ചില്ല. പക്ഷേ. ആ സമയം അവളുടെ ജനാലയുടെ താഴെയുള്ള ചന്ദ്രനുവേണ്ടി വിനിയോഗിച്ചു. അവൾ നെവ്സ്കി പ്രോസ്പെക്ടിന്റെ മൂന്നാം നിലയിലാണ് താമസിച്ചിരുന്നത്. ഞാൻ ജോലികഴിഞ്ഞ് ഒരു മണിക്കൂർസമയം വീട്ടിൽ വിശ്രമിക്കും. അതിനുശേഷം അവളുടെ ജനാലയുടെ താഴെക്കൂടി നടക്കാൻ നെവ്സ്കിയിലേക്ക് തിരിച്ചുപോകും. ഞാൻ ഒന്നരമാസത്തോളം ഇത്

തുടർന്നുകൊണ്ടിരുന്നു. ഞാൻ ഒരു ഒറ്റക്കുതിരവണ്ടി വാടകയ്ക്ക് എടുത്ത് എന്റെ എല്ലാ പ്രതാപത്തോടുംകൂടി അവളുടെ ജനാലപിന്നിട്ട് പാഞ്ഞു പോകും. തീർച്ചയായും ഞാൻ കടത്തിലായി. പക്ഷേ, അവസാനം എന്റെ അഭിനിവേശം തണുത്തു. എന്റെ ക്ഷമ നശിച്ചു. പ്രിയപ്പെട്ട ഓമനേ, ഒരു സത്യസന്ധനായ മനുഷ്യനെ ഒരു നടിക്ക് ഒഴിവാക്കാൻ കഴിയുന്നത് ഇങ്ങനെയാണ്. പക്ഷേ, അന്ന് ആ ദിവസങ്ങളിൽ ഞാൻ ചെറുപ്പമായിരുന്നു.

എം ഡി

ജൂലൈ 8

എന്റെ ആദരണീയയായ വാർവാരാ അലക്സിയേവ്നാ,

ഞാൻ ഒരു മാസം ആറാം തീയതി കിട്ടിയ പുസ്തകം തിരിച്ചുനല്കാൻ തിരക്കുകൂട്ടുകയാണ്. എന്നു മാത്രമല്ല ഞാൻ ഇതിനെ സ്വയം വിശദീകരിക്കാനുള്ള ഒരു അവസരമായി ഉപയോഗിക്കുകയാണ്. എനിക്ക് അത്തരം ഒരു പുസ്തകം അയച്ചുതന്നത് എന്റെ ഓമനേ, നിങ്ങളെ സംബന്ധിച്ചിടത്തോളം അത് അധാർമ്മികമല്ലേ! സർവ്വശക്തനായ ദൈവം ഓരോ മനുഷ്യനും അയാൾ അർഹിക്കുന്ന സ്ഥാനം ജീവിതത്തിൽ നല്കുന്നുണ്ട്. ചിലർ സേനാ നായകന്റെ പദവിവഹിക്കാൻ വിധിക്കപ്പെട്ടിരിക്കുന്നു. മറ്റു ചിലർ പ്രിവികൗൺസിൽ അംഗങ്ങളായി സേവനം അനുഷ്ഠിക്കാൻ വിധിക്കപ്പെട്ടിരിക്കുന്നു. ചിലർ ആജ്ഞാപിക്കാനും മറ്റുചിലർ ഭയംകൊണ്ടും വിനയം കൊണ്ടും അനുസരിക്കാനും വിധിക്കപ്പെട്ടിരിക്കുന്നു. ഇതുമുഴുവൻ മനുഷ്യന്റെ കഴിവിന് അനുസരിച്ചാണ് നിശ്ചയിച്ചിരിക്കുന്നത്. ചിലർ ഒരു കാര്യത്തിന് അർഹതയുള്ളവർ ആണ്. മറ്റു ചിലർ മറ്റൊരു കാര്യത്തിന് അർഹതയുള്ളവർ ആണ്. ഇത് ദൈവം സ്വയം ആജ്ഞാപിക്കുന്നതാണ്. ഞാൻ ഇപ്പോൾ മൂന്ന് വർഷമായിത്തന്നെ ഓഫീസിൽ ജോലി ചെയ്തുകൊണ്ടിരിക്കുകയാണ്. എന്റെ സേവനം കുറ്റമറ്റതാണ്. പെരുമാറ്റം മിതത്വം പാലിക്കുന്നതാണ്. അതുകൂടാതെ ഞാൻ ഒരിക്കലും താറുമാറായ പെരുമാറ്റത്തിന് കുറ്റപ്പെടുത്തപ്പെട്ടിട്ടില്ല. ഒരു പൗരൻ എന്ന നിലയിൽ ഞാൻ എന്നെ സ്വയം കുറവുകളുള്ള ഒരു മനുഷ്യനായാണ് എല്ലാ പ്രബുദ്ധതയോടുമൊപ്പം വിലയിരുത്തിയിരിക്കുന്നത്. പക്ഷേ, ഗുണങ്ങളുമുണ്ട്, മേലുദ്യോഗസ്ഥരും മഹാരാജാവും എന്നെ ബഹുമാനിക്കുന്നുണ്ട്. അതുകൂടാതെ മഹാരാജാവും എന്നെപ്പറ്റി സ്വയം സന്തുഷ്ടനാണ്. ഇതുവരെ പ്രത്യേക സൗമനസ്യത്തിന്റെ സൂചനകൾ ഒന്നും കാണിച്ചിട്ടില്ലെങ്കിലും അദ്ദേഹം എന്നെപ്പറ്റി സന്തുഷ്ടനാണെന്ന് എനിക്കറിയാം. ഞാൻ എന്റെ മനഃസാക്ഷിക്ക് പുറത്തു ഗൗരവമുള്ള പാപങ്ങൾ ഒന്നും ഇല്ലാതെയാണ് നല്ല പ്രായത്തിൽ എത്തുന്നതുവരെ ജീവിച്ചത്. ചെറിയ തെറ്റുകൾ ചെയ്യാത്തവരായി ആരാണുള്ളത്? ചെറിയ കാര്യങ്ങളിൽ എന്റെ ഓമനയായ നിങ്ങൾപോലും എല്ലാവരേയും പോലെ തെറ്റുകൾ ചെയ്തിട്ടുണ്ട്. പക്ഷേ, ഞാൻ ഒരിക്കലും തെറ്റായ

പ്രവൃത്തിക്കോ ധിക്കാരത്തിനോ കുറ്റപ്പെടുത്തപ്പെട്ടിട്ടില്ല; നിയമങ്ങൾ ലംഘിച്ചതിനോ സമാധാനം താറുമാറാക്കിയതിനോ കുറ്റപ്പെടുത്തപ്പെട്ടിട്ടില്ല. ഇല്ല! ഒരിക്കലും ഇല്ല! എന്നെ കീർത്തിമുദ്രയ്ക്ക് പോലും ശുപാർശ ചെയ്യപ്പെട്ടിരുന്ന ഒരു സമയം ഉണ്ടായിരുന്നു. പക്ഷേ, എന്തിനാണ് അത്തരം ഒരു കാര്യം എടുത്തുപറയുന്നത്! എങ്ങനെ നോക്കിയാലും നിങ്ങൾ ഇതെല്ലാം അറിഞ്ഞിരിക്കാൻ സാദ്ധ്യതയുണ്ട്. അതുകൂടാതെ ആ എഴുത്തുകാരനും ഇത് അറിഞ്ഞുകാണും. എല്ലാ കാര്യങ്ങളും വിശദീകരിക്കാൻ ഒരു മനുഷ്യൻ തീരുമാനിച്ചുകഴിഞ്ഞാൽ അയാൾക്കും എല്ലാ കാര്യങ്ങളിലും അറിവ് ഉണ്ടായിരിക്കണം. എന്റെ ഓമനേ, ഞാൻ നിങ്ങളിൽനിന്ന് ഒരിക്കലും അത്തരം ഒരു കാര്യം പ്രതീക്ഷിച്ചിട്ടില്ല. എല്ലാ ആളുകളിലും വച്ച്, വാരങ്കാ, നിങ്ങളിൽനിന്ന് ഞാൻ അത് പ്രതീക്ഷിച്ചിട്ടില്ല.

ഒരു മനുഷ്യനെ അയാളുടെ ചെറിയ മൂലയിൽ സമാധാനമായി ജീവിക്കാൻ അനുവദിക്കില്ലെന്നോ അയാളുടെ ജീവിതം വരുന്നതുപോലെ കഴിയുന്നത്ര നിശ്ശബ്ദമായിട്ട് ദൈവത്തെ ഭയന്ന് ഒരാളെപ്പോലും ദ്രോഹിക്കാതെ ന്യായമായി ജീവിക്കാൻ അനുവദിക്കുമെന്നും പ്രതീക്ഷയിൽ അവർ അയാളുടെ നായക്കൂട്ടിൽ ഒളിഞ്ഞുനോക്കാതിരിക്കുമെന്നും അയാളുടെ സ്വകാര്യ ജീവിതം അറിയാൻ ശ്രമിക്കാതിരിക്കുകയും അയാൾക്ക് ഒരു മാന്യമായ അടിവസ്ത്രവും മേൽക്കുപ്പായവും ഉണ്ടോ എന്ന് അറിയാൻ ശ്രമിക്കാതിരിക്കുകയും— അറിഞ്ഞാലും അറിഞ്ഞില്ലെങ്കിലും അയാൾ എന്താണ് കഴിക്കുന്നതെന്നും കുടിക്കുന്നതെന്നും പകർത്തിയെഴുതുന്നതെന്നും മനസ്സിലാക്കാൻ ശ്രമിക്കാതിരിക്കുമെന്നും ഇതിന് അർത്ഥം ഉണ്ടോ? എന്റെ ബൂട്ടുകൾ സംരക്ഷിക്കാൻ പറ്റാത്ത തരത്തിൽ പടിക്കെട്ടുകൾ മോശമാണെങ്കിൽ വിരലറ്റം ഊന്നിനടക്കാനോ നില്ക്കാനോ ഞാൻ എന്താണ് ചെയ്യേണ്ടത്! എഴുത്തുകാരൻ അയാളുടെ വായനക്കാരോട് അയാളുടെ കൂട്ടുകാരൻ ചില സമയങ്ങളിൽ അയാളുടെ ചായപോലും കുടിക്കാൻ കഴിയാത്തതരത്തിലുള്ള വലിയ ബുദ്ധിമുട്ടിൽ ആയിരിക്കുമെന്ന് എന്തിനാണ് പറയുന്നത്? എല്ലാവരും ചായകുടിച്ചിരിക്കണമെന്നമട്ടിൽ! ഞാൻ എന്റെ അയൽക്കാർ കഴിക്കുന്ന ഓരോ ഉരുളയും ശ്രദ്ധിക്കാറുണ്ടോ? ഞാൻ അങ്ങനെ ചെയ്യാറുണ്ടോ? ഞാൻ ആരെയെങ്കിലും എന്നെങ്കിലും ദ്രോഹിച്ചിട്ടുണ്ടെന്ന് ആർക്കെങ്കിലും പറയാൻ കഴിയുമോ? അപ്പോൾ മറ്റുള്ളവർ എന്തിനാണ് എന്നെ ദ്രോഹിക്കുന്നത്? വാർവാരാ അലക്സിയേവ്നാ, ഇതാണ് ഞാൻ ഉദ്ദേശിച്ചത്: ഒരു മനുഷ്യൻ അയാളുടെ ജോലി ശ്രദ്ധയോടെ ആയിരിക്കും ചെയ്യുന്നത്— അയാളുടെ പ്രധാന മേലുദ്യോഗസ്ഥൻ പോലും അയാളെ ബഹുമാനിക്കും. (നിങ്ങൾക്ക് ഇഷ്ടമുള്ളത് പറയാം, ഇത് സത്യമാണ്). അതിനുശേഷം ഏതോ ഒരു ക്ഷുദ്ര ഗ്രന്ഥകാരൻ അയാളെ വിഡ്ഢിയാക്കുവാൻവേണ്ടി ഒളിഞ്ഞുനോക്കുന്നു. തീർച്ചയായും എപ്പോഴെങ്കിലും അയാൾക്ക് സ്വന്തമായി സൃഷ്ടിക്കാൻ പുതിയത് എന്തെങ്കിലും കിട്ടും, അയാൾ ഒരുപക്ഷേ, രാത്രിയിൽ ഉറങ്ങാതെ ഉണർന്നുകിടക്കുമെന്ന് പറയുന്നത് സത്യമായിരിക്കും. ഞാൻ

അത് അനുഭവിച്ചിട്ടുണ്ട്. അത് സത്യമാണ്. ഉദാഹരണത്തിന് ഞാൻ എന്റെ കാലുകളിൽ പുതിയ ബൂട്ടുകൾ ഇട്ടുകൊണ്ടിരിക്കുമ്പോൾ ആ രീതിയിൽ തന്നെയാണ് എനിക്ക് അനുഭവപ്പെട്ടത്. അത് പാപബുദ്ധിയായ ഒരു ആഹ്ലാദം ആയിരുന്നു. കാരണം ഇത്രയും നല്ല തുകൽ ഷൂസുകളിൽ ഒരാളുടെ കാലുകൾ കാണുന്നത് ആഹ്ലാദകരം ആയിരുന്നു. എഴുത്തുകാരൻ ഇത് കൃത്യമായി വിശദീകരിച്ചിട്ടുണ്ടെന്ന് സമ്മതിക്കുന്നു. എന്നിട്ടും ഫയദോർ ഫയദറോവിച്ച് ഈ പുസ്തകത്തിനെതിരായി പ്രതിഷേധിക്കാത്തതിൽ എനിക്ക് സത്യത്തിൽ അത്ഭുതം തോന്നുന്നു. അയാൾ ഇപ്പോഴും ചെറുപ്പക്കാരനായ ഒരു ഉദ്യോഗസ്ഥനാണ്. ചില സമയങ്ങളിൽ അയാൾ ഞങ്ങൾക്കുനേരെ ആക്രോശിക്കാൻ ഇഷ്ടപ്പെടുന്നുണ്ട്. പക്ഷേ, എന്തുകൊണ്ട് അയാൾക്ക് ആക്രോശിക്കാതിരിക്കാൻ കഴിയുന്നില്ല. ചെറിയ ഉദ്യോഗസ്ഥരോട് ഇടയ്ക്കിടയ്ക്ക് ആക്രോശിക്കണം! സത്യം, അയാൾ ചില സമയങ്ങളിൽ അധികാരത്തിനുവേണ്ടി ഇത് ചെയ്യാറുണ്ട്. അയാൾക്ക് അത് ചെയ്യാതിരിക്കാൻ കഴിയില്ലേ? അയാൾക്ക് ഞങ്ങളെ ഞങ്ങളുടെ സ്ഥാനത്ത് ഇരുത്തണം. ഞങ്ങളിലേക്ക് ദൈവത്തിനോടുള്ള ഭയം സ്ഥാപിക്കണം. കാരണം ഞങ്ങൾക്കിടയിൽ, വാരങ്കാ, ഞങ്ങൾ ചെറിയ ഉദ്യോഗസ്ഥർക്ക് ദൈവത്തിനോടുള്ള ഭയം ഇല്ലെങ്കിൽ തികച്ചും വിലയില്ലാത്തവരാണ്. കൂടാതെ ഞങ്ങളിൽ ഓരോരുത്തരും ഏതെങ്കിലും ഒരുസ്ഥലത്ത് ഉദ്യോഗസ്ഥരിൽ ഒരു അംഗമായി ഉണ്ടാകണം എന്നുമാത്രമേ ചിന്തിക്കുന്നുള്ളൂ; പ്രധാന കാര്യം ഭാഗമായിരിക്കുക എന്നതാണ്. ജോലി ചെയ്യുന്നതല്ല. അവിടെ വ്യത്യസ്തമായ പദവികൾ ഉള്ളതുകൊണ്ട് അവരിൽ ഒരോരുത്തരും അയാളുടെ സ്വന്തം രീതിയിലുള്ള എന്തെങ്കിലും ആക്രോശങ്ങളിലേക്ക് പോകും. വ്യത്യസ്തമായ പദവികൾക്ക് അനുസരിച്ച് ആക്രോശങ്ങളുടെ ശൈലിയും വ്യത്യസ്തമായിരിക്കും. അത് അങ്ങനെയല്ലാതെ എങ്ങനെ വരാനാണ്? ഓമനേ, ലോകത്തിന്റെ രീതി അങ്ങനെയാണ്. നമ്മളിൽ ഓരോരുത്തരും അയാളെ മറ്റുള്ളവർക്ക് മുകളിൽ പ്രതിഷ്ഠിക്കുന്നു. അതിന്റെകൂടെ ചിലർ മറ്റുള്ളവരോട് ദേഷ്യപ്പെട്ട് സംസാരിക്കുകയും ചെയ്യുന്നു. ഈ മുൻകരുതൽ ഇല്ലെങ്കിൽ ലോകത്തിന് ഒരു അവസാനം ഉണ്ടാകും. നിയമക്രമം അനുസരിച്ചുള്ള ഒരു അവസാനം. ഫയദോർ ഫയദറോവിച്ച് ഇത്രമാത്രം അക്ഷമകാണിച്ചതിൽ ഞാൻ സത്യത്തിൽ അത്ഭുതപ്പെട്ടിരുന്നു.

ഇത്തരം കാര്യങ്ങൾ എഴുതിയതുകൊണ്ട് എന്ത് പ്രയോജനമാണ് ഉണ്ടാകുന്നത്? അതുകൊണ്ട് എന്ത് ഉപയോഗമുണ്ട്. വായനക്കാരൻ എനിക്ക് ഒരു പുതിയ കോട്ട് സമ്മാനമായി തരുമോ? അല്ലെങ്കിൽ ഒരു പുതിയ ജോഡി ബൂട്ട് തരുമോ? വാരങ്കാ, അങ്ങനെ ഒന്നും തന്നെ തരില്ല. അയാൾ അതുമുഴുവൻ വായിച്ചതിനുശേഷം കൂടുതൽ പുസ്തകം ആവശ്യപ്പെടും. ഒരാൾ ഒരാളുടെ കുറവുകൾ ഒളിച്ചുവെക്കുന്നതിൽ വളരെ ശ്രദ്ധിക്കണം. അപവാദം കാരണം സ്വയം ഒളിച്ചുവെക്കുന്നതിൽ വളരെ ശ്രദ്ധ വേണം: ഓരോ മൺകൂനകളും ഒരുപക്ഷേ, ഓരോ പർവ്വതങ്ങ

ളായി മാറും അതിനുശേഷം നിങ്ങൾ അറിയുന്നതിനുമുമ്പ് നിങ്ങളുടെ മൊത്തം കാര്യങ്ങളും അതിന്റെ കൂടെ നിങ്ങളുടെ കുടുംബജീവിതവും ഒരു പുസ്തകത്തിൽ നഗ്നമായി പരിഹാസം സഹിച്ച് വെറുതെ ലജ്ജയില്ലാതെ കിടക്കുന്നുണ്ടാകും. അതിനുശേഷം ഒരാൾക്ക് എങ്ങനെ സ്വയം തെരുവിൽ പ്രത്യക്ഷപ്പെടാൻ പറ്റും! എല്ലാ കാര്യങ്ങളും വളരെ വ്യക്തമായി വിശദീകരിച്ചിരുന്നതുകൊണ്ട് നമ്മൾ നടക്കുന്ന രീതികൊണ്ട് നമ്മളെ തിരിച്ചറിയും!

ഒരുപക്ഷേ, എഴുത്തുകാരൻ പുസ്തകത്തിന്റെ അവസാനഭാഗത്തോടെ അയാളുടെ ബോധത്തിലേക്ക് തിരിച്ചുവന്ന് അവർ എങ്ങനെയാണ് അയാളുടെ മുകളിലേക്ക് കടലാസുകഷണങ്ങൾ വലിച്ചുകീറിയെറിഞ്ഞതെന്ന് വിശദീകരിച്ചതിനുശേഷം അതിനെ എങ്ങനെയെങ്കിലും അല്പം മൃദുലമാക്കുകയാണെങ്കിൽ അത് ഇത്രമാത്രം മോശമാകുമായിരുന്നില്ല. ഈ പ്രതീതിക്ക് വേണ്ടി ഏതോ ഒരു കാര്യം: ഇതിനെല്ലാം അയാൾ ഒരു നല്ല നീതിബോധമുള്ള മനുഷ്യനായിരുന്നു. അയാളുടെ സഖാക്കളുടെ കൈകളിൽ നിന്നും അയാൾ ഇത്തരത്തിലുള്ള പെരുമാറ്റം അർഹിക്കുന്നില്ല. അയാൾ അയാളുടെ മേലുദ്യോഗസ്ഥന്മാരെ അനുസരിച്ചിരുന്നു. (ഇവിടെ ചില ഉദാഹരണങ്ങൾ എടുത്തുപറയുന്നത് നിർദ്ദേശിക്കാവുന്നതാണ്) അയാൾ അസൂയക്കാരൻ അല്ല, ദൈവത്തിൽ വിശ്വസിച്ചിരുന്നു. അതിനുശേഷം മരിക്കുന്നു. (അയാൾ മരിക്കണമെന്ന് എഴുത്തുകാരന് നിർബ്ബന്ധം ഉണ്ടെങ്കിൽ മാത്രം) അയാളുടെ കുടുംബവും കൂട്ടുകാരും അയാൾക്കുവേണ്ടി ദുഃഖിക്കുന്നു. അയാളെ മരിക്കാൻ അനുവദിച്ചില്ലെങ്കിൽ അത് ഇതിലും കൂടുതൽ മെച്ചമാകുമായിരുന്നു. പാവം, പക്ഷേ, അയാളെ അയാളുടെ സൈനികസേവനകാലത്തെ വേഷം വീണ്ടെടുക്കാൻ അനുവദിക്കുക. മഹാരാജാവ് അയാളെ കല്പന അയച്ചു വരുത്തട്ടെ. അയാളുടെ കഴിവുകളെപ്പറ്റി അന്വേഷണം നടത്തിയതിനുശേഷം അദ്ദേഹം അയാൾക്ക് സ്ഥാനക്കയറ്റം നല്കി ശമ്പളം ഉയർത്തട്ടെ— അതുകൊണ്ട് നന്മ വിജയിക്കട്ടെ. അയാളുടെ കൂട്ടുകാർക്കിടയിലെ വ്യക്തിപരമായ തിന്മകൾക്ക് അവർക്ക് ശിക്ഷ ലഭിക്കട്ടെ. ഞാൻ അത് എഴുതേണ്ടത് ആ രീതിയിൽ ആയിരുന്നു. അയാൾ ആ കഥ എഴുതിയ രീതിയിൽ എന്താണ് നല്ലതുള്ളത്? നമ്മുടെ വൃത്തികെട്ട ജോലിദിവസത്തെ ജീവിതത്തിൽനിന്ന് അയാൾ വെറുതെ ഒരു ബാലിശമായ സംഭവകഥ വിശദീകരിച്ചു. എന്റെ അരുമയായവളെ നിങ്ങൾ എങ്ങനെ ഇത്തരം ഒരു പുസ്തകം സ്വയം വാങ്ങിച്ച് എനിക്ക് അയച്ചുതന്നു. വാരങ്കാ, ഇത് ഒരു വിനാശകരമായ പുസ്തകമാണ്. ഇത് വെറും നുണയാണ്. കാരണം ഇത്തരം ഒരു ഗുമസ്തൻ അവിടെ ഉണ്ടാക്കാൻ വഴിയില്ല. വാരങ്കാ, ഇത്തരം ഒരു പുസ്തകത്തിനെതിരെ ഒരു പരാതികൊടുക്കേണ്ടതാണ്.

നിങ്ങളുടെ ആജ്ഞാനുവർത്തിയായ ഭൃത്യൻ
മേക്കർ ഡിവുഷ്ക്കിൻ

ജൂലൈ 27

എന്റെ പ്രിയപ്പെട്ട മേക്കർ അലക്സിയേവിച്ച്,

നിങ്ങളുടെ അവസാനത്തെ എഴുത്ത് കിട്ടിയതിനുശേഷം സംഭവിച്ച കാര്യങ്ങളും നിങ്ങളുടെ അവസാനത്തെ എഴുത്തുകളും എനിക്ക് വലിയ ആകാംക്ഷയ്ക്ക് കാരണമായിരുന്നു. അതിനുശേഷം ഫെഡോറാ എനിക്ക് വിശദീകരിച്ച് തരുന്നതുവരെ അത് എന്നെ അത്ഭുതപ്പെടുത്തിയിരുന്നു. മേക്കർ അലക്സിയേവിച്ച് എന്തിനാണ് നിരാശയ്ക്ക് കീഴടങ്ങുന്നത്? അതിന്റെ കൂടെ എന്തിനാണ് ഇത്തരം ഒരു പടുകുഴിയിലേക്ക് വീഴുന്നത്? നിങ്ങളുടെ വിശദീകരണങ്ങൾ എന്നെ തൃപ്തിപ്പെടുത്തിയിട്ടില്ല. നിങ്ങൾ ഇപ്പോൾ കാണുന്നതുപോലെ ഞാൻ എന്തായാലും ആ ശമ്പളം കിട്ടുന്ന ജോലി ഏറ്റെടുക്കേണ്ടതായിരുന്നു. എന്റെ അവസാനത്തെ സാഹിത്യ കൃതികൾ സത്യത്തിൽ എന്നെ ഭയപ്പെടുത്തുന്നു. നിങ്ങൾ കാര്യങ്ങൾ മറച്ചുവച്ചത് നിങ്ങൾക്ക് എന്നോടുള്ള സ്നേഹം കൊണ്ടാണെന്ന് നിങ്ങൾ പറയുന്നു. നിങ്ങൾ എനിക്കുവേണ്ടി ചെലവാക്കുന്ന പണം വരുന്നത് നിങ്ങളുടെ ബാങ്കിലുള്ള സമ്പാദ്യത്തിൽനിന്നാണെന്ന് പറയുന്നത് ഞാൻ വിശ്വസിക്കാറുണ്ടായിരുന്നെങ്കിലും എല്ലാ സമയത്തും നിങ്ങളുടെ കട ക്കാരിയായി അനുഭവപ്പെട്ടിരുന്നു. നിങ്ങൾക്ക് ഒരിക്കലും അല്പംപോലും പണം ഉണ്ടായിരുന്നില്ലെന്നും, എന്റെ അവസ്ഥയെപ്പറ്റി അനുകമ്പയുള്ള തുകൊണ്ട് നിങ്ങൾ ശമ്പളം മുൻകൂറായി വാങ്ങിയിരുന്നെന്നും എനിക്ക് അസുഖമായിരുന്നപ്പോൾ നിങ്ങൾ നിങ്ങളുടെ കോട്ട് വിറ്റെന്നും മനസ്സി ലാക്കിയപ്പോൾ എനിക്ക് എന്താണിപ്പോൾ തോന്നേണ്ടത്! എന്റെ പാവം മേക്കർ അലക്സിയേവിച്ച്! നിങ്ങൾ ഇതെല്ലാം നിർത്തേണ്ടതായിരുന്നു. നിങ്ങൾ സഹതാപം കൊണ്ടും ബന്ധുത്വത്തിന്റെ സഹാനുഭൂതികൊണ്ടും എന്റെ മുകളിൽ ചൊരിഞ്ഞ ആദ്യത്തെ അനുകമ്പകൾക്കുശേഷം നിങ്ങൾ ഇതെല്ലാം നിർത്തേണ്ടതായിരുന്നു. നിങ്ങൾ ആഡംബരങ്ങൾക്കു വേണ്ടി പണം ധൂർത്തടിക്കരുതായിരുന്നു. നിങ്ങൾ ഒരു യഥാർത്ഥ കൂട്ടുകാരനല്ല. നിങ്ങൾ എന്നോട് തുറന്നു സംസാരിച്ചിരുന്നില്ല. അതിനുശേഷം നിങ്ങൾ നിങ്ങളുടെ അവസാനത്തെ കോപ്പക്കുകൾ എന്റെ ക്ഷമിക്കാൻ കഴി യാത്ത ചിന്താശൂന്യതയ്ക്കുവേണ്ടി സ്നേഹത്തോടെ ചിലവഴിക്കുകയാ യിരുന്നെന്നും ഞാൻ അത് വേഷങ്ങൾക്കും മധുരപലഹാരങ്ങൾക്കും നാട കശാലയിലെ ടിക്കറ്റുകൾക്കും വേണ്ടി ചെലവഴിക്കുകയായിരുന്നെന്നും ഇപ്പോഴാണ് എനിക്ക് മനസ്സിലായത്. (നിങ്ങളുടെ ആവശ്യങ്ങളെപ്പറ്റി ആലോചിക്കാതെ ഞാൻ എല്ലാ കാര്യങ്ങളും സ്വീകരിക്കുകയായിരു ന്നില്ലേ?) അതിനുശേഷം എനിക്ക് സന്തോഷം കൊണ്ടുവരുമെന്ന് നിങ്ങൾ പ്രതീക്ഷിച്ചിരുന്ന എല്ലാ കാര്യങ്ങളും ദുഃഖവും നിഷ്ഫലമായ ആകുല തകളുമാണ് കൊണ്ടുത്തന്നത്. ഞാൻ നിങ്ങളുടെ കഴിഞ്ഞകാലത്തുള്ള വിഷാദം ശ്രദ്ധിച്ചിരുന്നു. എനിക്ക് ഉൽക്കണ്ഠ തോന്നുന്നുണ്ടായിരുന്നു. പക്ഷേ, യഥാർത്ഥത്തിൽ സംഭവിച്ചിരുന്ന കാര്യം എന്റെ ഏറ്റവും മോശം ഭയത്തെപ്പോലും മറികടന്നിരുന്നു. നന്മയുള്ള ദൈവമേ! മേക്കർ അല

ക്സിയേവിച്ച് നിങ്ങൾക്ക് എങ്ങനെ നിങ്ങളുടെ മൊത്തം സമ്പാദ്യവും നഷ്ടമായി? ആളുകൾ എന്തു പറയും! വിനയത്തിനും വിവേകത്തിനും ദയാലുത്വത്തിനും അങ്ങേയറ്റം ബഹുമാനിക്കപ്പെട്ടിരുന്ന നിങ്ങൾ ഒരിക്കലും സംശയിക്കപ്പെട്ടിട്ടില്ലാത്ത ഇത്തരത്തിലുള്ള അറപ്പുളവാക്കുന്ന ഒരു ദുഃശീലത്തിലേക്ക് വീണിരിക്കുന്നു. നിങ്ങളെ നിരത്തിൽ കുടിച്ചു ബോധം കെട്ട നിലയിൽ കണ്ടെത്തിയെന്നും പൊലീസ് നിങ്ങളെ വീട്ടിലേക്ക് തിരിച്ചെത്തിച്ചെന്നും ഫെഡോറായിൽനിന്ന് ഞാൻ അറിയുമ്പോൾ എനിക്ക് എന്താണ് തോന്നേണ്ടത്? എനിക്ക് എന്റെ ചെവികളെ വിശ്വസിക്കാൻ കഴിഞ്ഞിരുന്നില്ല. നിങ്ങൾ നാലുദിവസം എന്നെ സന്ദർശിക്കാതിരുന്നപ്പോൾ ഞാൻ അസാധാരണമായ ഏതോ കാര്യം പ്രതീക്ഷിക്കുന്നുണ്ടായിരുന്നു. മേക്കർ അലക്സിയേവിച്ച്, നിങ്ങളുടെ അസാന്നിദ്ധ്യത്തിന്റെ യഥാർത്ഥകാരണം നിങ്ങളുടെ മേലുദ്യോഗസ്ഥർ മനസ്സിലാക്കുമ്പോൾ അവർ എന്തുപറയുമെന്ന് നിങ്ങൾ ആലോചിച്ചിരുന്നോ?

എല്ലാവരും നിങ്ങളെനോക്കി ചിരിക്കുന്നെന്നും, ആയതിനാൽ അവർ നമ്മുടെ സൗഹൃദത്തെപ്പറ്റി മനസ്സിലാക്കിയിട്ടുണ്ടെന്നും അതുകൊണ്ട് നിങ്ങളുടെ അയൽക്കാർ പലപ്പോഴും അവരുടെ അപേക്ഷിക്കലിൽ എന്റെ പേര് സൂചിപ്പിക്കുന്നെന്നും നിങ്ങൾ എഴുതിയിരുന്നു. ദൈവത്തിന്റെ സ്നേഹം ഓർത്ത്, മേക്കർ അലക്സിയേവിച്ച്, അവരെ ശ്രദ്ധിക്കരുത്. അതിനുശേഷം സ്വയം മനസ്സമാധാനമായി ഇരിക്കുക. ഉദ്യോഗസ്ഥരുമായി നിങ്ങൾക്കുണ്ടായ ആകസ്മികസംഭവത്തെപ്പറ്റി ഞാനും അസ്വസ്ഥയാണ്. ഏതോ അവ്യക്തമായ കേട്ടുകേൾവികൾ എന്റെ അടുത്തും എത്തിയിരുന്നു. ദയവായി അവയെപ്പറ്റിയുള്ള എല്ലാ കാര്യങ്ങളും എന്നോട് പറയണം. സത്യം മുഴുവൻ എന്നോട് പറയാൻ നിങ്ങൾക്ക് എന്റെ സൗഹൃദം നഷ്ടപ്പെടുമെന്നുള്ള ഭയം ആയിരുന്നെന്നും നിങ്ങൾക്ക് എന്നെ എങ്ങനെ എന്റെ അസുഖത്തിൽ സഹായിക്കണമെന്ന് അറിയില്ലായിരുന്നെന്നും എന്നെ ആശുപത്രിക്ക് പുറത്ത് എങ്ങനെ സംരക്ഷിക്കണമെന്ന് അറിയില്ലായിരുന്നെന്നും അതുകൊണ്ട് നിങ്ങൾ എല്ലാ കാര്യങ്ങളും വിറ്റെന്നും നിങ്ങൾക്ക് കഴിയാവുന്നത്ര പണം കടം വാങ്ങിയെന്നും നിങ്ങളുടെ വീട്ടുടമസ്ഥ എല്ലാ ദിവസവും ബുദ്ധിമുട്ടിക്കുകയാണെന്നും നിങ്ങൾ എഴുതിയിരുന്നു. നിങ്ങൾ ഇതെല്ലാം എന്റെ അടുത്തുനിന്ന് ഒളിച്ചുവച്ചതിനേക്കാൾ കൂടുതൽ മോശമായി മറ്റൊരു കാര്യവും ചെയ്യാനില്ല. അതിനുശേഷം എന്തായാലും എനിക്ക് ഇപ്പോൾ ഇത് അറിയാം. നിങ്ങളുടെ ബുദ്ധിമുട്ടിന്റെ കാരണം ഞാനാണെന്ന് അറിയിക്കാൻ നിങ്ങൾക്ക് നാണക്കേടായിരുന്നു. പക്ഷേ, സത്യത്തിൽ എന്റെ ദുഃഖം നിങ്ങളുടെ പെരുമാറ്റം കാരണം ഇരട്ടിയായി. ഇത് നിർണ്ണായകമാണ്, മേക്കർ അലക്സിയേവിച്ച്! ഹാ, എന്റെ കൂട്ടുകാരാ, നിർഭാഗ്യം പകരുന്നതാണ്! പാവങ്ങളായിട്ടുള്ളവരും സന്തോഷം ഇല്ലാത്തവരും ഒരാളിൽനിന്ന് മറ്റയാൾ നിശ്ചയമായും അകന്നുനില്ക്കണം. ഞാൻ മുമ്പ് ഒരിക്കലും നിങ്ങൾ അനുഭവിച്ചിട്ടില്ലാത്ത ബുദ്ധിമുട്ടുകൾ നിങ്ങളുടെ ഒതുക്കമുള്ളതും ഏകാന്തവുമായ

ജീവിതത്തിൽ കൊണ്ടുത്തന്നിരിക്കുന്നു. ഈ ചിന്ത എന്നെ പീഡിപ്പിക്കുകയും അതിനുശേഷം എന്നെ ഇല്ലാതാക്കുകയും ചെയ്യുന്നു.

നിങ്ങൾക്ക് എന്താണ് സംഭവിച്ചതെന്ന് നിങ്ങൾ എന്നോട് വെറുതെ തുറന്നു പറയണം. അതിനുശേഷം നിങ്ങൾ എങ്ങനെയാണ് ഈ അവസ്ഥയിൽ എത്തിയത്. എന്നോട് കഴിയുമെങ്കിൽ എന്തെങ്കിലും ആശ്വസിപ്പിക്കാൻ കഴിയുന്ന കാര്യം പറയണം. ഇത് ആവശ്യപ്പെടാൻ എന്നെക്കൊണ്ട് ചോദിപ്പിക്കുന്ന കാര്യം സ്വാർത്ഥത അല്ല; എന്റെ ഹൃദയത്തിൽനിന്ന് ഒരു കാര്യത്തിനും ഓടിച്ചുകളയാൻ കഴിയാത്ത എന്റെ സൗഹൃദമാണ്. വിട. ഞാൻ നിങ്ങളുടെ മറുപടിക്ക് വേണ്ടി അക്ഷമയോടെ കാത്തിരിക്കുന്നു. മേക്കർ അലക്സിയേവിച്ച്, നിങ്ങൾ ചിന്തിച്ചതുപോലെ എന്നെപ്പറ്റി ചിന്തിച്ചത് നിങ്ങളുടെ തെറ്റായിരുന്നു.

നിങ്ങളുടെ സ്നേഹമുള്ള
വാർവാരാ ഡെബ്രോസ്യോൾവാ

ജൂലൈ 28

എന്റെ അരുമയായ കുട്ടി, വാർവാരാ അലക്സിയേവ്നാ,

ഇപ്പോൾ ആ കാര്യങ്ങൾ എല്ലാം കഴിഞ്ഞതിനുശേഷം എന്റെ ജീവിതം സാധാരണ ഗതിയിലേക്ക് വന്നുകൊണ്ടിരിക്കുകയാണ്. എനിക്ക് ഇത് നിങ്ങളെ അറിയിക്കാൻ കഴിയുന്നു: ആളുകൾ ഒരുപക്ഷേ, എന്തു വിചാരിക്കുമെന്ന് നിങ്ങൾ അസ്വസ്ഥയായിരുന്നു. അതുകൊണ്ടാണ് എന്റെ ബഹുമതി ഈ ലോകത്ത് മറ്റ് എന്തിനേക്കാളും എനിക്ക് പ്രിയപ്പെട്ടതാണെന്ന് നിങ്ങളെ അറിയിക്കാൻ ഞാൻ തിരക്കുകൂട്ടിയത്. അതിന്റെ അനന്തരഫലമായി ഞാൻ എന്റെ ദൗർഭാഗ്യത്തെപ്പറ്റി നിങ്ങളെ അറിയിക്കുന്നു. അതിനുശേഷം എന്റെ ഉന്നത ഉദ്യോഗസ്ഥർക്ക് അവയെപ്പറ്റി ഏറ്റവും അവ്യക്തമായ അറിവ് പോലും ഇല്ലെന്നും ഒരിക്കലും അവർക്ക് അത് ഉണ്ടാക്കാൻ പോകുന്നില്ലെന്നും ഞാൻ അറിയിക്കുന്നു. അതുകൊണ്ട് അവർ എന്നെ പഴയതുപോലെ ആദരവോടെ പിടിച്ചുനിർത്തിയിരിക്കുന്നത് തുടർന്നുകൊണ്ടിരിക്കുന്നു. ഒരു കാര്യം മാത്രമാണ് എന്നെ പീഡിപ്പിക്കുന്നത്: അപവാദം: എന്റെ കുടിശ്ശികയുടെ ഭാഗമായി ഞാൻ കൊടുത്ത നിങ്ങളുടെ പത്തുറൂബിളുകൾകൊണ്ട് എന്റെ വീട്ടുടമസ്ഥയുടെ അലർച്ച ഒരു മുറുമുറുപ്പായി ചുരുങ്ങിപ്പോയിരിക്കുന്നു. മറ്റുള്ളവർക്ക് അവർ ബുദ്ധിമുട്ടിനുള്ള കാരണം ആകുന്നില്ല. ഞാൻ അവരിൽ നിന്ന് പണം കടം വാങ്ങിക്കാൻ ശ്രമിക്കാതിരിക്കുന്നതുവരെ അവർക്ക് യാതൊരു ബുദ്ധിമുട്ടുമില്ല. എന്റെ പ്രിയപ്പെട്ടവളേ, ഞാൻ എന്റെ വിശദീകരണങ്ങൾ ഈ പ്രസ്താവനയോടെ അവസാനിപ്പിക്കുന്നു: ഈ ലോകത്ത് ഏത് കാര്യത്തേക്കാളും നിങ്ങളുടെ അംഗീകാരം എനിക്ക് പ്രധാനപ്പെട്ടതാണ്. അത് എന്റെ താല്ക്കാലികമായ തിരിച്ചടികളെയെല്ലാം പൂർണ്ണമായി പരിഹരിക്കുന്നുണ്ട്. ദൈവത്തിന് നന്ദി, കൊടുങ്കാറ്റിന്റെ ആദ്യസീൽക്കാരങ്ങൾ

അവസാനിച്ചിരിക്കുന്നു. അതിന്റെ കൂടെ നിങ്ങൾ എന്നെ ഒരു വിശ്വസിക്കാൻ കൊള്ളാത്ത കൂട്ടുകാരനായും ഒരു സ്വാർത്ഥനായ മനുഷ്യനായും പരിഗണിച്ചിട്ടില്ല. കാരണം നിങ്ങൾ വിട്ടുപോകുന്നത് എനിക്ക് സഹിക്കാൻ കഴിയില്ല. അതുകൊണ്ട് എന്റെ ഓമനേ, എന്റെ കുഞ്ഞുമാലാഖേ, ഞാൻ നിങ്ങളെ സ്നേഹിച്ചിരുന്നപോലെ സ്നേഹിച്ചുകൊണ്ട് നിങ്ങളെ കബളിപ്പിച്ചു. ഞാൻ എന്റെ ജോലിയിലേക്ക് തിരിച്ചെത്തിയതിനുശേഷം എന്റെ ചുമതലകൾ മനോഹരമായി കൈകാര്യം ചെയ്യുന്നു. ഇന്നലെ ഞാൻ അയാളെ കടന്നുപോയപ്പോൾ യവ്സ്റ്റാഫി ഇവാനോവിച്ച് ഒരു വാക്ക് പോലും എന്നോട് പറഞ്ഞിരുന്നില്ല. എന്റെ ഓമനേ, ഞാൻ മറച്ചുവെക്കുന്നില്ല. എന്റെ കടങ്ങൾ കൊണ്ടും എന്റെ അലമാരയുടെ അവസ്ഥ കൊണ്ടും ഞാൻ ഞെരുക്കപ്പെട്ടിരിക്കുകയാണ്. പക്ഷേ, സത്യത്തിൽ അതൊരു കാര്യമല്ല. അതിന്റെ കൂടെ ഞാൻ നിങ്ങളോട് സ്വയം വേവലാതിപ്പെടാതിരിക്കാൻ യാചിക്കുന്നു. നിങ്ങൾ അയച്ചുതന്ന അൻപത് കോപ്പക്കിന്റെ നാണയം എന്റെ ഹൃദയത്തിലേക്ക് തുളച്ചുകയറിയിരിക്കുന്നു. അതുകൊണ്ട് അതും ഇതിലേക്ക് കടന്നുവന്നിരിക്കുന്നു. നിങ്ങളെ സഹായിക്കുന്നത് ഇപ്പോൾ പഴയ വിഡ്ഢിയായ ഞാനല്ല. പക്ഷേ, അത് നിങ്ങളാണ്. എന്റെ പാവം അനാഥയായ നിങ്ങളാണ് എന്നെ സഹായിക്കുന്നത്. ആ പണം ഫെഡോറയ്ക്ക് ലഭിച്ചത് നല്ല കാര്യമായിരുന്നു. തല്ക്കാലത്തേക്ക്, എന്റെ ഓമനേ, എനിക്ക് പണം കിട്ടുന്നതിൽ വലിയ പുരോഗതി ഇല്ല. എന്തെങ്കിലും വ്യത്യാസം വരുകയാണെങ്കിൽ ഉടൻതന്നെ ഞാൻ നിങ്ങളെ അറിയിക്കാം— പക്ഷേ, അപവാദം— എന്നെ ഏറ്റവും കൂടുതൽ അലട്ടുന്നത് അതാണ്. വിട, എന്റെ മാലഖേ. ഞാൻ നിങ്ങളുടെ ചെറിയ കൈയിൽ ചുംബിച്ചുകൊണ്ട് എത്രയും പെട്ടെന്ന് നിങ്ങൾക്ക് സുഖമാകട്ടെ എന്ന് പ്രാർത്ഥിക്കുന്നു. എനിക്ക് കൂടുതൽ വിശദമായി എഴുതാൻ കഴിയുന്നില്ല. കാരണം എനിക്ക് ഓഫീസിലേക്ക് വേഗം പോകേണ്ടിയിരിക്കുന്നു. എനിക്ക് എന്റെ ശ്രദ്ധക്കുറവിന് നിശ്ചയമായും പ്രായശ്ചിത്തം ചെയ്യണം. ഇന്നു വൈകുന്നേരം ഞാൻ സംഭവിച്ച മറ്റ് കാര്യങ്ങളെപ്പറ്റി എഴുതും. അതിന്റെ കൂടെ ആ ഉദ്യോഗസ്ഥന്മാരുമായുള്ള എന്റെ ബുദ്ധിമുട്ടുകളെപ്പറ്റിയും എഴുതും.

നിങ്ങളുടെ ആദരണീയനും അതിന്റെ കൂടെ
സ്നേഹമുള്ളവനുമായ കൂട്ടുകാരൻ
മേക്കർ ഡിവുഷ്ക്കിൻ

ജൂലൈ 28

ഹാ, വാരങ്കാ, വാരങ്കാ!

ഇപ്പോൾ സ്വയം നാണക്കേട് തോന്നേണ്ടിയിരുന്നത് നിങ്ങൾക്കാണ്. അത് നിങ്ങളുടെ മനഃസാക്ഷിയിൽ എന്നെന്നേക്കുമായി അവശേഷിക്കും. നിങ്ങളുടെ അവസാനത്തെ എഴുത്ത് എന്നെ പൂർണ്ണമായി പരിഭ്രാന്തനാ

ക്കിയിരുന്നു. പക്ഷേ, എന്റെ മനസ്സിൽ ഞാൻ അന്വേഷിച്ചപ്പോൾ ഞാൻ ശരിയായിരുന്നെന്ന് ഞാൻ കണ്ടെത്തിയിരുന്നു. പൂർണ്ണമായും ശരിയായിരുന്നു. ഞാൻ നിശ്ചയമായും എന്റെ ആ അടിപിടിയെക്കുറിച്ചല്ല പരാമർശിക്കുന്നത്. (അത് വേണ്ടത്ര ആയി, എന്റെ ഓമനേ, വേണ്ടത്ര ആയി!) പക്ഷേ, സത്യം പറഞ്ഞാൽ ഞാൻ നിങ്ങളെ ഇഷ്ടപ്പെടുന്നുണ്ട്. നിങ്ങളെ ഇഷ്ടപ്പെടുന്നത് ഒരു തരത്തിലും ധിക്കാരമല്ല. പ്രിയപ്പെട്ടവളെ, നിങ്ങൾക്ക് അതിനെപ്പറ്റി ഒന്നും അറിയില്ല. നിങ്ങളോട് ഇഷ്ടമായിട്ടും എനിക്ക് എന്തുകൊണ്ട് സഹായിക്കാൻ കഴിയുന്നില്ലെന്ന് നിങ്ങൾക്ക് സത്യത്തിൽ അറിയാമെങ്കിൽ നിങ്ങൾ ചെയ്ത കാര്യങ്ങൾ നിങ്ങൾ പറയാൻ പോകുന്നില്ല. സംസാരിക്കുന്നത് നിങ്ങളുടെ തലച്ചോറ് മാത്രമാണ്. നിങ്ങളുടെ മനസ്സ് മറ്റൊരു കഥ പറയുമെന്ന് എനിക്ക് ഉറപ്പുണ്ട്.

സത്യം പറഞ്ഞാൽ, എന്റെ പ്രിയപ്പെട്ടവളേ, ആ ഉദ്യോഗസ്ഥന്മാർക്കും എനിക്കും ഇടയിൽ കൃത്യമായി എന്താണ് നടന്നതെന്ന് എനിക്ക് വെറുതെ ഓർക്കാൻ കഴിയുന്നില്ല. എന്റെ പ്രിയപ്പെട്ടവളെ, ഞാൻ ഒരു അമ്പരപ്പിക്കുന്ന ചുറ്റുപാടിൽ ആയിരുന്നു. ഒരു മാസം മുഴുവൻ ഞാൻ ഒരു ഒറ്റനൂലിൽ തൂങ്ങിക്കിടക്കുകയായിരുന്നെന്ന് വേണമെങ്കിൽ പറയാം; അത് വെറുപ്പിക്കുന്ന ഒരു ചുറ്റുപാട് ആയിരുന്നു. ഞാൻ കാര്യങ്ങൾ നിങ്ങളിൽനിന്നും അതിന്റെ കൂടെ എന്റെ അയൽവാസികളിൽനിന്നും കൂടി ഒളിച്ചു വച്ചിരുന്നു. പക്ഷേ, എന്റെ വീട്ടുടമസ്ഥ ഒരു വലിയ കോലാഹലം ഉയർത്തിയിരുന്നു. തീർച്ചയായും ഞാൻ അത് ശ്രദ്ധിച്ചിരുന്നില്ല. അപ്രിയമായ ദുർമ്മന്ത്രവാദിനി അവരുടെ മനസ്സിന് സംതൃപ്തി കിട്ടുന്നതുവരെ അലറട്ടെ. പക്ഷേ, തുടക്കത്തിൽ അത് ഒരു നാണക്കേട് ആയിരുന്നു. അതിനുശേഷം അവൾ നമ്മളുടെ എഴുത്തുകളെപ്പറ്റി. മനസ്സിലാക്കിയിരുന്നു. എങ്ങനെ മനസ്സിലാക്കിയെന്ന് ദൈവത്തിന് അറിയാം. അതിനുശേഷം അവർ എന്റെ ചെവികൾ അടച്ചുകെട്ടേണ്ട അവസ്ഥയിലുള്ള കാര്യങ്ങൾ വിളിച്ചുകൂവാൻ ആരംഭിച്ചിരുന്നു. ഭാഗ്യദോഷത്തിന് മറ്റുള്ളവർ അവരുടെ വിളിച്ചുകൂവൽ അവസാനിപ്പിച്ചിരുന്നില്ല. പക്ഷേ, മറിച്ച് അവർ അവയ്ക്കുവേണ്ടി ചെവികൂർപ്പിക്കുകയായിരുന്നു എന്റെ ഓമനേ, ഇപ്പോൾ പോലും എനിക്ക് വലിയ നാണക്കേട് തോന്നുന്നുണ്ട്...

അതുകൊണ്ട്, വാരങ്കാ, ഈ ഒന്നിനു മുകളിൽ മറ്റൊന്നായി വന്നുകൊണ്ടിരിക്കുന്ന ബുദ്ധിമുട്ടുകൾ എല്ലാംകൂടി എന്നെ ഏകദേശം മരണത്തിൽ എത്തിച്ചിരുന്നു. അതിനുശേഷം ഏതോ ഒരു അധമൻ നിങ്ങളുടെ സ്ഥലത്തുവന്ന് അയാളുടെ നികൃഷ്ടമായ വിവാഹാഭ്യർത്ഥന നടത്തി നിങ്ങളെ അപമാനിച്ചു എന്ന അസാധാരണമായ വാർത്ത ഞാൻ കേട്ടിരുന്നു. അത് എനിക്ക് ഉണ്ടാക്കിയ വേദനയിൽനിന്ന് എത്രമാത്രം ആഴത്തിൽ അതുകാരണം നിങ്ങൾക്ക് മുറിവേറ്റിരിക്കുമെന്ന് എന്റെ പ്രിയപ്പെട്ടവളെ, എനിക്ക് വിധി പറയാൻ കഴിഞ്ഞിരുന്നു. എനിക്ക് എന്റെ തലച്ചോറ് നഷ്ടപ്പെട്ടത് അപ്പോൾ ആയിരുന്നു– ഞാൻ ആഴമുള്ള അടിത്തട്ടിലേക്ക് ഇറങ്ങിച്ചെന്നു. ഞാൻ സഹിക്കാൻ പറ്റാത്ത ഒരു കോപാവേശ

ത്തിൽ ആ അപരാധിയായ അധമന്റെ അടുത്തേക്ക് നേരിട്ട് ചെല്ലാൻ തിരക്കുകൂട്ടി. ഞാൻ അപ്പോൾ എന്താണ് വെറുതെ ചെയ്യാൻ പോകുന്നതെന്ന് എനിക്ക് അറിയില്ലായിരുന്നു. പക്ഷേ, എന്റെ കൊച്ചുമാലാഖേ, നിങ്ങളെ അപമാനിച്ചത് എനിക്ക് സഹിക്കാൻ കഴിയില്ലായിരുന്നു. അത് വളരെ ദുഃഖകരമായിരുന്നു. അതിന്റെകൂടെ കാര്യങ്ങൾ മോശമാക്കാൻവേണ്ടി മഴ പെയ്യുന്നുണ്ടായിരുന്നു. നിരത്തുകൾ നനഞ്ഞ് ദുർബ്ബലമായിരുന്നതുകൊണ്ട് തെന്നൽ ഉണ്ടായിരുന്നു. ഞാൻ ഏറക്കുറെ എന്റെ മനസ്സ് മാറ്റിയിരുന്നു. അതിനുശേഷം ഞാൻ തിരിച്ചുപോരാൻ തുടങ്ങുകയായിരുന്നു — പിന്നീട് അതിനുശേഷം എന്റെ അധഃപതനം വന്നു. ഞാൻ യമല്യയുടെ അടുത്തേക്ക് ഓടി. യമല്യ എന്നുപറഞ്ഞാൽ യമല്യൻ ഇൽയിച്ച്. അയാൾ ഒരു ഗുമസ്തനാണ്. അതായത് അവർ അയാളെ ജോലിയിൽനിന്ന് പിരിച്ചുവിടുന്നതുവരെ അയാൾ ഒരു ഗുമസ്തനായിരുന്നു. ഇപ്പോൾ അയാൾ ജീവിക്കുന്നതിനുവേണ്ടി എന്താണ് ചെയ്യുന്നതെന്ന് എനിക്ക് പറയാവുന്നതിന് അപ്പുറമാണ്. അതിനുശേഷം അതുകൊണ്ട് ഞങ്ങൾ രണ്ടുപേരും ഒന്നിച്ചാണ് പോയിരുന്നത്. അതിനുശേഷം അപ്പോൾ വാരങ്കാ, നിങ്ങളുടെ സുഹൃത്തിന്റെ ഭാഗ്യദോഷങ്ങളുടെയും പ്രലോഭനങ്ങളുടെയും കഥകൾ വായിച്ചതുകൊണ്ട് നിങ്ങൾ എന്തു ആനന്ദമാണ് കണ്ടെത്തുന്നത്. മൂന്നാം ദിവസം വൈകുന്നേരത്ത് യമല്യ ആ ഉദ്യോഗസ്ഥനെ കാണാൻ വേണ്ടി എന്നെ പ്രോത്സാഹിപ്പിച്ചു. ഞാൻ അയാളുടെ മേൽവിലാസം വാതില്ക്കാവല്ക്കാരനിൽ നിന്ന് മനസ്സിലാക്കി. ആ ഉദ്യോഗസ്ഥനെപ്പറ്റി സംസാരിക്കുമ്പോൾ, എന്റെ പ്രിയപ്പെട്ടവളെ, ഈ മനുഷ്യനെ സംബന്ധിച്ച് എന്തോ കുഴപ്പമുള്ള കാര്യം ഉണ്ടെന്ന് ഞാൻ വളരെമുമ്പ് തന്നെ ശ്രദ്ധിച്ചിട്ടുണ്ടായിരുന്നു. അയാൾ ഞങ്ങളുടെ വീട്ടിൽ താമസിച്ചിരുന്ന കാലത്ത് ഞാൻ അയാളെ ശ്രദ്ധിച്ചിരുന്നു. ഇപ്പോൾ ഒരു അവിവേകം കാണിച്ചതിന്റെ കുറ്റം എനിക്ക് ഉണ്ടായിരുന്നെന്ന് ഞാൻ മനസ്സിലാക്കുന്നു. കാരണം സത്യം പറഞ്ഞാൽ ഞാൻ അയാളെ അനുഗമിക്കുമ്പോൾ ഞാൻ മൊത്തത്തിൽ അയാളെ അനുഗമിക്കുമ്പോൾ ഞാൻ മൊത്തത്തിൽ മദ്യലഹരിയിൽ ആയിരുന്നു. മുറിക്കുള്ളിൽ ഉദ്യോഗസ്ഥന്മാർ നിറഞ്ഞിരിക്കുകയായിരുന്നു എന്നതൊഴിച്ച്, വാരങ്കാ, എനിക്ക് ഒരു കാര്യവും ഓർക്കാൻ കഴിയുന്നില്ല— അല്ലെങ്കിൽ ഒരുപക്ഷേ, ഞാൻ ഇരട്ടയായി കാണുകയായിരുന്നോ, ദൈവത്തിന് അറിയാം. ഞാൻ അപ്പോൾ പറഞ്ഞത് എന്താണെന്നുപോലും എനിക്ക് ഓർക്കാൻ കഴിയുന്നില്ല. പക്ഷേ, ഞാൻ എന്റെ കോപത്തിൽ ധാരാളം സംസാരിച്ചെന്ന് എനിക്കറിയാം. അതിനുശേഷം അവർ എന്നെ മുറിയിൽനിന്ന് പുറത്താക്കി. അതിന്റെ കൂടെ പടിക്കെട്ടിലൂടെ താഴോട്ട് വലിച്ചെറിയുകപോലും ചെയ്തു. അതായത് അവർ എന്നെ കൃത്യമായി താഴോട്ട് വലിച്ചെറിഞ്ഞില്ല. അവർ എന്നെ കൃത്യമായി വീട്ടിൽ നിന്നും പുറത്താക്കി. ഞാൻ എങ്ങനെയാണ് വീട്ടിൽവന്നതെന്ന് നിങ്ങൾ ഇപ്പോൾത്തന്നെ മനസ്സിലാക്കിയിട്ടുണ്ട്. അതിനുശേഷം ഇത്രമാത്രമാണ്

പറയാനുള്ളത്. എന്റെ മാന്യതയ്ക്ക് നിശ്ചയമായും ക്ഷതം ഏറ്റിട്ടുണ്ട്. പക്ഷേ, ഇതിനെപ്പറ്റി ഒരാൾക്കും അറിയില്ല. അത് അറിയാവുന്ന ഒരേയൊരു വ്യക്തി നിങ്ങളായതുകൊണ്ട് അത് ഒരിക്കലും സംഭവിച്ചിട്ടില്ലാത്തതുപോലെയാണ്. അത് അങ്ങനെ അല്ലേ, വാരങ്കാ? എനിക്ക് ഉറപ്പായും അറിയാവുന്ന ഒരു കാര്യം കഴിഞ്ഞവർഷം 'ആക്സന്റീ ഒസിപ്പോവിച്' 'പ്യോത്തർ പിത്തറോവിച്ചിനെ' ഓഫീസിൽവച്ച് ഇതേരീതിയിൽ അപമാനിച്ചിട്ടുണ്ടായിരുന്നു. പക്ഷേ, അത് രഹസ്യമായാണ് ചെയ്തിരുന്നത്. അത്രത്തോളം രഹസ്യമായി. അയാൾ ആദ്യം അയാളെ വാതിൽ കാവല്ക്കാരന്റെ മുറിയിലേക്ക് വിളിപ്പിച്ചു. ഞാൻ അത് വാതിലിന്റെ വിടവിലൂടെ അല്പം കണ്ടിരുന്നു– അതിനുശേഷം അയാളുടെ കണക്കുകൾ അവിടെവച്ച് പറഞ്ഞുതീർത്തു; പക്ഷേ, വളരെ അഭിമാനാർഹമായ രീതിയിൽ, വളരെ രഹസ്യമായി. എന്റെ കാര്യം പറഞ്ഞാൽ, ഞാൻ അതിനെപ്പറ്റി ആരോടും ഒരുകാര്യവും പറയാത്തതുകൊണ്ട്, അതിൽ കാര്യമില്ല. പ്യോത്തർ പിത്തറോവിച്ചും അക്സന്റീ ഒസിപ്പോവിച്ചും അതിനുശേഷം ഒന്നും സംഭവിച്ചിട്ടില്ലാത്തതുപോലെ പുറത്തുപോയി. പ്യോത്തർ പിത്തറോവിച്ച് വളരെ മാന്യനായ മനുഷ്യനായിരുന്നു. അയാൾ ഈ കാര്യത്തെപ്പറ്റി നിശ്ശബ്ദത പാലിച്ചു അതിനുശേഷം അവർ കൈകുലുക്കിക്കൊണ്ട് പരസ്പരം തലകുനിച്ചു. ഞാൻ തർക്കിക്കുന്നില്ല. വാരങ്കാ, എനിക്ക് തർക്കിക്കാനുള്ള ധൈര്യമില്ല. ഞാൻ താഴോട്ട് വീണുകഴിഞ്ഞു. തീർച്ചയായും വളരെ താഴോട്ട് വീണുകഴിഞ്ഞു. അത് നിശ്ചയമായും മുകളിൽനിന്നുള്ള തീരുമാനമായിരിക്കും. വിധിയുടെ കൈയിൽ നിന്ന് ആരാണ് രക്ഷപ്പെടുന്നത്? അതുകൊണ്ട്, വാരങ്കാ, നിങ്ങൾക്ക് ഇപ്പോൾ എന്റെ ഭാഗ്യദോഷങ്ങളുടെയും തിരിച്ചടികളുടെയും മുഴുവൻകഥയും ലഭിച്ചിട്ടുണ്ട്. അവ സത്യത്തിൽ വായിക്കാൻ കൊള്ളുന്നവ അല്ല. എന്റെ ഓമനേ, എന്റെ സ്ഥാനത്തിന്റെ എല്ലാ ആഹ്ലാദങ്ങളും നഷ്ടപ്പെട്ടിരിക്കുന്നു. എന്റെ പ്രിയപ്പെട്ട വാർവാരാ അലക്സിയേവ്നാ, എന്റെ മാന്യതയും സ്നേഹവും വാത്സല്യവും നിങ്ങൾക്ക് ഉറപ്പു നല്കിക്കൊണ്ട് ജീവിച്ചിരിക്കാൻ എന്നെ അനുവദിക്കണം.

നിങ്ങളുടെ അനുസരണയുള്ള ജോലിക്കാരൻ
മേക്കർ ഡിവുഷ്ക്കിൻ

ജൂലൈ 29

എന്റെ പ്രിയപ്പെട്ട മേക്കർ അലക്സിയേവിച്ച്,

ഞാൻ നിങ്ങളുടെ രണ്ട് എഴുത്തുകളും വായിച്ച് വീർപ്പുമുട്ടുന്നു! എന്റെ പാവം കൂട്ടുകാരാ! ഒന്നുകിൽ നിങ്ങൾ നിങ്ങളുടെ ബുദ്ധിമുട്ടുകളുടെ ഒരുഭാഗം പിടിച്ചുവച്ചിരിക്കുന്നു അല്ലെങ്കിൽ... സത്യത്തിൽ, മേക്കർ അലക്സിയേവിച്ച്, നിങ്ങളുടെ എഴുത്തുകൾവച്ചുകൊണ്ട് വിധി പറഞ്ഞാൽ നിങ്ങൾക്ക് എന്നോട് പറയാൻ കഴിയാത്ത ഏതോ ബുദ്ധിമുട്ടു

കളുണ്ട്. ദയവായി ഇന്ന് പരാജയപ്പെടാതെ ഞങ്ങളെ കാണാൻ വരണം. എങ്കിലും കൂടുതൽ നല്ലത് ഞങ്ങളോടൊപ്പം വന്ന് ഭക്ഷണം കഴിക്കുന്നതാണ്. ഓരോ ദിവസവും നിങ്ങൾ എങ്ങനെയാണ് കഴിച്ചുകൂട്ടുന്നതെന്ന് നിങ്ങൾ എന്നോടുപോലും പറഞ്ഞിരുന്നില്ല. നിങ്ങളുടെ വീട്ടുടമസ്ഥയുമായി നിങ്ങൾ എങ്ങനെ കഴിച്ചുകൂട്ടുന്നു. അതിനെപ്പറ്റി നിങ്ങൾ മനഃപൂർവ്വം നിശ്ശബ്ദത പാലിക്കുന്നുപോലെ തോന്നുന്നു. വിട, എന്റെ കൂട്ടുകാരാ, നിങ്ങൾ തീർച്ചയായും വരണം. നിങ്ങൾ എല്ലാസമയത്തും ഞങ്ങളുടെ കൂടെ ഭക്ഷണം കഴിക്കുന്നത് കൂടുതൽ നല്ല കാര്യമായിരിക്കും. ഫെഡോറാ ഒരു നല്ല പാചകക്കാരിയാണ് വിട.

നിങ്ങളുടെ
വാർവാരാ ഡൊബ്രോസിയോൾവാ

ആഗസ്ത് 1

വാർവാരാ അലക്സിയേവ്നാ, പ്രിയപ്പെട്ട ഹൃദയമേ,

നിങ്ങൾ സന്തുഷ്ടയാണ്. എന്റെ ഏറ്റവും പ്രിയപ്പെട്ടവളേ, ആ ദൈവം നിങ്ങൾക്ക് ദയാലുത്വത്തെ ദയാലുത്വം കൊണ്ട് പകരം വീട്ടാനുള്ള ഒരേ അവസരം അയച്ചുതന്നിരിക്കുന്നു. വാരങ്കാ, എനിക്ക് അതിനെക്കുറിച്ച് ഉറപ്പുണ്ട്, കാരണം വാരങ്കാ, നിങ്ങളുടെ മനസ്സിന്റെ നന്മയെക്കുറിച്ച് എനിക്ക് വളരെ ഉറപ്പുണ്ട്. എന്നെ ശകാരിക്കാതിരുന്നാൽ മാത്രം മതി– തീർച്ചയായും ഞാൻ നിങ്ങളെ കുറ്റപ്പെടുത്താൻ ഉദ്ദേശിച്ചിരുന്നില്ല– എന്റെ വാർദ്ധക്യത്തിന്റെ സൂചനകളെപ്പറ്റി ശപിച്ചതിന്. ശരി, അതുകൊണ്ട് അത് ഒരു പാപം ആയിരുന്നു. നിങ്ങൾ നിർബ്ബന്ധം പിടിക്കുകയാണെങ്കിൽ. പക്ഷേ, എന്റെ കൊച്ചുകൂട്ടുകാരി, പക്ഷേ, നിങ്ങളിൽനിന്ന് അത് കേൾക്കുന്നത് എന്നെ വളരെയധികം പീഡിപ്പിക്കുന്നു. ഇത്തരം കാര്യങ്ങൾ പറഞ്ഞതിന് എന്നോട് കോപിക്കരുത്. എന്റെ മനസ്സ് അങ്ങേയറ്റം വേദനിക്കുന്നു. പാവപ്പെട്ട മനുഷ്യർ കിറുക്കുപിടിച്ചവരാണ്. ആ രീതിയിലാണ് അവർ ജനിച്ചതെന്ന് ഞാൻ വിചാരിക്കുന്നു. ഞാൻ ഇത് മുമ്പുതന്നെ അനുഭവിച്ചിട്ടുണ്ട്. ഒരു പാവപ്പെട്ടവൻ എല്ലാ സമയത്തും സംശയാലുവാണ്. അയാൾ എല്ലാ സമയത്തും അയാളുടെ കണ്ണിന്റെ മൂലകൊണ്ട് കടന്നുപോകുന്ന എല്ലാവരേയും തുടർച്ചയായി ശ്രദ്ധിച്ചുകൊണ്ടിരുന്ന അവർ അയാളെപ്പറ്റി സംസാരിക്കുകയാണോ എന്നും അവർ അയാളെ പറ്റി എന്താണ് പറയുന്നതെന്നും അന്വേഷിച്ചുകൊണ്ട് അലഞ്ഞുതിരിയുന്നു– ഒരുപക്ഷേ, അവർ പറയുന്നുണ്ടാകാം: 'എന്തുമാത്രം പാവപ്പെട്ട ഒരു അധമൻ! അയാൾക്ക് എന്താണ് ചിന്തിക്കാൻ കഴിയുന്നത്? ഈ വശത്തുനിന്ന് അല്ലെങ്കിൽ ആ വശത്തുനിന്ന് അയാൾ എന്തുമാത്രം ശോചനീയമായ കീറിപ്പറിഞ്ഞ ഒരു രൂപമാണ്! അതിന്റെ കൂടെ എല്ലാവർക്കും അറിയാവുന്നതുപോലെ, വാരങ്കാ, ഒരു അധമന് ചപ്പുചവറുകളേക്കാൾ വിലക്കുറവാണ്. അയാളെ ഒരാളും ബഹുമാനിക്കുന്നില്ല. ക്ഷുദ്രഗ്രന്ഥ

കാരന്മാർ എന്തുതന്നെ പറഞ്ഞാലും എല്ലാ കാര്യങ്ങളും പഴയതുപോലെ തുടർന്നുകൊണ്ടിരിക്കും. അത് എന്തുകൊണ്ടാണ്? കാരണം അവർ ഒരു പാവം മനുഷ്യൻ, എല്ലാവർക്കും കാണാൻ വേണ്ടി എല്ലാ കാര്യങ്ങളും അകം പുറത്താക്കി ധരിക്കണമെന്ന് പ്രതീക്ഷിക്കുന്നു. ഏറ്റവും അടിയിൽ ഒന്നും കാണില്ലെന്ന് പ്രതീക്ഷിക്കുന്നു. അയാൾക്ക് ഒരുകാര്യവും പരിശുദ്ധമല്ല. ആത്മാഭിമാനത്തിന്റെ കാര്യം പറഞ്ഞാൽ- അയാൾക്കുള്ളതല്ല! അടുത്തദിവസം യമല്യ എന്നോട് പറഞ്ഞിരുന്നു. ഒരിക്കൽ ഒരു സംഭാവന അയാൾക്കുവേണ്ടി ഉയർത്തിയിരുന്നു. അതിനുശേഷം അയാൾക്കു ലഭിച്ച ഓരോ പത്തു കോപ്പക് നാണയത്തിനും അയാൾക്ക് ഒരു ഔദ്യോഗികപരിശോധനപോലെ ഒരു കാര്യം സഹിക്കേണ്ടി വന്നിരുന്നു. അവർ പണം വെറുതെ ചെലവഴിക്കുകയാണെന്ന് ചിന്തിച്ചിരുന്നു. പക്ഷേ, യഥാർത്ഥത്തിൽ അവർ ഒരു പാവം മനുഷ്യന്റെ കാഴ്ചയ്ക്ക് വേണ്ടി പണം കൊടുക്കുകയായിരുന്നു. ഇന്നത്തെ കാലത്ത് സഹാനുഭൂതി അസാധാരണമായി വ്യാപിച്ചു കിടക്കുകയാണ്. അല്ലെങ്കിൽ അത് എല്ലാക്കാലത്തും അങ്ങനെ ആയിരുന്നു എന്ന് ആർക്കാണ് അറിവുള്ളത്. ഒന്നുകിൽ അതിനെ എങ്ങനെതിരയണമെന്ന് അവർക്ക് അറിയില്ല. അല്ലെങ്കിൽ അവർക്ക് അത് വളരെ നല്ലതുപോലെ അറിയാം. അതുകൊണ്ട് എന്റെ പ്രിയപ്പെട്ടവളെ, അത് അങ്ങനെയാണ്, മറ്റുകാര്യങ്ങളെക്കുറിച്ച് നമുക്ക് ഒരുപക്ഷേ, വളരെക്കുറച്ച് മാത്രേ അറിയുള്ളൂ. പക്ഷേ, ഇതിനെപ്പറ്റി നമുക്ക് ഒരു കാര്യമറിയാം. കൂടുതൽ അറിയുന്നത് നമുക്ക് നല്ലതായിരിക്കും. എന്തുകൊണ്ട്? കാരണം പരിചയംകൊണ്ട് നമ്മൾ ഏതെങ്കിലും ഒരു മാന്യനെ അയാളുടെ ഹോട്ടലിലേക്കുള്ള യാത്രയ്ക്കിടയിൽ കാണുമെന്ന് നമുക്ക് ഉറപ്പുണ്ട്. 'ഇപ്പോൾ ആ വൃത്തികേടായ വസ്ത്രം ധരിച്ച ഗുമസ്തന് ഇന്ന് ഭക്ഷണത്തിന് എന്തായിരിക്കും ഉണ്ടായിരിക്കുന്നതെന്ന് ഞാൻ അത്ഭുതപ്പെടുന്നു? ഞാൻ മൊരിച്ച ഇറച്ചിയും പച്ചക്കറികളും കഴിക്കും. അയാൾ മിക്കവാറും വെണ്ണയില്ലാത്ത കഞ്ഞി കഴിക്കും' അയാൾ എന്തിനാണ് ഞാൻ കഴിക്കുന്നത് ശ്രദ്ധിക്കുന്നത്? വാരങ്കാ, അവിടെ സത്യത്തിൽ അതുപോലെയുള്ള മാന്യന്മാർ ഉണ്ട്. അവർ സത്യത്തിൽ നിങ്ങളുടെ കാൽ ശ്രദ്ധാപൂർവ്വം താഴോട്ട് ഇട്ടിരിക്കുകയാണോ അല്ലയോ എന്ന് തുടർച്ചയായി ശ്രദ്ധിച്ചുകൊണ്ടിരിക്കുന്ന വൃത്തികെട്ട ക്ഷുദ്രഗ്രന്ഥകാരന്മാരാണ്, അല്ലെങ്കിൽ ഏതോ ഒരു വിഭാഗത്തിലെ ഏതോ ഒരു പാവം ഗുമസ്തൻ അയാളുടെ തകർന്ന ബൂട്ടുകളിൽനിന്ന് അയാളുടെ നഗ്നമായ കാൽവിരലുകൾ പുറത്തേക്ക് തള്ളിനില്ക്കുന്നുണ്ടോ എന്നും അല്ലെങ്കിൽ അയാളുടെ കൈമുട്ടിലെ തുണികീറിയിട്ടുണ്ടോ എന്ന് ശ്രദ്ധിച്ചതിനുശേഷം— അതിനുശേഷം അയാൾ വീട്ടിൽപോയി അത് മുഴുവൻ എഴുതിവച്ച് ഈ ചവർ മുഴുവൻ അച്ചടിച്ചെടുക്കുന്നു. ഇപ്പോൾ എന്റെ പ്രിയപ്പെട്ട സാർ, എന്റെ കൈമുട്ടിലെ തുണി കീറിയിരുന്നാൽ നിങ്ങൾക്ക് അതിൽ എന്താണ് കാര്യം? എന്റെ അപമര്യാദയ്ക്ക് മാപ്പുനല്കണം, വാരങ്കാ, പക്ഷേ, ഈ കീറലിൽ ഒരു അധമന് ഒരു അവിവാഹിതയ്ക്ക് തുല്യ

മായ നാണക്കേട് ഉണ്ട്. നിങ്ങൾ വിവസ്ത്രയാകാൻ പോകുന്നില്ല— എന്റെ മര്യാദകേട് പൊറുക്കണം.— അപരിചിതർക്ക് മുന്നിൽ അതുപോലെ ഒരു അധമൻ അയാളുടെ പട്ടിക്കൂട്ടിൽ ആരെങ്കിലും മൂക്ക് കടത്തുന്നതും അയാളുടെ കുടുംബബന്ധങ്ങളിൽ ഇടപെടുന്നതും ഇഷ്ടപ്പെടുന്നില്ല. അതു മാത്രമാണ് ബുദ്ധിമുട്ട്! അതിനുശേഷം, വാരങ്കാ, നിങ്ങൾ എന്റെ നല്ല പേരും മാന്യതയും അപകീർത്തിപ്പെടുത്തുന്ന എന്റെ ശത്രുക്കളോടൊപ്പം പക്ഷേ, ചേരുന്നത് എനിക്ക് മനോവേദന ഉണ്ടാക്കുന്നു.

ഓഫീസിലും ഞാൻ ഒരു ചൊറിപിടിച്ച കുരുവിയെപ്പോലെ അങ്ങേയറ്റം ചെറുതാണെന്ന തോന്നലോടെ ഇരുന്നിരുന്നു. അതിനെപ്പറ്റി ആലോചിച്ച് ഞാൻ നാണക്കേടുകൊണ്ട് എരിഞ്ഞു. എന്റെ കൈമുട്ടുകൾ ഉടുപ്പിന്റെ കൈയിലെ കീറലിലൂടെ ഒളിഞ്ഞുനോക്കുകയോ അല്ലെങ്കിൽ ബട്ടണുകൾ മണികൾപോലെ അവയുടെ നൂലിൽ തൂങ്ങിക്കിടന്ന് ആടുകയോ ചെയ്യുമ്പോൾ എനിക്ക് എങ്ങനെയാണ് നാണക്കേട് തോന്നാതിരിക്കുന്നത്. ഭാഗ്യദോഷത്തിന് അത് വന്നതുപോലെ, ഇന്ന് പതിവിലും കൂടുതൽ മോശമായിരുന്നു. അത് ഏതൊരാളെയും പറഞ്ഞുവിടുന്നതിന് തുല്യമായിരുന്നു. സ്റ്റീഫൻകാർലോവിച്ച്പോലും ഏതോ കാര്യം ശ്രദ്ധിച്ചിരുന്നു. ഏതോ കച്ചവടത്തിന്റെകാര്യം സംസാരിക്കുന്നതിനിടയിൽ അയാൾ പെട്ടെന്ന് വിട്ടുമാറിയതിനുശേഷം പറഞ്ഞു. “എന്റെ പാവം മേക്കർ അലക്സിയേവിച്ച്” എന്നിട്ട് അയാൾ പെട്ടെന്ന് നിർത്തി. പക്ഷേ, ഞാൻ ബാക്കി ഊഹിച്ചു. അതിനുശേഷം എന്റെ കഷണ്ടിത്തലപോലും ജ്വലിക്കുന്ന തരത്തിൽ ഞാൻ ലജ്ജിച്ചു. അത് തീർച്ചയായും ഒരു കാര്യമല്ല. പക്ഷേ, അത് വെറും ഒരു ഉപദ്രവമാണ്. അവർക്ക് ഏതെങ്കിലും കാര്യത്തിന്റെ കാറ്റ് ലഭിച്ചിരുന്നോ? അവർക്ക് ഉണ്ടായിരുന്നതിനെ ദൈവം നിഷേധിച്ചിരുന്നു! സത്യം പറഞ്ഞാൽ ഞാൻ വളരെ ശക്തമായി സംശയിക്കുന്ന ഒരു മനുഷ്യനുണ്ട്. കുത്തിക്കുറിക്കുന്നവർക്ക് ഇതൊരു കാര്യമല്ല. ആ ആഭാസന്മാർ നിങ്ങളുടെ സ്വന്തം ജീവിതത്തെ ഒരു കോപ്പക്കിന് വില്ക്കും. അവർക്ക് ഒന്നും പവിത്രമല്ല.

ഇത് ആരുടെ സൃഷ്ടിയാണെന്ന് എനിക്കറിയാം. റാറ്റാഡിയേവിന്റേതാണ്. മറ്റ് ഒരാളുടേതുമല്ല. അയാൾ നമ്മുടെ മന്ത്രിസഭയിലെ ആരോ ഒരാളുമായി പരിചയത്തിലാണ്. ഒരുപക്ഷേ, ഇതിനെപ്പറ്റിയുള്ള എല്ലാ കാര്യങ്ങളും അയാൾ മന്ത്രിസഭയിലെ ആളോട് ധാരാളം അലങ്കാരങ്ങളോടെ പറഞ്ഞുകാണും. അല്ലെങ്കിൽ ഒരുപക്ഷേ, സ്വന്തം മന്ത്രിസഭയോട് പറഞ്ഞുകാണും. അത് നമുക്കിടയിലേക്ക് അരിച്ചിറങ്ങി വന്നതായിരിക്കും. എന്റെ അയൽക്കാർക്ക് ഇതിനെപ്പറ്റി അറിയാം. അവസാനത്തെ മനുഷ്യൻ ഉൾപ്പെടെ എല്ലാവർക്കും അറിയാം. അവർ നിങ്ങളുടെ ജനാലയിലേക്ക് വിരൽചൂണ്ടുന്നതുപോലും ഞാൻ കണ്ടിരുന്നു. ഞാൻ നിങ്ങളുടെ കൂടെ ഭക്ഷണം കഴിക്കാൻ പോയിരുന്നപ്പോൾ അവർ എല്ലാവരും ജനാലകളിലൂടെ തല പുറത്തേക്കിട്ടിരുന്നു. അതിനുശേഷം വീട്ടുമസ്ഥ ആ കിഴവൻ പിശാച് ഒരു കൊച്ചുകുഞ്ഞിനെ പിടികൂടിയിരിക്കുന്നു എന്ന് പറ

ഞ്ഞതിനുശേഷം നിങ്ങളെ അവർ ഒരു ചീത്തപ്പേര് വിളിച്ചു. പക്ഷേ, ഇതെല്ലാം നമ്മളെ ഒരു പുസ്തകത്തിലാക്കി നിഗൂഢമായ അക്ഷേപഹാസ്യത്തിലൂടെ വിശദീകരിക്കാനുള്ള റാറ്റാസിയേവിന്റെ വൃത്തികെട്ട ഉദ്ദേശ്യവുമായി താരതമ്യപ്പെടുത്തുമ്പോൾ ഏതെല്ലാം എന്താണ്? നല്ല മനുഷ്യർ എനിക്ക് മുന്നറിയിപ്പ് തന്നിരുന്നതെല്ലാം അയാൾ പറഞ്ഞുകഴിഞ്ഞു. ഞാൻ എന്റെ ബുദ്ധിശക്തിയുടെ അറ്റത്താണ്. പ്രിയപ്പെട്ടവളെ, നമ്മൾ എന്തുചെയ്യണം? എന്റെ മാലാഖേ, ദൈവം നമ്മളെ ശിക്ഷിക്കാൻ ആഗ്രഹിക്കുന്നു. നിങ്ങൾ എനിക്ക് സമയം പോകാൻവേണ്ടി ഒരു പുസ്തകം അയച്ചുതരാമെന്ന് വാഗ്ദാനം ചെയ്തിരുന്നു. പുസ്തകം കാര്യമാക്കേണ്ടതില്ല. എന്തായാലും ഒരു പുസ്തകം എന്താണ്? വെറുതെ ധാരാളം ജല്പനങ്ങൾ! മടിയന്മാരുടെ നേരമ്പോക്കിനുവേണ്ടി എഴുതിയിട്ടുള്ള ഒരു സാധനമാണ് നോവൽ. അതിന്റെകൂടെ അത് അസംബന്ധവുമാണ്. വളരെക്കാലത്തെ അനുഭവംകൊണ്ട് എനിക്ക് അത് അറിയില്ലേ? അവർ നിങ്ങളോട് ഷേക്സ്പിയറിനെപ്പറ്റി സംസാരിക്കുകയാണെങ്കിൽ അവർ പറയും. 'സാഹിത്യത്തിൽ അവിടെ ഷേക്സ്പിയർ ഉണ്ടെന്ന് നിങ്ങൾ മനസ്സിലാക്കണം. അതും മറ്റുള്ളവയെപ്പോലെ അസംബന്ധവും അപവാദവും പരിഹാസകൃതികൾക്ക് മാത്രം അനുയോജ്യവും ആയിരിക്കും.

നിങ്ങളുടെ
മേക്കർ ഷിവുഷ്ക്കിൻ

ആഗസ്ത് 2

എന്റെ പ്രിയപ്പെട്ട മേക്കർ അലക്സിയേവിച്ച്,

ഒരു കാര്യത്തെപ്പറ്റിയും വേവലാതിപ്പെടരുത്. ദൈവത്തിന്റെ സഹായംകൊണ്ട് എല്ലാവർക്കും സുഖം ഉണ്ടാകും. ഫെഡോറാ ഞങ്ങൾക്ക് രണ്ടുപേർക്കും വേണ്ടി ധാരാളം ജോലി ഉറപ്പാക്കിയിരിക്കുന്നു. അതിനുശേഷം ഞങ്ങൾ അത് ആഗ്രഹത്തോടെ ആരംഭിച്ചുകഴിഞ്ഞു. ഒരുപക്ഷേ ഞങ്ങൾ എല്ലാ കാര്യങ്ങളും ശരിയാക്കും. എന്റെ ഏറ്റവും പുതിയ ബുദ്ധിമുട്ടുകൾ എങ്ങനെയോ അന്നാ ഫയദൊറോവ്നായുമായി ബന്ധപ്പെട്ടതാണെന്ന് അവൾ സംശയിക്കുന്നു. പക്ഷേ, എന്താണ് വ്യത്യാസം? ഇന്ന് ഞാൻ അസാധാരണമായ സന്തോഷത്തിലാണ്. നിങ്ങൾ വീണ്ടും കടം വാങ്ങാൻ ഉദ്ദേശിക്കുന്നുണ്ടെന്ന് ഞാൻ മനസ്സിലാക്കിയിരുന്നു. ദൈവം ക്ഷമിക്കട്ടെ! തിരിച്ചുകൊടുക്കാനുള്ള സമയം വരുമ്പോൾ നിങ്ങൾക്ക് ഒരിക്കലും അവസാനിക്കാത്ത ബുദ്ധിമുട്ടുകൾ ഉണ്ടാകും. ദയവായി നിങ്ങൾ ഞങ്ങളുടെ ഏറ്റവും അടുത്ത സുഹൃത്താണെന്ന് ഓർമ്മിക്കണം. ഞങ്ങളെ കാണാൻ വേണ്ടി ഇടയ്ക്കിടയ്ക്ക് വരണം. അതിനുശേഷം നിങ്ങളുടെ വീട്ടുടമസ്ഥയെ ശ്രദ്ധിക്കരുത്. മേക്കർ അലക്സിയേവിച്ച്, മറ്റുള്ള നിങ്ങളുടെ ശത്രുക്കളെപ്പറ്റിയുള്ള നിങ്ങളുടെ ഭയം സാങ്കല്പിക

മാണെന്ന് എനിക്കുറപ്പാണ്. നിങ്ങളുടെ എഴുത്തിന്റെ രീതി വളരെ പരുപരുത്തതായിരുന്നെന്ന് ഞാൻ പറഞ്ഞിരുന്നു. ഇപ്പോഴും അത് അങ്ങനെ തന്നെയാണ്. നമ്മൾ വീണ്ടും കാണുന്നതുവരെ വിട. നിങ്ങൾ ഞങ്ങളെ ഉടൻതന്നെ സന്ദർശിക്കുമെന്ന് ഞാൻ പ്രതീക്ഷിക്കുന്നു. വിട, നമ്മൾ വീണ്ടും കാണുന്നതുവരെ.

നിങ്ങളുടെ
വി ഡി

ആഗസ്ത് 3

വാർവാരാ അലക്സിയേവ്നാ, എന്റെ കൊച്ചുമാലാഖേ,

എന്റെ ഏറ്റവും പ്രിയപ്പെട്ട ഹൃദയമേ; എന്റെ പ്രതീക്ഷകൾ ഉയരുകയാണെന്ന് നിങ്ങളോട് പറയാൻ ഞാൻ വെപ്രാളപ്പെടുകയായിരുന്നു. പക്ഷേ, എന്റെ കൊച്ചുമാലാഖേ, നിങ്ങൾക്ക് എന്നോട് ഞാൻ പണം കടം മേടിക്കരുതെന്ന് എങ്ങനെയാണ് അഭ്യർത്ഥിക്കാൻ കഴിയുന്നത്? എന്റെ ഓമനേ, അത് സംഭവിക്കാവുന്നതാണ്. ഞാൻ ഇവിടെ പണമില്ലാതെ ഇരിക്കുകയാണ്. നിങ്ങൾക്ക് എന്തെങ്കിലും സംഭവിക്കുകയാണെങ്കിൽ എന്താണ് അവസ്ഥ. ദൈവം തടയട്ടെ. നിങ്ങൾ അങ്ങേയറ്റം മൃദുലഹൃദയ ആണ്. അതുകൊണ്ട് കടം വാങ്ങേണ്ടത് തീർച്ചയായും അത്യാവശ്യമാണെന്ന് ഞാൻ പറയുന്നു. പക്ഷേ, തുടർന്നുപ്രവർത്തിക്കാൻ വേണ്ടി:

ആദ്യം എന്നെ നിങ്ങളോട് പറയാൻ അനുവദിക്കണം, വാർവാരാ അലക്സിയേവ്നാ, അതായത് ഞാൻ ഓഫീസിൽ യമല്യൻ ഇവാനേവിച്ചിന്റെ വശത്താണ് ഇരിക്കുന്നത്. ഞാൻ നിങ്ങളോട് പറഞ്ഞിരുന്ന യമല്യൻ അല്ല. ഇത് എന്നെപ്പോലെ ഒരു അധികാരവുമില്ലാത്ത ആ സ്ഥാനപ്പേര് മാത്രമുള്ള ഒരു സാമാജികനാണ്. അയാളും ഞാനും ഒരുപക്ഷേ, അവിടുത്തെ ഏറ്റവും പഴയ ജീവനക്കാരായിരിക്കും. അയാൾ അനുകമ്പയുള്ള നിസ്വാർത്ഥനായ ഒരു വ്യക്തിയാണ്. പക്ഷേ, ഒരുകാര്യവും ഒരിക്കലും പറയത്തില്ല. അതിന്റെ കൂടെ അയാൾ കാഴ്ചയിൽ ഒരു മുരടനാണ്. എങ്കിലും അയാൾ വളരെ കഴിവുള്ളവനാണ്. കൂടാതെ അയാളുടെ കൈയക്ഷരം ശുദ്ധമായ താമ്രഫലകം ആണ്! സത്യം പറഞ്ഞാൽ എന്നെക്കാൾ ഒട്ടും മോശമല്ല. ചുരുക്കത്തിൽ അയാൾ യോഗ്യനായ ഒരു മനുഷ്യനാണ്. ഞങ്ങൾ ഒരിക്കലും സത്യത്തിൽ സഹായമനോഭാവം ഉള്ളവർ ആയിരുന്നില്ല. പക്ഷേ, അഭിവാദനം ചെയ്യുന്ന അവസ്ഥയിൽ മാത്രമായിരുന്നു. സ്വാഭാവികമായി എനിക്ക് ഒരു പേനാക്കത്തി ആവശ്യമുള്ളപ്പോൾ ഞാൻ അയാളോട് ചോദിക്കും. 'യമല്യൻ ഇവാനോവിച്ച്, നിങ്ങൾ നിങ്ങളുടെ പേനാക്കത്തി ദയവായി എനിക്ക് കടമായി തരുമോ? അത് അങ്ങനെ പോകും... പക്ഷേ, ഇന്ന് അയാൾ എന്നോട് പെട്ടെന്ന് പറഞ്ഞു. 'മേക്കർ അലക്സിയേവിച്ച്, നിങ്ങളുടെ ചിന്തകൾക്ക് ഒരു പെനി'

അയാൾ എന്നെപ്പറ്റി നല്ലത് ആലോചിക്കുന്നത് എനിക്ക് അനുഭവിക്കാൻ കഴിഞ്ഞിരുന്നു. അതിനുശേഷം ഞാൻ അതുകൊണ്ട് എല്ലാ കാര്യങ്ങളും അയാളോട് പറഞ്ഞു. അതായത് എല്ലാ കാര്യങ്ങളും പറഞ്ഞില്ല. എനിക്ക് അത് പറയാനുള്ള ധൈര്യം ഉണ്ടായിരുന്നില്ല. പക്ഷേ, ഞാൻ വെറുതെ സങ്കുചിതമായ ചുറ്റുപാടുകളിലും അതുപോലെയുള്ള മറ്റ് കാര്യങ്ങളിലും ആയിരുന്നു. 'പക്ഷേ, എന്റെ ഏറ്റവും പ്രിയപ്പെട്ട കൂട്ടുകാരാ.' യമല്യൻ ഇവാനോവിച്ച് പറയുന്നു. 'നിങ്ങൾക്ക് എന്തുകൊണ്ട് പ്യോട്ടർ പെട്രോവിച്ചിൽനിന്ന് കുറച്ച് പണം കടം മേടിച്ചുകൂടാ? അയാൾ പലിശയ്ക്ക് പണം കൊടുക്കുന്നുണ്ട്. ഞാൻ സ്വയം അയാളിൽനിന്ന് പതിവായി കടം വാങ്ങുന്നുണ്ട്. അതിനുശേഷം അതിന്റെ പലിശ ന്യായമാണ്. അന്യായം അല്ല.' വാരങ്കാ, ഞാൻ അത് കേട്ടപ്പോൾ എന്റെ ഹൃദയം എത്രമാത്രമാണ് തുള്ളിച്ചാടിയത്. ഒരുപക്ഷേ, ദൈവം പ്യോട്ടാർ പെട്രോവിച്ചിന്റെ ചെവിയിൽ ആ പണം എനിക്ക് കടം തരാൻ വേണ്ടി പ്രേരിപ്പിക്കുമായിരിക്കും. വീട്ടുടമസ്ഥയ്ക്ക് എങ്ങനെ പണം കൊടുക്കും എന്നതിനെപ്പറ്റിയും എനിക്ക് സ്വയം ആവശ്യമുള്ള കാര്യങ്ങൾ എങ്ങനെ വാങ്ങും എന്നതിനെപ്പറ്റിയും ഞാൻ കണക്കുകൂട്ടിത്തുടങ്ങിയിരുന്നു. നിങ്ങൾക്ക് അറിയാവുന്നതുപോലെ ഞാൻ ഒരു പേടിപ്പെടുത്തുന്ന കാഴ്ചയാണ്. അതുപോലെ അവിടെ ഇരിക്കുകയാണെങ്കിൽ എന്റെ പേശികൾക്ക് ഇഴഞ്ഞു നടക്കേണ്ടിവരും. അതുകൂടാതെ എന്നെ ദ്രോഹിക്കുന്നവർ എന്നെപ്പറ്റി പറഞ്ഞു ചിരിക്കുകയാണ്. ദൈവം അവരോട് ക്ഷമിക്കട്ടെ. മഹാരാജാവും ചില സമയങ്ങളിൽ ഞങ്ങളുടെ എഴുത്തുമേശയുടെ മുന്നിലൂടെ കടന്നുപോകാറുണ്ട്. ഞാൻ എങ്ങനെയാണ് വസ്ത്രം ധരിച്ചിരിക്കുന്നതെന്ന് അദ്ദേഹം ശ്രദ്ധിച്ചാൽ എന്താണ് സംഭവിക്കാൻ പോകുന്നത്? ദൈവത്തിന് എന്നോട് കരുണ ഉണ്ടായിരിക്കട്ടെ! അദ്ദേഹം വൃത്തിയുടെ കാര്യത്തിൽ വളരെ കർക്കശക്കാരനാണ്. നിശ്ചയമായും അദ്ദേഹം കടന്നുപോകുമ്പോൾ ഒരു കാര്യവും പറയില്ല. പക്ഷേ, ഞാൻ നാണക്കേട് കൊണ്ട് മരിക്കും. അതുകൊണ്ടാണ് ഞാൻ അവസാനം എന്റെ നാണക്കേട് കീറിപ്പറിഞ്ഞ എന്റെ പോക്കറ്റുകൾക്കുള്ളിൽ ഒളിപ്പിച്ചുവച്ചുകൊണ്ട് പ്യോട്ടർ പെട്രോവിച്ചിന്റെ അടുത്തേക്ക് ഭയംകൊണ്ട് ജീവനുള്ളതിനേക്കാൾ മരിച്ചനിലയിൽ പക്ഷേ, നിറയെ പ്രതീക്ഷകളുമായി പോകേണ്ടിവന്നത്. വാരങ്കാ, സങ്കല്പിച്ചുനോക്കൂ, അതു മുഴുവൻ വന്നുചേർന്നത് ഇല്ലായ്മയിലേക്ക് ആയിരുന്നു. ഒന്നും ഇല്ലാത്ത അവസ്ഥയിലേക്ക്. ഞാൻ പ്യോട്ടർ പെട്രോവിച്ചിന്റെ അടുത്തേക്ക് ചെന്ന് ഇത് പറയാനെന്നുള്ള രീതിയിൽ അയാളുടെ ഷർട്ടിന്റെ കൈയിൽ ബലമായി വലിച്ചപ്പോൾ അയാൾ ഫെഡോസി ഇവാനോവിച്ചുമായി സംസാരിക്കുകയായിരുന്നു. 'പ്യോട്ടർ പെട്രോവിച്ച്, ഏയ്!' അയാൾ തിരിഞ്ഞുനിന്നപ്പോൾ ഞാൻ മുപ്പത് റൂബിളാണ് ആവശ്യമുള്ളതെന്നും മറ്റു കാര്യങ്ങളും പറഞ്ഞു. തുടക്കത്തിൽ അയാൾ എന്നെ മനസ്സിലാക്കിയതായി തോന്നിയിരുന്നില്ല. അതിനുശേഷം ഞാൻ അത് വീണ്ടും വിശദീകരിച്ചപ്പോൾ ചിരിച്ചു. അതിനുശേഷം അത്ര

തന്നെ. ഞാൻ വീണ്ടും അയാൾ ഇതു പറയുന്നതുവരെ ഞാൻ അയാളോട് വിശദീകരിക്കാൻ ആരംഭിച്ചു. 'നിങ്ങൾക്ക് എന്ത് സുരക്ഷിതത്വമാണ് ഉള്ളത്?' അതിനുശേഷം അയാൾ അയാളുടെ കടലാസുകളിൽ ആണ്ടുപോയിരുന്നു. അയാൾ എന്നെപ്പറ്റിയുള്ള എല്ലാ കാര്യങ്ങളും മറന്നതായി തോന്നുന്നുണ്ടായിരുന്നു. ഇത് എന്നെ ചെറിയതോതിൽ വിഷമിപ്പിച്ചിരുന്നു. 'ഇല്ല, പ്യോട്ടർ പെട്രോവിച്ച്' ഞാൻ മറുപടി പറഞ്ഞു. 'എനിക്ക് സുരക്ഷിതത്വം ഇല്ല. പക്ഷേ, ഞാൻ എന്റെ ശമ്പളം കിട്ടിക്കഴിയുമ്പോൾ ഉടൻതന്നെ പണം തിരിച്ചുതരും. ഞാൻ അത് തിരിച്ചുതരുമെന്ന് ഒരുപക്ഷേ, നിങ്ങൾക്ക് ഉറപ്പിക്കാം.' ഈ സമയത്ത് ആരോ ഒരാൾ അയാളെ വിളിച്ച് ദൂരത്തേക്ക് കൊണ്ടുപോയി. അതിനുശേഷം ഞാൻ കാത്തുനിന്നു. പക്ഷേ, പിന്നീട് അയാൾ തിരിച്ചുവന്നപ്പോൾ ഞാൻ അവിടെ ഇല്ലാതിരിക്കുന്നതുപോലെ അയാൾ അയാളുടെ പേനവെടിപ്പാക്കാൻ തുടങ്ങിയിരുന്നു. അതുകൊണ്ട് ഞാൻ വീണ്ടും അതിലേക്ക് പോയി. 'പ്യോട്ടാർ പെട്രോവിച്ച്, അത് എങ്ങനെയെങ്കിലും ചെയ്യാൻ കഴിയില്ലേ?' പക്ഷേ, അയാൾ അത് കേട്ടതായി തോന്നിയിരുന്നില്ല. ഞാൻ വളരെനേരം അവിടെ നിന്നതിനുശേഷം അവസാനമായി ഒന്നുകൂടി ശ്രമിക്കാമെന്ന് തീരുമാനിച്ചുകൊണ്ട് അയാളുടെ ഉടുപ്പിന്റെ കൈയിൽ വീണ്ടും പിടിച്ച് വലിച്ചു. അയാൾ ഒരു വാക്കെങ്കിലും പറഞ്ഞുകാണുമെന്ന് നിങ്ങൾ വിചാരിക്കുന്നില്ലേ? അങ്ങനെ ഒന്നും സംഭവിച്ചില്ല. അയാൾ പേന വൃത്തിയാക്കുന്നത് അവസാനിപ്പിച്ചതിനുശേഷം എഴുതാൻ ആരംഭിച്ചിരുന്നു. അതിനുശേഷം അതുകൊണ്ട് ഞാൻ അവിടെനിന്ന് പോയി.

ഒരുപക്ഷേ, അവരെല്ലാം വളരെ മേന്മയുള്ള മനുഷ്യർ ആയിരിക്കും. എന്റെ ഓമനേ, പക്ഷേ, വളരെക്കൂടുതൽ അഹങ്കാരം ഉള്ളവർ ആണ്. അതെ! വളരെക്കൂടുതൽ അഹങ്കാരം ഉള്ളവരാണ്. വാരങ്കാ, അതിന്റെ കൂടെ നമ്മളിൽനിന്ന് വളരെയധികം അകന്നുനില്ക്കുന്നവരാണ്. ഞാൻ എന്തിനാണ് ഇതെല്ലാം എഴുതുന്നത്? ഞാൻ യമല്യൻ ഇവാനോവിച്ചിനോട് പറഞ്ഞപ്പോൾ അയാൾ ചിരിച്ച് തലകുലുക്കി. പക്ഷേ, അയാൾ എനിക്ക് മനസ്സ് തന്നു. അയാളെ അനുഗ്രഹിക്കണം. അയാൾ ഒരു നല്ല മനുഷ്യനാണ്. അതിന്റെ കൂടെ അയാൾ എന്നെ ഒരു പരിചയക്കാരനോട് ശുപാർശ ചെയ്യാമെന്ന് വാഗ്ദാനം ചെയ്തിട്ടുണ്ട്. വെബോർഗിന്റെ ഭാഗത്തുതാമസിക്കുകയും പലിശയ്ക്ക് പണംകടംകൊടുക്കുകയും ചെയ്യുന്ന പതിനാലാമത് ശ്രേണിയിലുള്ള ഒരു ഉദ്യോഗസ്ഥനോട് പറയാമെന്നാണ് വാക്കു പറഞ്ഞിരിക്കുന്നത്. യമല്യൻ ഇവാനോവിച്ച് ഉറപ്പായും എനിക്ക് പണംകടം തരാമെന്നാണ് പറയുന്നത്. ഞാൻ അയാളെ കാണാൻ വേണ്ടി നാളെ പോകും. ഞാൻ പോകണോ? ദൈവം അനുവദിക്കുകയാണെങ്കിൽ എനിക്ക് പണം ലഭിക്കും: വീട്ടുമടസ്ഥ എന്നെ വീട്ടിൽനിന്ന് പുറത്താക്കിക്കൊണ്ട് ഇരിക്കുകയാണ്. അതിനുശേഷം അവർ എനിക്ക് ഭക്ഷണം തരുന്നില്ല. എന്റെ ബൂട്ടുകളും പൂർണ്ണമായി തേഞ്ഞുപോയിരിക്കുന്നു. ചില ബട്ടണുകളും നഷ്ടപ്പെട്ടിട്ടുണ്ട്. ....ഹാ! എന്റെ അലമാരയിൽനിന്ന്

എന്താണ് നഷ്ടപ്പെടാനുള്ളത്! എന്റെ മാനക്കേട് വരുത്തുന്ന രൂപത്തിലേക്ക് നമ്മുടെ പ്രധാനപ്പെട്ട ഉദ്യോഗസ്ഥന്മാരിൽ ഒരാൾ നല്ലപോലെ ഒന്നു നോക്കുകയാണെങ്കിൽ എന്താണ് സംഭവിക്കാൻ പോകുന്നത്. നമ്മുടെ ബുദ്ധിമുട്ടുകൾ ഒരിക്കലും അവസാനിക്കില്ല, വാരങ്കാ, ഒരിക്കലും അവസാനിക്കില്ല.

മേക്കർ ഡിവുഷ്ക്കിൻ

ആഗ്സ്ത് 4

മേക്കർ അലക്സിയേവിക്, എന്റെ അനുകമ്പയുള്ള കൂട്ടുകാരാ,

ദൈവത്തിന്റെ സ്നേഹത്തിനുവേണ്ടി നിങ്ങൾക്ക് കഴിയുന്നത്ര വേഗത്തിൽ പണം കടം വാങ്ങുക! ഇപ്പോഴത്തെ ചുറ്റുപാടിൽ ഞാൻ ഒരിക്കലും നിങ്ങളുടെ സഹായത്തിനുവേണ്ടി ആവശ്യപ്പെടില്ല. പക്ഷേ, നമ്മൾ ഏത് അവസ്ഥയിൽ ആണെന്ന് നിങ്ങൾക്ക് മാത്രമേ അറിയുകയുള്ളൂ! ഈ വീട്ടിൽ നമുക്ക് കൂടുതൽകാലം താമസിക്കാൻ കഴിയില്ല. ഞാൻ എന്ത് മാത്രം അസ്വസ്ഥനാണെന്ന് നിങ്ങളോട് പറയാൻ കഴിയാത്ത തരത്തിലുള്ള ബുദ്ധിമുട്ടുകൾ എനിക്ക് ഉണ്ടായിട്ടുണ്ട്. ഇന്നുരാവിലെ ഒരു മുതിർന്ന മനുഷ്യൻ, ഏറെക്കുറെ അലങ്കാരങ്ങൾ ധരിച്ച ഒരു വൃദ്ധൻ എന്നെ കാണാൻ വന്നിരുന്നു. എനിക്ക് അയാളെ അറിയില്ല. അതിന്റെ കൂടെ അയാൾക്ക് എന്താണ് വേണ്ടതെന്ന് എനിക്ക് സങ്കല്പിക്കാനും കഴിയില്ല. ഫെഡോറാ കടയിൽ പോകാൻവേണ്ടി പുറത്തുപോയിരുന്നു. ഞാൻ എങ്ങനെയാണ് ജീവിക്കുന്നതെന്ന് അയാൾ എന്നോട് ചോദിച്ചു. അതിനുശേഷം എന്റെ മറുപടിക്ക് കാത്തുനില്ക്കാതെ അയാൾ ആ ഉദ്യോഗസ്ഥന്റെ അമ്മാവനാണെന്ന് വിശദീകരിച്ചു. അയാൾ അയാളുടെ അനന്തിരവനോട് പെരുമാറിയിരുന്ന രീതികൊണ്ട് വീട് മൊത്തം അതിനെപ്പറ്റിയുള്ള സംസാരം സൃഷ്ടിക്കുന്നമട്ടിൽ ദേഷ്യത്തിലായിരുന്നു. അയാളുടെ അനന്തിരവൻ ഒന്നിനും കൊള്ളാത്ത ഒരു ചെറുപ്പക്കാരൻ ആണെന്നും അയാൾ എന്ന അമ്മാവൻ എനിക്ക് സംരക്ഷണം തരാൻ തയ്യാറാണെന്നും എന്നോട് പറഞ്ഞു. അയാൾ ചെറുപ്പക്കാരായ ആളുകളെ അവഗണിക്കാൻ എന്നെ ഉപദേശിച്ചു. അതിന്റെകൂടെ അയാൾ ഒരു അച്ഛനെപ്പോലെ എന്നോട് സഹതപിക്കുന്നുണ്ടെന്നും അയാളുടെ വികാരങ്ങൾ പിതൃതുല്യമാണെന്നും അതിനോടൊപ്പം അയാൾ എന്നെ സഹായിക്കാൻ തയ്യാറാണെന്നും പറഞ്ഞു. ഞാൻ എന്താണ് മറുപടി പറയേണ്ടതെന്ന് അറിയാതെ ലജ്ജിച്ചുനിന്നു. പക്ഷേ, എനിക്ക് അയാളോട് നന്ദി പറയാൻ ഒരു തിടുക്കവും ഉണ്ടായിരുന്നില്ല. അയാൾ എന്റെ ആഗ്രഹമില്ലാതെ എന്റെ കൈ കടന്നെടുത്തു. ഞാൻ വളരെ സുന്ദരിയാണെന്ന് പറഞ്ഞുകൊണ്ട് എന്റെ കവിളിൽ തലോടി. അയാൾ എന്നെ തലോടുന്നതിൽ വളരെ സന്തോഷിച്ചിരുന്നു (എന്തിനാണ് സന്തോഷിച്ചതെന്ന് ദൈവത്തിനറിയാം) അതിനുശേഷം അവസാനം അയാൾ ഒരു വൃദ്ധൻ മാത്രമാണെന്ന് യാചി

ച്ചുകൊണ്ട് എന്നെ ചുംബിക്കാൻ ശ്രമിച്ചിരുന്നു. (അതിൽ അയാൾ ഒരു വൃത്തികെട്ട വൃദ്ധൻ ആയിരുന്നു) ആ സമയത്ത് ഫെഡോറാ തിരിച്ചുവന്നിരുന്നു. അയാൾ അല്പം ഒന്ന് അമ്പരന്നിരുന്നു. അതിനുശേഷം വീണ്ടും അയാൾ എന്നെ എന്റെ വിനയത്തിന് ബഹുമാനിക്കുന്നുണ്ടെന്നും നല്ല അർത്ഥത്തിൽ ഞാൻ അയാളെ ഒരു അപരിചിതനായി പരിഗണിക്കില്ലെന്ന് പ്രതീക്ഷിക്കുന്നുണ്ടെന്നും പറഞ്ഞു. അതിനുശേഷം അയാൾ ഫെഡോറായെ അകത്തു കൂട്ടിക്കൊണ്ടുപോയി ഏതോ അസാധാരണ കപട ന്യായം പറഞ്ഞ് അവൾക്ക് പണം കൊടുക്കാൻ ശ്രമിച്ചിരുന്നു. ഫെഡോറാ നിശ്ചയമായും അത് നിരസിച്ചിരുന്നു. അവസാനം അയാൾ അയാളുടെ വാഗ്ദാനങ്ങൾ ആവർത്തിച്ചതിനുശേഷം അയാൾ വീണ്ടും എന്നെ കാണാൻ വരുമ്പോൾ ഒരു ജോഡി കാതിലിടുന്ന വളയങ്ങൾ എനിക്ക് വാങ്ങിക്കൊണ്ടുവരും എന്ന് പറഞ്ഞുകൊണ്ട് പോകാൻ വേണ്ടി തയ്യാറെടുത്തു. (അയാൾ സ്വയം അമ്പരന്നുപോയതായിത്തോന്നുന്നുണ്ടായിരുന്നു) അയാൾ എന്നെ എനിക്ക് യാതൊരു ചെലവും വഹിക്കേണ്ടിവരാത്ത അയാൾക്ക് മനസ്സിൽ ഉണ്ടായിരുന്ന മറ്റൊരു മെച്ചപ്പെട്ട താമസസ്ഥലത്തേക്ക് മാറണമെന്നുകൂടി ഉപദേശിച്ചിരുന്നു. വീണ്ടും ഞാൻ വളരെ ബുദ്ധിമതിയും സത്യസന്ധയുമായ പെൺകുട്ടിയായതുകൊണ്ട് അയാൾ എന്നെ വളരെയധികം ഇഷ്ടപ്പെടുന്നുണ്ടെന്ന് പ്രഖ്യാപിച്ചതിനുശേഷം അധഃപതിച്ച ചെറുപ്പക്കാരെ ഞാൻ ഭയക്കണമെന്ന് എന്നെ ഉദ്ബോധിപ്പിച്ചു. അവസാനം അയാൾക്ക് അന്നാഫയഡൊറോവ്നായെ അറിയാമെന്നും അതിനുശേഷം അവർ എന്നെ നേരിട്ട് സന്ദർശിക്കാൻ വരുമെന്ന് എന്നോട് പറയണമെന്ന് നിർദ്ദേശിച്ചിട്ടുണ്ടെന്ന് അയാൾ സമ്മതിച്ചു. എനിക്ക് എന്ത് തോന്നിയെന്ന് നിങ്ങളോട് പറയാൻ പോലും കഴിയുകയില്ല. ഇത്തരം ഒരു അവസ്ഥയിൽ ഞാൻ എന്നെ കാണുന്നത് എന്റെ ജീവിതകാലത്ത് ആദ്യമായിരുന്നു. എനിക്ക് എന്റെ മാനസികനില നഷ്ടപ്പെട്ടിട്ട് ഞാൻ അയാളെപ്പറ്റി എന്താണ് ചിന്തിക്കുന്നതെന്ന് അയാളോട് വ്യക്തമായി പുറത്തുകൊടുത്തു. ഫെഡോറാ എന്നെ പിന്തുണച്ചിരുന്നു. അതിനുശേഷം ഏറക്കുറെ ബലം പ്രയോഗിച്ചുതന്നെ അയാളെ പുറത്താക്കി. അത് അന്നാ ഫയഡൊറോവ്നാ ആണ് ചെയ്തുകൊണ്ടിരിക്കുന്നതെന്ന് ഞങ്ങൾക്ക് ഉറപ്പായിരുന്നു: അയാൾക്ക് അങ്ങനെയല്ലാതെ ഞങ്ങളെപ്പറ്റി മറ്റ് എങ്ങനെയാണ് മനസ്സിലാക്കാൻ കഴിയുന്നത്? ഇപ്പോൾ മേക്കർ അലക്സിയേവിച്ച് ഞാൻ നിങ്ങളോട് അപേക്ഷിക്കുന്നു. ഇത്തരം ഒരു അവസ്ഥയിൽ നിങ്ങൾ എന്നെ വിട്ടുപോകരുത്. ദയവായി കൂടുതൽ ഇല്ലെങ്കിലും കുറച്ച് പണം എങ്കിലും കടം വാങ്ങണം. കാരണം നമുക്ക് ഇവിടെ നിന്ന് പോകേണ്ടിവന്നിരിക്കുന്നു. നമുക്ക് കൂടുതൽ കാലം ഇവിടെ ജീവിക്കാൻ കഴിയില്ല. അതുകൂടാതെ ഫെഡോറയ്ക്കും ഈ അഭിപ്രായമാണ്. നമുക്ക് ഏറ്റവും കുറഞ്ഞത് ഇരുപത്തഞ്ച് റൂബിളുകളുടെ ആവശ്യമുണ്ട്. ഞാൻ എനിക്ക് ചെയ്യാൻ കൂടുതൽ ജോലികൾ ഫെഡോറാ കണ്ടുപിടിക്കും. അതുകൊണ്ട് ദയവായി പലിശകണക്കിലെടുക്കാതെ

പണം കടം എടുക്കുക. ഞാൻ അത് മുഴുവൻ തിരിച്ചുതരും. എന്നെ ഒന്ന് സഹായിക്കണം. നിങ്ങളുടെ സ്വന്തം ചുറ്റുപാടുകൾ ഇത്രമാത്രം മോശമായിരിക്കുന്ന സമയത്ത് ഇപ്പോൾ നിങ്ങളെ ബുദ്ധിമുട്ടിക്കുന്നത് പരിതാപകരമാണ്. പക്ഷേ, എന്റെ ഒരേയൊരു പ്രതീക്ഷ നിങ്ങളാണ്. വിട, മേക്കർ അലക്സിയേവിച്ച്. എന്നെപ്പറ്റി ചിന്തിക്കണം. അതിനുശേഷം നിങ്ങൾക്ക് ദൈവത്തിന്റെ സഹായം കൊണ്ട് കഴിവിന്റെ പരമാവധി പ്രവർത്തിക്കാൻ കഴിയട്ടെ.

വി ഡി

എന്റെ അരുമയായ ഓമനേ, വാർവാരാ അലക്സിയേവ്നാ,

അപ്രതീക്ഷിതമായ ഈ അടികൾ എല്ലാം ചേർന്ന് എന്നെ എത്ര മാത്രം ഉലച്ചിരിക്കുന്നു! ഈ അത്യാപത്തുകൾ എല്ലാംകൂടി എന്നെ എത്ര മാത്രം നശിപ്പിച്ചിരിക്കുന്നു. ഈ സേവക ഭാവത്തിൽ ജോലിചെയ്യുന്നവരുടേയും ദരിദ്രകളായ വൃദ്ധകളുടെയും ആൾക്കൂട്ടം എന്റെ മാലാഖേ, നിങ്ങളെ പീഡിപ്പിച്ച് അസുഖക്കാരിയാക്കും. അതിനുശേഷം നിങ്ങളെ മരണക്കിടക്കയിലേക്ക് തള്ളിക്കയറ്റും. അതിന്റെ കൂടെ ആ സേവനഭാവത്തിൽ ജോലിചെയ്യുന്നവർ എന്റെ മരണംകൂടി ആഗ്രഹിക്കുന്നുണ്ട്. അവർ അത് ചെയ്യും. അവർ അത് ചെയ്യുമെന്ന് ഞാൻ ആണയിടുന്നു. ഇപ്പോൾ നിങ്ങൾക്കുവേണ്ട പണം ഞാൻ കണ്ടെത്താതിരിക്കുന്നതിലും നല്ലത് ഒരു പക്ഷേ, ഞാൻ മരിക്കുന്നതായിരിക്കും. ഞാൻ നിങ്ങളെ സഹായിച്ചില്ലെങ്കിൽ അത് എന്നെ ഇല്ലാതാക്കും. ഞാൻ ജോലിചെയ്യുകയാണെങ്കിൽ നിങ്ങൾ ക്രൂരന്മാരായ മൂങ്ങകൾ പറന്നിറങ്ങിയ കൂട്ടിൽനിന്ന് പറക്കുന്ന പക്ഷിയെപ്പോലെ നിങ്ങൾ ദൂരത്തേക്ക് പറക്കും. എന്റെ ഓമനേ, അത് എന്നെ വേവലാതിപ്പെടുത്തുന്നു. അതിന്റെകൂടെ, വാരങ്കാ, നിങ്ങൾക്ക് എങ്ങനെയാണ് ഇത്രമാത്രം ക്രൂരയാകാൻ കഴിയുന്നത്? നിങ്ങൾ എങ്ങനെയാണ് ജീവിക്കുന്നത്? നിങ്ങൾ ബുദ്ധിമുട്ടുകയാണ്. നിങ്ങൾ മനോവേദന അനുഭവിക്കുകയാണ്. അതിന്റെ കൂടെ പീഡിപ്പിക്കപ്പെടുകയുമാണ്; എന്റെ കുഞ്ഞുകോഴിക്കുഞ്ഞേ, എന്നിട്ടും നിങ്ങൾ എന്നെ ബുദ്ധിമുട്ടിക്കാൻ വിസമ്മതിക്കുന്നു. അതിനുശേഷം വളരെ ദയനീയമായി എനിക്ക് പണം തിരിച്ചുതരുമെന്ന് എന്നോട് ഉറപ്പിച്ച് പറയുന്നു. അതിന്റെ അർത്ഥം നിങ്ങൾ നിങ്ങളുടെ ദുർബ്ബലമായ ശരീരം എന്റെ സമയത്ത് പലിശകൊടുക്കാനുള്ള താല്പര്യത്തിനുവേണ്ടി നശിപ്പിക്കുമെന്നാണ്. ഇത്തരം കാര്യങ്ങൾ പറയുന്നതിനുമുമ്പ്, വാരങ്കാ, നിങ്ങൾ നല്ലതുപോലെ ആലോചിക്കണം. നിങ്ങൾ എന്തിനാണ് അടിമപ്പണി എടുക്കുന്നതും തയ്യൽ നടത്തി നിങ്ങളുടെ ചെറിയ തലച്ചോറിനെ പീഡിപ്പിക്കുകയും അതിന്റെ കൂടെ നിങ്ങളുടെ മനോഹരമായ കണ്ണുകളെ നശിപ്പിക്കുകയും നിങ്ങളുടെ ആരോഗ്യത്തെ നശിപ്പിക്കുകയും ചെയ്യുന്നത്? ഹാ! വാരങ്കാ! വാരങ്കാ! എന്നെ ഒരു കാര്യത്തിനും കൊള്ളില്ലെന്ന് എനിക്ക് സ്വയം അറിയാം, പക്ഷേ, എന്തായാലും എന്നെ എന്തെങ്കിലും കാര്യത്തിന് കൊള്ളുമോ എന്ന് ഞാൻ അദ്ധ്വാനിച്ച് നോക്കും. ഇല്ലായ്മ എന്നെ തട

സ്സപ്പെടുത്തും. എനിക്ക് കൂടുതൽ ജോലികൾ ലഭിക്കും. ഞാൻ എഴുത്തുകാർക്കുവേണ്ടി കടലാസുകൾ പകർത്തിയെഴുതും. ഞാൻ സ്വയം അവരുടെ അടുത്തുപോയി എനിക്ക് എന്തെങ്കിലും ജോലി നല്കാൻ അഭ്യർത്ഥിക്കും. തീർച്ചയായും അവർക്ക് നല്ലതുപോലെ പകർത്തിയെഴുതാൻ കഴിയുന്ന ആരെയെങ്കിലും ആവശ്യമുണ്ടായിരിക്കും എന്നെനിക്കറിയാം. നിങ്ങൾക്ക് അസുഖം വരുന്നതുവരെ ജോലി ചെയ്യാൻ ഞാൻ നിങ്ങളെ അനുവദിക്കില്ല. നിങ്ങളുടെ വിനാശകരമായ ഉദ്ദേശ്യങ്ങൾ നടപ്പിൽ വരുത്താൻ ഞാൻ നിങ്ങളെ അനുവദിക്കില്ല. എന്റെ മാലാഖേ, ഞാൻ എങ്ങനെയെങ്കിലും ആ പണം ഉറപ്പായും കടം വാങ്ങിക്കും. ഞാൻ തോല്ക്കുന്നതിനേക്കാൾ നല്ലത് ഒരുപക്ഷേ, മരിക്കുന്നതായിരിക്കും. വലിയ പലിശയെപ്പറ്റി ഞാൻ ഭയക്കരുതെന്ന് നിങ്ങൾ പറയുന്നു. സ്വയം വേവലാതിപ്പെടരുത്. എന്റെ ഓമനേ, ഞാൻ ഇപ്പോൾ ഒരു കാര്യത്തെപ്പറ്റിയും ഭയക്കുന്നില്ല. ഞാൻ ബാങ്ക് നോട്ടുകളായി നാല്പതുറൂബിൾ തരാൻവേണ്ടി ആവശ്യപ്പെടാൻപോകുകയാണ്. അത് വളരെക്കൂടുതലല്ല. ആണോ? നാല്പത് റൂബിളിന് എന്നെ വിശ്വസിക്കാൻ കഴിയില്ലേ? മറ്റ് ഒരു കാര്യവും കൂടുതലായി ഇല്ലാതെ അവർ എന്റെ വാക്ക് വിശ്വസിക്കുമോ? ആദ്യത്തെ കാഴ്ചയിൽത്തന്നെ വിശ്വാസം പ്രോത്സാഹിപ്പിക്കാൻ എനിക്ക് കഴിവുണ്ടോ? അതായത് എന്റെ മുഖത്തേക്കു ആദ്യത്തെ നോട്ടത്തിന് ഒരു തൃപ്തികരമായ അഭിപ്രായം സൃഷ്ടിക്കാൻ കഴിയുന്നുണ്ടോ? എന്റെ രൂപം വെറുതെ ഭാവനയിൽ ചിത്രീകരിച്ചതിനുശേഷം എന്റെ ഓമന എന്നോട് പറയണം; എനിക്ക് ഇതെല്ലാം പ്രോത്സാഹിപ്പിക്കാൻ കഴിയുമോ? ഇതിനെപ്പറ്റി നിങ്ങൾ എന്താണ് വിചാരിക്കുന്നത്? ഞാൻ ഇപ്പോൾ വളരെ മാനസികത്തകർച്ചയിലാണ്. അത് സത്യത്തിൽ ദുഃഖകരമാണ്. നാല്പത് റൂബിളിൽനിന്ന് ഇരുപത് റൂബിൾ ഞാൻ നിങ്ങൾക്കുവേണ്ടി മാറ്റിവയ്ക്കും. വാരങ്കാ, രണ്ട് റൂബിൾ എന്റെ വീട്ടുടമസ്ഥയ്ക്കും ബാക്കി എന്റെ സ്വന്തം ആവശ്യങ്ങൾക്കും. വീട്ടുടമസ്ഥയ്ക്ക് നിശ്ചയമായും കൂടുതൽ ലഭിക്കേണ്ടതാണ്. സത്യത്തിൽ അവർ അതിന് യോഗ്യയാണ്. പക്ഷേ, വെറുതെ എന്റെ ആവശ്യങ്ങളെപ്പറ്റി ആലോചിക്കൂ, വാരങ്കാ, എനിക്ക് സത്യത്തിൽ അവർക്ക് കൂടുതൽ നല്കാൻ കഴിവില്ലെന്ന് നിങ്ങൾക്ക് മനസ്സിലാകും. അതിനുശേഷം അതുകൊണ്ട് എന്തിനാണ് അതിനെപ്പറ്റി സംസാരിക്കുന്നത്? അല്ലെങ്കിൽ എന്തിനാണ് അതിനെപ്പറ്റി സൂചിപ്പിക്കുന്നത്? ഒരു വെള്ളിറൂബിൾ ഒരു ജോഡി പുതിയ ബൂട്ടുകൾക്ക് തികയും. എന്റെ പഴയ ബൂട്ടുകൾ എന്നെ നാളെപ്പോലും എന്റെ ഓഫീസിലേക്ക് ചുമക്കില്ലെന്ന് ഞാൻ ഭയക്കുന്നു. ഒരു കഴുത്തിൽക്കെട്ടുന്ന തൂവാലയും സ്വാഗതം ചെയ്യപ്പെടുന്നുണ്ടാവും. എനിക്കുള്ള ഒരെണ്ണം ഒരു വർഷം പ്രായമായതാണ്. പക്ഷേ, അപ്പോൾ നിങ്ങൾ എനിക്ക് ഒരു കഴുത്തിൽക്കെട്ടുന്ന തൂവാല നിങ്ങളുടെ മേൽവസ്ത്രത്തിൽനിന്ന് മുറിച്ചെടുക്കാമെന്ന് വാഗ്ദാനം ചെയ്തിരുന്നു. അതിന്റെകൂടെ ഒരു ഷർട്ടിന്റെ കപടമായ മുൻഭാഗവും വാഗ്ദാനം ചെയ്തിരുന്നു. അതുകൊണ്ട് ഇവയെപ്പറ്റി

വേവലാതിപ്പെടേണ്ട ആവശ്യമില്ല. അതുകൊണ്ട് എനിക്ക് ഒരു ജോഡി പുതിയ ബൂട്ടുകളും ഒരു കഴുത്തിൽ കെട്ടുന്ന തൂവാലയും വാങ്ങിക്കാം. പക്ഷേ, എന്റെ കൊച്ചുകൂട്ടുകാരി, ബട്ടണുകൾക്ക് നമ്മൾ എന്തുചെയ്യും? എനിക്ക് ബട്ടണുകൾ ഇല്ലാതെ കഴിയില്ലെന്ന് എന്റെ കുഞ്ഞുവാരങ്കാ, നിങ്ങൾ സമ്മതിക്കും. എന്റെ ചെറുകുപ്പായത്തിന്റെ ഒരു വശത്ത് അവ മുഴുവൻ പോയിരിക്കുന്നു. അതിനുശേഷം മഹാരാജാവ് ഇത്തരം വൃത്തി കേട് ഒരുപക്ഷേ, ശ്രദ്ധിച്ചാൽ എന്തുപറയുമെന്നുള്ള ചിന്തയിൽ ഞാൻ വിറയ്ക്കുകയാണ്. അദ്ദേഹം വെറുതെ എന്താണ് പറയാൻ പോകുന്നത്. എനിക്ക് ഒരിക്കലും അറിയില്ല; എന്റെ ഓമനേ, അത് കേൾക്കുന്നതിനു മുമ്പ് ഞാൻ മരിച്ചിരിക്കും. ഞാൻ നാണക്കേട് കൊണ്ട് ആ നിമിഷത്തിൽ അവിടെവച്ച് തന്നെ മരിക്കും. അതിനുശേഷം എന്റെ ജീവിതച്ചെലവു കൾക്കുവേണ്ടിയും അരറാത്തൽ പുകയിലയ്ക്ക് വേണ്ടിയും മൂന്ന് റൂബിൾ മാറ്റിവെയ്ക്കും. എനിക്ക് പുകയില ഇല്ലാതെ ഒന്നും ചെയ്യാൻ കഴിയില്ല. എന്റെ കുഞ്ഞേ, ഞാൻ ഒരു പൈപ്പ് വലിച്ചിട്ട് ഇപ്പോൾ ഒൻപത് ദിവസം കഴിഞ്ഞിരിക്കുന്നു. എനിക്ക് അത് വാങ്ങിയതിനുശേഷം നിങ്ങളോട് ഒരു കാര്യവും അതിനെപ്പറ്റി പറയാതിരിക്കാൻ കഴിയും. പക്ഷേ, ഇത്തരം ഒരു കാര്യം ചെയ്യുന്നതിന് എനിക്ക് നാണക്കേട് തോന്നും. നിങ്ങൾ ഭയാ നകമായ ബുദ്ധിമുട്ടിലാണ്, അതിനുശേഷം ഞാൻ ഇവിടെ ആഡംബര ങ്ങളിൽ ആസക്തനായിരിക്കുകയാണ്. ഞാൻ ഇതെല്ലാം എഴുതുന്നത്, വാരങ്കാ, എന്റെ മനഃസാക്ഷിയുടെ ഭാരം ഇറക്കിവെക്കാൻ വേണ്ടിയാണ്. എന്റെ പ്രിയപ്പെട്ടവളെ, ഞാൻ ഇപ്പോൾ ഒരു അസ്വാഭാവിക ചുറ്റുപാടി ലാണെന്ന് നിശ്ചയമായും നിങ്ങളോട് തുറന്നു പറയണം. അല്ലെങ്കിൽ അത് മുമ്പ് ഒരിക്കലും ഇതുപോലെ മോശം ആയിരുന്നിട്ടില്ല. എന്റെ വീട്ടു ടമസ്ഥ എന്നെ അവജ്ഞയോടെ കാണുന്നു. ഒരാളും എന്നെ ഇനി ഒട്ടും കൂടുതൽ ബഹുമാനിക്കില്ല. എനിക്ക് ആവശ്യമുള്ള ധാരാളം കാര്യ ങ്ങളുണ്ട്. അതിന്റെ കൂടെ ഞാൻ കടത്തിന് അഭ്യർത്ഥിച്ചുകൊണ്ട് ഇരി ക്കുകയാണ്. ഓഫീസിലെ ഗുമസ്തന്മാർ എല്ലാക്കാലത്തും അസ്സഹ നീയമായിരുന്നു. അതിന്റെകൂടെ ഇപ്പോൾ അവർ കൂടുതൽ അസ്സഹ നീയമാണ്. എല്ലാ കാര്യങ്ങളും എല്ലാവരിൽനിന്നും മറച്ചുവെക്കാൻ ഞാൻ അങ്ങേയറ്റം ശ്രദ്ധിക്കുന്നുണ്ട്. ഞാൻ എന്റെ അടുത്തുനിന്നുപോലും മറ ച്ചുപിടിക്കാൻ ശ്രമിക്കുന്നു. ഞാൻ ആരും ശ്രദ്ധിക്കാതെ അകത്തുകട ക്കാനും അതിനുശേഷം കൃത്യമായി സ്വയം കാത്തുസൂക്ഷിക്കാനും എന്റെ കഴിവിന്റെ പരമാവധി ശ്രമിക്കുന്നു. നിങ്ങളോട് മാത്രമാണ് എനിക്ക് സംസാരിക്കാൻ ധൈര്യമുള്ളത്. പണം നേടുന്നതിൽ ഞാൻ പരാജയ പ്പെട്ടാൽ എന്താണ് അതിനുശേഷം സംഭവിക്കാൻ പോകുന്നത്? വേണ്ടാ, വേണ്ടാ, വാരങ്കാ, നമുക്ക് അതിനെപ്പറ്റി കൂടുതൽ ആലോചിക്കാതിരി ക്കുന്നതാണ് നല്ലത്. ഇത്തരം ആലോചനകൾകൊണ്ട് നമുക്ക് നമ്മളെ ത്തന്നെ പീഡിപ്പിക്കാതിരിക്കാം. ഞാൻ ഇത് എഴുതുന്നത് നിങ്ങൾ വേവ ലാതിപ്പെടാതിരിക്കാൻവേണ്ടിയാണ്. ഈ വിനാശകരമായ ആലോചന

കൊണ്ട് നമ്മൾ നമ്മളെത്തന്നെ പീഡിപ്പിക്കരുത്. നന്മയുള്ള ദൈവമേ, അപ്പോൾ നിങ്ങൾക്ക് എന്താണ് സംഭവിക്കാൻ പോകുന്നത്! നിങ്ങൾക്ക് ഇവിടെനിന്ന് പോകാൻ കഴിയില്ല. നിങ്ങൾ അതിനുശേഷവും എന്റെ അടുത്ത് തന്നെ ഉണ്ടായിരിക്കും. ഇത് സത്യമാണ് പക്ഷേ, അതിനുശേഷം, ഞാൻ ഒരിക്കലും തിരിച്ചുവരില്ല. ഞാൻ വെറുതെ അപ്രത്യക്ഷനാകും; ഞാൻ മാഞ്ഞുപോകും. ഞാൻ ഇത്രയധികം എഴുതുന്നതിനുപകരം ഞാൻ ക്ഷൗരം നടത്തണമായിരുന്നു. ഒരുപക്ഷേ, ഞാൻ കൂടുതൽ നാലാളുടെ മുന്നിൽ ചെല്ലാവുന്ന അവസ്ഥയിൽ കാണപ്പെടുമായിരുന്നു. അതിന്റെകൂടെ നാലാളുടെ മുന്നിൽ ചെല്ലാവുന്ന അവസ്ഥയിലുള്ളവരാണ് വിശ്വസിക്കപ്പെടുന്നതെന്ന് നിങ്ങൾക്കറിയാം. ദൈവം എന്നെ ഒരുപക്ഷേ, സഹായിക്കുമായിരിക്കും. ഞാൻ എന്റെ പ്രാർത്ഥനകൾ നിശ്ചയമായും നടത്തും. അതിനുശേഷം ഞാൻ എന്റെ വഴിക്ക് യാത്ര തിരിക്കും.

എം ഡിവുഷ്കിൻ

ആഗസ്ത് 5

എന്റെ ആദരണീയനായ മേക്കർ അലക്സിയേവിച്ച്,

നിങ്ങൾ കുറഞ്ഞപക്ഷം നൈരാശ്യത്തിലേക്ക് പിൻവാങ്ങരുത്! നമുക്ക് വേണ്ടത്ര ബുദ്ധിമുട്ടുകൾ ഉണ്ട്. ഞാൻ നിങ്ങൾക്ക് മുപ്പത് വെള്ളി കോപ്പക്കുകൾ അയയ്ക്കുന്നു. എനിക്ക് കൂടുതൽ അയയ്ക്കാൻ കഴിയുന്നില്ല, നാളെവരെ കേടാവാതിരിക്കുന്ന, നിങ്ങൾക്ക് ഏറ്റവും ആവശ്യമുള്ള എന്താണോ അവ മാത്രം വാങ്ങുക. ഫെഡോറായ്ക്കും എനിക്കും ഏറക്കുറെ ഒന്നുംതന്നെ ഇല്ല. നാളെ ഞങ്ങൾ എന്താണ് ചെയ്യാൻ പോകുന്നതെന്ന് എനിക്കറിയില്ല. മേക്കർ അലക്സിയേവിച്ച്, ഇത് വളരെ ശോചനീയമാണ്. പക്ഷേ, അത്യധികം ദുഃഖിക്കരുത്. നിങ്ങൾക്ക് ഭാഗ്യം ഉണ്ടായിരുന്നില്ല. അതിന്റെ കൂടെ അതിനുവേണ്ട സഹായവും ലഭിച്ചില്ല. നമ്മൾ ഇവിടെ താമസം തുടരുമെന്നാണ് ഫെഡോറാ വിചാരിക്കുന്നത്. അതിനുശേഷം നമ്മൾ മറ്റൊരുസ്ഥലത്തേക്ക് മാറിപ്പോയാലും അവർ ആഗ്രഹിക്കുന്നുണ്ടെങ്കിൽ അവർ നമ്മളെ കണ്ടെത്തും. ഇവിടെ താമസം തുടരുന്നത് എന്തുകൊണ്ടോ നല്ലതല്ലെന്ന് മാത്രം. എനിക്ക് വളരെക്കൂടുതൽ ദുഃഖം തോന്നുന്നില്ലെങ്കിൽ ഞാൻ കൂടുതൽ എഴുതും.

മേക്കർ അലക്സിയേവിച്ച്, നിങ്ങൾ എന്ത് അസാധാരണ മനുഷ്യനാണ്. നിങ്ങൾ എങ്ങനെയാണ് കാര്യങ്ങൾ മനസ്സിൽ അംഗീകരിക്കുന്നത്. ഇത് നിങ്ങളെ എല്ലാ സമയത്തും മനുഷ്യരിൽ ഏറ്റവും സന്തോഷമില്ലാത്ത മനുഷ്യനാക്കിത്തീർക്കും. ഞാൻ നിങ്ങളുടെ എഴുത്തുകൾ വളരെ ശ്രദ്ധിച്ച് വായിക്കുന്നു. അതിനുശേഷം നിങ്ങൾ സ്വയം വേവലാതിപ്പെടുന്നതിനെക്കാൾ കൂടുതൽ എന്നെപ്പറ്റി വേവലാതിപ്പെടുന്നുണ്ടെന്ന് എനിക്ക് മനസ്സിലാക്കാൻ കഴിയുന്നു. തീർച്ചയായും നിങ്ങൾക്ക് ഒരു അനുകമ്പയുള്ള മനസ്സുണ്ടെന്ന് എല്ലാവരും പറയും. പക്ഷേ, അത്

കൂടുതൽ അനുകമ്പയുള്ളതാണെന്ന് ഞാൻ പറയും. മേക്കർ അലക്സിയേവിച്ച്, ചില സൗഹാർദ്ദപരമായ ഉപദേശങ്ങൾ നിങ്ങൾക്ക് നല്കാൻ എന്നെ അനുവദിക്കണം. നിങ്ങൾ എനിക്കുവേണ്ടി ചെയ്തുതന്ന എല്ലാ ക്കാര്യങ്ങൾക്കും ഞാൻ നന്ദിയുള്ളവൾ, അങ്ങേയറ്റം നന്ദിയുള്ളവൾ, അങ്ങേയറ്റം നന്ദിയുള്ളവളാണ്. ഞാൻ അതിനെപ്പറ്റി ആഴത്തിൽ ബോധമുള്ളവളാണ്. അതുകൊണ്ട് ഞാൻ അറിയാതെ ഞാൻ കാരണമായിത്തീർന്നിരുന്ന നിങ്ങളുടെ എല്ലാ നിർഭാഗ്യങ്ങൾക്കും ശേഷം ഞാൻ നിങ്ങളെ കാണുമ്പോൾ എനിക്ക് എന്താണ് തോന്നുന്നതെന്ന് സങ്കല്പിക്കൂ. നിങ്ങൾ എന്റെ സ്നേഹത്തിനുവേണ്ടി മാത്രം ജീവിച്ചുകൊണ്ട് എന്റെ ദുഃഖങ്ങളും സന്തോഷങ്ങളും പങ്കിടുന്നത് തുടർന്നുകൊണ്ടിരിക്കുന്നു. നിങ്ങൾ ചെയ്യുന്നതുപോലെ മറ്റുള്ള മനുഷ്യരുടെ ബുദ്ധിമുട്ടുകൾ മനസ്സിലേക്ക് കൊടുക്കുമ്പോൾ നിങ്ങൾ മനുഷ്യർക്കിടയിലെ ഏറ്റവും സന്തോഷമില്ലാത്ത മനുഷ്യനാകുന്നതിൽ അത്ഭുതമില്ല. ഇന്ന് ഓഫീസിലെ മണിക്കൂറുകൾക്ക് ശേഷം നിങ്ങൾ എന്നെ കാണാൻ വേണ്ടി വന്നിരുന്നപ്പോൾ നിങ്ങൾ എന്നെ ഭയപ്പെടുത്തിയിരുന്നു. നിങ്ങൾ വളരെ വിളറിയിരുന്നു, ഭയപ്പെട്ടു പോയിരുന്നു. അതിന്റെ കൂടെ ആശയറ്റവനായിരുന്നു. ഇതിന്റെയെല്ലാം കാരണം നിങ്ങൾ തോറ്റുപോയെന്ന് എന്നോട് പറയാൻ നിങ്ങൾക്ക് ഭയമായിരുന്നു. നിങ്ങൾക്ക് ഞാൻ താറുമാറാകുമോ എന്ന ഭയമായിരുന്നു. ഞാൻ ഏറക്കുറെ ചിരിക്കാൻ തയ്യാറാണെന്ന് നിങ്ങൾ മനസ്സിലാക്കിയപ്പോൾ നിങ്ങൾ എന്തുമാത്രം ആശ്വാസത്തിലായിരുന്നു. മേക്കർ അലക്സിയേവിച്ച്, വേവലാതിപ്പെടരുത്. അതിനുശേഷം ഈ വിധത്തിൽ ഉത്തരവാദിത്വം ഏറ്റെടുക്കുക. ബുദ്ധിപൂർവ്വം ആയിരിക്കണം. ഞാൻ നിങ്ങളോട് യാചിക്കുന്നു. എല്ലാ കാര്യങ്ങളും നല്ലരീതിയിൽ പരിണമിക്കുന്നത് നിങ്ങൾ കാണും! അല്ലെങ്കിൽ നിങ്ങൾ ചെയ്യുന്നതുപോലെ മറ്റ് മനുഷ്യർക്കുവേണ്ടി ദുഃഖിച്ചുകൊണ്ട് നിങ്ങളുടെ ജീവിതം വളരെ കഠിനമായിരിക്കും.

വിട, എന്റെ കൂട്ടുകാരാ, എന്നെപ്പറ്റി ഇത്രമാത്രം വേവലാതിപ്പെടരുതെന്ന് ഞാൻ നിങ്ങളോട് യാചിക്കുന്നു.

വി ഡി

ആഗസ്ത് 5

വാരങ്കാ, എന്റെ കുഞ്ഞുതാറാവേ,

വളരെ നന്നായി, അതിനുശേഷം എന്റെ മാലാഖേ വളരെ നന്നായി! പണം കിട്ടുന്നതിൽ ഞാൻ പരാജയപ്പെട്ടാലും അത് അത്ര വലിയ കാര്യമല്ലെന്ന് നിങ്ങൾ പറഞ്ഞു. വളരെ നന്നായി. എനിക്ക് വീണ്ടും ഉറപ്പുകിട്ടിയിരിക്കുന്നു. അതിനുശേഷം ഞാൻ നിങ്ങൾ കാരണം ഏറക്കുറെ സന്തോഷത്തിലാണ്. ഈ പാവം പിടിച്ച വൃദ്ധനെ ഉപേക്ഷിക്കുകയില്ലെന്നും അതിന്റെ കൂടെ നിങ്ങൾ ഇവിടെ ജീവിക്കുന്നത് തുടരുമെന്നും

അറിഞ്ഞതോടെ ഞാൻ കൂടുതൽ സന്തോഷത്തിലായിരുന്നു. നിങ്ങളോട് സത്യം പറഞ്ഞാൽ, ഞാൻ നിങ്ങളുടെ എഴുത്ത് കിട്ടുമ്പോൾ ആഹ്ലാദത്തിലായിരുന്നു. എന്റെ വികാരങ്ങൾക്ക് നിങ്ങൾ വിലമതിക്കുന്ന രീതി കണ്ട് ഞാൻ ആഹ്ലാദത്തിലായിരുന്നു. ഇത് ഞാൻ അഹങ്കാരംകൊണ്ട് പറയുന്നതല്ല. പക്ഷേ, നിങ്ങൾ എന്നെ സ്നേഹിക്കുന്നുണ്ടെന്നും അതിന്റെ കൂടെ എന്റെ മനസ്സിന്റെ ചേതോവികാരങ്ങളോട് എല്ലാ പരിഗണനയും കാണിക്കുന്നുണ്ടെന്നും ഞാൻ മനസ്സിലാക്കിയതുകൊണ്ട് മാത്രം പറയുന്നതാണ്. പക്ഷേ, എന്തിനാണ് എന്റെ മനസ്സിനെപ്പറ്റി പറയുന്നത്? എന്റെ മനസ്സ്, എന്തായാലും എന്റെ മാത്രം മനസ്സാണ്; പക്ഷേ, ആ സമയത്ത് നിങ്ങൾ പറഞ്ഞു. 'എന്റെ പ്രിയപ്പെട്ടവനെ, നിങ്ങൾ ധൈര്യമായി ഇരിക്കണം. അതിനുശേഷവും എന്റെ കൊച്ചുകുഞ്ഞേ, അവിടെ ആലോചന നടത്താൻ വേണ്ടി ബൂട്ടുകൾ ഉണ്ട്. നാളെ ഓഫീസിലേക്ക് പോകാൻ വേണ്ടിയുള്ള ബൂട്ടുകൾ! അവിടെയാണ് ബുദ്ധിമുട്ട് കിടക്കുന്നത്. ഇത്തരം ആലോചനകൾക്ക് ഒരു മനുഷ്യനെ നശിപ്പിക്കാം, പൂർണ്ണമായും നശിപ്പിക്കാം. അതുകൂടാതെ എന്റെ സ്വന്തം കാര്യത്തിനുവേണ്ടിയല്ല ഞാൻ സ്വയം പീഡിപ്പിക്കുന്നത്. എന്റെ ഭാഗത്തുനിന്നും കോട്ടില്ലാതെ എനിക്ക് പുറത്തേക്ക് പോകേണ്ടിവന്നാലും ഞാൻ അതിനെപ്പറ്റി ശ്രദ്ധിക്കില്ല. അതിന്റെ കൂടെ ഏറ്റവും തണുപ്പുള്ള ഉറഞ്ഞ മഞ്ഞിലൂടെ നഗ്നപാദനായി നടക്കേണ്ടിവന്നാലും ഞാൻ അത് ശ്രദ്ധിക്കില്ല. ഞാൻ അത് സഹിക്കും, എല്ലാ കാര്യങ്ങളിലും ഞാൻ പിടിച്ചുനില്ക്കും. അതെനിക്ക് ഒരു കാര്യമാകാൻ പോകുന്നില്ല; ഞാൻ ഒരു ചെറിയ മനുഷ്യനാണ്. വളരെ സാധാരണക്കാരനായ ഒരു മനുഷ്യൻ. പക്ഷേ, ആളുകൾ എന്താണ് പറയാൻ പോകുന്നത്? ഞാൻ ഒരു കോട്ടില്ലാതെ നടക്കുന്നത് അവർ കണ്ടാൽ എന്റെ ശത്രുക്കളായ അവർ എന്ത് വിദ്വേഷകരമായ കാര്യങ്ങളാണ് പറയാൻ പോകുന്നത്! ഒരുപക്ഷേ ബൂട്ടുകൾ ധരിക്കുന്നതും അതുകൊണ്ട് ആയിരിക്കും. ഇതിനാലൊക്കെ, വാരങ്കാ, ബൂട്ടുകൾ എന്റെ ബഹുമാനവും നല്ലപേരും കാത്തുസൂക്ഷിക്കാൻവേണ്ടി ആവശ്യമാണെന്ന് നിങ്ങൾക്ക് മനസ്സിലാക്കുന്നുണ്ടല്ലോ. കീറിയ ബൂട്ടുകളിൽ ഒരെണ്ണം ഒരാൾക്ക് നഷ്ടപ്പെടാം. അതിന്റെ കൂടെ മറ്റേതും നഷ്ടപ്പെടാം. എന്റെ ഓമനേ, ഇത് സത്യം ആണെന്ന് ഒരുപക്ഷേ, നിങ്ങൾക്ക് ഉറപ്പാക്കാം. ഞാൻ ഇത് വർഷങ്ങളുടെ അനുഭവത്തിൽനിന്നാണ് പഠിച്ചത്. അതുകൊണ്ട് അതിനുശേഷം നിങ്ങൾ എന്നെ വിശ്വസിക്കുന്നതാണ് കൂടുതൽ നല്ലത്. ഈ ലോകത്തെ അറിയാവുന്നതും അവിടത്തെ ആളുകൾ അങ്ങനെയാണെന്നും അറിവുള്ള ഒരു വൃദ്ധൻ. അതിനുശേഷം ഒരിക്കലും പേനായുന്തികളെയും ക്ഷുദ്രഗ്രന്ഥകാരന്മാരെയും ശ്രദ്ധിക്കരുത്.

പ്രിയപ്പെട്ടവളെ, ഇന്ന് ഇതെല്ലാം എങ്ങനെയാണ് സംഭവിച്ചതെന്ന് പക്ഷേ, ഞാൻ ഇതുവരെ നിങ്ങളോട് പറഞ്ഞിരുന്നില്ല. ഇന്നു രാവിലെ ഞാൻ കടന്നുപോയി നരകിച്ചത് അടുത്ത ഒരുവർഷം മുഴുവൻ ഞാൻ കഷ്ടപ്പെടുന്നതിന് തുല്യമായ കഷ്ടപ്പാടിലൂടെ ആയിരുന്നു. ഇതാണ് സംഭ

വിച്ചത്: ഞാൻ പുലർച്ചെ അയാളെ വീട്ടിൽവച്ച് കാണാൻവേണ്ടി യാത്ര തിരിച്ചു. അതിന്റെകൂടെ ഓഫീസിൽ എത്താൻ താമസിച്ചു പോകരുതെന്നും വിചാരിച്ചിരുന്നു. മഴപെയ്യുന്നുണ്ടായിരുന്നു. അതിന്റെ കൂടെ എല്ലായിടത്തും ചെളിക്കുഴികൾ ഉണ്ടായിരുന്നു. ഞാൻ എന്റെ കോട്ട് വെപ്രാളത്തിൽ ധരിച്ചുകൊണ്ട് ആലോചിക്കുന്നുണ്ടായിരുന്നു. 'കരുണയുള്ള ദൈവമേ, എന്റെ പാപങ്ങൾക്ക് മാപ്പ് തരണം. അതിന്റെ കൂടെ എന്റെ ഈ ഒരു പ്രാർത്ഥനയ്ക്കെങ്കിലും മറുപടി തരണം!' ഒരു പള്ളി കടന്നുപോയപ്പോൾ ഞാൻ സ്വയം കുരിശുവരച്ചു. അതിനുശേഷം ദൈവത്തിനോട് വീണ്ടും എന്റെ പാപങ്ങൾക്ക് മാപ്പുതരണമെന്ന് ആവശ്യപ്പെട്ടു. പക്ഷേ, ദൈവവുമായി കരാർ ഉണ്ടാക്കുന്നത് ശരിയല്ലെന്ന് ഞാൻ ഓർമ്മിച്ചു. അതിനുശേഷം അതുകൊണ്ട് ഞാൻ ഓർമ്മയില്ലാതെ ചെളി തട്ടിത്തെറിപ്പിച്ചുകൊണ്ട് ആലോചനയിൽ മുഴുകി മുന്നോട്ടുനീങ്ങി. നിരത്തുകൾ ഒഴിഞ്ഞുകിടക്കുകയായിരുന്നു. അതിന്റെകൂടെ നടന്നുപോയിരുന്ന ഏതാനും മനുഷ്യർ എന്നെപ്പോലെ ആകാംക്ഷയുള്ളവർ ആയിരുന്നു. എന്നെപ്പോലെ ഒരേയൊരു ചിന്തയിൽ വ്യാപൃതരായിരുന്നു. അതിനുശേഷം, അവർ എന്തുകൊണ്ടാണ് അങ്ങനെ അല്ലാതായിപ്പോകുന്നത് — ഇത്തരം ഒരു സമയത്ത് ഇത്തരം ഒരു കാലാവസ്ഥയിൽ നടന്നുകൊണ്ടിരിക്കുമ്പോൾ ഞാൻ അഴുക്കുപുരണ്ട ഒരു ജോലിക്കാരുടെ സംഘത്തെ കണ്ടുമുട്ടിയിരുന്നു. അതിനുശേഷം അവർ എന്നെ ഞെരുക്കിക്കളഞ്ഞു ഗ്രാമീണർ. പെട്ടെന്ന് ഞാൻ ഭയന്നു. അതിന്റെ കൂടെ അസ്വസ്ഥനായി. ഞാൻ പണത്തെപ്പറ്റി കൂടുതൽ ഒന്നും ആലോചിക്കുന്നില്ല. വെറുതെ ഒരുതവണ കൂടി ശ്രമിച്ചുനോക്കും. അതിനുശേഷം ഉപേക്ഷിക്കും. ഞാൻ വോക്രിസെൻസ്കി പാലത്തിൽ എത്തിച്ചേർന്നപ്പോൾ എന്റെ ബൂട്ടിന്റെ അടിഭാഗം ഇളകിത്തുടങ്ങിയിരുന്നു. അതിനുശേഷം മുന്നോട്ടുപോകാൻ ബുദ്ധിമുട്ടായിരുന്നു. ആ നിമിഷത്തിൽ അപ്പോൾ യർമോലയേവിനെ അല്ലാതെ മറ്റാരെയാണ് ഞാൻ കണ്ടുമുട്ടേണ്ടത്— അയാൾ ഒരു പകർത്തിയെഴുത്തുകാരൻ മാത്രമാണ്. അയാൾ ഒരു താഴ്ന്ന സ്ഥാനത്തുള്ള ഗുമസ്ഥൻ പോലുമല്ല. അയാൾ, എന്നെ കണ്ടപ്പോൾ അവിടെവച്ച് എഴുത്ത് അവസാനിപ്പിച്ചു. ബഹുമാനത്തോടെ നിവർന്നിരുന്നതിനുശേഷം അയാൾ എന്റെ ആരോഗ്യത്തിനുവേണ്ടി കുടിക്കാൻ ഒരു ചെമ്പുനാണയം പ്രതീക്ഷിക്കുന്നമട്ടിൽ എന്നെ കണ്ണുകൾകൊണ്ട് പിന്തുടർന്നു. 'ഹാ!' ഞാൻ ആലോചിച്ചു. 'നിങ്ങൾ എന്റെ ആരോഗ്യത്തിനുവേണ്ടി കുടിക്കും. ഇല്ലേ? ഇപ്പോൾ അതിനെപ്പറ്റി ആരാണ് ശ്രദ്ധിക്കുന്നത്?' ഇപ്പോൾ ഞാൻ അങ്ങേയറ്റം ക്ഷീണിച്ച് തളർന്നിരിക്കുകയാണെന്ന് എനിക്ക് തോന്നി. ഞാൻ വിശ്രമത്തിനുവേണ്ടി അല്പസമയം നിന്നു. അതിനുശേഷം പിന്നീട് നടത്തം തുടർന്നു. എന്റെ ചിന്തകൾക്ക് കടിച്ചുതൂങ്ങിനില്ക്കാൻ എന്തെങ്കിലും കാര്യത്തിനുവേണ്ടി ഞാൻ നാലുചുറ്റും നോക്കി. ഉല്ലാസകരമായ എന്തെങ്കിലും കാര്യം, പ്രോത്സാഹിപ്പിക്കുന്ന എന്തെങ്കിലും കാര്യം, പക്ഷേ ഇല്ല. ഒറ്റ ആലോചനപോലും എനിക്ക് പെട്ടെന്ന് തോന്നിയില്ല. അതിനുശേഷം

ഞാൻ വെള്ളം തട്ടിത്തെറിപ്പിച്ചുകൊണ്ട് നടന്ന് ഒരു ചെളിക്കുഴിയിൽവീണ് അങ്ങേയറ്റം അഴുക്ക് പുരണ്ട് ഞാൻ അതിന്റെ അസഹ്യത കാരണം ഏറെക്കുറെ കരഞ്ഞുപോയിരുന്നു. വളരെ ദൂരെയായി ഞാൻ മഞ്ഞനിറത്തിൽ തട്ടിക്കൊണ്ടുള്ള ഒരു വീടിന്റെ രണ്ടാംനിലയിലുള്ള മാളികപ്പുരയുടെ തൃകോണമുഖപ്പ് കണ്ടു. 'ഇത്' ഞാൻ വിചാരിച്ചു. 'യമല്യൻ ഇവാനോവിച്ച് വിശദീകരിച്ചിരുന്നതുപോലെയുള്ള മാർക്കോവിന്റെ വീടാണ്' (പലിശയ്ക്ക് പണം കടം കൊടുക്കുന്ന മാർക്കോവിന്റെ വീടാണ്) പക്ഷേ, ഞാൻ മാനസികത്തകർച്ചയിൽ ആയിരുന്നു. അത് മാർക്കോവിന്റെ വീടാണെന്ന് എനിക്ക് അറിയാമായിരുന്നിട്ടും ഞാൻ അത് കാവല്ക്കാരനോട് ചോദിച്ച് ഉറപ്പുവരുത്തിയിരുന്നു. 'എന്റെ കൂട്ടുകാരാ, ഇത് ആരുടെ വീടാണ്?' ഞാൻ ചോദിച്ചു. മറുപടിയിൽ സൗഹൃദമില്ലായിരുന്നു. തീർച്ചയായും ഒരു കാവല്ക്കാരന്റെ മറുപടി: "ഇത് മാർക്കോവിന്റെ വീടാണ്. നിങ്ങൾക്ക് അറിയാൻ ആഗ്രഹം ഉണ്ടെങ്കിൽ" കാവല്ക്കാർ വളരെ നിർദ്ദയരാണ്. നിശ്ചയമായും കാവല്ക്കാരൻ ഒരു കാര്യമല്ല. പക്ഷേ, എന്നിട്ടും എന്റെ വായിൽ എനിക്ക് ഒരു മോശം സ്വാദ് അവശേഷിച്ചിരുന്നു. നിങ്ങൾക്ക് അറിയാവുന്നതുപോലെ ഒരുകാര്യം മറ്റൊരു കാര്യത്തിലേക്ക് നയിക്കുന്നു. അതിന്റെ കൂടെ ഓരോ നിസ്സാരകാര്യത്തിനും ഒരാളുടെ അവസ്ഥയുടെ മുകളിൽ ഒരു താങ്ങുണ്ടെന്ന് തോന്നുന്നു. ഞാൻ ആ വീടിന്റെ മുന്നിലൂടെ മൂന്നുപ്രാവശ്യം കടന്നുപോയി. അകത്തു കടക്കുന്നത് കൂടുതൽ കൂടുതൽ ദുസ്സഹമാണെന്ന് ഞാൻ കണ്ടെത്തി. 'അയാൾ എനിക്ക് പണം തരില്ല' ഞാൻ ആലോചിച്ചു. 'ഒരിക്കലും തരില്ല! ഞാൻ മൊത്തത്തിൽ ഒരു അപരിചിതനാണ്. കാഴ്ചയിൽ എന്റെ രൂപം അനാകർഷകമാണ്. അതിന്റെ കൂടെ ഈ കാര്യം വളരെ സൂക്ഷ്മമായി കൈകാര്യം ചെയ്യേണ്ടതാണ്– പക്ഷേ, അപ്പോൾ വിധി തീരുമാനം എടുക്കട്ടെ! ഞാൻ അത് ചെയ്യുന്നത് പിന്നീട് എന്നെ സ്വയം കുറ്റപ്പെടുത്താതിരിക്കാൻവേണ്ടി മാത്രമായിരിക്കും. എന്തായാലും അവർ എന്നെ തിന്നുതീർക്കില്ല." അതിനുശേഷം അതുകൊണ്ട് ഞാൻ മാന്യമായി ഗേറ്റ് തുറന്ന് അകത്തുകടന്നു. പക്ഷേ, അപ്പോൾ അവിടെ കുറച്ചുകൂടി വിഷമങ്ങൾ ഉണ്ടായിരുന്നു ഒന്നിനും കൊള്ളാത്ത ഒരു ചാവാലിപ്പട്ടി അതിന്റെ തലതെറിച്ചു പോകുന്നമട്ടിൽ കുരച്ചുകൊണ്ട് ഓടിനടന്നു. അതു ഇതുപോലെ മനുഷ്യനെ ഭ്രാന്ത് പിടിപ്പിച്ച് അയാളുടെ സമാധാനം തകർത്ത് അയാളുടെ എല്ലാ തീരുമാനങ്ങളെയും തകിടം മറിക്കാൻ പറ്റുന്നതരത്തിലുള്ള ഒരു നിസ്സാരസംഗതിയാണ്. ഞാൻ ജീവനുള്ളതിനെക്കാൾ കൂടുതൽ മരിച്ചരീതിയിൽ ആ വീട്ടിനുള്ളിലേക്ക് പ്രവേശിച്ചു. അതിനുശേഷം ഞാൻ അവിടെ കൂടുതൽ ബുദ്ധിമുട്ടുകളിലേക്ക് പാഞ്ഞുചെന്നു. ഉമ്മറപ്പടിയിൽ തന്നെ ഞാൻ ഒരു വൃദ്ധയുടെ മുകളിലേക്ക് കാലിടറിവീണു– പൊടിപടലത്തിനുള്ളിൽ ഞാൻ അവരെ ശ്രദ്ധിച്ചിരുന്നില്ല. അവർ വെള്ളം ചേർത്തുകൊണ്ടിരുന്ന ഏതോ പാലിന്റെ കൂജകളുമായി തിരക്കിലായിരുന്നു. കൂജകൾ നിശ്ചയമായും തലകീഴായി ഇരിക്കുകയായിരുന്നു. അവർ എങ്ങനെയാണ്

എന്നോട് ആക്രോശിച്ചതും അതിന്റെകൂടെ അലറിവിളിച്ചതും! "നിങ്ങൾ ഇവിടെ എന്താണ് ആഗ്രഹിക്കുന്നത്!" അവൾ ഇത് വീണ്ടും വീണ്ടും ആവർത്തിച്ചു! ഞാൻ ഇത് എഴുതുന്നതിന്റെ കാരണം, ഇത്തരം കാര്യങ്ങൾ എല്ലാ സമയത്തും ഇതുപോലെയുള്ള ചുറ്റുപാടുകളിൽ എനിക്ക് സംഭവിക്കാറുണ്ട്. ഇത് എന്റെ വിധി ആണ്. ഞാൻ എല്ലാസമയത്തും ബുദ്ധിമുട്ടുകളിൽ ചെന്ന് വീഴുന്നു. ബഹളം ഒരു ഭയങ്കരിയായ ഫിൻലാൻഡ്കാരി വീട്ടുടമസ്ഥയെ രംഗത്തേക്ക് കൊണ്ടുവന്നു. ഞാൻ അവരോട് മാർക്കോവ് ഇവിടെയാണോ താമസിക്കുന്നതെന്ന് ചോദിച്ചു. അയാൾ ഇവിടെ താമസിച്ചിട്ടില്ലെന്ന് അവർ പറഞ്ഞു. പക്ഷേ, ശ്രദ്ധാപൂർവ്വം എന്നെ വീണ്ടും നോക്കിയപ്പോൾ അവർ നിശ്ചയമായും അവരുടെ മനസ്സ് മാറ്റിക്കാണണം. കാരണം ഞാൻ ആ മാന്യനെ കാണാൻ ആഗ്രഹിക്കുന്നത് എന്തിനുവേണ്ടി ആണെന്ന് അവർ അന്വേഷിച്ചു. എന്നെ യമല്യൻ ഇവാനോവിച്ച് അയച്ചതാണെന്ന് പറഞ്ഞതിനുശേഷം ഞാൻ എല്ലാ കാര്യങ്ങളും അവരോട് വിശദീകരിച്ചു. ആ വൃദ്ധയായ രാക്ഷസി സാമാന്യം ഉയരമുള്ള അവരുടെ മകളെ വിളിച്ചുവരുത്തി. ഒരു നഗ്നപാദയായ പെൺകുട്ടി. 'അച്ഛനെ വിളിക്കൂ' അവൾ പറഞ്ഞു. 'അച്ഛൻ അദ്ദേഹത്തിന്റെ വാടകക്കാരുമായി മുകളിലത്തെനിലയിൽ ഉണ്ട്. അതിനുശേഷം എന്നെ സന്തോഷിപ്പിക്കാൻ വേണ്ടി അവൾ പറഞ്ഞു. 'ദയവായി അകത്തേക്ക് വരൂ.'

ആ മുറി വേണ്ടത്ര ആശ്വാസകരമായിരുന്നു; മുറിയുടെ ഭിത്തികളിൽ ചിത്രങ്ങൾ ഉണ്ടായിരുന്നു. കൂടുതലും സേനാധിപതിമാരുടെ ചിത്രങ്ങളായിരുന്നു. അവിടെ ഒരു സോഫയും ഒരു വട്ടമേശയും അതുകൂടാതെ ജാലകപ്പടിയിൽ *മിഗ്നോനറ്റിയുടെയും കാശിത്തുമ്പയുടെയും ഒരോ ചട്ടികളും ഉണ്ടായിരുന്നു. ഒരുപക്ഷേ, സ്ഥിതി നന്നായിരിക്കുമ്പോൾ തന്നെ ഞാൻ പോകുന്നതാണ് കൂടുതൽ നല്ലത്, ഞാൻ ആലോചിച്ചു. എന്റെ ഓമനേ ഞാൻ കടന്നുകളയുന്നതിന്റെ സമീപത്തുവരെ എത്തിയിരുന്നു. ഞാൻ അടുത്തദിവസം തിരിച്ചുവരാൻ മുൻകൂട്ടിത്തന്നെ തീരുമാനിച്ചിരുന്നു. പാല് മറിച്ചിടാതിരിക്കുകയും ഭിത്തിയിലെ സേനാധിപതിമാരുടെ ദേഷ്യം കുറഞ്ഞിരിക്കുകയും ചെയ്യുമ്പോൾ കാലാവസ്ഥ കൂടുതൽ മെച്ചമായിരിക്കും. അയാൾ കടന്നുവന്നപ്പോൾ ഞാൻ വാതിലിനടുത്തേക്ക് വന്നുകൊണ്ടിരിക്കുകയായിരുന്നു. നിശാവസ്ത്രത്തിനു മുകളിൽ അരയിൽ ഒരു നാട വരിഞ്ഞുചുറ്റിവച്ച് അങ്കി ധരിച്ചിരുന്ന കൗശലമുള്ള കണ്ണുകളുള്ള പൊക്കം കുറഞ്ഞ ഒരു വൃദ്ധൻ. അയാൾ അയാളെക്കൊണ്ട് എനിക്ക് എന്ത് വേണമെന്ന് എന്നോട് ചോദിച്ചു. ഞാൻ യമല്യൻ ഇവാനോവിച്ചിനെപ്പറ്റിയും നാല്പത് റൂബിളുകളെപ്പറ്റിയും അതിന്റെകൂടെ മറ്റ് എല്ലാ കാര്യങ്ങളെപ്പറ്റിയും അയാളോട് പറഞ്ഞു– പക്ഷേ, ഞാൻ അവസാനിപ്പിച്ചിരുന്നില്ല. അയാളുടെ കണ്ണുകളിൽ നിന്ന് മാത്രം ഞാൻ പരാജയപ്പെട്ടിരിക്കുകയാണെന്ന് എനിക്ക് മനസ്സിലാക്കാൻ കഴിഞ്ഞിരുന്നു. 'നിങ്ങൾക്ക്

* മണമുള്ള പച്ചനിറത്തിലുള്ള പൂക്കളുള്ള ഒരു ചെടി.

ഉടനെ തന്നെ പണം ആവശ്യമാണ്!' അയാൾ പറഞ്ഞു. 'പക്ഷേ, എനിക്ക് ഒന്നുംതന്നെ ഇല്ല. അതിന്റെ കൂടെ ഉറപ്പിനുവേണ്ടി നിങ്ങൾക്ക് എന്താണ് തരാൻ കഴിയുന്നത്?' എനിക്ക് ഉറപ്പിനുവേണ്ടി ഒന്നും തരാനില്ലെന്ന് ഞാൻ അയാളോട് വിശദീകരിച്ചു. പക്ഷേ, യമല്യൻ ഇവാനോവിച്ചിനോട് വീണ്ടും സംസാരിച്ചതിനുശേഷം അത് വളരെ പെട്ടെന്ന് വേണമെന്ന് വീണ്ടും വിശ്വസിപ്പിച്ചിരുന്നു. 'യമല്യൻ ഇവാനോവിച്ചിന് ഇതിൽ എന്താണ് ചെയ്യാനുള്ളത്?' അയാൾ ചോദിച്ചു. "എനിക്ക് പണം ഇല്ല." തീർച്ചയായും ഇല്ല. ഞാൻ ആലോചിച്ചു. എനിക്ക് ഇതെല്ലാം മുമ്പുതന്നെ അറിയാമായിരുന്നു. ഹാ! വാരങ്കാ ഭൂമി തുറന്ന് എന്നെ അപ്പോൾ വിഴുങ്ങണമായിരുന്നു! എന്റെ കാലുകൾ മഞ്ഞുകട്ടയായി മാറി. അതിനുശേഷം ഒരേ തണുപ്പ് എന്റെ നട്ടെല്ലിലൂടെ താഴോട്ട് ഒഴുകി. ഞാൻ അയാളെ നോക്കിക്കൊണ്ട് ഇരിക്കുകയായിരുന്നു. അതിനുശേഷം അയാൾ എന്നെയും നോക്കിയിരുന്നു. അയാളുടെ കണ്ണുകൾ പറയുന്നുണ്ടായിരുന്നു. "പുറത്തു പോകൂ. ഇവിടെ നിങ്ങൾക്കുവേണ്ടി ഒരുകാര്യവും ഇല്ല!" ഇത് ഒരു കച്ചവടക്കാര്യം അല്ലായിരുന്നെങ്കിൽ ഞാൻ വളരെക്കൂടുതൽ അമ്പരന്നുപോകുമായിരുന്നു. 'നിങ്ങൾക്ക് പണം എന്തിനുവേണ്ടിയാണ് ആവശ്യമുള്ളത്? (എന്റെ ഓമനേ, ഇതാണ് സത്യത്തിൽ അയാൾ ചോദിച്ചത്.) എന്തെങ്കിലും കാര്യം സംസാരിക്കാൻ വേണ്ടി ഞാൻ വീണ്ടും പറയാൻ ആരംഭിച്ചിരുന്നു. പക്ഷേ, അയാൾ ശ്രദ്ധിക്കുന്നുണ്ടായിരുന്നില്ല. "ഇല്ല, എനിക്ക് പണമില്ല." അയാൾ വീണ്ടും പറഞ്ഞു. "എനിക്ക് സഹതാപമുണ്ട്. പക്ഷേ, ഞാൻ പ്രോത്സാഹിപ്പിച്ചുകൊണ്ടിരുന്നു. അതിന്റെ കൂടെ അഭ്യർത്ഥിച്ചുകൊണ്ടിരുന്നു. ഞാൻ പണം സമയത്തിനുമുമ്പുതന്നെ അയാൾ ആഗ്രഹിക്കുന്ന പലിശയ്ക്കൊപ്പം തിരിച്ചുതരാമെന്ന് വാഗ്ദാനം ചെയ്യുന്നുണ്ടായിരുന്നു. അയാൾക്ക് അതിൽ കുറച്ച് പണമെങ്കിലും എന്റെ പ്രിയപ്പെട്ടവളെ, ഞാൻ നിങ്ങളെപ്പറ്റിയാണ് ആലോചിച്ചുകൊണ്ടിരുന്നത്. നിങ്ങൾ തന്ന ആ അര റൂബിളിനെപ്പറ്റിയും നമ്മുടെ എല്ലാ ബുദ്ധിമുട്ടുകളെപ്പറ്റിയും ആവശ്യങ്ങളെപ്പറ്റിയും ആയിരുന്നു ആലോചിച്ചുകൊണ്ടിരുന്നത്. "ഇല്ല" അയാൾ വീണ്ടും പറഞ്ഞു. "പലിശയെപ്പറ്റി സംസാരിക്കരുത്. നിങ്ങൾ നിശ്ചയമായും ഉറപ്പിനുവേണ്ടി എന്തെങ്കിലും വാഗ്ദാനം ചെയ്യണം. എനിക്ക് പണമില്ല. അതിന്റെ കൂടെ ദൈവത്തിനാണെ എനിക്ക് വിഷമമുണ്ട്!" ദൈവത്തിനാണെ! ദൈവത്തിന്റെ പേര് ഈ പിടിച്ചുപറിക്കാരൻ വെറുതെ ഉപയോഗിക്കുകയാണ്!

ഞാൻ ആ വീട് എങ്ങനെ ഉപേക്ഷിച്ചെന്നും ഞാൻ എങ്ങനെ വോസ്ക്രസൻസ്കി പാലത്തിൽ എത്തിയെന്നും സത്യത്തിൽ എനിക്ക് ഓർമ്മിക്കാൻ കഴിയുന്നില്ല. ഞാൻ ക്ഷീണിച്ചു പോയിരുന്നു. അതിന്റെ കൂടെ എല്ലുവരെ തണുത്തിരുന്നു. അതിനോടൊപ്പം ഓഫീസിൽ എത്തിച്ചേർന്നത് താമസിച്ച് ഏതാണ്ട് പത്തുമണിയോടെ ആയിരുന്നു. ഞാൻ എന്റെ വസ്ത്രങ്ങൾ ബ്രഷ് ചെയ്യാൻ ഇഷ്ടപ്പെട്ടിരുന്നു. പക്ഷേ, കാവല്ക്കാരൻ സ്നഗിർയോവ് അതിന് എന്നെ അനുവദിച്ചില്ല. ഞാൻ ഒരുപക്ഷേ,

ബ്രഷ് നശിപ്പിക്കുമെന്ന് അയാൾക്ക് ഭയം ഉണ്ടായിരുന്നു. എന്തായാലും ആ ബ്രഷ് ഓഫീസിന്റെ വകയാണ്. അതിനുശേഷം അതുകൊണ്ട് എന്റെ ഓമനേ, ഞാൻ ഈ പ്രഭുപദവിക്കാർക്ക് ഒരു വാതിലിലെ ചവുട്ടിയേക്കാൾ മെച്ചപ്പെട്ടതൊന്നും അല്ലെന്ന് നിങ്ങൾക്ക് മനസ്സിലാകുന്നുണ്ട്. ആ കാര്യമാണ് എന്നെ കൊന്നുകൊണ്ടിരിക്കുന്നത്. വാരങ്കാ, പണത്തിന്റെ കുറവല്ല. പക്ഷേ, ഈ ദുരിതങ്ങളും ഈ പുഞ്ചിരികളും ഈ ഫലിതങ്ങളും അതിന്റെ കൂടെ ഈ കുത്തുവാക്കുകളും എല്ലാം കൂടിയാണ് എന്നെ കൊന്നുകൊണ്ടിരിക്കുന്നത് ഏതോ ചില ആകസ്മിക സംഭവങ്ങളിലൂടെ മഹാരാജാവ് ഇതിനെപ്പറ്റി കേൾക്കുകയാണെങ്കിൽ! ഞാൻ ദൗർഭാഗ്യങ്ങൾ നിറഞ്ഞ ദിവസങ്ങളിലേക്ക് വീണു കഴിഞ്ഞിരിക്കുന്നു.

എന്റെ ഓമനേ, ഞാൻ ഇന്ന് നിങ്ങളുടെ എല്ലാ എഴുത്തുകളും വീണ്ടും വായിച്ചിരുന്നു. അവയെല്ലാം എന്തുമാത്രം ദുഃഖകരമാണ്. ഓമനേ, വിട. ദൈവം നിങ്ങളെ അനുഗ്രഹിക്കട്ടെ!

എം ഡിവുഷ്ക്കിൻ

പി എസ്: ഞാൻ എന്റെ ബുദ്ധിമുട്ടുകൾ നേരമ്പോക്കിനുവേണ്ടി വിശദീകരിക്കാനാണ് ഉദ്ദേശിച്ചിരുന്നത്. പക്ഷേ, അത് ആ രീതിയിൽ അല്ല പരിണമിച്ചത്. ഞാൻ നിങ്ങളെ സന്തോഷിപ്പിക്കാനാണ് ആഗ്രഹിച്ചിരുന്നത്. എന്റെ പ്രിയപ്പെട്ടവളെ ഞാൻ നിങ്ങളെവന്ന് കാണും. ഞാൻ നിശ്ചയമായും നാളെ നിങ്ങളെ സന്ദർശിക്കും.

ആഗസ്ത് 11

വാർവാരാ, അലക്സിയേവ്നാ എന്റെ കുഞ്ഞുതാറാവേ,
എന്റെ ഏറ്റവും പ്രിയപ്പെട്ടവളേ,

ഞാൻ അപ്രത്യക്ഷനായിരിക്കുന്നു! നമ്മൾ രണ്ടുപേരും ആശയറ്റ വിധത്തിൽ അപ്രത്യക്ഷരായിരിക്കുന്നു! എല്ലാ കാര്യങ്ങളും തകർന്നടിഞ്ഞുകിടക്കുന്നു; എന്റെ മതിപ്പും എന്റെ അഭിമാനവും തകർന്നടിഞ്ഞിരിക്കുന്നു. ഞാൻ നശിച്ചിരിക്കുന്നു. അതിന്റെകൂടെ നിങ്ങളും നശിച്ചിരിക്കുന്നു. എന്റെ ഓമനേ, നിങ്ങൾ തിരിച്ചുവരാൻ പറ്റാത്തതരത്തിൽ എനിക്കൊപ്പം നശിപ്പിക്കപ്പെട്ടിരിക്കുന്നു. നിങ്ങളുടെ നാശത്തിന്റെ കാരണം ഞാനാണ്. അവർ എന്നെ ബുദ്ധിമുട്ടിക്കുകയാണ്. അവർ എന്നെ പുനർജ്ജീവിപ്പിക്കുകയാണ്. അതിന്റെകൂടെ എന്നെ പരിഹസിക്കുകയാണ്. അതിനുശേഷം എന്റെ വീട്ടുടമസ്ഥ സത്യത്തിൽ എന്നെ ശപിക്കുകയായിരുന്നു. ഇന്ന് അവർ എന്നോട് വീണ്ടും വീണ്ടും ആക്രോശിച്ചിരുന്നു. അവർ വീണ്ടും വീണ്ടും എന്നെ ശകാരിച്ചിരുന്നു എന്നോട് ഒരു തടിയുടെ കഷണത്തേക്കാൾ മെച്ചമല്ലാത്ത രീതിയിൽ പെരുമാറിയിരുന്നു. റാറ്റാസിയേവിന്റെ വിരുന്നിൽ ആരോ ഒരാൾ ഞാൻ നിങ്ങൾക്ക് എഴുതിയ ഒരു എഴുത്തിന്റെ കരടുപതിപ്പ് ഉറക്കെ വായിച്ചിരുന്നു. എന്റെ പോക്കറ്റിൽനിന്നും അത് താഴെവീണുപോയത് ആയിരുന്നു. നമ്മളെപ്പറ്റി അവർ എത്രമാത്രം പരിഹസിച്ചിരുന്നു. അതിന്റെ കൂടെ അവർ എല്ലാത്തരം കാര്യ

ങ്ങളും പറഞ്ഞിരുന്നു. അവർ വെറുതെ പൊട്ടിച്ചിരിച്ചുകൊണ്ട് കൂവിവിളിക്കുകയായിരുന്നു. ആ ചതിയന്മാർ ഞാൻ മുറിയിൽ കടന്നുചെന്നതിനുശേഷം റാറ്റാസിയേവിനെ ഒരു വിശ്വാസവഞ്ചകനായ കൂട്ടുകാരനായി, ഒരു ഒറ്റുകൊടുക്കുന്നവനായി അക്ഷേപിച്ചിരുന്നു. പക്ഷേ, അയാൾ ഞാൻ സ്വയം ഒരു ഒറ്റുകൊടുക്കുന്നവനാണെന്ന് ആക്ഷേപിച്ചുകൊണ്ട് എന്റെ അടുത്തേക്ക് തന്നെ തിരിച്ചുവന്നിരുന്നു. അയാൾ എന്നേയും ഒരു മിസ്റ്റർ ലൗലേസിനേയും രഹസ്യം സൂക്ഷിക്കുന്ന മനുഷ്യർ എന്ന് വിളിച്ചിരുന്നു. അതാണ് എന്നെ ഇപ്പോൾ എല്ലാവരും വിളിച്ചുകൊണ്ടിരിക്കുന്നത്. എന്റെ ഓമനേ, അത് ഭയാനകമാണ്. പക്ഷേ, അവർക്ക് എല്ലാക്കാര്യങ്ങളും അറിയാം, നിങ്ങളെയും എന്നെയും പറ്റി അറിഞ്ഞിരിക്കേണ്ട എല്ലാ കാര്യങ്ങളും അവർക്കറിയാം. ഫെൽഡോണിപോലും പരിശ്രമം നടത്തുന്നതായി ആലോചിക്കുമ്പോൾ. ഞാൻ അയാളോട് പലചരക്കുകടയിൽ ഏതോ സാധനത്തിനുവേണ്ടി പോകാൻ ആവശ്യപ്പെട്ടപ്പോൾ അയാൾ അത് പറ്റില്ലെന്നും വളരെ തിരക്കിലാണെന്നും പറഞ്ഞു 'പക്ഷേ, അത് നിങ്ങളുടെ ചുമതലയാണ്.' ഞാൻ അയാളോട് പറഞ്ഞിരുന്നു. 'അല്ല, അത് എന്റെ ചുമതല അല്ല.' അയാൾ എതിർത്തു പറഞ്ഞു. 'കാരണം നിങ്ങൾ നിങ്ങളുടെ വാടക കൊടുത്തിട്ടില്ല.' എനിക്ക് ഒരു അവിവേകിയായ നാട്ടിൻപുറത്തുകാരന്റെ ഭാഗത്തുനിന്നുള്ള ഇത്തരം ഒരു പരിഹാസം താങ്ങാൻ കഴിഞ്ഞിരുന്നില്ല. അതിനുശേഷം ഞാൻ അയാളെ വിഡ്ഢി എന്ന് വിളിച്ചിരുന്നു. അതിനുശേഷം അയാളുടെ മറുപടി എന്തായിരുന്നു? 'വിഡ്ഢി നിങ്ങൾതന്നെ ആണ്!' അയാൾ മദ്യപിച്ചിട്ടില്ലെന്ന് എനിക്ക് വിശ്വസിക്കാൻ കഴിഞ്ഞിരുന്നില്ല. 'നിങ്ങൾ കുടിച്ചു ലഹരി പിടിച്ചിരിക്കുകയാണ്. നിങ്ങൾ വിവേകശൂന്യനായ പ്രാകൃതൻ ആണ്!' പക്ഷേ, അയാൾ ഇതുമായി തിരിച്ചുവന്നു. 'നിങ്ങൾ എനിക്ക് ഒരു ഗ്ലാസ് തന്ന് വിരുന്ന് നല്കിയിരുന്നെന്ന് ഞാൻ വിശ്വസിക്കുന്നില്ല! എന്തുകൊണ്ട് നിങ്ങൾക്ക് സ്വയം ഒരു മദ്യംവാങ്ങിക്കഴിച്ച് നിങ്ങളുടെ പഞ്ചേന്ദ്രിയങ്ങളിലേക്ക് ഇന്നലെ രാത്രിയിൽ തന്നെ തിരിച്ചുവന്നുകൂടാ!' നിങ്ങൾ എല്ലാസമയത്തും ഒരു നാണയത്തിൽനിന്ന് പത്തുകോപ്പക്കുകൾ ഭിക്ഷയായി യാചിച്ചുകൊണ്ടിരിക്കുന്നു. ഇതിന്റെയെല്ലാം ഒപ്പം അയാൾ കൂട്ടിച്ചേർത്തിരുന്നു: 'അതിനുശേഷം നിങ്ങൾ നിങ്ങളെ സ്വയം ഒരു മാന്യൻ എന്ന് വിളിക്കുന്നു!' അവിടെയാണ് നമ്മൾ വന്നെത്തിയിരിക്കുന്നത് പ്രിയപ്പെട്ട ഹൃദയമേ. ജീവിതം തുടർന്നുകൊണ്ടുപോകാൻ എനിക്ക് നാണക്കേടാണ്. എന്നെ ഒരു വീട്ടിൽനിന്ന് പുറന്തള്ളപ്പെട്ടവനെപ്പോലെ ആണ് പരിഗണിക്കുന്നത്. ഒരുപാസ്പോർട്ട് ഇല്ലാത്ത തെരുവുതെണ്ടിയേക്കാൾ മോശമായിട്ടാണ് എന്നെ പരിഗണിക്കുന്നത്. ഭയാനകമാണ്, ദാരുണമാണ്! ഞാൻ വീണ്ടെടുപ്പിനുമപ്പുറത്തേക്ക് നഷ്ടപ്പെട്ടുപോയിരിക്കുന്നു. ഞാൻ അവസാനിച്ചിരിക്കുന്നു

എം ഡി

ആഗസ്ത് 13

ഭാഗ്യദോഷത്തിനുമുകളിൽ ഭാഗ്യദോഷം, എന്റെ ബഹുമാനപ്പെട്ട മേക്കർ അലക്സിയേവിച്ച്! എന്താണ് ചെയ്യേണ്ടതെന്ന് എനിക്ക് ഒരിക്കലും അറിയില്ല. നിങ്ങൾക്ക് എന്താണ് സംഭവിക്കുന്നത്? ഇപ്പോൾ നിങ്ങൾക്ക് എന്നെക്കൊണ്ട് എന്തുപ്രയോജനം? ഇന്ന് ഞാൻ എന്റെ കൈ തേപ്പുപെട്ടികൊണ്ട് ഒന്ന് പൊള്ളിച്ചു. അത് എന്റെ വിരലുകളിൽനിന്ന് വഴുതിമാറി എന്നെ പൊള്ളിക്കുകയും അതിന്റെ കൂടെ പരുക്കേല്പിക്കുകയും ചെയ്തു. ഇപ്പോൾ ഞാൻ എന്താണ് ചെയ്യേണ്ടത്? എനിക്ക് ജോലി ചെയ്യാൻ കഴിയില്ല. അതിന്റെ കൂടെ ഫെഡോറയ്ക്ക് മൂന്നുദിവസമായിട്ട് അസുഖമാണ്. ഞാൻ അങ്ങേയറ്റം അസ്വസ്ഥയാണ്. ഞാൻ നിങ്ങൾക്ക് മുപ്പത് വെള്ളിക്കോപ്പക്കുകൾ അയയ്ക്കുന്നു. ഇത് മൊത്തം ഞങ്ങൾക്കുള്ളതിന്റെ അടുത്തുവരെ എത്തുന്നുണ്ട്. നിങ്ങളെ കൂടുതൽ സഹായിക്കാൻ ഞാൻ ഇഷ്ടപ്പെടുന്നുണ്ടെന്ന് ദൈവത്തിനറിയാം. ഇത് ഒരാളെ കരയിക്കാൻ പോലും പര്യാപ്തമാണ്. വിട, എന്റെ പ്രിയപ്പെട്ട കൂട്ടുകാരാ. ഇന്ന് നിങ്ങൾ എന്നെ സന്ദർശിക്കുകയാണെങ്കിൽ ഞാൻ കൂടുതൽ ആശ്വസിപ്പിക്കപ്പെടും.

വി ഡി

ആഗസ്ത് 14

മേക്കർ അലക്സിയേവിച്ച്!

നിങ്ങൾക്ക് എന്താണ് സംഭവിച്ചത്? നിങ്ങൾക്ക് ദൈവത്തിനോടുള്ള എല്ലാ ഭയവും അവസാനിച്ചോ? നിങ്ങൾ എന്നെ ഭ്രാന്ത് പിടിപ്പിക്കും നിങ്ങൾക്ക് നിശ്ചയമായും നാണക്കേട് തോന്നേണ്ടതാണ്. നിങ്ങൾ സ്വയം നശിക്കുകയാണ്. നിങ്ങളുടെ മതിപ്പിനെപ്പറ്റി വെറുതെ ആലോചിച്ചു നോക്കൂ. നിങ്ങൾ ബഹുമാന്യനും മാന്യനുമായ ഒരു മനുഷ്യനല്ലേ? നിങ്ങൾക്ക് എങ്ങനെയാണ് ഇത് കഴിയുന്നത്? ഇതിനെപ്പറ്റി ഓഫീസിലുള്ളവർ കേട്ടാൽ അവിടെ എന്താണ് സംഭവിക്കാൻ പോകുന്നത്? നിങ്ങൾ നാണക്കേട് കൊണ്ട് മരിക്കും! നിങ്ങളുടെ നരച്ചമുടിയെപ്പറ്റി ചിന്തിക്കുക, നിങ്ങളുടെ ദൈവത്തിനോടുള്ള ഭയം നഷ്ടപ്പെടാൻ പാടില്ല! നിങ്ങളെ ഇനി അങ്ങോട്ട് ഫെഡോറാ സഹായിക്കില്ലെന്നാണ് അവൾ പറയുന്നത്. ഞാനും സഹായിക്കില്ല. നിങ്ങളുടെ പെരുമാറ്റത്തിന് ഞാൻ ഒരു അർത്ഥവും കല്പിക്കുന്നില്ലെന്ന് നിങ്ങൾ വിചാരിക്കുന്നുണ്ടോ? നിങ്ങൾക്കു വേണ്ടി ഞാൻ എന്തുമാത്രം കഷ്ടപ്പെടുന്നുണ്ടെന്ന് നിങ്ങൾക്കറിയില്ല. ഞാൻ എല്ലാവരും എന്നെ നോക്കിക്കൊണ്ട് എല്ലാത്തരം കാര്യങ്ങളും പറയുമ്പോൾ കോണിപ്പടിയിൽ പ്രത്യക്ഷപ്പെടാൻ എനിക്ക് ധൈര്യമില്ല: ഞാൻ ഒരു മദ്യപാനിയുമായി സൗഹൃദത്തിലാണെന്ന് അവർ പറയുന്നു: അതിനുശേഷം അവർ നിങ്ങളെ വീട്ടിലേക്ക് ചുമന്നുകൊണ്ടുവരുമ്പോൾ ഞാൻ ആളുകൾ പറയുന്നത് കേൾക്കുന്നു: 'അവർ ആ ഗുമസ്തനെ വീണ്ടും വീട്ടിലേക്ക് ചുമന്നുകൊണ്ടുവന്നു!' എനിക്ക് നാണക്കേടുകൊണ്ട്

കണ്ണീരൊഴുക്കാൻ കഴിയും. ഞാൻ ഇവിടെനിന്ന് ദൂരത്തേക്ക് പോകുമെന്ന് ഞാൻ ആണയിടുന്നു. ഞാൻ ഒരു വീട്ടുജോലിക്കാരിയായി ജോലി ചെയ്യാൻ പോകും. ഒരു അലക്കുകാരിയാകും. പക്ഷേ, ഞാൻ ഇവിടെ താമസിക്കില്ല.

ഞാൻ നിങ്ങളോട് എന്നെ കാണാൻ വരാൻ ആവശ്യപ്പെട്ടു; പക്ഷേ, നിങ്ങൾ വന്നില്ല. എന്റെ യാചനകൾക്കും അതിനുശേഷമുള്ള എന്റെ കണ്ണുനീരിനും നിങ്ങൾക്ക് യാതൊരു അർത്ഥവും തോന്നിയില്ല. മേക്കർ അലക്സിയേവിച്ച്! അതിനുശേഷം നിങ്ങൾക്ക് എവിടെനിന്നാണ് പണം കിട്ടുന്നതെന്ന് ഞാൻ അത്ഭുതപ്പെടുന്നു? ദയവായി നിങ്ങളെ സ്വയം സൂക്ഷിക്കുക! നിങ്ങൾ സ്വയം നശിപ്പിക്കുകയാണ്! അതിനുശേഷം എന്തിനുവേണ്ടി? നിങ്ങളുടെ വീട്ടുടമസ്ഥ നിങ്ങളെ വീട്ടിനുള്ളിൽ കയറാൻ അനുവദിക്കുന്നില്ലെന്ന് ഞാൻ കേട്ടിരുന്നു. അതിനുശേഷം നിങ്ങൾക്ക് രാത്രി ഇടനാഴിയിൽ ചിലവഴിക്കേണ്ടിവന്നിരുന്നു. എന്തൊരു നാണക്കേട്! അതിനെപ്പറ്റി കേട്ടപ്പോൾ എനിക്ക് എന്തുമാത്രം മോശമായി അനുഭവപ്പെട്ടിരുന്നു!

ഞങ്ങളെ കാണാൻ വേണ്ടി വരണം. നിങ്ങൾക്ക് ഇവിടെ സന്തോഷമായിരിക്കും. നമുക്ക് ഒന്നിച്ച് വായിക്കാനും അതിനുശേഷം പഴയ കാലങ്ങൾ ഓർമ്മിക്കാനും കഴിയും. ഫെഡോറാ നമ്മളോട് അവളുടെ പുണ്യസ്ഥലങ്ങളിലേക്കുള്ള തീർത്ഥാടനങ്ങളെപ്പറ്റി പറയും. അതിനുശേഷം ദൈവത്തെയോർത്ത്, എന്റെ പ്രിയപ്പെട്ട കൂട്ടുകാരാ നിങ്ങളെയും എന്നെയും നശിപ്പിക്കരുത്. നിങ്ങൾക്ക് വേണ്ടി മാത്രമാണ് ഞാൻ ജീവിക്കുന്നത്. അതിനുവേണ്ടി മാത്രമാണ് ഞാൻ ഇവിടെ താമസിക്കുന്നത്. തിരിച്ചടികളിൽ ഉറപ്പുള്ള ഒരു ആദരണീയനായ മനുഷ്യനായിരിക്കണം. അതിനുശേഷം ദരിദ്രനാകുന്നത് ഒരു പാപം അല്ലെന്ന് ഓർമ്മ വേണം. അതിനുശേഷം നിങ്ങൾ എന്തിനാണ് ഈ വിധത്തിൽ നിരാശനാകുന്നത്? ദൈവം ദയാലുവാണ്. അതിനുശേഷം നമ്മുടെ വിഷമങ്ങൾ ഒഴിഞ്ഞുപോകും. പക്ഷേ, നിങ്ങൾ നിശ്ചയമായും സഹിക്കണം. പുകയിലയോ ഈ നിമിഷത്തിൽ നിങ്ങൾക്ക് ആവശ്യമുള്ള മറ്റ് എന്തെങ്കിലും സാധനമോ വാങ്ങാൻ വേണ്ടി ഞാൻ നിങ്ങൾക്ക് ഇരുപത് കോപ്പക്കിന്റെ ഒരു നാണയം അയയ്ക്കുന്നു. പക്ഷേ, ദയവായി അത് തിന്മയ്ക്ക് വേണ്ടി ചിലവഴിക്കരുത്. ദയവായി ഞങ്ങളെ കാണാൻ വരണം. പക്ഷേ, നിങ്ങൾ ചെയ്തിരുന്നതുപോലെ അതുചെയ്യാൻ നിങ്ങൾക്ക് നാണക്കേട് ആയിരിക്കും. പക്ഷേ, നിങ്ങൾക്ക് നാണക്കേട് തോന്നരുത്. നിങ്ങളുടെ തെറ്റായ അഹംഭാവം ഉപേക്ഷിക്കുക. അതിനുശേഷം ആത്മാർത്ഥമായി പശ്ചാത്തപിക്കുക. ദൈവത്തിൽ വിശ്വസിക്കുക. എല്ലാ കാര്യങ്ങളും ഏറ്റവും നന്നായി ചെയ്യാൻ പോകുന്നത് അദ്ദേഹമാണ്.

വി ഡി

ആഗസ്ത് 19

വാർവാരാ അലക്സിയേവ്നാ, എന്റെ മധുരമുള്ള ഓമനേ!

എനിക്ക് നാണക്കേടാണ്. വാസ്തവത്തിൽ സത്യമായും നാണക്കേടാണ്. പക്ഷേ, വാസ്തവത്തിൽ എന്റെ ഓമനേ, പിന്നീട് എന്ത് ഉപദ്രവമാണ് നിർവ്വഹിക്കപ്പെട്ടിരുന്നത്? വല്ലപ്പോഴും മനസ്സിനെ എന്തുകൊണ്ട് സന്തോഷിപ്പിച്ചുകൂടാ? എന്റെ ഷൂസിന്റെ അടിത്തട്ടുകൾ കൂടുതലൊന്നും കൊള്ളില്ലെന്ന് ഞാൻ അപ്പോൾ മറക്കുന്നു. കാരണം അതിനെപ്പറ്റി ആലോചിച്ചു നോക്കൂ. അടിത്തട്ടുകൾ അസംബന്ധമാണ്. അതിനുശേഷം അത് സാധാരണ അടിത്തട്ടായി തുടരും. അപരിഷ്കൃതവും വൃത്തികെട്ടതുമായ അടിത്തട്ടുകൾ എല്ലാവരും പറയുന്നു. അടിത്തട്ടുകൾ തീർന്നിരിക്കുന്നു. അതിന്റെകൂടെ ബൂട്ടുകളും അസംബന്ധമാണ്. ഗ്രീസിലെ വിവേകശാലികൾക്ക് അവ ഇല്ലാതെ നടക്കാൻ കഴിയുന്നുണ്ടെങ്കിൽ നമ്മൾ എന്തിനാണ് അയോഗ്യമായ കാര്യങ്ങളെക്കുറിച്ച് വിഷമിക്കുന്നത്? അപ്പോൾ എന്തുകൊണ്ട് ആളുകൾ എന്നെ കളിയാക്കുകയും അധിക്ഷേപിക്കുകയും ചെയ്യുന്നു? എന്റെ കുഞ്ഞോമനേ, എഴുതാൻവേണ്ടി നിങ്ങൾക്ക് കുറച്ചുകൂടി മെച്ചപ്പെട്ട എന്തെങ്കിലും കണ്ടെത്താൻ കഴിയുകയില്ലേ? അതിനുശേഷം ഫെഡോറായോട് അവൾ ഒരു അവിവേകിയായ പെണ്ണാണെന്ന് എനിക്കുവേണ്ടി പറയണം. ഒരു അക്രമിയായ പെണ്ണ്. അതുകൂടാതെ അവൾ ഒരു വിഡ്ഢിയുമാണ്. അങ്ങേയറ്റം വിഡ്ഢി. എന്റെ ഓമനേ, എന്റെ നരച്ചമുടിയെപ്പറ്റി, നിങ്ങൾക്ക് തെറ്റുപറ്റിയിരിക്കുകയാണ്. ഞാൻ നിങ്ങൾ വിചാരിക്കുന്നത്ര കിഴവനല്ല. യമല്യ അയാളുടെ സ്നേഹാദരങ്ങൾ അയയ്ക്കുന്നു. എനിക്കുവേണ്ടി നിങ്ങൾ ചതഞ്ഞുപോയിരിക്കുകയാണെന്ന് നിങ്ങൾ എഴുതി. അതിന്റെകൂടെ കരയുകയും ചെയ്തു. അതിനുശേഷം നിങ്ങൾക്കുവേണ്ടി ഞാൻ ചതഞ്ഞുപോയിരിക്കുകയാണെന്ന് ഞാൻ എഴുതി. അതിനുശേഷം ഞാൻ കരയുകയും ചെയ്തു. അവസാനമായി ഞാൻ നിങ്ങൾക്ക് നല്ല ആരോഗ്യവും നല്ല സന്തോഷവും ആശംസിക്കുന്നു. എന്റെ കാര്യം പറഞ്ഞാൽ, എനിക്ക് നല്ല ആരോഗ്യമുണ്ട്. എല്ലാ കാര്യങ്ങളും എനിക്ക് നല്ലതാണ്. എന്റെ കുഞ്ഞുമാലാഖേ, അതിനുശേഷം ഞാൻ ബാക്കിയാവുന്നു.

നിങ്ങളുടെ കൂട്ടുകാരൻ
മേക്കർ ഡിവുഷ്ക്കിൻ

ആഗസ്ത് 21

എന്റെ ഓമനയും അതിനൊടോപ്പം ആദരണീയയുമായ കൂട്ടുകാരി വാർവാരാ അലക്സിയേവ്നാ,

ഞാൻ തെറ്റുകാരനാണെന്ന് എനിക്കറിയാം. ഞാൻ നിങ്ങളിൽനിന്ന് കുറ്റപ്പെടുത്തൽ അർഹിക്കുന്നുണ്ടെന്ന് എനിക്കറിയാം. പക്ഷേ, ഞാൻ അത് അറിഞ്ഞതുകൊണ്ട് എന്ത് നന്മയാണ് അതിന് ചെയ്യാൻ കഴിയുന്നത്. എന്റെ ഓമനേ, എന്താണ് പ്രയോജനം. എന്റെ തെറ്റുകൾക്ക് മുമ്പും

എനിക്ക് ഇതെല്ലാം തോന്നിയിരുന്നു. അതിനുശേഷം എന്നിട്ടും ഞാൻ ചാരായത്തിൽ വീണു. എന്റെ എല്ലാ കുറ്റബോധങ്ങൾക്കുംവേണ്ടി. എന്റെ ഏറ്റവും പ്രിയപ്പെട്ടവളേ, ഞാൻ പകയുള്ളവനല്ല. അല്ലെങ്കിൽ മനസ്സിന് കാഠിന്യം ഉള്ളവനല്ല. നിങ്ങളെ മുറിവേൽപ്പിക്കണമെങ്കിൽ ഒരാൾക്ക് നിശ്ച യമായും ഒരു ക്രൂരനായ കടുവയുടെ മനസ്സ് വേണം. എനിക്ക് ഒരു ആടിന്റെ മനസ്സ് മാത്രമാണുള്ളത്. അതിന്റെ കൂടെ, നിങ്ങൾക്ക് അറിയാ വുന്നതുപോലെ, ഞാൻ ക്രൂരനാകാൻ അല്പംപോലും പ്രവണതയുള്ള വനല്ല. അതിന്റെ അനന്തരഫലമായി എന്റെ തെറ്റിന് പൂർണ്ണമായും എന്നെ കുറ്റപ്പെടുത്താൻ കഴിയില്ല. എന്റെ ഹൃദയത്തേയോ മനസ്സിനെയോ കുറ്റ പ്പെടുത്താൻ പറ്റില്ല. അതിന് എന്തിനെയാണ് കുറ്റപ്പെടുത്താൻ പറ്റുന്ന തെന്ന് പറയുന്നത് എനിക്ക് പറയാൻ കഴിയുന്നതിലും കൂടുതലാണ്: എന്റെ പ്രിയപ്പെട്ടവളേ, അത് അത്യധികം സങ്കീർണ്ണമാണ്. നിങ്ങൾ എനിക്ക് വെള്ളിയിലുള്ള മുപ്പത് കോപ്പക്ക് അയച്ചുതന്നിരുന്നു. അതിനു ശേഷം പിന്നീട് ഇരുപത് കോപ്പക്കുകൾ കൂടി അയച്ചിരുന്നു. അതിനു ശേഷം ഞാൻ അവിടെ വേദനിക്കുന്ന മനസ്സോടുകൂടി നിങ്ങളുടെ ആ പാവപ്പെട്ട അനാഥയുടെ നാണയങ്ങളെ നോക്കിക്കൊണ്ട് ഇരിക്കുകയാ യിരുന്നു. നിങ്ങൾ നിങ്ങളുടെ കൈ ദഹിപ്പിച്ചു. അതിനുശേഷം നിങ്ങൾക്ക് ജോലി ചെയ്യാൻ കഴിയുന്നില്ല. അതിനുശേഷം ഉടൻതന്നെ പട്ടിണികിട ക്കും. അതിനുശേഷം എന്നിട്ടും പുകയില വാങ്ങിക്കാൻ നിങ്ങൾ എനിക്ക് പണം അയച്ചുതന്നു. ഞാൻ എന്താണ് ചെയ്തത്? മനഃസ്സാക്ഷിക്കുത്തി ല്ലാതെ ഒരു പാവം അനാഥയെ കൊള്ളയടിച്ചു? എന്റെ പ്രിയപ്പെട്ടവളേ, ഞാൻ അങ്ങേയറ്റം വിഷണ്ണനാണ്. അതായത് തുടക്കത്തിൽ ഞാൻ യോഗ്യതയില്ലാത്തവൻ ആണെന്ന് എനിക്ക് തോന്നിയിരുന്നു. അതിന്റെ കൂടെ എന്റെ ബൂട്ടിന്റെ അടിഭാഗത്തെക്കാൾ കൂടുതൽ മെച്ചമാണ് ഞാനെന്ന് തോന്നിയിരുന്നില്ല. അതിനുശേഷം അതുകൊണ്ട് എന്നെ പ്രാധാന്യമുള്ള ഏതെങ്കിലും കാര്യത്തിനുവേണ്ടി പരിഗണിക്കുന്നത് അത്യന്തം പരിഹാസ്യമാണെന്ന് എനിക്ക് തോന്നിയിരുന്നു. എനിക്ക് എന്റെ അഹംഭാവം നഷ്ടപ്പെട്ട ഉടൻതന്നെ എനിക്ക് എല്ലാ ഗുണങ്ങളും അതിന്റെകൂടെ യോഗ്യതകളും നിഷേധിക്കാതിരിക്കാൻ കഴിയുമായിരു ന്നില്ല. അതിനുശേഷം ഇത് അനിവാര്യമായും എന്റെ അധഃപതനത്തെ വിളിച്ചുവരുത്തും. അത് വിധിയായിരുന്നു. നിങ്ങൾക്ക് അറിയാം. ഞാൻ ശുദ്ധവായു ശ്വസിക്കാൻ വേണ്ടി പുറത്തുപോയി. അതിനുശേഷം ഒരു കാര്യം മറ്റൊരു കാര്യത്തിലേക്ക് നയിച്ചിരുന്നു. പ്രകൃതി അത്രത്തോളം ദാരുണമായിരുന്നു. അതിന്റെകൂടെ കാലാവസ്ഥ തണുപ്പായിരുന്നു. അതു കൂടാതെ മഴ പെയ്യുന്നുണ്ടായിരുന്നു. അതിനുശേഷം അവിടെ യമല്യ ഉണ്ടായിരുന്നു. വാരങ്കാ, അയാൾ എല്ലാ കാര്യങ്ങളും പണയം വച്ചിരു ന്നു. അയാൾക്ക് സ്വന്തമായി ഉണ്ടായിരുന്നതെല്ലാം ഇതേരീതിയിലാണ് നഷ്ടപ്പെട്ടിരുന്നത്. അതിനുശേഷം രണ്ടുദിവസമായിട്ട് അയാൾക്ക് കഴി ക്കാൻപോലും ഒന്നും ഉണ്ടായിരുന്നില്ല. ഇപ്പോൾ അയാൾ പണയം

വെക്കാൻ അല്പംപോലും പറ്റാത്ത എന്തെങ്കിലും കാര്യം പണയം വെക്കാനാണ് അയാൾ ആഗ്രഹിക്കുന്നത്. സത്യത്തിൽ, വാരങ്കാ, എന്റെ സ്വന്തം ആഗ്രഹത്തേക്കാൾ കൂടുതലായി ആ മനുഷ്യനോടുള്ള അനുകമ്പയും സഹാനുഭൂതിയും കൊണ്ടാണ് ഞാൻ കീഴടങ്ങിയത്. ആ വിധത്തിലാണ് ഞാൻ പാപത്തിലേക്ക് എത്തിച്ചേർന്നത്. ഞങ്ങൾ ഏതുവിധത്തിലാണ് കരഞ്ഞത്. ഞങ്ങൾ രണ്ടുപേരും അതിനുശേഷം നിങ്ങളെ ഓർമ്മിച്ചിരുന്നു. അയാൾ ഒരു നല്ലയാളാണ്. യമല്യ അയാൾ സ്നേഹമുള്ളവനും അതിന്റെ കൂടെ ഉള്ളിൽ അനുകമ്പയുള്ളവനുമാണ്.

അതിനുശേഷം ഇതെല്ലാം എനിക്ക് സ്വയം അനുഭവപ്പെട്ടിരുന്നു. അതുകൊണ്ടാണ് എനിക്ക് ഇത്തരം കാര്യങ്ങൾ സംഭവിക്കുന്നത്-കാരണം ഞാൻ അത് അനുഭവിക്കുന്നുണ്ട്. എന്റെ ഓമനേ, ഞാൻ നിങ്ങളോട് എത്രമാത്രം കടപ്പാട് ഉള്ളവനാണെന്ന് എനിക്കറിയാം. ഞാൻ നിങ്ങളെപ്പറ്റി അറിഞ്ഞപ്പോൾ ഞാൻ എന്നെപ്പറ്റി കൂടുതൽ മെച്ചപ്പെട്ട രീതിയിൽ മനസ്സിലാക്കി. അതിനുശേഷം ഞാൻ നിങ്ങളെ സ്നേഹിച്ചു. അതിനുമുമ്പ് എന്റെ മാലാഖേ, ഈ ലോകത്ത് ഞാൻ അങ്ങേയറ്റം ഒറ്റപ്പെട്ടിരുന്നു. അതിനുശേഷം ഞാൻ ജീവിക്കുന്നതിനെക്കാൾ ഏറക്കുറെ ഉറങ്ങുകയായിരുന്നു. ആ ദിവസങ്ങളിൽ ദുഷ്ടന്മാർ എന്റെ രൂപംപോലും മാറിയിട്ടുണ്ടെന്ന് പതിവായി പറയുന്നുണ്ടായിരുന്നു. അതിനുശേഷം അവർ എന്നെപ്പറ്റി അങ്ങേയറ്റം പരിഹസിക്കുന്നുണ്ടായിരുന്നു. അതുകൊണ്ട് ഞാൻ അവസാനം സ്വയം നിന്ദിക്കുന്നവനായി വളർന്നിരുന്നു. അവർ ഞാൻ ഒരു വിഡ്ഢിയാണെന്ന് പറയുന്ന പതിവുണ്ടായിരുന്നു. അതിനുശേഷം ഞാനും ആ രീതിയിൽ ആലോചിച്ചിരുന്നു. പക്ഷേ, നിങ്ങൾ മുകളിൽ നിന്നുള്ള ഒരു കാഴ്ചപോലെ പ്രത്യക്ഷപ്പെട്ടപ്പോൾ, നിങ്ങൾ എന്റെ ഇരുണ്ട ജീവിതത്തിലേക്ക് വെളിച്ചം കൊണ്ടുവരികയായിരുന്നു. എന്റെ മനസ്സിലേക്കും ആത്മാവിലേക്കും വെളിച്ചം കൊണ്ടുവന്നിരുന്നു. അതിനുശേഷം അവിടെ സമാധാനമുണ്ടായിരുന്നു. അതിന്റെകൂടെ ഞാൻ മറ്റുള്ളവരേക്കാൾ മോശമല്ലെന്ന് എനിക്ക് അറിയാമായിരുന്നു.

ഒരുപക്ഷേ, പരിഷ്കാരം നഷ്ടപ്പെട്ടുപോനിരിക്കാം. അതിന്റെ കൂടെ ശൈലിയും തിളക്കവും നഷ്ടപ്പെട്ടിരിക്കാം. പക്ഷേ, ഹൃദയത്തിലും മനസ്സിലും ഞാൻ ഒരു മനുഷ്യനായിരുന്നു. അതിനുശേഷം ഇപ്പോൾ എന്നെ വിധി പീഡിപ്പിച്ചുകൊണ്ട് ഇരിക്കുകയാണെന്ന് എനിക്ക് തോന്നുന്നുണ്ടായിരുന്നു. അപമാനിക്കപ്പെട്ടിട്ട് ഞാൻ എന്റെ സ്വന്തം മാന്യതയെപ്പറ്റി ഇപ്പോൾ വില കല്പിക്കുന്നില്ല. അതിന്റെ കൂടെ ഭാഗ്യദോഷത്തിന്റെ ഭാരം കൊണ്ട് ചതഞ്ഞുപോയ എനിക്ക് മനസ്സ് നഷ്ടപ്പെട്ടിരിക്കുന്നു. ഇപ്പോൾ ഞാൻ എല്ലാ കാര്യങ്ങളും നിങ്ങളോട് പറഞ്ഞിരിക്കുന്നു. ഞാൻ എന്റെ കണ്ണുകളിൽ കണ്ണുനീരുമായി ഈ കാര്യം വീണ്ടും ഒരിക്കൽക്കൂടി പറയിക്കരുതെന്ന് നിങ്ങളോട് യാചിക്കുന്നു. കാരണം ഞാൻ ദുഃഖിതനും തളർന്നുപോയവനുമാണ്. അതിന്റെ കൂടെ എന്റെ മനസ്സ് തകർന്നുകൊണ്ടിരിക്കുകയാണ്.

എല്ലാ ബഹുമാനത്തോടും കൂടി എന്റെ ഓമനേ, ഞാൻ ജീവിച്ചിരിക്കുന്നു.

നിങ്ങളുടെ ഉറച്ച കൂട്ടുകാരൻ
മേക്കർ ഡിവുഷ്ക്കിൻ

സെപ്തംബർ 3

ഞാൻ എന്റെ കഴിഞ്ഞ എഴുത്ത് അവസാനിപ്പിച്ചിരുന്നില്ല. മേക്കർ അലക്സിയേവിച്ച് അത് എഴുതാൻ വളരെ ബുദ്ധിമുട്ട് ആയിരുന്നു. ഞാൻ തനിച്ചിരിക്കാൻ ആഗ്രഹിക്കുന്ന നിമിഷങ്ങൾ അവിടെയുണ്ട്. തനിച്ചിരുന്ന് അളവില്ലാതെ ദുഃഖിക്കാൻ, അതിന്റെകൂടെ ഈ മാനസികാവസ്ഥ ഇടയ്ക്കിടയ്ക്ക് ഇപ്പോൾ കൂടുതൽ പ്രാവശ്യം എന്റെ അടുത്തേക്ക് വരുന്നു. ഓർമ്മകളെ സംബന്ധിച്ച് എനിക്ക് വിശദീകരിക്കാൻ കഴിയാത്ത ഏതോ കാര്യങ്ങൾ അവിടെയുണ്ട്. എനിക്ക് പ്രതിരോധിക്കാൻ കഴിയാത്തവിധത്തിൽ എന്നെ അകലങ്ങളിലേക്ക് ചുമന്നുകൊണ്ടുപോകുന്ന ഏതോ കാര്യങ്ങളുണ്ട്. അതുകൊണ്ട് മണിക്കൂറുകളോളം ഞാൻ ഒരുപക്ഷേ, എല്ലാ കാര്യങ്ങളും മറന്നുപോയെന്ന് വരാം. കഴിഞ്ഞകാലത്ത് സംഭവിച്ച ഇതുപോലെയുള്ള ഏതെങ്കിലും കാര്യത്തെപ്പറ്റി, കൂടുതലും എന്റെ ഉജ്ജ്വലമായ കുട്ടിക്കാലത്തെപ്പറ്റി ഓർമ്മപ്പെടുത്താത്ത, ദുഃഖകരമോ സന്തോഷകരമോ ആയ ഒരു അടയാളം, അവിടെ ഇപ്പോൾ വല്ലപ്പോഴുമാണ് പ്രത്യക്ഷപ്പെട്ടിരിക്കുന്നത്. പക്ഷേ, ഇത്തരം നിമിഷങ്ങൾക്ക് ശേഷം ഞാൻ എല്ലാ സമയത്തും വിഷണ്ണനായിരുന്നു. എന്റെ ക്ഷീണം വർദ്ധിച്ചു; എന്റെ സ്വപ്നാടനങ്ങൾ എന്നെ തളർത്തിയിരുന്നു. അതിനുശേഷം എന്റെ ആരോഗ്യം പഴയതുപോലെ കൂടുതൽ മോശമായി.

പക്ഷേ, ഈ ശരൽക്കാലത്ത് വളരെ അസാധാരണമായ രീതിയിൽ ഉത്സാഹജനകവും ഉന്മേഷവത്തുമായ ദിവസങ്ങൾ ഞങ്ങൾക്ക് ഉണ്ടായിരുന്നു. അതിനുശേഷം ഞാൻ അതിനെ ആഹ്ലാദത്തോടെ സ്വാഗതം ചെയ്തിരുന്നു. തുടർന്ന് ആ ശരൽക്കാലം വന്നു. ഈ രാജ്യത്തെ ശരൽക്കാലത്തെ ഞാൻ പതിവായി സ്നേഹിച്ചിരുന്നു. അന്ന് ഞാൻ ഒരു കുട്ടി ആയിരുന്നു. പക്ഷേ, എത്ര നിശിതമായാണ് ഞാൻ കാര്യങ്ങൾ അറിഞ്ഞിരുന്നത്. ഞാൻ ശിശിരത്തിലെ വൈകുന്നേരങ്ങളെ രാവിലെകളെക്കാൾ മെച്ചപ്പെട്ടരീതിയിൽ ഇഷ്ടപ്പെട്ടിരുന്നു. അവിടെ വീട്ടിൽനിന്നും അല്പം ദൂരത്തായി മലയുടെ അടിവാരത്തിലായി ഒരു തടാകം ഉണ്ടായിരുന്നു. എനിക്ക് ഇപ്പോഴും അത് ഏറക്കുറെ കാണാൻ കഴിയുന്നുണ്ട്. അത് വീതിയുള്ളതും തിളങ്ങുന്നതും ആയിരുന്നു; സ്ഫടികത്തിന്റെ ഒരു വലിയ പാളി. അതിന്റെകൂടെ വൈകുന്നേരം ശാന്തമാണെങ്കിൽ മുകളിൽനിന്ന് ഞാന്നുകിടക്കുന്ന മരച്ചില്ലകളിൽ ഒരു മർമ്മരം പോലും ഇല്ലാതെ അങ്ങേയറ്റം ചലമനറ്റ് കിടക്കും. കാറ്റ് തണുത്തതും ഉന്മേഷദായകവും ആയിരിക്കും. മഞ്ഞുതുള്ളികൾ പുല്ലിൽ പിടിപ്പിച്ചിരി

ക്കും. മേഞ്ഞ മേല്ക്കൂരകൾക്ക് താഴെയുള്ള ജനാലകളിൽ വിളക്കുകൾ പ്രത്യക്ഷപ്പെടും. അതുകൂടാതെ പശുക്കൾ വീടുകളിലേക്ക് തിരിച്ചുപോകുന്നുണ്ടായിരിക്കും. ഞാൻ എല്ലാ കാര്യങ്ങളും മറന്ന് എന്റെ തടാകം കാണിക്കാൻ വേണ്ടി ഒഴുകിനടക്കാൻ അപ്പോഴാണ് ഇഷ്ടപ്പെട്ടിരുന്നത്. മീൻപിടുത്തക്കാർ കരയിൽക്കയറിയിരുന്ന് ചില ചുള്ളിക്കമ്പുകൾ എരിക്കുകയായിരിക്കും. അതിനുശേഷം ആ വെളിച്ചം ദൂരത്തേക്ക്, വെള്ളത്തിനു കുറുകെ വളരെ ദൂരത്തേക്ക് അരിച്ചെത്തുന്നുണ്ടാകും. അവിടുത്തെ ആകാശം ചുവന്ന തീ പോലെയുള്ള ചായം പൂശിയതും തണുപ്പുള്ളതും നീലനിറമുള്ളതും ആയിരിക്കും. അതിന്റെ കൂടെ ഈ ചുവന്ന വരകൾ കൂടുതൽകൂടുതൽ വിളറിക്കൊണ്ടിരിക്കും. അതിനുശേഷം പിന്നീട് ചന്ദ്രനുദിക്കും. അതിനുശേഷം ഈ തെളിഞ്ഞ അന്തരീക്ഷം ഒരു വെള്ളിമണിയെപ്പോലെ എല്ലാ ശബ്ദങ്ങളെയും ചുമന്നുകൊണ്ട് പോകുന്നുണ്ടാകും. ഒരു പക്ഷിയുടെ ചിറകടിയും ഓടപ്പുല്ലിന്റെ ഏറ്റവും ചെറിയ കുശുകുശുക്കലുകളും അല്ലെങ്കിൽ ഒരു മത്സ്യത്തിന്റെ വെള്ളം തെറിപ്പിക്കലും— നിങ്ങൾക്ക് എല്ലാ കാര്യങ്ങളും കേൾക്കാൻ കഴിയും. അതിനുശേഷം മൂടൽമഞ്ഞ് ഉയരും. ഇരുണ്ട പ്രതലത്തിനുമുകളിലൂടെ അങ്ങേയറ്റം നേർത്തതും സുതാര്യവുമായ മൂടൽമഞ്ഞ് ഉയരും. അതിനുശേഷം എല്ലാ കാര്യങ്ങളിൽനിന്നും വളരെ ദൂരെയായി മൂടൽമഞ്ഞ് കൂടുതൽ മങ്ങിയതിനുശേഷം അപ്രത്യക്ഷപ്പെടും. പക്ഷേ, കൈയ്ക്ക് തൊട്ടടുത്തായി എല്ലാ കാര്യങ്ങളും പ്രതിമപോലെ മൂർച്ചയോടെ കൊത്തിവെച്ചിട്ടുണ്ടാകും; ആ ബോട്ടുകൾ ആ നദിക്കര, ആ മഞ്ഞുപാളികൾ അല്ലെങ്കിൽ ഒരു വീപ്പ— ഉപേക്ഷിക്കപ്പെട്ടത് അല്ലെങ്കിൽ മറന്നുപോയത്— തീരത്തിനടുത്തുകൂടി വെള്ളത്തിൽ ഒഴുകി നടക്കുന്ന ഒരു വീപ്പ അല്ലെങ്കിൽ ഓടപ്പുല്ലിൽ കുടുങ്ങിയ മഞ്ഞ ഇലകളുള്ള ഒരു കുറ്റിച്ചെടിയുടെ ഒരു ചുള്ളിക്കമ്പ്. ഒരു താമസിച്ചുപോയ കടൽപ്പക്ഷി തണുത്ത ആഴങ്ങളിലേക്ക് ഊളിയിട്ടതിനുശേഷം വീണ്ടും ഉയർന്നുവരും. ഞാൻ അവിടെ ശ്രദ്ധയോടെ നോക്കിക്കൊണ്ടു നില്ക്കും. അതിനുശേഷം എനിക്ക് അത്ഭുതകരമായ അപരിചിതത്വം അനുഭവപ്പെടും. അതിന്റെ കൂടെ ഞാൻ അപ്പോൾ ഒരു കുട്ടി മാത്രമായിരുന്നു.

ശരിയാണ് ഞാൻ ശരൽക്കാലത്തെ സ്നേഹിച്ചിരുന്നു; പ്രത്യേകിച്ചും ശരൽക്കാലത്തിന്റെ അവസാനഭാഗത്തെ, കൊയ്ത്തുകഴിഞ്ഞതിനുശേഷമുള്ള എല്ലാ ജോലികളും അവസാനിക്കുമ്പോൾ അതിനുശേഷം ഗ്രാമീണർ ഒരു കുടിലിൽ അല്ലെങ്കിൽ മറ്റൊന്നിൽ സംസാരിക്കാനും പാടാനും അതിനുശേഷം ശിശിരകാലത്തിനുവേണ്ടി കാത്തിരിക്കാനും വേണ്ടി കൂട്ടംകൂടിയിരുന്നു. അപ്പോൾ എല്ലാക്കാര്യങ്ങളും താഴ്ന്ന ആകാശത്തിനുതാഴെ കൂടുതൽ ദുഃഖകരമായിരിക്കും. അതിനുശേഷം മഞ്ഞ ഇലകൾ കാടിന്റെ അരികുകളിൽ കട്ടിയായി കിടക്കുന്നുണ്ടാകും. തുടർച്ചയായി കൂടുതൽ ഇരുളുകയും കൂടുതൽ നീലനിറമാകുകയും ചെയ്തുകൊണ്ട് പ്രത്യേകിച്ച് വൈകുന്നേരങ്ങളിൽ മൂടൽമഞ്ഞ് ഉറയ്ക്കുകയും

അതിനുശേഷം മരങ്ങൾ രാക്ഷസന്മാരെപ്പോലെ, വളരെവലിയ പ്രേത ങ്ങളെപ്പോലെ ആഴങ്ങളിൽ അവ്യക്തമായി കാണപ്പെടുകയും ചെയ്യു മ്പോൾ മഞ്ഞഇലകൾ കാടിന്റെ അരികുകളിൽ കട്ടിയായി കിടക്കുന്നു ണ്ടാകും. ഞാൻ വീടിനു പുറത്തുപോയി കൂടുതൽ താമസിക്കുന്ന സമ യങ്ങൾ ഉണ്ടായിരുന്നു. അല്ലെങ്കിൽ ഞാൻ നടത്തത്തിനിടയിൽ മറ്റുള്ള വർക്ക് വളരെ പിന്നിലായിപ്പോയിരുന്നു– അതിനുശേഷം ഞാൻ വളരെ പ്പെട്ടെന്ന് തനിച്ചാണെന്ന് തിരിച്ചറിയും. അതിനുശേഷം ഞാൻ പരിഭ്രാ ന്തിയോടെ വീട്ടിലേക്ക് തിരക്കുപിടിച്ച് വേഗം നടക്കും. ഏതോ ഭയാനക മായ ഒരു മുഖം ഒരു മരത്തിന്റെ വിടവിൽനിന്ന് എന്നെ തുറിച്ചുനോക്കു ന്നത് ഞാൻ പ്രതീക്ഷിക്കും. അതിനുശേഷം അപ്പോൾ ആ കാറ്റ് വന ത്തിലൂടെ പെട്ടെന്ന് പാഞ്ഞുവന്നതിനുശേഷം അലറുകയും നഗ്നമായ ശാഖകളിൽ നിന്ന് ബാക്കിവന്ന മഞ്ഞ ഇലകളെ വീശിയടിച്ച് കറക്കിയെ റിയുകയും ചെയ്യുന്നുണ്ടായിരുന്നു. അതിനുശേഷം അപ്പോൾ കിളികൾ വിപുലമായ സംഘങ്ങളായി ആകാശത്തെ കറുപ്പിച്ചുകൊണ്ട് പിൻന്തു ടരും. അതിനുശേഷം എന്റെ മനസ്സിൽ വിശദീകരിക്കാനാകാത്ത ഭയംനി റയും. അതിന്റെ കൂടെ ആരോ ചെവിയിൽ പറയുന്നതുപോലെ തോന്നും; 'ഓടിക്കോ എന്റെ കുട്ടീ, ദൂരത്തേക്ക് ഓടിക്കോ!' അതിനുശേഷം എനിക്ക് ശ്വാസം നഷ്ടപ്പെടുന്നതുവരെ ഞാൻ ഓടും. അവസാനം വീട്ടിൽ എത്തു മ്പോൾ ഞാൻ എല്ലാ കാര്യങ്ങളും വളരെ സന്തോഷകരവും അതിന്റെ കൂടെ സ്നേഹനിർഭരവുമാണെന്ന് മനസ്സിലാക്കും. അല്പസമയം നനഞ്ഞ തടി അടുപ്പിൽ പൊട്ടിത്തെറിക്കുമ്പോൾ, ഞങ്ങൾ കുട്ടികളെ കടലയുടെ പുറംതോട് പൊള്ളിക്കാൻ വേണ്ടി പിടിച്ചിരുത്തും. അതിനു ശേഷം അമ്മ അത് പരിശോധിക്കും. പിന്നീട് ഞങ്ങളുടെ പഴയ ആയ 'ഉലിയാനാ' ഞങ്ങളോട് കഴിഞ്ഞ കാലത്തെപ്പറ്റി പറയും. അല്ലെങ്കിൽ മന്ത്രവാദികളെപ്പറ്റിയും രക്തരക്ഷസ്സുകളെപ്പറ്റിയും പറയും. ഞങ്ങൾ പര സ്പരം കൂടുതൽ അടുത്തടുത്ത് അമർന്നുകിടക്കും. പക്ഷേ, ഞങ്ങൾ കേട്ടുകൊണ്ടിരിക്കുന്നതിനിടയിൽ പുഞ്ചിരിക്കും. അതിനുശേഷം പിന്നീട് അവിടെ ഒരു നിശ്ശബ്ദതവരും. ആരോ ഒരാൾ വാതിലിനുപുറത്ത് മുട്ടി വിളിച്ചില്ലേ? പക്ഷേ, ഇല്ല. അത് വൃദ്ധയായ ഫ്രോലോവ്നായുടെ റാട്ട് ആയിരുന്നു. അതിനുശേഷം സന്തോഷത്തിന്റെ എന്ത് ആക്രോശങ്ങളാണ് ഉയരാൻ പോകുന്നത്? രാത്രിയിൽ ഞങ്ങൾക്ക് ഭയാനകമായ സ്വപ്നങ്ങൾ ഉണ്ടായിരിക്കും. അതിനുശേഷം ഞങ്ങൾ ഉണർന്നുകൊണ്ടിരിക്കും. ഞാൻ നേരംവെളുക്കുന്നതുവരെ ഉറങ്ങാതെ കിടക്കുമെന്നുള്ള ഭയത്തോടെ എന്റെ പുതപ്പിനടിയിൽ കിടന്ന് വിറയ്ക്കും. എന്നിട്ട് ഞാൻ രാവിലെ ഒരു ഡെയ്സിപ്പൂവിനെ പോലെയുള്ള പുതുമയോടെ എഴുന്നേല്ക്കും. ഞാൻ ജനാലകളിലൂടെ പുറത്തേക്ക് നോക്കും. അതിനുശേഷം പാടങ്ങൾ തണുപ്പുകൊണ്ട് പിടികൂടപ്പെട്ടിരിക്കുകയാണെന്നും അതിന്റെ കൂടെ ശിശി രത്തിന്റെ സുതാര്യമായ മൂടൽമഞ്ഞ് നഗ്നമായ മരച്ചില്ലകളിൽ തൂങ്ങി ക്കിടക്കുകയായിരുന്നെന്നും ഞാൻ മനസ്സിലാക്കും. തടാകം ആ സമയത്ത്

മഞ്ഞിന്റെ കനം കുറഞ്ഞ പാളികൊണ്ട് മൂടിക്കിടക്കുകയായിരിക്കും. വെളുത്ത നീരാവി അതിൽനിന്നും ഉയരുന്നുണ്ടാവും, കിളികൾ സന്തോഷത്തിന്റെ കരച്ചിലുകളുമായി അവിടെനിന്ന് വേഗത്തിൽ പുറപ്പെടുന്നുണ്ടാവും. പക്ഷേ, സൂര്യന്റെ ഇളംചൂടുള്ള രശ്മികൾക്കുതാഴെ തടാകത്തിന്റെ മുകളിലുള്ള ലോലമായ പുറംതോട് പെട്ടെന്ന് ഉരുകുന്നു. അത് വ്യക്തമായിക്കാണാവുന്നതും സന്തോഷമുള്ളതുമായ ഒരു ലോകം ആയിരുന്നു. അതിനുശേഷം ഞങ്ങൾ സമോവറിനുചുറ്റും ഇരുന്നിരുന്നപ്പോൾ അടുപ്പുകൾ അലറുന്നുണ്ടായിരിക്കും. അതിനുശേഷം ഞങ്ങളുടെ കറുത്ത നായ പോൾക്കാൻ, രാത്രിയുടെ തണുപ്പിൽ ഇപ്പോഴും വിറച്ചുകൊണ്ട് ജനാലയിലൂടെ ഉള്ളിലേക്ക് നോക്കുകയും അതിനുശേഷം വളരെ പ്രതീക്ഷയോടെ അതിന്റെ വാലാട്ടുകയും ചെയ്യുന്നുണ്ടാകും. ഒരു കർഷകന്റെ ഭാരവണ്ടി അതിന്റെ വിറകിനുവേണ്ടിയുള്ള യാത്രയ്ക്കിടയിൽ അതിന്റെ വഴിയിലൂടെ പോകുമ്പോൾ ഇരമ്പുന്നുണ്ടാവും. സന്തോഷമുള്ള ആ ദിവസങ്ങളിൽ ഞങ്ങൾ എല്ലാവരും വളരെ സംതൃപ്തിയുള്ളവരും അതിന്റെകൂടെ വളരെ സുഖലോലുപരും ആയിരുന്നു.

ഈ ഓർമ്മകൾ എന്നെ കരയിക്കുന്നു. കഴിഞ്ഞകാലം വളരെ തിളക്കത്തോടെ മുന്തിനില്ക്കുന്നു. അതുകഴിഞ്ഞ് വർത്തമാനകാലം വളരെ ദുഃഖകരവും അതിന്റെകൂടെ വളരെ ഇരുണ്ടതുമാകുന്നു. ഇത് എങ്ങനെ അവസാനിക്കും, പ്രിയപ്പെട്ട ദൈവമേ! നിങ്ങൾക്കറിയാമോ, ഈ ശിശിരകാലത്ത് ഞാൻ മരിക്കും എന്നുള്ള ഒരു തോന്നൽ എനിക്കുണ്ട്, എനിക്ക് അതിനെപ്പറ്റി ഉറപ്പാണ്. ഞാൻ വളരെക്കൂടുതൽ അസുഖങ്ങൾ ഉള്ളവളാണ്. ഞാൻ പലപ്പോഴും അതിനെപ്പറ്റി ആലോചിക്കാറുണ്ട്. അതിനുശേഷം ഞാൻ ഇവിടെ മരിക്കാൻ ആഗ്രഹിക്കുന്നില്ല. ഈ ഭൂമിയിൽ കുഴിച്ചിടപ്പെടാൻ ആഗ്രഹിക്കുന്നില്ല. ഒരുപക്ഷേ, ഞാൻ കഴിഞ്ഞ വസന്തകാലത്ത് കിടപ്പിലായതുപോലെ എന്റെ കിടക്കയിലേക്ക് വീണ്ടും പോയേക്കാം. ഞാൻ ഒരിക്കലും പൂർണ്ണമായി സുഖംപ്രാപിച്ചിരുന്നില്ലെന്ന് നിങ്ങൾക്ക് അറിയാം. ഫെഡോറാ പകൽ മുഴുവൻ പുറത്തായിരിക്കും. അതിനുശേഷം ഞാൻ സമ്പൂർണ്ണമായും ഒറ്റപ്പെട്ടിരിക്കുകയാണ്. ഞാൻ ഒറ്റപ്പെട്ടിരിക്കാൻ ഭയപ്പെടുന്ന സമയങ്ങൾ ഇവിടെയുണ്ട്. അതിനുശേഷം മുറിക്കുള്ളിൽ മറ്റൊരാൾ ഉണ്ടെന്നുള്ള വിചിത്രമായ തോന്നൽ എനിക്ക് ഉണ്ടായിരിക്കും. എന്നോട് സംസാരിച്ചുകൊണ്ടിരിക്കുന്ന ഏതോ ഒരു മനുഷ്യൻ, പ്രത്യേകിച്ചും ഞാൻ എന്റെ ദിവാസ്വപ്നങ്ങൾകൊണ്ട് പേടിച്ചുവിറച്ചുകൊണ്ടിരിക്കുമ്പോൾ അതാണ് ഞാൻ ഇത്രയധികം നീണ്ട ഒരു എഴുത്തെഴുതാൻ കാരണം. ഞാൻ എഴുതുമ്പോൾ എന്റെ ഭയം കടന്നുപോകുന്നു. വിട. ഞാൻ നിശ്ചയമായും ഇപ്പോൾ അവസാനിപ്പിക്കണം. കാരണം കടലാസ് തീർന്നുപോയിരിക്കുന്നു. അതിന്റെ കൂടെ അതുകൂടാതെ എനിക്ക് സമയവും ഇല്ല. എന്റെ വേഷത്തിനും തൊപ്പിക്കും കിട്ടിയ ഒരു വെള്ളിറൂബിൾ അല്ലാതെ മറ്റൊന്നും എന്റെ കൈയിൽ ബാക്കിയില്ല. നിങ്ങൾ നിങ്ങളുടെ വീട്ടുടമസ്ഥയ്ക്ക് രണ്ട് വെള്ളിറൂബിൾ കൊടുത്ത

തിൽ എനിക്ക് സന്തോഷമുണ്ട്. ഇത് അവളെ കുറച്ചുസമയത്തേക്ക് ഒരു പക്ഷേ, നിശ്ശബ്ദയാക്കിയേക്കും.

നിങ്ങൾ നിങ്ങളുടെ വസ്ത്രങ്ങൾ അടുക്കിവെക്കാൻ ശ്രമിക്കണം. വിട, എന്റെ കൂട്ടുകാരാ. ഞാൻ വളരെ ദുർബ്ബലയാണ്. അതിന്റെകൂടെ വളരെവേഗം ക്ഷീണിതയാകുന്നു. ഏറ്റവും ചെറിയ അദ്ധ്വാനം എന്നെ ക്ഷീണിപ്പിക്കുന്നു. എനിക്ക് എങ്ങനെ ജോലി ചെയ്യാൻ കഴിയും— ജോലി ഉണ്ടായിരുന്നെങ്കിൽപോലും. അതിനെ പറ്റിയുള്ള ചിന്തയ്ക്ക് പോലും എല്ലാ പ്രതീക്ഷകളെയും കൊല്ലാൻ പറ്റുന്നുണ്ട്.

വി ഡി

സെപ്തംബർ 5

വാരങ്കാ പ്രിയപ്പെട്ടവളേ,

ഇന്ന് എനിക്ക് ധാരാളം തോന്നലുകൾ ഉണ്ടായിരുന്നു. പറയാൻ തുടങ്ങിയാൽ എനിക്ക് ഒരു തലവേദന ഉണ്ടായിരുന്നു. അത് എടുത്തുമാറ്റാൻ വേണ്ടി ഞാൻ ഫോൺ ടാങ്കാവഴി നടന്നിരുന്നു. വൈകുന്നേരം തണുപ്പായിരുന്നു. അതിനുശേഷം ഇരുട്ടായിരുന്നു- അഞ്ച് കഴിഞ്ഞാലുടൻ ഇരുട്ടാകുമെന്ന് നിങ്ങൾക്കറിയാം. അവിടെ മഴ ഉണ്ടായിരുന്നില്ല. പക്ഷേ, മൂടൽമഞ്ഞ് ഏത് മഴയേക്കാളും മോശം ആയിരുന്നു. മേഘങ്ങൾ ആകാശത്തിനുകുറുകെ വിശാലമായ വർണ്ണരേഖകളായി നീങ്ങുന്നുണ്ടായിരുന്നു. ആളുകൾ കൂട്ടമായി വരമ്പുകളിലൂടെ തിരക്കിട്ട് നടന്നുപോകുന്നുണ്ടായിരുന്നു. ഒരു അപരിചിതമായ വൃത്തികെട്ട ആൾക്കൂട്ടം. അവർ അതുപോലെ വിഷണ്ണനാകുന്ന ഒരു കാഴ്ചയാണ് സൃഷ്ടിച്ചിരുന്നത്. അവർ കുടിച്ച് ബോധംനശിച്ച കർഷകർ ആയിരുന്നു. പതിഞ്ഞ മൂക്കും നഗ്നമായ തലയുമുള്ള പൊക്കംകുറഞ്ഞ ബൂട്ടുകൾ ധരിച്ച ഫിൻലാൻഡിലെ സ്ത്രീകൾ, ജോലിക്കാർ, വണ്ടിക്കാർ, ഞങ്ങളെപ്പോലെയുള്ള ഗുമസ്തന്മാർ, വരയുള്ള കുപ്പായം ധരിച്ച ക്ഷയരോഗിയെപ്പോലെ മെലിഞ്ഞ കൈകളിൽ വലിയ മുടിച്ചുരുളുകൾ ഉള്ളവനും ഗ്രീസു പുരണ്ട് കറുത്തുപോയ മുഖം ഉള്ളവനുമായ ഒരു തൊഴിലഭ്യസിക്കുന്നവൻ, അതുകൂടാതെ അവിശ്വസനീയമായ ഉയരമുള്ള ഒരു വിരമിച്ച പട്ടാളക്കാരൻ. അത് നിശ്ചയമായും ഒരു ദിവസത്തിനുള്ളിൽ ഇത്തരം ആളുകൾക്ക് പ്രത്യക്ഷപ്പെടാനുള്ള സമയം ആയിരിക്കണം. അതുകൂടാതെ ആ തോട് മാത്രം നോക്കിക്കൊണ്ടു നില്ക്കാൻ അർഹതയുള്ളതായിരുന്നു. എങ്ങനെയാണ് ഇത്രമാത്രം പത്തേമാരികൾക്ക് അവിടെ സ്ഥലം കണ്ടെത്താൻ കഴിഞ്ഞിരുന്നത്! പാലങ്ങളുടെ മുകളിൽ തണുത്ത തേൻകേക്കുകളും അഴുകിയ ആപ്പിളുകളും വിറ്റുകൊണ്ട് ധാരാളം സ്ത്രീകൾ ഇരിക്കുന്നുണ്ടായിരുന്നു. മലിനമായ വേഷങ്ങൾ ധരിച്ച വൃത്തികെട്ട സ്ത്രീകൾ. ഈ ഫോണ്ടാങ്കാ അകത്തേക്ക് നടന്നുപോയാൽ ഒരു നിരാശജനകമായ സ്ഥലമാണ്. അവിടെ നിലത്ത് നനഞ്ഞ കല്ലുകളും കരിപുരണ്ട ഉയരമുള്ള വീടുകളും

മാത്രമാണ് ഉണ്ടായിരുന്നത്: നിലത്തിനു മുകളിലും അതിന്റെ കൂടെ തലയ്ക്കുമുകളിലും മൂടൽമഞ്ഞ് ആയിരുന്നു. അതു എന്തുമാത്രം ദുഃഖകരമായ വൈകുന്നേരം ആയിരുന്നു.

ഞാൻ ഗൊരോഘോവായായിലേക്ക് തിരിഞ്ഞപ്പോൾ ഇരുട്ട് മൂടിക്കഴിഞ്ഞിരുന്നു. അതിനുശേഷം അവർ ഗ്യാസ് വിളക്കുകൾ കത്തിച്ചുതുടങ്ങിയിരുന്നു. ഈ തെരുവിൽ വളരെ കൂടുതൽ സമയം ഞാൻ വളരെക്കാലമായി ചിലവഴിച്ചിട്ടുണ്ടായിരുന്നില്ല. അതിനുശേഷം അത് വളരെ സജീവമായി തോന്നുന്നുണ്ടായിരുന്നു. അവിടെ വലുതും ചെറുതുമായ മനോഹരമായ കടകൾ ഉണ്ടായിരുന്നു. അതിന്റെ കൂടെ എല്ലാ കടകളും വിലകൂടിയ സാധനങ്ങൾ കൊണ്ടും പൂക്കൾകൊണ്ടും പട്ടുനാടകൾ ഞാത്തിയ തൊപ്പികൾകൊണ്ടും തിളങ്ങുന്നുണ്ടായിരുന്നു. അതുമുഴുവൻ വെറുതെ കാഴ്ചയ്ക്കുവേണ്ടി പ്രദർശിപ്പിച്ചിരിക്കുകയാണെന്ന് ഒരാൾ ഒരു പക്ഷേ, ചിന്തിക്കുമായിരിക്കും. പക്ഷേ, അല്ല, അവിടെ ഇത്തരം കാര്യങ്ങൾ അവരുടെ ഭാര്യമാർക്കുവേണ്ടി വാങ്ങിക്കുന്ന ആളുകൾ ഉണ്ടായിരുന്നു! ഒരു സമൃദ്ധിയുള്ള തെരുവ് ജർമ്മൻകാരായ റൊട്ടിയുണ്ടാക്കുന്നവരിൽ പലരും ഇവിടെയാണ് ജീവിച്ചിരുന്നത്. അതുകൂടാതെ അവർ ജീവിക്കാൻ വഴിയുള്ളവർ ആയിരുന്നു. അവിടെ ധാരാളം വാഹനങ്ങൾ ഉണ്ടായിരുന്നു. എങ്ങനെ ഈ തെരുവിന് അവയെ എല്ലാം നിലനിർത്തിപ്പോരാൻ കഴിയുന്നെന്ന് ഒരാൾക്ക് അത്ഭുതം തോന്നും. തിളങ്ങുന്ന ജനാലകളും സിൽക്കും വെൽവറ്റും കൊണ്ടുള്ള തുണിത്തിരശ്ശീലകളും വാളുകളും പദവിമുദ്രകളുമുള്ള വേലക്കാരുമുള്ള അവയെല്ലാം എത്രമാത്രം ആഡംബരങ്ങളുള്ള വാഹനങ്ങളാണ്. അവ ഓരോന്നും കടന്നുപോകുമ്പോൾ ഞാൻ അവയുടെ ഉള്ളിലേക്ക് നോക്കി. അതിനുശേഷം അതിനുള്ളിലുള്ള സ്ത്രീകൾ പ്രഭ്വികൾ അല്ലെങ്കിൽ രാജകുമാരിമാർ ആണെന്ന് ഞാൻ ഊഹിച്ചിരുന്നു; കാരണം അവരെല്ലാം അതുപോലെയുള്ള വർണ്ണശബളമായ വസ്ത്രങ്ങളാണ് അണിഞ്ഞിരുന്നത്. അത് നിശ്ചയമായും ഒരു ദിവസത്തിൽ എല്ലാവരും നൃത്തശാലയിലും വൈകുന്നേരത്തെ വിരുന്നുകളിലും പോകുന്ന മയം ആയിരിക്കണം. ഞാൻ ഒരു പ്രഭ്വിയെ അല്ലെങ്കിൽ ഒരു വലിയ കുലീനയായ സ്ത്രീയെ അടുത്തുകാണാൻ ജിജ്ഞാസയുള്ളവൻ ആയിരുന്നുകാണണം; അവർ സുന്ദരികളാണ്. എനിക്ക് ഉറപ്പുണ്ട്. എനിക്ക് ഇപ്പോഴത്തെപ്പോലെ വണ്ടികളുടെ ഉള്ളിലേക്ക് ഒളിഞ്ഞു നോക്കിയല്ലാതെ അവരെ കാണാനുള്ള അവസരം ഒരിക്കലും ലഭിച്ചിരുന്നില്ല. അതിനുശേഷം അത് എന്നെ എത്രമാത്രമാണ് വേദനിപ്പിച്ചത്. നിങ്ങൾ എന്തിനാണ് ഇത്തരം ദുരിതങ്ങൾ അറിയുന്നത്, വാരങ്കാ? എന്റെ ഏറ്റവും പ്രിയപ്പെട്ട കുഞ്ഞുമാലാഖേ, നിങ്ങൾ എങ്ങനെയാണ് മറ്റുള്ളവരേക്കാൾ വിലകുറഞ്ഞവൾ ആകുന്നത്? നിങ്ങൾ വളരെ സുന്ദരിയും ദയയുള്ളവളും അതിന്റെകൂടെ പഠിപ്പുള്ളവളുമാണ്. നിങ്ങളുടെ ജീവിതത്തിലെ ഭാഗ്യം ഇത്രമാത്രം കഠിനമാകാൻ പാടുണ്ടോ? എന്തുകൊണ്ടാണ് നല്ല മനുഷ്യർ ആവശ്യക്കാരും അവഗണിക്കപ്പെട്ടവരുമായി ജീവിക്കുന്ന

ത്; അതിന്റെ കൂടെ മറ്റുള്ളവർക്ക് എല്ലാ സന്തോഷവും അവരുടെ വഴിയിലൂടെ വന്നുകൊണ്ടിരിക്കുന്നു? എനിക്ക് അറിയാം, എന്റെ ഓമനേ, ഞാൻ ഇത് പറയാൻ പാടില്ലെന്ന് എനിക്കറിയാം, കാരണം ഇത് സ്വതന്ത്രമായ ചിന്തകളെ രുചിയില്ലാത്തതാക്കുന്നു. പക്ഷേ, എല്ലാ ന്യായങ്ങൾക്കുള്ളിലും വിധി ഒരാളോട് അയാൾ വയറിനുള്ളിൽ നിശ്ചലമായി ഇരിക്കുമ്പോൾ പോലും അയാളെ നോക്കി പുഞ്ചിരിക്കുന്നു. അതിനുശേഷം മറ്റൊരാളോട് അയാൾ ഒരു പാവപ്പെട്ട വീട്ടിൽ ജനിച്ചെന്ന ഒരേ ഒരു കാരണംകൊണ്ട് അയാളെ നോക്കി ഒരു മലങ്കാക്കയെപ്പോലെ കരയുന്നു. ഒരു യക്ഷിക്കഥയിലെ പോലെ അത് ചിലസമയങ്ങളിൽ സംഭവിക്കുന്നുണ്ട്. ആ സന്തോഷം ഇവാനുഷ്ക്കാ എന്ന വിഡ്ഢിയുടെ മുകളിലാണ് വീഴുന്നത്. അങ്ങനെയാണെങ്കിൽ അയാൾ ഒരുപക്ഷേ, അയാളുടെ പിൻതുടർച്ചയുടെ ശവപ്പെട്ടിയിൽ ആയിരിക്കും. അതിനുശേഷം അയാൾ കുടിക്കുകയും ആഹ്ലാദിക്കുകയും ആയിരിക്കും. ആ സമയത്ത് ഒരു പാവം ദരിദ്രന് അയാളുടെ ചുണ്ട് നക്കാനും അതിനുശേഷം നോക്കിക്കൊണ്ടിരിക്കാനും മാത്രമേ കഴിയുകയുള്ളൂ. അതിനുമാത്രമേ അയാളെക്കൊണ്ട് കഴിയുകയുള്ളൂ. അയാൾ ജനിച്ചതുപോലും അതിനുവേണ്ടിയാണ്. ഇത് നിശ്ചയമായും പാപമാണ്. ഈ രീതിയിൽ ചിന്തിക്കുന്നത് പാപമാണ്. പക്ഷേ, ഈ പാപം നിറഞ്ഞ ചിന്തകൾ ക്ഷണിക്കാതെയാണ് വന്നുചേരുന്നത്. എന്റെ പ്രിയപ്പെട്ടവളെ, നിങ്ങൾക്ക് എന്തുകൊണ്ട് ആ വണ്ടികളിൽ ഒന്നിനുള്ളിൽ എന്നെപ്പോലെയുള്ളവരുടെ കൂടെ അല്ല, നിങ്ങളുടെ മധുരമുള്ള പുഞ്ചിരിക്കുവേണ്ടി കാത്തുനില്ക്കുന്ന പട്ടാളമേധാവികളിൽ ഒരാളുടെ കൂടെ സവാരിചെയ്യാൻ കഴിയാത്തത്? അപ്പോൾ നിങ്ങൾ വെള്ളിയും സ്വർണ്ണവുമായിരിക്കും ധരിക്കുന്നത്. അതിനോടൊപ്പം ലിനൻതുണിയുടെ നേർക്കുകീറിയ ഫ്രോക്കുകൾ ആയിരിക്കില്ല. ധരിക്കുന്നത്. അതുകൂടാതെ നിങ്ങൾ ഇപ്പോൾ ഉള്ളതുപോലെ വിളറിയോ മെലിഞ്ഞിട്ടോ ആയിരിക്കില്ല. ആ രീതിയിൽ ഒന്നും ആയിരിക്കില്ല! നിങ്ങൾ പഞ്ചസാര പൂശിയ ഇഞ്ചികൊണ്ടുള്ള ഒരു കൊച്ചുകളിപ്പാവയെപ്പോലെ ആയിരിക്കും. അത്രമാത്രം റോസ് നിറം ഉള്ളവളും പുതുമയുള്ളവളും അതിന്റെ കൂടെ കൊഴുത്തുരുണ്ടവളും ആയിരിക്കും. നിങ്ങളുടെ വെളിച്ചം വിതറി പ്രകാശിക്കുന്ന ജനാലകളിലൂടെ ഉളിഞ്ഞുനോക്കി നിങ്ങളുടെ നിഴൽകണ്ട് നിങ്ങൾ സന്തോഷിക്കുകയും ആഹ്ലാദിക്കുകയും ചെയ്യുന്നുണ്ടോ എന്ന് വെറുതെ കാണുന്നതിൽ എനിക്ക് വേണ്ടത്ര സന്തോഷം ലഭിക്കുമായിരിക്കും. പക്ഷേ, യഥാർത്ഥ ജീവിതത്തിൽ കാര്യങ്ങൾ എങ്ങനെയാണ്? ദുഃഖം, ദുഷ്ടന്മാരായ ആളുകൾ നിങ്ങളെ ദുഃഖത്തിലേക്ക് വിളിച്ചുകൊണ്ടുവരുന്നു. അതിനുശേഷം ദുഷ്കീർത്തിയുടെ കൂടെ അപമാനം കൂടി കൂട്ടിച്ചേർക്കുന്നു. ആ വിലകെട്ട സാഹിത്യരചനയ്ക്കുവേണ്ടി താടി നീട്ടിവളർത്തിയ അയാൾ നിങ്ങളെ ഉപദ്രവിച്ചിരിക്കുന്നു. അയാൾ ഒരു ഫ്രോക്ക് കോട്ടിൽ അവിടെയും ഇവിടെയും ഞെളിഞ്ഞുനടക്കുകയും ഒരു സ്വർണ്ണക്കണ്ണടയിലൂടെ നിങ്ങളെ വെറുതെ നോക്കുകയും

ചെയ്യുന്ന ആ സുന്ദരവിഡ്ഢി, അയാൾക്ക് നിങ്ങളോട് സ്വാതന്ത്ര്യങ്ങൾ എടുക്കാമെന്ന് സങ്കല്പിക്കുന്നു. അതിനുശേഷം നിങ്ങൾ നിശ്ചയമായും അയാളുടെ ധിക്കാരങ്ങൾ ശ്രദ്ധിച്ചുകേൾക്കുമെന്നും സങ്കല്പിക്കുന്നു. എന്തുകൊണ്ട്? എന്തുകൊണ്ട്? നിങ്ങൾക്ക് നിങ്ങളെ സംരക്ഷിക്കാൻ ശക്തരായ കൂട്ടുകാർ ഇല്ലാതെ അനാഥയായതാണ് അതിന്റെ കാരണം. അവർ നിശ്ചയമായും എന്തുതരം ആളുകളാണ്. എതിർക്കാൻ കഴിവില്ലാത്ത അനാഥയ്ക്ക് ഒരു കാര്യവും അപമാനം ഉണ്ടാക്കില്ലെന്ന് വിചാരിക്കുന്നുണ്ടെങ്കിൽ അയാൾ എന്തുതരം മനുഷ്യനാണ്. ഒരു വിലയില്ലാത്ത സാധനത്തിന്റെ ഒരു കഷണം അതിന്റെ കൂടെ അയാൾ ഒരു മനുഷ്യനല്ല! സാമ്യം മാത്രമുള്ള ഒരു മനുഷ്യൻ! എനിക്ക് ആ കാര്യം ഉറപ്പാണ്. എന്തുകൊണ്ട് ഞാൻ ഗൊരോഘോവായാ തെരുവിൽ വച്ച് കണ്ടുമുട്ടിയ ആയുധം രാകുന്നവൻ കൂടുതൽ ബഹുമാനം അർഹിക്കുന്നത്? അയാൾ തെരുവുകൾതോറും കൂടുതലായി കിട്ടാൻ പോകുന്ന ഒരു കോപ്പക് പ്രതീക്ഷിച്ചുകൊണ്ട് അലഞ്ഞുതിരിയുന്നുണ്ടെങ്കിൽ അത് എന്തുകൊണ്ടാണ്? അയാൾ അയാളുടെ സ്വന്തം യജമാനനാണ്. അതുകൂടാതെ അയാൾ സ്വന്തം ഭക്ഷണം സമ്പാദിക്കുന്നു. അയാൾ ഒരു തെണ്ടിയല്ല; പക്ഷേ, ആളുകളുടെ അഭിലാഷത്തിനുവേണ്ടി മൂർച്ചവരുത്തുന്ന ജോലിചെയ്യുന്നു. ഈ സന്ദർഭത്തിൽ! സ്വയം ആനന്ദിക്കുക! ഒരുപക്ഷേ, അയാൾ ഒരു തെണ്ടി ആയിരിക്കാം, ഒരു യഥാർത്ഥ തെണ്ടി, പക്ഷേ, മുമ്പുപറഞ്ഞ എല്ലാ കാര്യങ്ങൾക്കും വേണ്ടി അയാൾ ഒരു ആദരണീയനായ തെണ്ടിയാണ്. ക്ഷീണിതനും വിശപ്പുള്ളവനും ആണെങ്കിലും അയാൾ അയാളുടേതായ രീതിയിൽ ജോലി ചെയ്തുകൊണ്ടിരിക്കുകയാണ്. പക്ഷേ, വെറുതെ ജോലി ചെയ്തുകൊണ്ടിരിക്കുന്നു. താഴ്ന്ന നിലയിലുള്ള ജോലി ചെയ്തുകൊണ്ടിരിക്കുന്ന ധാരാളം മനുഷ്യരുണ്ട്. അതിന്റെ കൂടെ അവർ വളരെക്കുറച്ച് മാത്രം സമ്പാദിക്കുന്നു. പക്ഷേ, ഒരാളോടും തലകുനിക്കുന്നില്ല. അതിനുശേഷം ഒരുകാര്യവും ആവശ്യപ്പെടുന്നില്ല. ഞാൻ കൃത്യമായി ആ ആയുധം മൂർച്ചകൂട്ടുന്നവനെപ്പോലെ ആണ്; അതായത് കൃത്യമായി അയാളെപ്പോലെ അല്ല; പക്ഷേ, ഒരിക്കലും അയാളെപ്പോലെ അല്ല, പക്ഷേ, ആദരണീയതയുടെയും പ്രശസ്തിയുടെയും കാര്യത്തിൽമാത്രം ഞാൻ കൃത്യമായും അയാളെപ്പോലെ ആണ്. ഞാൻ എനിക്ക് കഴിയുന്നതുപോലെ കഠിനമായി ജോലി ചെയ്യുന്നുണ്ട്. ഇതിലും കൂടുതൽ എനിക്ക് എന്താണ് ചെയ്യാൻ കഴിയുന്നത്?

ആ ആയുധം മൂർച്ചകൂട്ടുന്നവനെപ്പറ്റി ആലോചിക്കാൻ എന്നെ പ്രേരിപ്പിച്ച കാരണം എന്നത്തേതിനെക്കാളും കൂടുതലായി, കൂടുതൽ താല്പര്യത്തോടെ, ഇന്ന് എനിക്ക് എന്റെ ദാരിദ്ര്യമാണെന്ന് കൂടുതൽ ബോദ്ധ്യപ്പെട്ടിരുന്നു. ഞാൻ അയാൾ രാകുന്നത് ശ്രദ്ധിക്കാൻവേണ്ടി തെരുവിൽ നടത്തം നിർത്തിയിരുന്നു. ഞാൻ ഇതുചെയ്തത് അപ്രിയമായ ചിന്തകളിൽനിന്നും അകന്നുനിന്ന് സ്വയം മറ്റൊന്നിലേക്ക് മനസ്സിനെ ആകർഷിക്കാൻ വേണ്ടി ആയിരുന്നു. ഏതോ വണ്ടിക്കാരും ഒരു ചെറുപ്പക്കാരിയും

അവളുടെ കൂടെയുള്ള അഴുക്ക് പുരണ്ട വേഷം ധരിച്ച ഒരു ചെറിയ പെൺകുട്ടിയും കൂടി ഇത് ശ്രദ്ധിച്ചുകൊണ്ട് നില്ക്കുന്നുണ്ടായിരുന്നു. ആയുധം മൂർച്ചകൂട്ടുന്നവൻ ഏതോ ഒരാളുടെ ജനാലകളുടെ താഴെ നില യുറപ്പിച്ചിരുന്നു. ഇപ്പോൾ ഇത്രമാത്രം ക്ലേശം അനുഭവിക്കുന്നവനും ദുർബ്ബ ലനും അല്ലായിരുന്നെങ്കിൽ സുന്ദരനാകാൻ സാദ്ധ്യത ഉണ്ടായിരുന്ന ഏതാണ്ട് പത്തുവയസ്സുള്ള ഒരു ആൺകുട്ടിയെ ഞാൻ ശ്രദ്ധിച്ചിരുന്നു. ഏറക്കുറെ നഗ്നപാദനായി ഒരു ഷർട്ട് മാത്രം ധരിച്ചുകൊണ്ട് അവൻ തുറി ച്ചുനോക്കുകയും അതിന്റെ കൂടെ കേൾക്കാൻ ശ്രമിക്കുകയും ചെയ്യുന്നു ണ്ടായിരുന്നു. ആൺകുട്ടികൾ ആൺകുട്ടികൾ ആയിരിക്കും! അവന്റെ കാൽമുട്ടുകൾ തണുപ്പുകൊണ്ട് വിറയ്ക്കുന്നുണ്ടായിരുന്നെങ്കിലും അതി ന്റെകൂടെ അവൻ അവന്റെ ഉടുപ്പിന്റെ കൈ ഇറുമ്പിക്കുടിക്കുന്നുണ്ടായി രുന്നെങ്കിലും അവന് അവന്റെ കണ്ണുകളെ വീപ്പയിലെ സംഗീതോപകര ണത്തിന് അടുത്തുനിന്ന് നൃത്തം ചെയ്യുന്ന പാവക്കുട്ടിയിൽനിന്ന് എടു ത്തുമാറ്റാൻ കഴിഞ്ഞിരുന്നില്ല. അവൻ ഒരു കടലാസിന്റെ കഷണം കൈയിൽ കരുതിയിരുന്നതും ഞാൻ ശ്രദ്ധിച്ചിരുന്നു. അവസാനം ഫ്രഞ്ചു കാരനായ പാവയും അയാളുടെ സ്ത്രീകളും കൂടി പുറത്ത് നൃത്തംചെ യ്തുകൊണ്ടിരുന്ന പെട്ടിയുടെ ഉള്ളിലേക്ക് ഏതോ ഒരു മാന്യൻ ഒരു നാണയം ഇട്ടുകൊടുത്തിരുന്നു. പെട്ടിയിൽ വീണ നാണയത്തിന്റെ കിലു ക്കംകേട്ട് ആ ആൺകുട്ടി ഭയചകിതനായി. അതിനുശേഷം അവൻ ഭയ ത്തോടെ നാലുചുറ്റും നോക്കി. അവൻ നിശ്ചയമായും ഞാനാണ് നാണയം ഇട്ടുകൊടുത്തതെന്ന് ചിന്തിച്ചിരിക്കും. കാരണം അവൻ എന്റെ അടു ത്തേക്ക് ഓടിവന്നതിനുശേഷം വിറയ്ക്കുന്ന വിരലുകളുമായി ആ കട ലാസ് എന്റെ കൈയിൽ ഏല്പിച്ചു. അതുകഴിഞ്ഞ് അത് വായിക്കണെ മെന്ന് ശാന്തമായ ശബ്ദത്തിൽ യാചിച്ചു. ഞാൻ അത് തുറന്നുനോക്കി. തീർച്ചയായും അത് പതിവായുള്ള കാര്യം ആയിരുന്നു. മൂന്ന് വിശക്കുന്ന കുട്ടികളുമായി മരിച്ചുകൊണ്ടിരിക്കുന്ന ഒരു അമ്മയുടെ ദയാലുക്കളായ മനുഷ്യരോടുള്ള സഹായത്തിനു വേണ്ടിയുള്ള ഒരു അഭ്യർത്ഥന; അതിന്റെ കൂടെ അമ്മ മരിക്കുമ്പോൾ അമ്മ മക്കൾക്കുവേണ്ടി ഉയരങ്ങ ളിൽ മദ്ധ്യസ്ഥത വഹിക്കുമെന്നുള്ള ഒരു വാഗ്ദാനവും. ഇതിൽ അസാ ധാരണമായ ഒരു കാര്യവും ഉണ്ടായിരുന്നില്ല; ഇത് ഒരുപക്ഷേ, ഏതൊ രാൾക്കും സംഭവിക്കാവുന്നതാണ്. പക്ഷേ, എനിക്ക് എന്താണ് അവന് കൊടുക്കാൻ കഴിയുന്നത്? ഒന്നുംതന്നെയില്ല. പക്ഷേ, ഞാൻ എന്തുമാത്രം ദുഃഖിക്കുന്നു! ഇത്തരത്തിലുള്ള ഒരു ചെറിയ പാവം ആൺകുട്ടി ജല ദോഷം കൊണ്ട് നീലിച്ചു പോയവൻ! അതിന്റെ കൂടെ വിശക്കുന്നവനു മാണ്, എനിക്ക് ഉറപ്പാണ്. അവൻ എന്നോട് കള്ളം പറയുകയായിരുന്നി ല്ല. അല്ല, അല്ല, അവന് കള്ളം പറയാൻ കഴിയില്ല. എനിക്ക് അത് നല്ലതു പോലെ അറിയാം. അതിനെപ്പറ്റിയുള്ള ഏറ്റവും വൃത്തികെട്ട കാര്യം ഒരു അമ്മ അവരുടെ വസ്ത്രം ധരിച്ചിട്ടില്ലാത്ത കുട്ടിയെ ആ കുറിപ്പുകളിൽ ഒരെണ്ണവുമായി ഈ തണുപ്പിലേക്ക് പറഞ്ഞയയ്ക്കുന്നതാണ്. ഒരുപക്ഷേ,

അവർക്ക് അവരുടെ മനസ്സ് നഷ്ടപ്പെട്ടിരിക്കും; അവരെ സഹായിക്കാൻ ആരുംതന്നെ ഇല്ല. അതിനുശേഷം, അതുകൊണ്ട് അവർ ഒരു കാര്യവും ചെയ്യാതെ അവിടെ ഇരിക്കുന്നു. ഒരുപക്ഷേ, അവർക്ക് സത്യത്തിൽ സുഖമില്ലായിരിക്കും. എങ്കിലും അവർക്ക് കൃത്യമായ അധികാരികളോട് അപേക്ഷിക്കാൻ കഴിയുന്നതാണ്. പക്ഷേ, അപ്പോൾ അവർ അവരുടെ വിശപ്പുകൊണ്ട് തളർന്ന ചെറിയ ആൺകുട്ടിയെ യാചിക്കാൻ വേണ്ടി പറഞ്ഞയച്ചുകൊണ്ട് ജനങ്ങളുടെ മുകളിൽ വെറുതെ ഒരു ഭാരം അടിച്ചേല്പിക്കുകയായിരിക്കാം. അതിനുശേഷം ആ കടലാസുകഷണങ്ങളുമായി അവന് എന്തുതരം വളർച്ചയാണ് ലഭിക്കാൻ പോകുന്നത്? അവിടെ അവൻ അങ്ങും ഇങ്ങും ഓടിനടക്കുകയും അതിനുശേഷം യാചിക്കുകയുമാണ് പക്ഷേ, ആളുകൾക്ക് അവനു നല്കാൻ വേണ്ടി സമയം ഇല്ല. അവരുടെ ഹൃദയം കല്ലുകൾ പോലെയാണ്. അതുകൂടാതെ അവരുടെ വാക്കുകൾ ക്രൂരമാണ്. 'നീ സ്ഥലം വിട്ടോ! നിന്റെ കുസൃതികൾ ഒരുതരത്തിലും ശരിയാവില്ല.!' ജലദോഷം കൊണ്ട് വിറച്ചുകൊണ്ടിരിക്കുമ്പോൾ ആ ആൺകുട്ടി കൂടുതൽ ക്രൂരനാകും; ഒരു ഭയന്നുപോയ ചിറകുമുളച്ച പക്ഷിക്കുഞ്ഞ് കൂട്ടിൽനിന്ന് താഴെ വീണുപോയിരിക്കുന്നു. അവന്റെ കൈകൾ മരവിച്ചിരിക്കുന്നു. അതുകൂടാതെ അവന് ഈ തണുത്ത അന്തരീക്ഷത്തിൽ ശ്വസിക്കാൻ പോലും കഴിയുന്നില്ല. അവൻ അത് മനസ്സിലാക്കുന്നതിനു മുമ്പ് ചുമയ്ക്കാൻ തുടങ്ങുന്നു. ഒരു വഴുവഴുപ്പുള്ള ഇഴജന്തുവിനെപ്പോലെ രോഗം അവന്റെ നെഞ്ചിലേക്ക് ഇഴഞ്ഞുകയറുന്നു. അതുകൂടാതെ മരണം അവന്റെ മുകളിൽ നില്ക്കുന്നുണ്ട്. ആരും അവനെ ശ്രദ്ധിക്കാൻ ഇല്ലാത്തതുകൊണ്ട് മരണം അവന്റെ മുകളിൽ ഏതോ ഇരുണ്ടതും ചേറുപുരണ്ടതുമായ മൂലയിൽ നേരത്തേതന്നെ നില്ക്കുന്നുണ്ടായിരുന്നു. അതുകൂടാതെ അവന്റെ ചെറിയ ജീവിതത്തിന് ഒരു അവസാനമുണ്ട്. ചില ജീവിതങ്ങൾക്ക് അവിടെ, അതുമാത്രമാണ് ഉള്ളത്, വാരങ്കാ ആരെങ്കിലും ഒരാൾ ഇങ്ങനെ പറയുന്നത് കേൾക്കാൻ എളുപ്പമല്ല. 'ക്രിസ്തുവിനോടുള്ള സ്നേഹത്തിനുവേണ്ടി എന്നെ സഹായിക്കണം.' അതിനുശേഷം ഒന്നും കൊടുക്കാതെ വെറുതെ ഇങ്ങനെ പറഞ്ഞുകൊണ്ട് കടന്നുപോകാൻ കഴിയില്ല. 'ദൈവം നിങ്ങളെ സഹായിക്കും' തീർച്ചയായും 'ക്രിസ്തുവിനോടുള്ള സ്നേഹത്തിനുവേണ്ടി' എന്ന വാക്കുകൾ ഇത്രമാത്രം ദാരുണമാകാത്ത സമയങ്ങൾ ഉണ്ട്. (എന്റെ ഓമനേ, അവിടെ ക്രിസ്തുവിനോടുള്ള സ്നേഹത്തിനുവേണ്ടി എന്ന വാക്കുകൾ പലതരത്തിലുണ്ട്) ചിലത് എല്ലാ സമയത്തും തെണ്ടികൾ ചെയ്യുന്നതുപോലെയുള്ള യാന്ത്രികമായ ആവലാതി പറയലാണ്. അത്തരം ഒരു മനുഷ്യന് ഒന്നും കൊടുക്കാതിരിക്കുന്നതുപോലും ഇത്രമാത്രം പീഡനമല്ല. പക്ഷേ, മറ്റ് എല്ലാ അവസരങ്ങളിലും 'ക്രിസ്തുവിനോടുള്ള സ്നേഹത്തിനുവേണ്ടി!' അസാധാരണവും കർക്കശവും അതിന്റെ കൂടെ ഭയപ്പെടുത്തുന്നതുമായ ശബ്ദങ്ങളാണ്. ഇന്ന് ഞാൻ ആ ആൺകുട്ടിയുടെ കുറിപ്പ് വായിച്ചുകൊണ്ടിരിക്കുമ്പോൾ അത് വെറുതെയുള്ള ഒരു ശബ്ദം ആയിരുന്നു– അതിന്റെ കൂടെ

ആരോ ഒരാൾ ആവേലിയുടെ അടുത്ത് നില്ക്കുന്നുണ്ടായിരുന്നു. അതിന്റെ കൂടെ അയാൾ യാചിക്കുന്നുണ്ടായിരുന്നില്ല. ആ ശബ്ദം എന്നോട് പറഞ്ഞു: 'സാർ എനിക്കുവേണ്ടി ഒരു നാണയം ക്രിസ്തുവിനോടുള്ള സ്നേഹത്തിനുവേണ്ടി ഒഴിവാക്കൂ.' ആ ശബ്ദം അത്രത്തോളം കർക്കശമായിരുന്നു. അതുകൊണ്ട് ഞാൻ പരിഭ്രമിച്ചിരുന്നു. പക്ഷേ, എനിക്ക് എന്താണ് അയാൾക്ക് കൊടുക്കാൻ കഴിയുന്നത്? എനിക്ക് ഒന്നും തന്നെ ഉണ്ടായിരുന്നില്ല. പാവങ്ങൾ അവരുടെ ബുദ്ധിമുട്ടുകളെപ്പറ്റി വിളിച്ചുകൂവുമ്പോൾ സമ്പന്നർ അത് ഇഷ്ടപ്പെടുന്നില്ല: സമ്പന്നർ പറയുന്നത് പാവങ്ങൾ അങ്ങേയറ്റം ധിക്കാരികളും അതിന്റെ കൂടെ ഒരു ശല്യവും ആണെന്നാണ്! വിശക്കുന്നവരുടെ വിലാപങ്ങൾ അവരുടെ ഉറക്കത്തെ ബുദ്ധിമുട്ടിക്കുന്നുണ്ടോ? എനിക്ക് ഭയമില്ല.

എന്റെ സ്വന്തം ഓമനേ നിങ്ങളോട് സത്യം പറയുകയാണെങ്കിൽ ഞാൻ ഇതുമുഴുവൻ എഴുതിയത് ഭാഗികമായി എന്റെ മനസ്സിനെ ആശ്വസിപ്പിക്കാനും അതിന്റെ കൂടെ ഭാഗികമായി എന്റെ എഴുത്തിൽ നല്ല ശൈലിയുടെ ഒരു ഉദാഹരണം നിങ്ങൾക്ക് നല്കാനും വേണ്ടി ആയിരുന്നു. നിങ്ങൾ കണ്ടതുപോലെ എന്റെ ഓമനേ, എന്റെ ശൈലി കഴിഞ്ഞ കുറേക്കാലമായി രൂപപ്പെട്ടതാണ്. അതിനുശേഷം ഇപ്പോൾത്തന്നെ ഞാൻ അത്യധികം ആശയറ്റവനാണ്. അതുകൊണ്ട് എനിക്ക് എന്റെ ചിന്തകളെപ്പറ്റി കരുണകാണിച്ച് സഹായിക്കാതിരിക്കാൻ കഴിയില്ല. എന്റെ ഓമനേ, അതുകൊണ്ട് അത്തരം സഹതാപം എന്നെ ഒരിടത്തും നയിക്കുകയില്ലെന്ന് എനിക്ക് അറിയാമെങ്കിലും എന്നിട്ടും സ്വയം അല്പം നീതി ചെയ്യുന്നത് ആഹ്ലാദകരമാണ്. സ്വയം ഒന്നുമില്ലാത്തവനേക്കാൾ താഴെയാകാൻ വേണ്ടിയും അതിനുശേഷം ഒരു തടിച്ചീളിനേക്കാളും താഴെ സ്വയം പ്രാധാന്യം വരുത്താൻ വേണ്ടിയും ഒരാൾ സാധാരണയായി സ്വയം വിനയമുള്ളവനാകാനുള്ള പ്രവണതയുള്ളവൻ ആണ്. നിങ്ങൾക്ക് ഒരു സാദൃശ്യം നല്കാൻ വേണ്ടി ഇതിനെല്ലാം കാരണം ഞാൻ എന്നോട് ഭിക്ഷചോദിച്ച ആ ചെറിയ ആൺകുട്ടിയെപ്പോലെ ഞാനും വെറുതെ അത്രമാത്രം ഉപദ്രവവും ഞെരിക്കലും സഹിച്ചതുകൊണ്ടാണെന്ന് ഒരു പക്ഷേ, പറഞ്ഞെന്നുവരും. വാരങ്കാ, ഒരു ചെറിയ ദൃഷ്ടാന്തത്തിൽ മുഴുകിയതിന് എന്നോട് ക്ഷമിക്കണം: ഞാൻ അതിരാവിലെ ഓഫീസിലേക്ക് പോകുന്നതിനിടയിൽ ഞാൻ ചില സമയങ്ങളിൽ പട്ടണത്തിനുചുറ്റും നോക്കുന്നത് സംഭവിക്കാറുണ്ട്. ഞാൻ ചിലസമയങ്ങളിൽ മൊത്തം പുകയിലേക്കും, എന്നെ വളരെ ചെറുതാണെന്നും ബോദ്ധ്യപ്പെടുത്തുന്ന ആ തിളച്ചുമറിയിലിലേക്കും കുടുകുടു ശബ്ദങ്ങളിലേക്കും നോക്കാറുണ്ട്. ആരോ ഒരാൾ ഒളിഞ്ഞുനോക്കുന്ന എന്റെ മൂക്കിനു താഴെ അയാളുടെ വിരലുകൾ തുളച്ചുകയറിയതുപോലെ നാണക്കേട് അനുഭവിക്കാറുണ്ട്. അത് സംഭവിക്കുമ്പോൾ ഞാൻ അലറി വിളിക്കും. അതിനുശേഷം ഒരു ചുണ്ടെലിയെപ്പോലെ ശാന്തനായി ഒഴിഞ്ഞുമാറി നടന്നുപോകും. പക്ഷേ, ഇപ്പോൾ എന്റെ ഓമനേ, ആ വലിയ ഇരുണ്ട വേശ്യാലയങ്ങളിൽ

എന്താണ് സംഭവിച്ചുകൊണ്ടിരിക്കുന്നതെന്ന് നമുക്ക് കൂടുതൽ അടുത്തു നിന്ന് പരിശോധിക്കാം. പരിശോധിച്ചതിനുശേഷം അപ്പോൾ അവിടെ താമസിക്കുന്നത് ശരിയാണോ എന്ന് ആലോചിക്കാം. സ്വയം അവിടെ താമസിച്ച് അക്കാരണത്താൽ ആശങ്കപ്പെടുന്നു.

അനുസരിക്കുക, വാരങ്കാ, ഞാൻ ഈ കാര്യങ്ങളെല്ലാം പറഞ്ഞുകൊണ്ടിരിക്കുന്നത് അന്തരാർത്ഥത്തിലാണ്. നേരിട്ടുള്ള അനുഭവബോദ്ധ്യത്തിൽനിന്ന് അല്ല. ഇപ്പോൾ നമ്മൾ ആ വീടുകളിൽ എന്താണ് കാണുന്നത്? ഒരു മുറി എന്നുപറയുന്ന ഏതെങ്കിലും നനഞ്ഞ നടപ്പുരയുടെ ഇരുണ്ട മൂലയിൽ ഒരു ജോലിക്കാരൻ ഉണർന്ന് എഴുന്നേല്ക്കുന്നു. രാത്രി മുഴുവൻ തലേന്ന് നശിപ്പിച്ച ഷൂസുകളെപ്പറ്റിയുള്ള ഓർമ്മയിൽ അയാൾ വേട്ടയാടപ്പെട്ടിരിക്കാൻ സാദ്ധ്യത ഉണ്ട്. ആ മനുഷ്യൻ അത്തരം ഒരു നശിച്ച സ്വപ്നം കണ്ടിരിക്കുമെന്ന് ചിന്തിച്ചുകാണും. അയാൾ ഒരു ജോലിക്കാരനാണ്. നിശ്ചയമായും ഒരു ചെരുപ്പുകുത്തിയാണ്, അതിനുശേഷം അയാൾ ഒരുപക്ഷേ, ഇത്തരം കാര്യങ്ങൾ തുടർച്ചയായി ചിന്തിച്ച് തളർന്നു കാണും. അയാളുടെ കുട്ടികൾ ആവലാതിപറയുകയാണ്. അതിന്റെ കൂടെ അയാളുടെ ഭാര്യക്ക് വിശക്കുന്നുണ്ട്. അതിനുശേഷം, എന്റെ ഓമനേ, ചെരുപ്പുകുത്തി മാത്രമല്ല മനസ്സിൽ ഇത്തരം കാര്യങ്ങളുമായി എഴുന്നേല്ക്കുന്നത്. അത് ഒരു കാര്യമാകില്ല. തീർച്ചയായും ആകില്ല; അതിന്റെ കൂടെ ഈ മൊത്തം കാര്യവും മറ്റൊരു ചുറ്റുപാടിൽ ആണെങ്കിൽ പറയാൻ പോലും യോഗ്യമായിരിക്കില്ല. എന്തെന്നാൽ ഇതേ വീട്ടിൽ അവരുടെ മുകളിലത്തെ നിലയിൽ ഒരു വളരെ ധനികനായ മനുഷ്യൻ അവിടെ ഉണ്ട്. അയാളും അയാളുടെ പൊന്നുപൂശിയ മുറിയിൽ രാത്രി മുഴുവൻ ഷൂസുകളെപറ്റി സ്വപ്നം കാണുകയായിരുന്നു. അതായത് കൃത്യമായി ഈ ഷൂസുകളെപ്പറ്റി അല്ല. പക്ഷേ, ഷൂസുകളെപ്പറ്റി ആയിരുന്നു. എന്നിരുന്നാലും അതിനുശേഷം ഈ അർത്ഥത്തിൽ നമ്മൾ എല്ലാവരും ഒരു അളവുവരെ, എന്റെ ഓമനേ ചെരുപ്പുകുത്തികളാണ്. അതിനുശേഷം വീണ്ടും അതൊരു കാര്യമാക്കുന്നില്ല, പക്ഷേ, ബുദ്ധിമുട്ട് ഇതാണ്. ധനവാന്റെ ചെവിക്കുള്ളിൽ അയാൾ തനിച്ച് ജീവിക്കുന്നതിനെപറ്റി ആലോചിക്കരുതെന്ന് പറഞ്ഞുകൊടുക്കാൻ ഒരാളും ഇല്ല. അയാൾ ഒരു ചെരുപ്പുകുത്തി അല്ല, അതിന്റെ കൂടെ അയാളുടെ കുട്ടികൾക്ക് ആരോഗ്യമുണ്ട്. അതുകൂടാതെ അയാളുടെ ഭാര്യക്ക് വിശക്കുന്നില്ല. എന്തുകൊണ്ട് അയാൾക്ക് നാലുചുറ്റും നോക്കി അയാൾക്ക് താല്പര്യമുള്ള ഈ ഷൂസുകളേക്കാൾ കുലീനമായ എന്തെങ്കിലും കണ്ടെത്താൻ കഴിയുന്നില്ല. ഈ കാര്യമാണ് ഞാൻ അന്തരാർത്ഥത്തിൽ നിങ്ങളോട് പറയാൻ ഉദ്ദേശിച്ചത്. ഇത് ഒരുപക്ഷേ, അങ്ങേയറ്റം സ്വതന്ത്രമായ ചിന്ത ആയിരിക്കാം. വാരങ്കാ, പക്ഷേ, ചില സമയങ്ങളിൽ എനിക്ക് ഇത് സംഭവിക്കാറുണ്ട്. അതിനുശേഷം അത് സംഭവിക്കുമ്പോൾ അത് എന്റെ മനസ്സിൽനിന്നും വാക്കുകളായി പുറത്തേക്ക് ഒഴുകുന്നു. അതിനുശേഷം അതുകൊണ്ട് സ്വയം വിനയമുള്ളവനായി ആ തിളച്ചുമറിയലിനേയും ആ കുടുകുടു ശബ്ദങ്ങ

ളേയും ഭയക്കേണ്ട ആവശ്യമൊന്നുമില്ല. അവസാനിപ്പിക്കാനായി ഞാൻ ഇത് പറയും: ഞാൻ തനിച്ച് അപവാദം പറയുകയാണെന്ന് നിങ്ങൾ ഒരുപക്ഷേ, വിചാരിക്കും. അല്ലെങ്കിൽ ഞാൻ വെറുതെ ഒരു മോശം മാന സികാവസ്ഥയിൽ ആണെന്നും അല്ലെങ്കിൽ ഞാൻ ഇതുമുഴുവൻ വെറുതെ ഏതെങ്കിലും പുസ്തകത്തിൽനിന്ന് പകർത്തിയെഴുതിയതാണെന്നും വിചാരിക്കും. അല്ല, എന്റെ ഓമനേ, വീണ്ടും അത് നിങ്ങൾക്ക് ഉറപ്പു നല്കാൻ എന്നെ അനുവദിക്കണം. ഞാൻ അപവാദം പോലെ അങ്ങേ യറ്റം വെറുക്കുന്ന മറ്റൊരു കാര്യവുമില്ല. അതുകൂടാതെ ഞാൻ ഒരു മോശം മാനസികാവസ്ഥയിൽ അല്ല. അതിന്റെ കൂടെ ഞാൻ ഒരു കാര്യവും പകർത്തിയെഴുതിയിട്ടില്ല. അതുകൊണ്ട് അത് ഇവിടെ അവസാനിപ്പിക്കാം.

ഞാൻ ഒരു ദുഃഖഭാവത്തിലാണ് വീട്ടിൽ വന്നത്. വെള്ളം തിളപ്പി ക്കാനുള്ള വാലുള്ള ലോഹപ്പാത്രം അടുപ്പത്തുവച്ച് ഒരു കപ്പ് ചായ തയ്യാ റാക്കുകയായിരുന്നു. ആ സമയത്ത് എന്റെ ദരിദ്രനായ അയൽക്കാരൻ ഗോർഷ്ക്കോവ് പെട്ടെന്ന് അകത്തേക്ക് വന്നു. രാവിലെ അയാൾ എന്റെ മുറിയിലോ മറ്റ് വാടകക്കാരുടെ മുറിയിലോ കയറാൻ ആത്മധൈര്യം ഇല്ലാതെ നടന്നുപോകുന്നത് ഞാൻ കണ്ടിരുന്നു. അയാൾ കടന്നുപോ യിക്കഴിയുമ്പോൾ ഞാൻ ഒരുപക്ഷേ, സൂചിപ്പിക്കുമായിരിക്കും. വാരങ്കാ, ആയതിനാൽ അയാളുടെ ജീവിതം എന്റെ ജീവിതത്തേക്കാൾ താരതമ്യം ഇല്ലാത്തവിധത്തിൽ കൂടുതൽ മോശമാണ്. വളരെ മോശം. അയാൾക്ക് ഭക്ഷണം നല്കാൻ ഒരു ഭാര്യയും കുട്ടികളും ഉണ്ട്! ഞാൻ ഗോർഷോ ക്കോവ് ആയിരുന്നെങ്കിൽ എന്ത് ചെയ്യണമെന്ന് സത്യത്തിൽ എനിക്ക് അറിയില്ലായിരുന്നു. അതിനുശേഷം ആ വിധത്തിൽ, ഗോർഷ്ക്കോവ് മുറി യിൽ പ്രവേശിച്ചതിനുശേഷം ഒരുവാക്കുപോലും പറയാൻ കഴിയാതെ എല്ലാസമയത്തേയും പോലെ അയാളുടെ കണ്ണുനീർ ഒഴുക്കിക്കൊണ്ട് തലകുനിച്ച് നിന്നു. ഞാൻ അയാൾക്ക് ഒരു കസേര നല്കി, ഒരു പൊട്ടിയ കസേര, കാരണം എനിക്ക് മറ്റൊരു കസേര ഇല്ലായിരുന്നു. അതിനുശേഷം ഞാൻ ചായയും നല്കി. വളരെനേരം അയാൾ ക്ഷമ യാചിച്ചുകൊണ്ടി രുന്നു. പക്ഷേ, അവസാനം അയാൾ ചായ ഗ്ലാസ് സ്വീകരിച്ചു. ഞാൻ അയാളെ പഞ്ചസാര എടുക്കാൻ പ്രേരിപ്പിച്ചപ്പോൾ, അയാൾ വളരെനേരം തർക്കിച്ചു നിന്നതിനുശേഷം അതിൽനിന്ന് ഏറ്റവും ചെറിയ കട്ട കണ്ടെ ടുത്തതിനുശേഷം ചായയ്ക്ക് അത്ഭുതകരമായ മധുരം ഉണ്ടായിരുന്നെന്ന് എനിക്ക് ഉറപ്പുനല്കിയിരുന്നു. ദൈവമേ, ദാരിദ്ര്യം ഒരു മനുഷ്യനെ എപ്ര കാരം വിനയമുള്ളവനാക്കി മാറ്റുന്നു! 'നിങ്ങൾ എങ്ങനെയാണ് മുന്നോ ട്ടുപോകുന്നത്?' ഞാൻ ചോദിച്ചു. 'നിങ്ങൾക്ക് നന്ദി' അയാൾ നന്ദി പറ ഞ്ഞതിനുശേഷം തുടർന്നു 'നിങ്ങൾക്ക് കഴിയില്ലേ, മേക്കർ അലക്സി ദേവവിച്ച്, ദൈവത്തിന്റെ അനുകമ്പ എനിക്ക് കാണിച്ചുതന്നതിനുശേഷം ഒരു നിർഭാഗ്യമുള്ള കുടുംബത്തെ സഹായിക്കാൻ കഴിയില്ലേ? എന്റെ ഭാര്യയേയും കുട്ടികളേയും നിങ്ങൾ അറിയുമായിരിക്കും. അവർക്ക് കഴി ക്കാൻ ഒന്നുംതന്നെ ഇല്ല. അതുകൂടാതെ ഒരു അച്ഛനെ അത് എങ്ങനെ

സ്പർശിക്കുമെന്ന് നിങ്ങൾക്ക് സങ്കല്പിക്കാൻ കഴിയും.'

ഞാൻ എന്തെങ്കിലും കാര്യം പറയാൻ തുടങ്ങുകയായിരുന്നു. പക്ഷേ, അയാൾ വീണ്ടും അത് തടസ്സപ്പെടുത്തി: 'എനിക്ക് ഇവിടെ താമസിക്കുന്ന ഓരോ താമസക്കാരനേപ്പറ്റിയും ഭയം ഉണ്ട്; മേക്കർ അലക്സിയേവിച്ച് അതായത് അവരോട് സംസാരിക്കാൻ നാണക്കേട്' തോന്നുന്നവിധത്തിൽ ഭയമില്ല. അവർ അങ്ങേയറ്റം അപ്രാപ്യരാണ്. അങ്ങേയറ്റം ധിക്കാരി കളാണ്. ഞാൻ ഒരിക്കലും എന്റെ കൂട്ടുകാരനും അഭ്യുദയകാംക്ഷിയു മായ നിങ്ങളെ ബുദ്ധിമുട്ടിക്കാൻ ആലോചിക്കില്ല. നിങ്ങൾക്ക് നിങ്ങളുടെ സ്വന്തം ബുദ്ധിമുട്ടുകൾ ഉണ്ടെന്ന് എനിക്ക് അറിയാം. അതായത് നിങ്ങൾക്ക് എന്നെ കൂടുതൽ സഹായിക്കാൻ പറ്റില്ലെന്ന് എനിക്ക് അറിയാം. പക്ഷേ, ദയവായി എനിക്ക് എന്തെങ്കിലും കടം തരണം. ഇതിനുവേണ്ടി നിങ്ങളുടെ അടുത്തുവരുന്നത് എളുപ്പമായിരുന്നില്ല. പക്ഷേ, നിങ്ങളുടേത് എന്തുമാത്രം ഭയമുള്ള മനസ്സാണെന്ന് എനിക്ക് അറിയാം. അതുകൂടാതെ നിങ്ങളും എന്നെപ്പോലെ ആവശ്യക്കാരനാണെന്ന് എനിക്കറിയാം. അതിന്റെ കൂടെ എന്റെ ഭാഗ്യദോഷത്തിൽ എന്നെക്കാൾ കൂടുതൽ സഹ തപിക്കാൻ സാദ്ധ്യതയുണ്ടെന്നും എനിക്കറിയാം.' ഇതിനോടൊപ്പം അയാ ളുടെ ധിക്കാരത്തിനും ലജ്ജയില്ലായ്മയ്ക്കുംവേണ്ടി അയാൾ ധാരാളം ക്ഷമാപണങ്ങൾ കൂട്ടിച്ചേർത്തിരുന്നു. ഞാൻ പറഞ്ഞു. ആയതിനാൽ, നിങ്ങളെ സഹായിക്കുന്നിൽ ഞാൻ സന്തോഷിക്കേണ്ടതായിരുന്നെങ്കിലും എനിക്ക് ഒന്നുംതന്നെ ഉണ്ടായിരുന്നില്ല. നിശ്ചയമായും ഒന്നുംതന്നെ ഇല്ല. 'മേക്കർ അലക്സിയേവിച്ച്, എന്റെ പ്രിയപ്പെട്ട കൂട്ടുകാരാ.' ഞാൻ വീണ്ടും യാചിച്ചു. 'ഞാൻ കൂടുതൽ ആവശ്യപ്പെടുന്നില്ല. പക്ഷേ, കാര്യങ്ങൾ എല്ലാം അങ്ങനെയാണ്: (അതിനുശേഷം ഇവിടെ വച്ച് അയാളുടെ മുഖം ചുവപ്പുനിറമുള്ളതായി മാറി). എന്റെ ഭാര്യയേയും കുട്ടികളെയും നിങ്ങൾക്ക് അറിയാം. അവർ പട്ടിണികിടക്കുകയാണ്. നിങ്ങൾക്ക് വെറും പത്തുകോപ്പക്കുകൾ ചെലവുചെയ്യാൻ പറ്റില്ലേ? ഇത് എന്നെ ഞാൻ വളരെ മോശമാണെന്നുള്ള തോന്നലിൽ എത്തിച്ചിരുന്നു. ശരിയാണ്. ആ മനുഷ്യൻ എന്നെക്കാൾ വളരെ മോശം അവസ്ഥയിൽ ആയിരുന്നു. ആ നിമിഷത്തിൽ എന്റെ കൈവശം ഉണ്ടായിരുന്നത് ഇരുപത് കോപ്പക്കു കൾ ആയിരുന്നു. ഞാൻ ഇത് നാളെയുള്ള അത്യാവശ്യങ്ങൾക്കുവേണ്ടി കണക്കുകൂട്ടി വച്ചിരിക്കുകയായിരുന്നു. 'ഇല്ല' ഞാൻ പറഞ്ഞു. 'എനിക്ക് സത്യത്തിൽ ഇത് ചെലവാക്കാൻ കഴിയില്ല.' ഞാൻ എന്തുകൊണ്ടെന്ന് വിശദീകരിച്ചു. 'എന്റെ പ്രിയപ്പെട്ട മേക്കർ അലക്സിയേവിച്ച് എന്തെങ്കിലും പണം, നിങ്ങൾക്ക് ഇഷ്ടം ഉള്ളതുപോലെ എന്തെങ്കിലും അത് പത്തുകോ പ്പക്കുകൾ മാത്രം ആണെങ്കിൽ പോലും!' ഞാൻ എന്റെ ഇരുപത് കോപ്പ ക്കിന്റെ നാണയം എടുത്ത് അയാൾക്ക് കൊടുത്തു. അതിനുശേഷം ഇരു പതുകോപ്പക്കുകളും ഒരുസഹായം ആണ് അല്ലേ വാരങ്കാ? എന്ത് ദാരിദ്ര്യം ആണ്! ഞങ്ങൾ സംസാരിക്കാൻ ആരംഭിച്ചിരുന്നു. അതിനുശേഷം ഞാൻ അവസാനമായി അയാളോട് അയാൾ ഇത്രമാത്രം പ്രയാസത്തിലായിരി

ക്കുമ്പോൾ എന്തിനാണ് അഞ്ചു റൂബിളിന്റെ മുറി വാടകയ്ക്ക് എടുത്തതെന്ന് അന്വേഷിച്ചു. അയാൾ ആറുമാസംമുമ്പ് ഇങ്ങോട്ട് താമസം മാറ്റിയതാണെന്നും അതിനുശേഷം മൂന്നുമാസത്തെ വാടക അയാൾ മുൻകൂറായി നല്കിയിരിക്കുകയാണെന്നും ആ സമയം കൊണ്ട് അയാളുടെ കണക്കുകൾ ക്രമപ്പെടുത്തുമെന്നുള്ള പ്രതീക്ഷയിലാണെന്നും അയാൾ വിശദീകരിച്ചു. നിശ്ചയമായും അത് ഒരു അതൃപ്തികരമായ ഒരു സംഗതിയാണ്. അയാൾ ഏതോതരത്തിലുള്ള ഒരു നിയമലംഘനം നടത്തിയിരിക്കുകയാണ്. അയാൾ സർക്കാർ ഖജനാവിനെ കബളിപ്പിച്ച് ഏതോ കച്ചവടക്കാരന്റെ കേസിൽ പങ്കുചേർന്നിരിക്കുകയാണ്. ഈ കാര്യം കണ്ടുപിടിക്കപ്പെട്ടുകഴിയുമ്പോൾ ആ വഞ്ചകൻ കോടതിവിചാരണ നേരിടും. അതിനുശേഷം അപ്പോൾ ഗോർഷ്ക്കോവ് കലഹത്തിൽ ഉൾപ്പെടും. ഇപ്പോൾ സത്യത്തിൽ ഗോർഷ്ക്കോവിന് നോട്ടക്കുറവിൽ മാത്രമാണ് കുറ്റമുള്ളത്, രാജ്യതാല്പര്യങ്ങളോടുള്ള കുറ്റപ്പെടുത്താവുന്ന അവഗണനയിൽ. ഈ കേസ് വർഷങ്ങളായി നടന്നുകൊണ്ടിരിക്കുകയാണ്; പക്ഷേ, ഗോർഷ്ക്കോവ് പുതിയ തടസ്സങ്ങളിലേക്ക് ഓടിക്കയറിക്കൊണ്ടിരിക്കുകയാണ്. 'എന്റെ മുകളിൽ കുന്നുകൂടുന്ന ഈ അപകീർത്തിക്ക് ഞാൻ നിരപരാധിയാണ്, ഞാൻ നിരപരാധി ആണ്!' പക്ഷേ, ഈ കേസിൽ അയാൾക്ക് അയാളുടെ മതിപ്പിന്റെ വില കൊടുക്കേണ്ടിവന്നു കുറ്റക്കാരനാണെന്ന് കണ്ടെത്തിയിരുന്നില്ലെങ്കിലും അയാളെ ജോലിയിൽനിന്ന് പിരിച്ചുവിട്ടിരുന്നു. അയാളെ പൂർണ്ണമായും കുറ്റവിമുക്തനാക്കിയിരുന്നില്ല. അയാളെ പൂർണ്ണമായും കുറ്റവിമുക്തനാക്കിയിരുന്നെങ്കിൽ ആ കച്ചവടക്കാരന് പണത്തിന്റെ ഒരു മനോഹരമായ തുക അയാൾക്ക് അയാളുടെ അവകാശമായി കൊടുക്കേണ്ടിവരുമായിരുന്നു. ഞാൻ ഗോർഷ്ക്കോവിന്റെ വാക്കുകൾ സ്വീകരിക്കാൻ തയ്യാറാണ്; പക്ഷേ, കോടതി അത് സ്വീകരിക്കില്ല. അത് സങ്കീർണ്ണമായ ഒരു വിഷയമാണ്. അങ്ങേയറ്റം കെട്ടുപിണഞ്ഞ് കിടക്കുകയാണ്. അങ്ങേയറ്റം സങ്കീർണ്ണമായതുകൊണ്ട് അത് പരിഹരിക്കാൻ നൂറുവർഷത്തിൽ കൂടുതൽ വേണ്ടിവരും. അവർ കെട്ടുകളിൽ ഒരെണ്ണം അഴിച്ചെടുക്കുമ്പോഴേക്കും ആ കച്ചവടക്കാരൻ മറ്റൊരു കെട്ടിനെപ്പറ്റി ആലോചിച്ചിരിക്കും. എനിക്ക് ഗോർഷ്ക്കോവിനെപ്പറ്റി വിഷമം ഉണ്ട്. അതിന്റെ കൂടെ ആഴത്തിൽ സഹതപിക്കുന്നു. അയാൾക്ക് ജോലി ഇല്ല. അയാളുടെ മതിപ്പുകാരണം ഒരാളും അയാൾക്ക് ജോലി നല്കില്ല. അയാൾക്ക് സ്വന്തമായുള്ള എല്ലാകാര്യങ്ങളും വിറ്റുകഴിഞ്ഞിരിക്കുന്നു. ആ കേസ് വലിച്ചുനീട്ടിക്കൊണ്ട് പോകുകയാണ്. അതിന്റെ കൂടെ ഒരു കുട്ടി ഈ തെറ്റായ സമയത്ത് ജനിച്ചിരുന്നു. ഇതിനു മുഴുവൻ തീർച്ചയായും പണച്ചെലവുണ്ട്. കുട്ടിക്ക് അസുഖം വരുമ്പോൾ അതിന് വീണ്ടും പണച്ചെലവുണ്ട്. അതിനുശേഷം അവൻ മരിച്ചപ്പോൾ, വീണ്ടും കൂടുതൽ പണത്തിന്റെ ആവശ്യം ഉണ്ടായിരുന്നു. അയാളുടെ ഭാര്യക്ക് അസുഖം ഉണ്ടായിരുന്നു. അതിനുശേഷം അയാൾക്കും ഒരു പഴയ രോഗം ഉണ്ടായിരുന്നു. ചുരുക്കത്തിൽ അയാൾ അനുഭവിച്ചിരുന്നു.

എന്തായാലും ഏതാനും ദിവസങ്ങൾക്കുള്ളിൽ ഒരു അനുകൂലതീരുമാനം ഉണ്ടാകുമെന്നാണ് അയാൾ ഉറപ്പിച്ച് പറയുന്നത്. അതിനുശേഷം അതിനെപ്പറ്റി സംശയമൊന്നും ഉണ്ടാവില്ല. വാരങ്കാ, ഞാൻ അയാൾക്കു വേണ്ടി അങ്ങേയറ്റം വിഷമിക്കുകയാണ്. ഞാൻ എനിക്ക് കഴിയുന്നതു പോലെ അയാളെ സാന്ത്വനിപ്പിക്കാൻ ശ്രമിച്ചിരുന്നു. അയാൾ എല്ലാം നഷ്ട പ്പെട്ട ഒരു ചെറിയ മനുഷ്യനാണ്. അയാൾക്ക് സംരക്ഷണത്തിന്റെ അത്യാ വശ്യം ഉണ്ട്. എന്റെ ഓമനേ, വിട. ക്രിസ്തു നിങ്ങളോടൊപ്പം ഉണ്ടാക ട്ടെ. അതിനുശേഷം അദ്ദേഹം നിങ്ങളുടെ നല്ല ആരോഗ്യം കാത്തുസൂ ക്ഷിക്കട്ടെ. വാരങ്കാ എന്റെ സ്വന്തം ഓമനേ! നിങ്ങളെപ്പറ്റി ആലോചിക്കു ന്നത് ആത്മാവിന് ഒരു സുഗന്ധക്കുഴമ്പാണ്. അതിന്റെ കൂടെ നിങ്ങൾക്കു വേണ്ടി ബുദ്ധിമുട്ടുന്നത്, ഒരു ആശ്വാസമാണ്.

നിങ്ങളുടെ വിശ്വസ്തനായ കൂട്ടുകാരൻ
മേക്കർ ഡിവുഷ്ക്കിൻ

സെപ്തംബർ 9

വാർവാരാ അലക്സിയേവ്നാ, എന്റെ ഓമനേ,

ഞാൻ ഏറക്കുറെ എന്റെ മനസ്സിനു പുറത്താണ്: ഒരു ഭയാനകമായ കാര്യം സംഭവിച്ചിരിക്കുന്നു. എന്റെ തല ഒരു കറക്കത്തിലാണ്. അതിനു ശേഷം എന്റെ ചുറ്റുമുള്ള എല്ലാ കാര്യങ്ങളും കറങ്ങിക്കൊണ്ടിരിക്കുക യാണ്. എനിക്ക് എന്താണ് പറയാനുള്ളതെന്ന് നിങ്ങൾക്കും ഒരിക്കലും ഊഹിക്കാൻ കഴിയില്ല. നമ്മൾ ഒരിക്കലും ഇത്തരം ഒരു കാര്യം സങ്ക ല്പിച്ചിട്ടില്ല. ഇല്ല, എനിക്ക് അത് എന്റെ മനസ്സിൽ അനുഭവിക്കാൻ കഴി ഞ്ഞിരിക്കില്ല! കഴിഞ്ഞദിവസം ഇതുപോലെ ഏതോ കാര്യം എനിക്ക് സ്വപ്നത്തിൽപോലും ഉണ്ടായിരുന്നു

സംഭവിച്ചത് ഇതാണ്. ഞാൻ എന്റെ പേനയിൽ വരുന്നതുപോലെ ഒരു ശൈലിയുമില്ലാതെ അത് നിങ്ങളോട് വിശദീകരിക്കും, ഇന്നു രാവിലെ ഞാൻ പതിവുപോലെ ഓഫീസിൽ പോയിരുന്നു, എഴുത്തുമേശയുടെ അടുത്തുള്ള എന്റെ സ്ഥലത്തിരുന്ന് എഴുതാൻ ആരംഭിച്ചിരുന്നു. ഇവിടെ ഞാൻ നിശ്ചയമായും എടുത്തുപറയും, എന്റെ ഓമനേ, ഞാൻ ഇതുത ന്നെയാണ് ഇന്നലെയും ചെയ്തുകൊണ്ടിരുന്നത്. അപ്പോളാണ് ടിമോഫീ ഇവാനോവിച്ച് നേരിട്ട് എന്റെ അടുത്തുവന്നിട്ട് അയാൾക്ക് ഒരു കടലാസ് ഉടൻതന്നെ പകർത്തിയെഴുതാൻ ഉണ്ടെന്ന് എന്നോട് പറഞ്ഞത്. "ദയ വായി ഇത് കഴിയുന്നത്ര വൃത്തിയായി പെട്ടെന്ന് പകർത്തിയെഴുതണം." അയാൾ പറഞ്ഞു. "ഇത് ഇന്ന് മഹാരാജാവിന് ഒപ്പിടാനുള്ളതാണ്." ഞാൻ നിശ്ചയമായും സൂചിപ്പിക്കും. എന്റെ ഓമനേ, അതായത് ഇന്നലെ ഞാൻ മൊത്തത്തിൽ ഈ ഞാൻ അല്ലായിരുന്നു. എനിക്ക് അങ്ങേയറ്റം ദുഃഖവും അതിന്റെ കൂടെ ഒറ്റപ്പെടലും അനുഭവപ്പെട്ടിരുന്നു. എന്റെ മനസ്സ് മ്ലാനമായിരുന്നു. അതിന്റെ കൂടെ ഭയന്നിരുന്നു. ഞാൻ നിങ്ങളെപ്പറ്റി അങ്ങേ യറ്റം അസ്വസ്ഥനായിരുന്നു. എന്റെ ഓമനേ, ഞാൻ ജോലി ചെയ്യാൻവേണ്ടി

ഇരുന്നു. അതിനുശേഷം ആ രേഖ കൃത്യമായി നല്ലരീതിയിൽ പകർത്തിയെഴുതി. അതിനുശേഷം, ഒരുപക്ഷേ, അത് ചെകുത്താന്റെ പ്രവൃത്തി ആയിരുന്നിരിക്കാം; അല്ലെങ്കിൽ അത് മുകളിൽനിന്ന് മുൻകൂട്ടി തീരുമാനിച്ചതായിരുന്നിരിക്കാം. അല്ലെങ്കിൽ അത് വെറുതെ ആ രീതിയിൽ സംഭവിക്കുന്നതായിരിക്കാം; ഞാൻ ഒരുവരി എഴുതിയില്ല. അതിനുശേഷം അർത്ഥങ്ങൾക്ക് എങ്ങനെ വ്യത്യാസം വന്നിരുന്നെന്ന് ദൈവത്തിന് അറിയാം, അവിടെ എന്തെങ്കിലും അർത്ഥം വിട്ടുപോയിരുന്നെങ്കിൽ. ഇന്നലെ അവർ ആ കടലാസുമായി പോയത് താമസിച്ചായിരുന്നു. അതിനുശേഷം മഹാരാജാവ് ഇന്ന് മാത്രമാണ് ആ കടലാസ് ഒപ്പിട്ടത്. ഞാൻ ഒരു കാര്യം സംശയിക്കാതെയാണ് ഓഫീസിൽ വന്നത്. അതിനുശേഷം യമല്യൻ ഇവാനോവിച്ചിന്റെ തൊട്ടടുത്തുള്ള എന്റെ സ്ഥലത്ത് ഇരുന്നു. ഇവിടെ ഞാൻ നിശ്ചയമായും സൂചിപ്പിക്കും; എന്റെ ഓമനേ, കുറച്ചുസമയത്തേക്ക് ഞാൻ വിശേഷിച്ചും സംശയമുള്ളവൻ ആയിരുന്നു. അതിന്റെ കൂടെ നാണക്കേടുള്ളവനും ആയിരുന്നു. ഞാൻ ഒരാളുടെ മുഖത്തും നോക്കാതിരിക്കാൻ ശ്രമിച്ചുകൊണ്ടിരിക്കുകയായിരുന്നു. ഒരു കസേരയുടെ കിറുകിറാ ശബ്ദംപോലും എന്നെ ഭയപ്പെടുത്തിയിരുന്നു. അതിനുശേഷം ഇന്നും ഞാൻ ജീവനുള്ളതിനേക്കാൾ മരിച്ച രീതിയിൽ എന്റെ തല ഒരു ആമയെപ്പോലെ ഉള്ളിലേക്ക് വലിച്ചിരുന്നു. അതുകൊണ്ട് യഫിം അകിമോവിച്ച് (ലോകത്തിലെ ഏറ്റവും മോശം പ്രായോഗികബുദ്ധിയുള്ള തമാശക്കാരൻ) എല്ലാവരും കേൾക്കാൻ വേണ്ടി പറഞ്ഞു. "മേക്കർ അലക്സിയേവിച്ച്, നിങ്ങൾ വെറുതെ നിങ്ങളെ ഒന്ന് നോക്കൂ." അതിനുശേഷം ഇവിടെ അയാൾ അത്തരത്തിലുള്ള ഒരു വിചിത്രമായ മുഖഭാവം കാണിച്ചതുകൊണ്ട് അവർ എല്ലാവരും പൊട്ടിച്ചിരിച്ചുകൊണ്ട് അലറിവിളിച്ചിരുന്നു. അതിനുശേഷം തീർച്ചയായും അവർ അതിലേക്ക് പോയിരുന്നു. പക്ഷേ, ഞാൻ വെറുതെ കണ്ണടച്ചിരുന്നു. എന്റെ ചെവികൾ നിവർത്തിയതിനുശേഷം ഒന്നും കാണുകയോ കേൾക്കുകയോ ചെയ്യുന്നില്ലെന്ന് അഭിനയിച്ചു. എന്നെ തനിച്ചാക്കിയതിനുശേഷം അവർ എന്നെ ഉപേക്ഷിച്ചുപോകാൻ ഏറ്റവും നല്ല വഴി അതായിരുന്നു. വളരെ പെട്ടെന്ന് അവിടെ വളരെ ദൂരെനിന്ന് ഒരു ബഹളം ഉണ്ടായിരുന്നു. അതിനുശേഷം പിന്നീട് എന്റെ പേര് സൂചിപ്പിക്കപ്പെട്ടിരുന്നു– എനിക്ക് അത് വിശ്വസിക്കാൻ കഴിഞ്ഞിരുന്നില്ല. അത് എന്നെ ആയിരുന്നു അവർ വിളിച്ചുകൊണ്ടിരുന്നത്, ഡിവുഷ്ക്കിൻ. എന്റെ ഹൃദയത്തിൽ ധാരാളം മിടിപ്പുകൾ നഷ്ടപ്പെട്ടിരുന്നു– ഞാൻ എന്തുകൊണ്ടാണ് അത്രത്തോളം ഭയന്നുപോയതെന്ന് എനിക്ക് അറിയില്ല. എന്റെ ജീവിതത്തിൽ ഇതുവരെ ഭയന്നിട്ടുള്ളതിനേക്കാൾ കൂടുതൽ ഞാൻ ഭയന്നിരുന്നു. ഞാൻ കസേരയിൽ വേരുറച്ച് ഇരിക്കുകയായിരുന്നു. അതിനുശേഷം അനങ്ങിയിരുന്നില്ല– അവർ വിളിച്ചിരുന്നത് എന്നെ അല്ലെന്നുള്ള രീതിയിൽ. അതിനുശേഷം ആ ശബ്ദങ്ങൾ എന്റെ നേരേ മുകളിൽനിന്ന് കേൾക്കുന്നുവരെ കൂടുതൽ കൂടുതൽ അടുത്തടുത്തുവരുകയായിരുന്നു. 'ഡിവുഷ്ക്കിൻ ഡിവുഷ്ക്കിൻ! ഡിവുഷ്ക്കിൻ എവിടെയാണ്?' ഞാൻ മുകളിലേക്ക് നോക്കി. അവിടെ നിന്നിരുന്ന യവ്സ്റ്റാഫി ഇവനോവിച്ച് പറയുന്നുണ്ടായിരുന്നു. 'മേക്കർ അലക്സിയേ

വിച്ച്, മഹാരാജാവ് നിങ്ങളെ പെട്ടെന്ന് കാണാൻ ആഗ്രഹിക്കുന്നു. നിങ്ങൾ ആ രേഖ താറുമാറാക്കിയിരിക്കുന്നു!' അത്രമാത്രമേ പറഞ്ഞുള്ളൂ. പക്ഷേ, അത് മതിയായിരുന്നു. അത് ശരിയല്ലേ? ഞാൻ മൊത്തത്തിൽ തണുത്തുറഞ്ഞുപോയിരുന്നു. അതിന്റെ കൂടെ ഏറക്കുറെ ബോധം നഷ്ടപ്പെട്ടിരുന്നു. ഞാൻ സത്യത്തിൽ ജീവനുള്ളതിനേക്കാൾ മരിച്ചിരുന്നു. ആ നിമിഷത്തിൽ ഞാൻ എന്താണ് ചിന്തിച്ചുകൊണ്ടിരുന്നതെന്ന് പോലും എനിക്ക് പറയാൻ കഴിയുമായിരുന്നില്ല. ഞങ്ങൾ ഒരു മുറിയിലൂടെ കടന്നുപോയതുമാത്രം എനിക്ക് ഓർമ്മയുണ്ട്. അതിനുശേഷം മറ്റൊരുമുറി, അതിനുശേഷം മറ്റൊന്ന്, അതിനുശേഷം എന്നിട്ടും മറ്റൊന്ന്. സ്വകാര്യഓഫീസിനുള്ളിലേക്ക്. ഞാൻ സന്നിധാനത്തിൽ ആയിരുന്നു! അവിടെ മഹാരാജാവും മറ്റുള്ളവർ എല്ലാവരും ഉണ്ടായിരുന്നു. ഞാൻ ഭയന്നുപോയിരുന്നു. ഞാൻ തലകുമ്പിടാൻപോലും മറന്നു. എന്റെ ഓമനേ, ഞാൻ അവിടെ തക്കതായ കാരണങ്ങൾകൊണ്ട് പേടിച്ച് വിറയ്ക്കുന്ന കാൽമുട്ടുകളും ചുണ്ടുകളുമായി നില്ക്കുകയായിരുന്നു: ആദ്യമായി ഞാൻ വലതുവശത്തുള്ള കണ്ണാടിയിലേക്ക് നോക്കാൻ ഇടയായി. അതിനുശേഷം ഞാൻ അവിടെ എന്താണോ കണ്ടത് അത് ആരെയും താറുമാറാക്കാൻ വേണ്ടത്ര ഉണ്ടായിരുന്നു. അതിനുശേഷം രണ്ടാമതായി ഞാൻ ജീവിച്ചിരിക്കുന്നില്ലെന്നുള്ള രീതിയിൽ എല്ലാ സമയത്തും പെരുമാറിയിരുന്നു. അതുകൊണ്ട് മഹാരാജാവിന് ഞാൻ ഒരിക്കലും ജീവിക്കുന്നില്ലെന്ന് മനസ്സിലായിരിക്കും എന്നതിൽ സംശയമില്ല. ഒരുപക്ഷേ, ആരെങ്കിലും ഒരാൾ മന്ത്രിസഭയിൽ ഡിവുഷ്ക്കിൻ എന്ന് പറഞ്ഞത് അദ്ദേഹം കേട്ടിരിക്കാം. പക്ഷേ, അത് ആരാണെന്ന് കണ്ടെത്താൻ ഒരിക്കലും അദ്ദേഹം ബുദ്ധിമുട്ടിയിരുന്നില്ല.

'ഇതിന്റെ അർത്ഥം എന്താണ്?' അദ്ദേഹം കോപത്തോടെ ആരംഭിച്ചു. 'അശ്രദ്ധ ഇത് അതാണ്. ഉടൻ വേണ്ടുന്ന ഒരു പ്രാധാന്യമുള്ള രേഖ നശിപ്പിക്കപ്പെട്ടിരിക്കുന്നു!' മഹാരാജാവ് ഇപ്പോൾ യവ്സ്റ്റാഫി ഇവാനോവിച്ചിന്റെ നേർക്ക് തിരിഞ്ഞു. അതിനുശേഷം അദ്ദേഹം എന്താണോ പറഞ്ഞത് അതിന്റെ കഷണങ്ങൾ മാത്രമാണ് എനിക്ക് കേൾക്കാൻ കഴിഞ്ഞിരുന്നത്. 'ഇത്തരം ശ്രദ്ധക്കുറവ്.. അതിരുകടന്ന ബുദ്ധിമുട്ടുകൾ' പലതവണ ക്ഷമചോദിക്കാൻ വേണ്ടി ഞാൻ വായ തുറന്നു. പക്ഷേ, ഒരു ശബ്ദവും പുറത്തുവന്നില്ല. ഞാൻ ഓടിപ്പോകാൻ ആഗ്രഹിച്ചിരുന്നു. പക്ഷേ, ധൈര്യം ഉണ്ടായിരുന്നില്ല. അതുകഴിഞ്ഞ്, അതിനുശേഷമാണ് ഏറ്റവും മോശം കാര്യം വന്നിരുന്നത്. അങ്ങേയറ്റം മോശമായ കാര്യം, അതായത് എന്റെ പേനാ നാണക്കേട് കൊണ്ട് വിറച്ചിരുന്നു! എന്റെ കോട്ടിന്റെ മുകളിലുള്ള ഒരു ബട്ടൺ, അതിനെ ശപിക്കണം. ഒരു ഒറ്റനൂലിൽ തൂങ്ങിക്കിടന്നിരുന്ന ഒരു ബട്ടൺ പെട്ടെന്ന് പൊട്ടിവീണ് കുതിച്ചുചാടിയശേഷം തുള്ളിക്കളിച്ച് കിലുങ്ങിക്കൊണ്ട് മഹാരാജാവിന്റെ പാദങ്ങളിലേക്ക് കൃത്യമായി ഉരുണ്ടുപോയിരുന്നു. ഇത് പൊതുവായുള്ള നിശ്ശബ്ദതയ്ക്ക് ഇടയിൽ ആയിരുന്നു. എന്റെ എല്ലാ കാര്യങ്ങൾക്കുമുള്ള ക്ഷമാപണങ്ങൾക്കും ഒഴികഴിവുകൾക്കും ഞാൻ മഹാരാജാവിനോട് ആത്മരക്ഷയ്ക്ക് വേണ്ടി ഒരു മറുപടി പറയാൻ പോകുകയായിരുന്നു. അനന്തര

ഫലങ്ങൾ വിശദീകരിക്കാൻ വളരെക്കൂടുതൽ ഭയാനകമായിരുന്നു. മഹാരാജാവ് എന്റെ വേഷത്തിന്റെയും രൂപത്തിന്റെയും വിശദാംശങ്ങൾ ശ്രദ്ധിച്ചുകൊണ്ട് എന്റെ മുകളിലേക്ക് അദ്ദേഹത്തിന്റെ കണ്ണുകൾ തിരിച്ചു. ഞാൻ കണ്ണാടിയിൽ കണ്ടത് എന്തായിരുന്നോ ആ കാര്യം ഓർമ്മിച്ചു. അതിനുശേഷം ആ ബട്ടൺ തിരിച്ചെടുക്കാൻ വേണ്ടി താഴോട്ട് കുനിഞ്ഞു. അതു ചെയ്യാൻ എന്നെ കൈവശപ്പെടുത്തിയിരുന്നത് എന്തായിരുന്നു! ഞാൻ അതിനെ പെട്ടെന്ന് പിടിയിലാക്കി; പക്ഷേ, ആ സാധനം ഉരുളുകയും അതിന്റെ കൂടെ തുള്ളിക്കളിക്കുകയും ചെയ്യുന്നുണ്ടായിരുന്നു. അതിനുശേഷം നിങ്ങൾ മനസ്സിലാക്കണം, ഞാനും എന്റെ നൈപുണ്യത്തെ സ്വയം തിരിച്ചറിഞ്ഞിരുന്നു. ഞാൻ എന്റെ പഞ്ചേന്ദ്രിയങ്ങൾ എന്നെ ഉപേക്ഷിച്ചുപോകുന്നത് അനുഭവിക്കുന്നുണ്ടായിരുന്നു. എല്ലാം നഷ്ടപ്പെട്ടിരുന്നു; എന്റെ മതിപ്പ്, അതിന്റെകൂടെ എല്ലാക്കാര്യങ്ങളും വീണ്ടെടുക്കാൻ കഴിയാത്തതുപോലെ നഷ്ടപ്പെട്ടിരുന്നു! എന്റെ മനസ്സിന്റെ ആശയക്കുഴപ്പത്തിനുള്ളിൽ എനിക്ക് ഫെൽഡോനിയുടെയും തെരേസായുടെയും അലർച്ചയും അതിനുശേഷമുള്ള കരച്ചിലും അതിന്റെകൂടെ ആയിരം നാവുകളിൽനിന്നുള്ള അപവാദങ്ങളും എന്തായാലും കേൾക്കാൻ കഴിയുന്നുണ്ടായിരുന്നു. അവസാനം ഞാൻ ബട്ടൺ എടുത്തുകൊണ്ട് നിവർന്നുനിന്നു. ഞാൻ എന്റെ വശങ്ങളിൽ കൈകൾ ചേർത്തുവച്ചുകൊണ്ട് യാതൊരു അനക്കവുമില്ലാതെ നില്ക്കേണ്ടതായിരുന്നു. പക്ഷേ, ഇല്ല: എനിക്ക് ആ ബട്ടണുമായി ദുഷ്കരമായ പ്രവൃത്തി ചെയ്യേണ്ടിവന്നിരുന്നു. ബട്ടണിന് വീണ്ടും ഒട്ടിപ്പിടിക്കാൻ കഴിയും എന്നുള്ള രീതിയിൽ ഞാൻ ബട്ടണിന്റെ തുളയിലേക്ക് പൊട്ടിയ നൂലുകൾ തള്ളിക്കയറ്റാൻ ശ്രമിക്കുകയായിരുന്നു. ഈ സമയം മുഴുവൻ ഞാൻ പുഞ്ചിരിച്ചുകൊണ്ടിരുന്നു. നിങ്ങൾ മനസ്സിലാക്കണം. മഹാരാജാവ് തിരിഞ്ഞ് ദൂരത്തേക്ക് നടന്നു. എനിക്ക് മറ്റൊരു നോട്ടം കൂടി തന്നതിനു ശേഷം യവ്സ്റ്റാഫി ഇവനോവിച്ചിനോട് പറഞ്ഞു. 'എന്താണ് ഇതിന്റെ അർത്ഥം? വെറുതെ ആ മനുഷ്യനെ ഒന്ന് നോക്കൂ! എന്താണ് അയാളോടൊപ്പമുള്ള കാര്യം? ഞാൻ സ്വയം തിരിച്ചറിഞ്ഞിട്ടുണ്ട്. ഞാൻ പറഞ്ഞത് ശരിയല്ലേ?" അതിനുശേഷം യവ്സ്റ്റാഫി ഇവനോവിച്ച് അദ്ദേഹത്തിനോട് മറുപടി പറഞ്ഞു. 'ഒരു പൂർണ്ണമായും കുറ്റമറ്റ പൂർവ്വകാലം പെരുമാറ്റം മാതൃകാപരം, ശമ്പളം നിരക്കുകൾക്ക് അനുസരിച്ച്'

'ശരി, എങ്ങനെയെങ്കിലും അയാളെ സഹായിക്കണം.' മഹാരാജാവ് പറഞ്ഞു. 'അയാൾക്ക് മുൻകൂറായി എന്തെങ്കിലും കാര്യം അനുവദിച്ചു കൊടുക്കണം.'

'പക്ഷേ, അയാൾ അയാൾക്ക് കിട്ടാനുള്ളതെല്ലാം പിൻവലിച്ചുകഴിഞ്ഞു. അയാളുടെ പെരുമാറ്റം മികച്ചതായിട്ടും അയാളുടെ പൂർവ്വകാലം വൃത്തിയുള്ളതായിട്ടും പൂർണ്ണമായും വൃത്തിയുള്ളതായിട്ടും, ചുറ്റുപാടുകളായിരിക്കണം അയാളെ ഇതിലേക്ക് നയിച്ചത്. അയാൾക്ക് എതിരായി ഒരു കാര്യവും ഇല്ല.'

ഞാൻ, എന്റെ ഓമനേ, നരകത്തിലെ തീയിൽക്കിടന്ന് വെന്തുരുകയായിരുന്നു. 'ശരി, ശരി' മഹാരാജാവ് ഉറക്കെയുള്ള ശബ്ദത്തിൽ പറഞ്ഞു.

'ആ കടലാസ് കഴിയുന്നത്ര വേഗത്തിൽ പകർത്തിയെഴുതണം. ഡിവുഷ്ക്കിൻ, ഇവിടെ വരൂ. ഈ കടലാസ് ഒരു തെറ്റുപോലും ഇല്ലാതെ കഴിയുന്നത്ര വേഗത്തിൽ പകർത്തിയെഴുതണം. അതിനുശേഷം ശ്രദ്ധിക്കണം...' ഇവിടെ വച്ച് മഹാരാജാവ് മറ്റുള്ളവരെ പറഞ്ഞയച്ചു. അതിനുശേഷം ഞങ്ങൾ മാത്രം ഒറ്റപ്പെട്ടിരുന്നു. പെട്ടെന്ന് അദ്ദേഹം പോക്കറ്റിൽനിന്ന് ഒരു പണസഞ്ചി പുറത്തെടുത്ത് ഒരു നൂറു റൂബിളിന്റെ ബാങ്ക് നോട്ട് കണ്ടെത്തിയതിനുശേഷം എന്റെ കൈക്കുള്ളിലേക്ക് അത് ചേർത്തുവച്ചു തന്നു. 'ഇവിടെ... നിങ്ങൾക്ക് ഇഷ്ടമാണെങ്കിൽ, ഇതിനെ ഒരു കടമായി പരിഗണിക്കുക. എനിക്ക് നിങ്ങൾക്കുവേണ്ടി എന്തെങ്കിലും കാര്യം ചെയ്യാൻ ഇഷ്ടമാണ്.' ഞാൻ ഞെട്ടിപ്പോയി. എന്റെ മാലാഖേ, എന്താണ് നടന്നുകൊണ്ടിരിക്കുന്നതെന്ന് മനസ്സിലാകാതെ ഞാൻ നിശ്ശബ്ദനായിപ്പോയി. ഞാൻ അദ്ദേഹത്തിന്റെ ആ കൈ ചുംബിക്കേണ്ടതായിരുന്നു. പക്ഷേ, അദ്ദേഹം വളരെ ചുവപ്പുനിറമായി മാറിയിരുന്നു. ആ പ്രിയപ്പെട്ട മനുഷ്യൻ, അതിനുശേഷം പിന്നീട് വാരങ്കാ, ഞാൻ അല്പംപോലും അതിശയോക്തി കലർത്തുന്നില്ല— അദ്ദേഹം എന്റെ അനർഹമായ കൈ അദ്ദേഹത്തിന്റെ കൈയിൽ എടുത്തുകൊണ്ട് ഞാൻ അദ്ദേഹത്തിന് തുല്യനാണെന്ന രീതിയിൽ കുലുക്കിയിരുന്നു.

'നിങ്ങൾക്കുവേണ്ടി കൂടുതൽ എനിക്ക് ചെയ്യാൻ കഴിയാത്തതിൽ വിഷമം ഉണ്ട്" അദ്ദേഹം പറഞ്ഞു. 'കൂടുതൽ തെറ്റുകൾ ഉണ്ടാക്കരുത്. എന്ത് സംഭവിച്ചോ, അതിനുള്ള കുറ്റം നമുക്ക് പങ്കിട്ടെടുക്കാം.'

ഇപ്പോൾ ഇവിടെ ഞാൻ നിങ്ങളോടും ഫെഡോറായോടും എന്താണ് ആവശ്യപ്പെടുന്നത്: ദയവായി എല്ലാദിവസവും മഹാരാജാവിനുവേണ്ടി പ്രാർത്ഥിക്കണം. അതിന്റെ കൂടെ എനിക്ക് കുട്ടികൾ ഉണ്ടായിരുന്നെങ്കിൽ ഞാൻ അവരോട് അവരുടെ അച്ഛനുവേണ്ടി പ്രാർത്ഥിക്കുന്നതിനേക്കാൾ കൂടുതൽ മഹാരാജാവിനുവേണ്ടി പ്രാർത്ഥിക്കാൻ പറയുമായിരുന്നു. എല്ലാ ഗൗരവത്തോടും കൂടി ഞാൻ ഇതുകൂടി പറയുമായിരുന്നു— എന്റെ ഓമനേ, ഞാൻ സത്യസന്ധമായി പറയുകയാണ്— നമ്മുടെ ഏറ്റവും മോശപ്പെട്ട ദിവസങ്ങളിലെ തീവ്രവേദന ഭയാനകമായിരുന്നെങ്കിലും നിങ്ങൾക്ക് നരകിക്കേണ്ടിവന്നിരുന്നതിന്റെ കുറവുകൾ മനസ്സിലാക്കിക്കൊണ്ടും അതിനുശേഷം എന്റെ സ്വന്തം നാണക്കേടുകളും നിസ്സഹായതയും കാരണം, ഇതെല്ലാം സംഭവിച്ചിട്ടും, ഈ നൂറുറൂബിളുകൾ തന്നുകൊണ്ട് മഹാരാജാവ് എന്റെ കൈകുലുക്കുന്നത് ഒരു നോക്കുകുത്തിയുടെയും മദ്യപാനിയുടെയും കൈകുലുക്കുന്നതിനോളം പ്രിയങ്കരമല്ലെന്ന് ഞാൻ സത്യം ചെയ്യുന്നു. അദ്ദേഹം വീണ്ടും എന്റെ ഉള്ളിൽനിന്ന് ഒരു മനുഷ്യനെ നിർമ്മിച്ചിരിക്കുന്നു. അദ്ദേഹം എന്റെ ആത്മാവിനെ വീണ്ടെടുത്തിരിക്കുന്നു. അതിനുശേഷം എന്റെ ജീവിതത്തെ എല്ലാ കാലത്തേക്കുംവേണ്ടി മധുരമുള്ളതാക്കിയിരിക്കുന്നു. എന്നെ അതിനെപ്പറ്റി ശക്തമായി ബോദ്ധ്യപ്പെടുത്തിയിരിക്കുന്നു അതായത് ഒരുപക്ഷേ, ഞാൻ പാപിയായിരുന്നെങ്കിലും മഹാരാജാവിനുവേണ്ടിയുള്ള എന്റെ പ്രാർത്ഥനകൾക്ക് ഉത്തരം ലഭിക്കും.

വാരങ്കാ, ഞാൻ വളരെയധികം ഇളക്കിമറിക്കപ്പെട്ടവനാണ്. ഞാൻ

അങ്ങേ വ്യഗ്രതയുള്ളവൻ ആണ്. എന്റെ മനസ്സ് എന്റെ നെഞ്ചിനുള്ളിൽനിന്ന് പുറത്തുചാടുകയാണ്. അതിന്റെ കൂടെ ഞാൻ ദുർബ്ബലനാണ്. ഞാൻ നിങ്ങൾക്ക് അൻപത് റൂബിളിന്റെ ബാങ്ക് നോട്ടുകൾ അയച്ചു തന്നിരിക്കുകയാണ്. ഞാൻ എന്റെ വീട്ടുടമസ്ഥയ്ക്ക് ഇരുപത് റൂബിൾ കൊടുക്കും. ഏതായാലും എനിക്ക് മുപ്പത്തഞ്ച് റൂബിൾ ബാക്കിവരും. ഞാൻ ഏകദേശം ഇരുപത് എന്റെ തുണികളുടെ കേടുപാടുകൾ തീർക്കാൻ ഉപയോഗിക്കും. അതിനുശേഷം മറ്റ് ആവശ്യങ്ങൾക്കുവേണ്ടി അവിടെ പതിനഞ്ച് റൂബിൾ ഉണ്ടായിരിക്കും. ഇന്ന് കാലത്ത് ഉണ്ടായ തോന്നലുകൾ എന്നെ പൂർണ്ണമായും താറുമാറാക്കിയിരുന്നു. ഞാൻ കിടക്കുന്നതായിരിക്കും കൂടുതൽ നല്ല കാര്യം. അതിനുശേഷം ഞാൻ മനസ്സമാധാനം ഉള്ളവൻ ആയിരുന്നു. അതിനുശേഷം എന്റെ മനസ്സ് വിശ്രമിക്കുകയായിരുന്നു. ഇപ്പോൾ എന്തായാലും എന്റെ ആത്മാവിന് മാത്രമാണ് വേദനിക്കുന്നത്. അതിനുശേഷം എന്റെ ഉള്ളിൽ ആഴത്തിൽ അത് വിറയ്ക്കുന്നതും അതിന്റെ കൂടെ എന്നെ ഉണർത്തുന്നതും എനിക്ക് കേൾക്കാൻ കഴിയുന്നുണ്ട്. ഞാൻ നിങ്ങളെ പിന്നീട് സന്ദർശിക്കാം. ഈ സംഭവങ്ങൾക്കെല്ലാം ശേഷം എനിക്ക് വളരെക്കൂടുതൽ തലചുറ്റുന്നുണ്ട്. എന്റെ ഓമനേ, എന്റെ ഏറ്റവും പ്രിയപ്പെട്ട ഹൃദയമേ, ദൈവം എല്ലാവരേയും കണ്ടുകൊണ്ടിരിക്കുകയാണ്.

നിങ്ങളുടെ കൂട്ടുകാരൻ
മേക്കർ ഡിവുഷ്ക്കിൻ

സെപ്തംബർ 10

എന്റെ പ്രിയപ്പെട്ട മേക്കർ അലക്സിയേവിച്ച്,

നിങ്ങളുടെ നല്ല ഭാഗ്യത്തെപ്പറ്റി കേൾക്കാൻ കഴിഞ്ഞതിൽ ഞാൻ വളരെ സന്തോഷിക്കുന്നു. അതിനോടൊപ്പം നിങ്ങളുടെ പ്രധാന മേലധികാരിയുടെ അനുകമ്പയെ പൂർണ്ണമായും വിലമതിക്കുന്നു. ഇപ്പോൾ നിങ്ങളുടെ ശ്രദ്ധകളിൽനിന്ന് ഒരുപക്ഷേ, നിങ്ങൾക്ക് വിശ്രമം ലഭിക്കുമായിരിക്കാം. പക്ഷേ, ദൈവത്തിനോടുള്ള സ്നേഹത്തിനുവേണ്ടി നിങ്ങളുടെ പണം ധൂർത്തടിക്കരുത്. ശാന്തമായി ജീവിക്കുക. അതിനുശേഷം നിങ്ങൾക്ക് കഴിയുന്നത്ര വിനയത്തോടെ ജീവിക്കുക. അതിനുശേഷം ഒരംശം നിക്ഷേപിക്കുക. ചെറിയതോതിൽ ആണെങ്കിൽപ്പോലും അതുകൊണ്ട് ഭാഗ്യദോഷം നിങ്ങളെ തയ്യാറില്ലാത്തവനായി കണ്ടെത്തുകയില്ല. ദയവായി ഞങ്ങളെപ്പറ്റി വേവലാതിപ്പെടരുത്. ഫെഡോറായും ഞാനും എങ്ങനെയെങ്കിലും കഴിച്ചുകൂട്ടിക്കൊള്ളാം. മേക്കർ അലക്സിയേവിച്ച്, നിങ്ങൾ എന്തിനാണ് ഞങ്ങൾക്ക് ഇത്രയധികം പണം അയച്ചുതരുന്നത്? ഞങ്ങൾക്ക് സത്യത്തിൽ ഇത്രയധികം പണത്തിന്റെ ആവശ്യമില്ല—ഞങ്ങൾ ഞങ്ങൾക്ക് ഉള്ളതുകൊണ്ട് സംതൃപ്തരായിരുന്നു. മറ്റൊരു വീട്ടിലേക്ക് മാറാൻവേണ്ടി ഞങ്ങൾക്ക് പണത്തിന്റെ ആവശ്യം വരുമെന്നുള്ളത് സത്യമാണ്. പക്ഷേ, ഫെഡോറാ പഴയ കടങ്ങൾ പിരിച്ചെടുക്കാമെന്ന് പ്രതീക്ഷിക്കുന്നുണ്ട്. ഞാൻ അടിയന്തരാവശ്യങ്ങൾക്കുവേണ്ടി ഇരുപത് റൂബിളുകൾ കൈവശം വെക്കാം. അതിനുശേഷം ബാക്കി ഞാൻ

നിങ്ങൾക്ക് തിരിച്ചയച്ചുതരുകയാണ്. മേക്കർ അലക്സിയേവിച്ച്, നിങ്ങളുടെ പണം സൂക്ഷിക്കണം. വിട. നിങ്ങളുടെ ജാഗ്രതകളിൽനിന്ന് നിങ്ങൾക്ക് വിശ്രമം ലഭിക്കട്ടെ. സന്തോഷമായിരിക്കുക. അതിനുശേഷം നല്ല ഉന്മേഷത്തിലായിരിക്കുക. ഞാൻ ഇത്രമാത്രം ക്ഷീണിത അല്ലായിരുന്നെങ്കിൽ കൂടുതൽ എഴുതുമായിരുന്നു. ഇന്നലെ ഞാൻ എന്റെ കിടക്കയിൽ ആയിരുന്നു. നിങ്ങൾ എന്നെ സന്ദർശിക്കുമെന്ന് വാക്കുതന്നതിൽ എനിക്ക് സന്തോഷം ഉണ്ട്. അതെ, ദയവായി സന്ദർശിക്കുക.

വി ഡി

സെപ്തംബർ 11

വാർവാരാ അലക്സിയേവ്നാ, എന്റെ സ്വന്തം ഓമനേ,

ദയവായി ദൂരെ പോകരുത്. ഇപ്പോൾ ഞാൻ വളരെ സന്തോഷവാനാണ്. അതിന്റെ കൂടെ സംതൃപ്തനുമാണ്. ഫെഡോറാ പറയുന്നത് ശ്രദ്ധിക്കരുത്. പ്രിയപ്പെട്ടവളേ, അതിനുശേഷം നിങ്ങൾ ഞാൻ ചെയ്യണമെന്ന് ആഗ്രഹിക്കുന്ന എല്ലാ കാര്യങ്ങളും ഞാൻ ചെയ്യും. ഞാൻ മഹാരാജാവിനോടുള്ള ബഹുമാനം ഒന്നുകൊണ്ട് മാത്രം ന്യായമായി പെരുമാറും. നമ്മൾ ഓരോരുത്തരുടെയും ആഹ്ലാദങ്ങളും ബുദ്ധിമുട്ടുകൾ ഉണ്ടെങ്കിൽ ബുദ്ധിമുട്ടുകളും. പങ്കിട്ടുകൊണ്ട് മുമ്പ് എഴുതിയിരുന്നതുപോലെ വീണ്ടും സന്തോഷമുള്ള എഴുത്തുകൾ പരസ്പരം എഴുതും. നമ്മൾ യോജിപ്പോടെ സമാധാനമായി ജീവിക്കും. വീണ്ടും, നമ്മൾ സാഹിത്യത്തെ ഉദാത്തമാക്കും. വാരങ്കാ, എന്റെ ജീവിതത്തിൽ എല്ലാ കാര്യങ്ങൾക്കും ജീവിതത്തിന്റെ മെച്ചപ്പെടലിനുവേണ്ടി വ്യത്യാസം വന്നിട്ടുണ്ട്. വീട്ടുടമസ്ഥ കൂടുതൽ ചങ്ങാത്തത്തിലേക്ക് വളർന്നിരിക്കുന്നു. തെരേസാ കൂടുതൽ ബുദ്ധിമതിയായിരിക്കുന്നു. ഫെൽഡോനിപോലും കൂടുതൽ ഉത്സാഹമുള്ളവൾ ആയിരിക്കുന്നു. ഞാൻ റാറ്റാസിയേവുമായുള്ള തർക്കം പരിഹരിച്ചിരിക്കുന്നു. ഞാൻ സ്വയം അയാളുടെ അടുത്തുപോയതിൽ ഞാൻ വളരെയധികം സന്തോഷിച്ചിരുന്നു. അയാൾ മനസ്സിൽ ഒരു നല്ല മനുഷ്യനായിരുന്നു. എന്റെ പ്രിയപ്പെട്ടവളേ, ആളുകൾ അയാളെപ്പറ്റി പറഞ്ഞിരുന്ന എല്ലാ ദുഷിച്ച കാര്യങ്ങളും അപവാദങ്ങളാണെന്ന് ഞാൻ കണ്ടുപിടിച്ചിട്ടുണ്ട്. അയാൾ ഒരിക്കലും നമ്മളെ ഒരുപുസ്തകത്തിൽ കുറിച്ചുവെക്കാൻ ഉദ്ദേശിച്ചിട്ടില്ല. അയാൾ ആ കാര്യം എന്നോട് നേരിട്ട് സ്വയം പറഞ്ഞിട്ടുണ്ട്. അതിനുശേഷം അയാൾ പുതിയതായി എഴുതിയതിൽ ചിലതെല്ലാം എനിക്കുവേണ്ടി അയാൾ വായിച്ചു. എന്നെ ഉപചാരശീലമുള്ള സ്ത്രീലോലൻ എന്ന് വിളിച്ചതിൽ, അത് ഒരു അശ്ലീലമായ വാക്കോ അല്ലെങ്കിൽ ഒരു ചീത്തപ്പേരോ അല്ലെന്ന് അയാൾ വിശദീകരിച്ചിരുന്നു; പക്ഷേ, അത് ഒരു വിദേശഭാഷയിൽ നിന്ന് കടം എടുത്ത ഒരു വാക്ക് മാത്രം ആണെന്നും അതിന്റെ കൂടെ അതിന്റെ അർത്ഥം ഒരു സൂക്ഷ്മബുദ്ധിയുള്ള മനുഷ്യനെന്ന് മാത്രം ആണെന്നും അയാൾ പറഞ്ഞുതന്നു. അല്ലെങ്കിൽ അതിനെ കൂടുതൽ സുന്ദരമായി പുസ്തക

ത്തിലെപ്പോലെ കുറിച്ചു വെക്കുകയാണെങ്കിൽ അത് 'ഒരു ബുദ്ധിമാനായ പ്രായം കുറഞ്ഞ മാന്യൻ!' എന്ന് പറയുന്നതുപോലെയുള്ള ഒരു വാക്കാണ്. അത്രമാത്രമേയുള്ളൂ. അതിനുശേഷം അതുകൊണ്ട്, അത് നിഷ്കളങ്കമായ ഒരു ഫലിതം മാത്രമായിരുന്നു; എന്റെ മാലാഖേ, ഞാൻ അത് എന്റെ അറിവില്ലായ്മകാരണം തെറ്റിദ്ധരിച്ചതായിരുന്നു. ഞാൻ മാപ്പു ചോദിച്ചിരുന്നു. അതിനോടൊപ്പം ഇന്ന് കാലാവസ്ഥയും മനോഹരമായിരുന്നു. രാവിലെ ഒരു ചാറ്റൽ മഴയും അതിനോടൊപ്പം ഒരു ചെറിയ മൂടൽമഞ്ഞും ഉണ്ടായിരുന്നു. അത് സത്യമാണ്. പക്ഷേ, ഇത് അന്തരീക്ഷത്തിന് പുതുമ നല്കിയിരുന്നു. ഞാൻ ഒരു ജോഡി നല്ല ഷൂസുകൾ വാങ്ങി. ഞാൻ നെവ്സ്കിയിൽനിന്ന് താഴോട്ട് നടന്നിരുന്നു. അതിനുശേഷം '*ദിബീ*' വായിക്കുവാൻവേണ്ടി അല്പസമയം നടത്തം നിർത്തിയിരുന്നു.

ഹോ, ഒരു പ്രധാനകാര്യം നിങ്ങളോട് പറയാൻ ഞാൻ മറന്നുപോയിരിക്കുന്നു. യമല്യൻ ഇവാനോവിച്ചും അക്സെന്റീ മിഖായലോവിച്ചുമായി ഇന്നുരാവിലെ ഞാൻ മഹാരാജാവിനെപ്പറ്റിയുള്ള ഒരു സംഭാഷണത്തിൽ ഏർപ്പെട്ടിരുന്നു. ഇത്രമാത്രം അനുകമ്പയോടെ അദ്ദേഹം പ്രവർത്തിച്ചിട്ടുള്ളത് എന്നോട് മാത്രമല്ലെന്ന് ഞാൻ മനസ്സിലാക്കി. മഹാരാജാവ് അദ്ദേഹത്തിന്റെ അനുകമ്പയുള്ള മനസ്സിനെപ്പറ്റി വളരെ പ്രശസ്തനാണ്; വ്യത്യസ്ത സ്ഥലങ്ങളിൽനിന്ന് അദ്ദേഹത്തിന്റെ പേരിൽ അനുഗ്രഹങ്ങൾ അയച്ചുകൊണ്ടിരിക്കുന്നുണ്ട്. അതിന്റെ കൂടെ അനേകം പേർ നന്ദികാരണം കരഞ്ഞിട്ടുണ്ട്. അദ്ദേഹം ഒരു അനാഥയെ ദത്തെടുത്തിരുന്നെന്നും പിന്നീട് അവളെ ഒരു പ്രധാനപ്പെട്ട മനുഷ്യന് വിവാഹം ചെയ്തുകൊടുത്തെന്നും അയാൾ മഹാരാജാവിന്റെ പ്രത്യേക ദൗത്യയാത്രകൾക്കുവേണ്ടിയുള്ള ഒരു ഗുമസ്തൻ ആയിരുന്നെന്നുമാണ് അവർ പറയുന്നത്. ഇതും പരക്കെ അറിയപ്പെടുന്ന കാര്യമാണ്. അതായത് അദ്ദേഹം ഒരിക്കൽ ഒരു വിധവയുടെ മകനുവേണ്ടി ഒരു ഉദ്യോഗം കണ്ടെത്തിയെന്നും അതുകൂടാതെ അദ്ദേഹം മറ്റ് ധാരാളം നല്ല പ്രവൃത്തികൾ ചെയ്യുന്നതും അറിയപ്പെടുന്ന കാര്യങ്ങളാണ്. ഇതിനോടെല്ലാം എന്തെങ്കിലും കാര്യം കൂട്ടിച്ചേർക്കുന്നത് എന്റെ ചുമതലയാണെന്ന് എനിക്ക് തോന്നിയിരുന്നു. അതിനുശേഷം എന്റെ കഥ ഒരു കാര്യവും ഒളിച്ചുവെക്കാതെ എല്ലാവരോടും പറയണമെന്നും എനിക്ക് തോന്നി. ഞാൻ ഇത്തരം ഒരു സന്ദർഭത്തിൽ എന്റെ നാണക്കേട് മറച്ചുവെയ്ക്കും. അതിനുശേഷം എന്തായാലും നാണക്കേടിനെപ്പറ്റി അവിടെ എന്ത് സംസാരമാണ് ഉണ്ടാകാൻ പോകുന്നത്. മഹാരാജാവിന്റെ നല്ല പ്രവൃത്തികൾ എല്ലാവരും കേൾക്കുന്നുപോലെ പ്രകീർത്തിക്കപ്പെടട്ടെ. ഞാൻ ഊഷ്മളമായി സംസാരിച്ചിരുന്നു. അതിനുശേഷം ലജ്ജയിൽനിന്ന് അകന്നുമാറി ദൂരത്തേക്ക് പോയിരുന്നു. ഞാൻ ഇത്തരം കാര്യങ്ങൾ പറയാൻ കഴിയുന്നതിൽ അഭിമാനമുള്ളവൻ പോലും ആയിരുന്നു. ഞാൻ അവരോട് എല്ലാ കാര്യങ്ങളും പറഞ്ഞി

* ഒരു വർത്തമാനപത്രത്തിന്റെ പേര്

രുന്നു. (പക്ഷേ, തീർച്ചയായും നിങ്ങളെപ്പറ്റി പറഞ്ഞിരുന്നില്ല) ഞാൻ എന്റെ വീട്ടുടമസ്ഥയെപ്പറ്റിയും അതിനുശേഷം ഫാൽഡോനിയെപ്പറ്റിയും അതിനുശേഷം എന്റെ ഷൂസുകളെപ്പറ്റിയും അതിനുശേഷം മാർക്കോവി നെപ്പറ്റിയും ചുരുക്കത്തിൽ എല്ലാ കാര്യങ്ങളെപറ്റിയും അവരോട് പറ ഞ്ഞിരുന്നു. അവരിൽ ചിലർ അടക്കിപ്പിടിച്ച് ചിരിക്കുന്നുണ്ടായിരുന്നു. സത്യത്തിൽ അവർ എല്ലാവരും അടക്കംപിടിച്ച് ചിരിക്കുന്നുണ്ടായിരുന്നു. ഒരുപക്ഷേ, അവിടെ എന്റെ രൂപത്തെപ്പറ്റിയോ അല്ലെങ്കിൽ എന്റെ ഷൂസു കളെപ്പറ്റിയോ ചിരിക്കാനുള്ള എന്തെങ്കിലും കാര്യം ഉണ്ടായിരുന്നിരിക്കാം. ഓ ശരിയാണ്. ഇപ്പോൾ അതെന്റെ ഷൂസുകൾ ആണെന്ന് എനിക്ക് ഉറ പ്പാണ്. അവർ ഒരു ഉപദ്രവവും കരുതിയിരിക്കില്ല. അത് അവർ ചെറുപ്പ മായതുകൊണ്ടാണ്. അതുകൂടാതെ അവർ നല്ല നിലയിലുള്ളവർ ആയി രിക്കും. നിശ്ചയമായും അവർ വിദ്വേഷമുള്ളവർ അല്ല. മഹാരാജാവിന്റെ ചെലവിൽ അവർക്ക് എങ്ങനെ ചിരിക്കാൻ കഴിയും? ഇപ്പോൾ അവർക്ക് അതിനുകഴിയുമോ, വാരങ്കാ?

എന്റെ ഓമനേ, ഞാൻ ഇപ്പോഴും പരാജയപ്പെടുകയാണ്. ഈ സംഭ വങ്ങൾ എന്നെ വളരെ ആശയക്കുഴപ്പത്തിലാക്കിയിരിക്കുന്നു. നിങ്ങൾക്ക് വേണ്ടത്ര വിറകുകൾ ഉണ്ടോ? സ്വയം ശ്രദ്ധിക്കണം, വാരങ്കാ, അതിനു ശേഷം ജലദോഷം വരാതെ നോക്കണം. ഹാ, എന്റെ സ്വന്തം ഓമനേ, നിങ്ങളുടെ വിഷാദകരമായ ചിന്തകൾ എന്നെ കൊന്നുകൊണ്ടിരിക്കുക യാണ്. ഞാൻ അതിനെപ്പറ്റി ദൈവത്തിനോട് പ്രാർത്ഥിച്ചുകൊണ്ടിരി ക്കുന്നു. നിങ്ങൾക്ക് ധരിക്കാൻ കമ്പിളിസോക്സുകളും ഇളംചൂട് തരുന്ന എന്തെങ്കിലും വേഷങ്ങളും ഉണ്ടോ? ഒരു കിഴവനോട് അനുകമ്പ കാണി ക്കണം. അതിനുശേഷം നിങ്ങൾക്ക് എന്തെങ്കിലും ആവശ്യം ഉണ്ടെങ്കിൽ അയാളോട് പറയണം. എന്നോട് വെറുതെ പറഞ്ഞാൽ മതിയാകും. മോശം കാലങ്ങൾ കഴിഞ്ഞിരിക്കുന്നു. അതിനുശേഷം ഭാവി അത്യധികം തിളക്കമുള്ളതാണ്. അത്യധികം തേജസ്സുള്ളതാണ്!

നമുക്ക് ഉണ്ടായിരുന്നത് ദുഃഖകരമായ കാലങ്ങൾ ആയിരുന്നു. വാരങ്കാ, പക്ഷേ, ആ കാലം നല്ലതിനുവേണ്ടി നഷ്ടപ്പെട്ടിരിക്കുന്നു. അതി നുശേഷം വർഷങ്ങൾ കഴിയുമ്പോൾ നമ്മൾ അവയ്ക്കുവേണ്ടിയും നെടു വീർപ്പിടുന്നുണ്ടാകും. ഞാൻ എന്റെ ചെറുപ്പത്തിലെ ദിവസങ്ങൾ ഓർമ്മി ക്കുന്നു. അന്ന് എനിക്ക് പേരിനുപോലും ഒരു കോപ്പക് ഇല്ലാതിരുന്ന സമ യങ്ങൾ ഉണ്ടായിരുന്നു. എനിക്ക് ജലദോഷവും വിശപ്പും ഉണ്ടായിരുന്നു. പക്ഷേ, അതിനുമുഴുവൻ ഞാൻ സന്തോഷിക്കുകയായിരുന്നു. രാവിലെ നെവ്സ്കിയിലൂടെ താഴോട്ട് നടക്കുമ്പോൾ ഞാൻ സൗന്ദര്യമുള്ള ഒരു മുഖം കാണും. അതിനുശേഷം അത് ആ ദിവസം മുഴുവൻ എന്നെ സന്തോഷവാനായി നിലനിർത്തും. സമയം അതായിരുന്നു! അത് ജീവി ക്കാൻ നല്ലകാലം ആണ്, വാരങ്കാ, വിശേഷിച്ച് സെയിന്റ് പീറ്റേഴ്സ് ബർഗ്ഗിൽ. ഇന്നലെ എന്റെ കണ്ണുകളിൽ കണ്ണുനീരുമായി ഞാൻ ദൈവ ത്തിനോട് പ്രാർത്ഥിച്ചിരുന്നു അതിനുശേഷം നമ്മുടെ വിഷമങ്ങൾ ഉണ്ടാ യിരുന്ന കാലത്തെ എന്റെ ആ പാപങ്ങൾ ക്ഷമിക്കാൻവേണ്ടി ഞാൻ ദൈവത്തിനോട് ക്ഷമയാചിച്ചിരുന്നു. പരാതിപറഞ്ഞതിനും സ്വതന്ത്രമായ

ചിന്തകൾക്കും അതിനുശേഷം എന്റെ നിയന്ത്രണമില്ലായ്മയ്ക്കും വേണ്ടി ക്ഷമ യാചിച്ചിരുന്നു. എന്റെ പ്രാർത്ഥനകൾക്കിടയിൽ ഞാൻ നിങ്ങളെ പ്പറ്റി ആർദ്രതയോടെ ആലോചിക്കുന്നുണ്ടായിരുന്നു. എന്നെ സുരക്ഷിത നാക്കിയത് നിങ്ങൾ ആയിരുന്നു. എന്നെ സാന്ത്വനിപ്പിച്ചതിനുശേഷം നല്ല ഉപദേശങ്ങൾ തന്നതും നിങ്ങൾ ആയിരുന്നു. ഞാൻ അത് ഒരിക്കലും മറക്കില്ല. എന്റെ സ്വന്തം ഓമനേ, ഇന്ന് ഞാൻ നിങ്ങളുടെ എല്ലാ എഴു ത്തുകളും ഓരോന്നോരോന്നായി ചുംബിച്ചിരുന്നു. ഓമനേ, വിട, പ്രിയ പ്പെട്ട ഹൃദയമേ, വളരെ ദൂരെ അല്ലാത്ത ഒരു കടയിൽ ഒരു പട്ടാളക്കോട്ട് വില്ക്കാനുണ്ടെന്ന് ഞാൻ കേട്ടിരുന്നു. ഒരുപക്ഷേ, ഞാൻ അത് അന്വേ ഷിക്കുമായിരിക്കും? വിട, എന്റെ കൊച്ചുമാലാഖേ, വിട.

നിങ്ങളുടെ സ്നേഹിതൻ
മേക്കർ ഡിവുഷ്ക്കിൻ

സെപ്തംബർ 15

എന്റെ പ്രിയപ്പെട്ട മേക്കർ അലക്സിയേവിച്ച്,

ഞാൻ വളരെ മനോവിഷമം അനുഭവിക്കുകയാണ്. എന്താണ് സംഭ വിച്ചതെന്ന് നിങ്ങളോട് പറയാൻ എന്നെ അനുവദിക്കണം. എനിക്ക് ഏറ്റവും മോശപ്പെട്ട ദുഃസ്സൂചന ലഭിച്ചിരുന്നു: സംഭവിച്ചത് ഇതാണ്. മിസ്റ്റർ: ബൈക്കോവ് സെയിന്റ് പീറ്റേഴ്സ് ബർഗ്ഗിൽ ഉണ്ട്. ഫെഡോറാ അയാളെ കണ്ടുമുട്ടിയിരുന്നു. അയാൾ ഒരു തുറന്ന കുതിരവണ്ടിയിൽ സഞ്ചരിക്കു കയായിരുന്നു. അയാൾ കുതിരവണ്ടി നിർത്തി. അതിനുശേഷം ഫെഡോ റായെക്കണ്ടപ്പോൾ വണ്ടിയിൽനിന്നിറങ്ങി. അവളുടെ അടുത്തേക്ക് വന്ന തിനുശേഷം അവൾ എവിടെയാണ് താമസിക്കുന്നതെന്ന് ചോദിച്ചു. ഫെഡോറാ അയാളോട് പറയാൻ വിസമ്മതിച്ചപ്പോൾ അയാൾ ഒരു ചെറിയ ചിരിയോടെ അവൾ ആരോടൊപ്പമാണ് താമസിക്കുന്നതെന്ന് അയാൾക്ക് അറിയാമെന്ന് അവളോട് പറഞ്ഞു. (നിശ്ചയമായും അന്നാ ഫയഡൊറോവ്നാ അയാളോട് പറഞ്ഞുകാണും) ഫെഡോറയ്ക്ക് അയാളെ ഉൾക്കൊള്ളാൻ കഴിഞ്ഞിരുന്നില്ല. അതിനുശേഷം അയാൾ ഒരു സദാചാരബോധം ഇല്ലാത്ത മനുഷ്യനാണെന്നും അയാളാണ് എന്റെ നിർഭാഗ്യങ്ങൾക്ക് കാരണമെന്നും പറഞ്ഞുകൊണ്ട് അവർ അയാളെ മൊത്തത്തിൽ വഴക്കുപറയാൻ ആരംഭിച്ചിരുന്നു. ഈ കാര്യത്തിൽ അയാൾ നിരീക്ഷിച്ചത് എനിക്ക് ഒരു കോപ്പക് പോലും ഇല്ലാത്തതുകൊണ്ട് ഞാൻ ഭാഗ്യഹീനയായിരിക്കുമെന്നാണ്. ഫെഡോറാ അപ്പോൾ അയാ ളോട് പറഞ്ഞത് അതായത് എനിക്ക് എന്റെ ജീവിതത്തിന് ആവശ്യമു ള്ളത് ജോലി ചെയ്ത് സമ്പാദിക്കാൻ കഴിയുമെന്നായിരുന്നു. അല്ലെങ്കിൽ ആരെയെങ്കിലും വിവാഹം കഴിക്കാം. അല്ലെങ്കിൽ ഒരു അവസരം കണ്ടെത്താം. ഇതിന് അയാൾ മറുപടി പറഞ്ഞത് എനിക്ക് അസുഖം ആയതിനും മരിക്കാൻ പോകുന്നതിനും അയാളോട് നന്ദിപറയണമെ ന്നാണ്. ഇതിന് അയാൾ എനിക്ക് മരിക്കാൻ വളരെ പ്രായം കുറവാണെന്ന് മറുപടി പറഞ്ഞു. അതായത് ഞാൻ ഒരു അല്പബുദ്ധി ആണെന്നും അതി നുശേഷം എന്റെ ഗുണങ്ങൾ ഏറെക്കുറെ മങ്ങിയിരിക്കുകയാണെന്നും

അയാൾ പറഞ്ഞു. (അയാളുടെ കൃത്യമായ വാക്കുകൾ) ഫെഡോറായും ഞാനും വിചാരിച്ചിരുന്നത് ഞങ്ങൾ എവിടെയാണ് താമസിക്കുന്നതെന്ന് അയാൾക്ക് അറിയില്ലെന്നായിരുന്നു. അതിനുശേഷം ഇന്നലെ ഞാൻ ഗോസ്റ്റിനി ഡോറിൽ അല്പം സാധനങ്ങൾ വാങ്ങാൻ പോയിരുന്നു; അയാൾ പെട്ടെന്ന് ഞങ്ങളുടെ സ്ഥലത്തേക്ക് വന്നിരുന്നു. അയാൾ ഞാൻ വീട്ടിലില്ലാത്ത സമയം നോക്കി മനഃപൂർവ്വം വന്നതാണെന്ന് തോന്നിയിരുന്നു. അയാൾ ഫെഡോറായോട് എന്നെപ്പറ്റിയും അതിനുശേഷം ഞങ്ങളുടെ ജീവിതത്തെപ്പറ്റിയും ധാരാളം ചോദ്യങ്ങൾ ചോദിച്ചിരുന്നു. അയാൾ എല്ലാ കാര്യങ്ങളും പരിശോധിച്ചിരുന്നു. എന്റെ തയ്യൽജോലികളെപ്പറ്റിയും ചോദിച്ചിരുന്നു. അതിനുശേഷം അവസാനം ചോദിച്ചു. ‘നിങ്ങൾക്ക് പരിചയമുള്ള ആ ഗുമസ്തൻ ആരാണ്?” ആ നിമിഷത്തിൽ നിങ്ങൾ ആ നടുമുറ്റം കുറുകെക്കടന്നുകൊണ്ടിരിക്കുകയായിരുന്നു. അതിനുശേഷം ഫെഡോറാ നിങ്ങളെ അയാൾക്ക് കാണിച്ചുകൊടുത്തു. ഫെഡോറാ അയാളോട് ദൂരെ പോകാൻ ആവശ്യപ്പെട്ടു. എന്റെ ബുദ്ധിമുട്ടുകൾ കാരണം എനിക്ക് സുഖമില്ലെന്ന് അയാളോട് പറഞ്ഞു. ഇതിന് അയാൾ മറുപടിയൊന്നും പറഞ്ഞില്ല. പക്ഷേ, അതിനുശേഷം അയാൾ അഭിപ്രായപ്പെട്ടു. അതായത്, അയാൾ അകത്തുവന്നത് ചെയ്യാൻ എന്തെങ്കിലും മെച്ചപ്പെട്ട കാര്യം ആഗ്രഹിച്ചതുകൊണ്ടാണെന്ന് പറഞ്ഞു. അയാൾ അതിനുശേഷം അവൾക്ക് ഇരുപത്തഞ്ച് റൂബിൾ നല്കാമെന്ന് പറഞ്ഞു. ഇത് അവൾ സ്വാഭാവികമായും നിരസിച്ചു. ഇതിന്റെയെല്ലാം അർത്ഥം എന്താണ്? എന്തിനാണ് അയാൾ വന്നിരുന്നത്? അയാൾക്ക് നമ്മളെപ്പറ്റി എല്ലാ കാര്യങ്ങളും കണ്ടുപിടിക്കാൻ എങ്ങനെയാണ് കഴിയുന്നത്? ഞാൻ അനുമാനങ്ങളിൽ വിജയിക്കാതായിരിക്കുന്നു. ഫെഡോറാ പറയുന്നത് ചില സമയങ്ങളിൽ ഞങ്ങളെ കാണാൻവരുന്ന അവളുടെ നാത്തൂൻ അക്സീനിയായ്ക്ക് അലക്കുകാരി നടാഷ്യായെ അറിയാമെന്നും അതിന്റെ കൂടെ നടാഷ്യായുടെ ഒരു അടുത്തബന്ധു അന്നാഫയഡൊറോവ്നായുടെ അനന്തിരവന്റെ ഒരു സുഹൃത്ത് ജോലി ചെയ്യുന്ന മന്ത്രാലയത്തിലെ കാവല്ക്കാരൻ ആണെന്നുമാണ്. അങ്ങനെയാണ് അന്നാ ഫയഡൊറോവ്നാ ഇതിൽ ചുറ്റിത്തിരിഞ്ഞെത്തിയതെന്ന കാര്യത്തിൽ സംശയമില്ല. പക്ഷേ, ഒരുപക്ഷേ, ഫെഡോറായ്ക്ക് തെറ്റുപറ്റിയതായിരിക്കും. എന്താണ് ചെയ്യേണ്ടതെന്ന് ഞങ്ങൾക്ക് അറിയില്ല. അയാൾ വീണ്ടും വരുമോ? ആ ചിന്തപോലും എന്നെ ഭയപ്പെടുത്തുന്നു. ഫെഡോറാ ഇതുമുഴുവൻ ഇന്നലെ എന്നോടുപറഞ്ഞപ്പോൾ ഞാൻ ഏറെക്കുറെ ബോധം കെട്ടുപോയിരുന്നു. എന്റെ അടുത്തുനിന്നും മറ്റ് എന്തു കാര്യമാണ് അയാൾ ആഗ്രഹിക്കുന്നത്? ഞാൻ ശാശ്വതമായ ഭയത്തിലാണ്. അയാൾ എന്തിനാണ് പാവം എന്നെ പിന്തുടരുന്നത്? ഈ മിനിറ്റിൽ വീണ്ടും ബൈക്കോവ് വരുകയാണെങ്കിൽ എന്താണ് സംഭവിക്കുന്നത്? എനിക്കുവേണ്ടി എന്താണ് കരുതിവച്ചിരിക്കുന്നത്? മേക്കർ അലക്സിയേവിച്ച് ഉടൻതന്നെ എന്നെ കാണാൻ വരണം! ദയവായി ഉടൻ വരണം, ദൈവത്തിനെ ഉദ്ദേശിച്ച് വരണം.

വി ഡി

സെപ്തംബർ 18

വാർവാരാ അലക്സിയേവ്നാ, എന്റെ ഓമനേ,

ഞങ്ങളുടെ വീട്ടിൽ ഈ ദിവസത്തിൽ ദാരുണവും അപ്രതീക്ഷിതവും അതിന്റെ കൂടെ പൂർണ്ണമായി വിശദീകരിക്കാൻ കഴിയാത്തതുമായ ഒരു സംഭവം നടന്നിരുന്നു. നമ്മുടെ പാവപ്പെട്ട ഗോൾഷ്ക്കോവ് പൂർണ്ണമായും സ്വയം ഒഴിഞ്ഞുപോയിരിക്കുന്നു. ഈ തീരുമാനം വളരെക്കാലം മുമ്പ് അംഗീകരിക്കപ്പെട്ടതാണ്. അതിനുശേഷം ഇന്ന് അയാൾ അവസാനവിധി കേൾക്കാൻ വേണ്ടി പോയിരുന്നു. അയാളുടെ കേസ് യഥാർത്ഥത്തിൽ വലിയ ഭാഗ്യംകൊണ്ട് അവസാനിക്കുകയായിരുന്നു. അവഗണനയുടെ വഴിയിൽ അയാൾക്ക് എന്ത് തെറ്റ് ഉണ്ടായിരുന്നെങ്കിലും അതിന് മാപ്പ് കൊടുക്കുകയായിരുന്നു. അയാൾക്ക് കച്ചവടക്കാരനിൽനിന്ന് ഒരു മനോഹരമായ തുക നഷ്ടപരിഹാരമായി തീർപ്പുകല്പിച്ച് നല്കിയിരുന്നു. അതിനുശേഷം അതുകൊണ്ട് അയാളുടെ ചുറ്റുപാടുകൾ മെച്ചപ്പെടുകയായിരുന്നു; അയാളുടെ മതിപ്പിൽനിന്ന് ആ അപഖ്യാതി നീക്കം ചെയ്യപ്പെട്ടിരുന്നു. ചുരുക്കത്തിൽ എല്ലാ കാര്യങ്ങളിലും വ്യത്യാസം വന്നിരുന്നു. അതിനുശേഷം അയാളുടെ ഏറ്റവും നല്ല പ്രതീക്ഷകൾ പൂർത്തീകരിക്കുകയായിരുന്നു. അയാൾ വൈകുന്നേരം മൂന്നുമണിക്ക് ഒരു പ്രേതത്തെപ്പോലെ വിളറി. അയാളുടെ ചുണ്ടുകൾക്ക് വിറയലോടെ പക്ഷേ, എന്നിരുന്നാലും പുഞ്ചിരിച്ചുകൊണ്ട് തിരിച്ചുപോന്നു. അയാൾ അയാളുടെ ഭാര്യയേയും കുട്ടികളെയും ആലിംഗനം ചെയ്തു. അതിനുശേഷം ഞങ്ങൾ കൂട്ടമായി അയാളെ അഭിനന്ദിക്കാൻ വന്നിരുന്നു. ആഴത്തിലുള്ള മനസ്സിളക്കവുമായി അയാൾ ഞങ്ങളിൽ ഓരോരുത്തരുടെയും കൈ പലതവണ തുടർച്ചയായി കുലുക്കിക്കൊണ്ടിരുന്നു. എങ്ങനെയോ അയാൾ കൂടുതൽ ഉയരത്തിലേക്ക് വളർന്നതുപോലെ തോന്നുന്നുണ്ടായിരുന്നു; അയാളുടെ നട്ടെല്ല് കൂടുതൽ നിവർന്നിരുന്നു. അതിനുശേഷം അയാളുടെ കണ്ണുകളിൽനിന്ന് കണ്ണുനീർ ഒഴുകുന്നത് നിന്നിരുന്നു. അയാൾ എന്തുമാത്രം ഉത്തേജിതൻ ആയിരുന്നു. ആ പാവം മനുഷ്യൻ! അയാൾക്ക് ഒരു മിനിറ്റ് പോലും അനങ്ങാതെ നില്ക്കാൻ കഴിഞ്ഞിരുന്നില്ല. അയാൾ പുഞ്ചിരിക്കുകയും നടുവളയ്ക്കുകയും ചെയ്തുകൊണ്ട് താഴെ ഇരിക്കുകയും എഴുന്നേല്ക്കുകയും അയാളുടെ മനസ്സിൽ വരുന്ന എന്ത് കാര്യവും പറയുകയും ചെയ്യുന്നുണ്ടായിരുന്നു. അയാളുടെ ബഹുമതിയെപ്പറ്റിയും അയാളുടെ നല്ല പേരിനെക്കുറിച്ചും കുട്ടികളെക്കുറിച്ചും പറയാതിരിക്കാൻ അയാൾക്ക് കഴിഞ്ഞിരുന്നില്ല. അയാൾ കരയുകപോലും ചെയ്തു. ഞങ്ങളിൽ കൂടുതൽ ആളുകൾക്കും ഞങ്ങളുടെ കണ്ണുകളിൽ കണ്ണുനീർ ഉണ്ടായിരുന്നു. ഒരുപക്ഷേ, അയാളെ പ്രോത്സാഹിപ്പിക്കാൻ വേണ്ടി ആയിരുന്നിരിക്കാം, റാറ്റാസിയേവ് പറഞ്ഞു: 'ബഹുമതിയിൽ എന്ത് നന്മയാണ് ഉള്ളത്; എന്റെ കൂട്ടുകാരാ, തിന്നാൻ അവിടെ ഒന്നുംതന്നെ ഇല്ലെങ്കിൽ. പ്രധാനകാര്യം പണമാണ്. നിങ്ങൾക്ക് നന്ദി ഉണ്ടായിരിക്കേണ്ടത് പണത്തിനോടാണ്.' അതിനുശേഷം അയാൾ റാറ്റാസിയേവിനെ

തോളിൽത്തട്ടി അഭിനന്ദിച്ചു. ഇതുകൊണ്ട് ഗോർഷ്ക്കോവിന് അപമാനിക്കപ്പെട്ടതായി തോന്നിയിരുന്നെന്ന് എനിക്ക് തോന്നുന്നുണ്ടായിരുന്നു. അയാൾ അയാളുടെ നീരസം നേരിട്ട് പ്രകടമാക്കിയിരുന്നില്ല. പക്ഷേ, അയാൾ ററ്റാസിയേവിനെ നേരിട്ട് ഒരു നോട്ടം നോക്കിയതിനുശേഷം അയാളുടെ തോളിൽനിന്ന് ആ കൈം നീക്കം ചെയ്തിരുന്നു. അയാൾ മുമ്പൊരിക്കലും ഇത്തരം ഒരു കാര്യം ചെയ്തിട്ടുണ്ടായിരിക്കില്ല. തീർച്ചയായും ആളുകൾക്ക് വ്യത്യാസം ഉണ്ട്. ഞാൻ, ഉദാഹരണമായാൽ ഇത്തരത്തിലുള്ള സന്തോഷം നിറഞ്ഞ ഒരു ദിവസത്തിൽ ഇത്രമാത്രം അഭിമാനമുള്ളവൻ ആയിരിക്കില്ല. ഒരാൾ ഒരു പ്രാവശ്യം കൂടി തലകുമ്പിടുന്ന സന്ദർഭങ്ങൾ ഉണ്ട്. അതിനുശേഷം സ്വയം ഒരാളുടെ മൃദുല ഹൃദയത്തിൽനിന്ന് പുറത്തേക്ക് ഒഴുകിക്കൊണ്ടിരിക്കുന്ന ദയയുള്ള മനോഭാവത്തിന്റെ ആധിക്യം ഒഴിച്ച് മറ്റൊരു കാരണവും ഇല്ലാതെ അയാളെ അപമാനിക്കുന്ന സന്ദർഭങ്ങളും ഉണ്ട്. പക്ഷേ, ഞാൻ തന്നെ എന്തിനാണ് എന്നെപ്പറ്റി സംസാരിക്കുന്നത്? 'ശരിയാണ്' ഗോർഷ്ക്കോവ് പറഞ്ഞു. 'ഈ പണവും ഒരു നല്ല കാര്യമാണ്. അതിനുവേണ്ടി ദൈവത്തിനോട് നന്ദി ഉണ്ടായിരിക്കണം!' വീണ്ടും വീണ്ടും അയാൾ പറഞ്ഞുകൊണ്ടിരുന്നു. 'അതിനുവേണ്ടി ദൈവത്തിനോട് നന്ദിയുണ്ടായിരിക്കണം.' അയാളുടെ ഭാര്യ കൂടുതൽ മെച്ചപ്പെട്ടതും കൂടുതൽ വിപുലവുമായ ഒരു അത്താഴത്തിന് നിർദ്ദേശം കൊടുത്തിരുന്നു. അതിനുശേഷം വീട്ടുടമസ്ഥ സ്വയം പാചകം നടത്തിയിരുന്നു. ഞങ്ങളുടെ വീട്ടുടമസ്ഥ അവരുടെ സ്വന്തം രീതിയിൽ ഒരു ഭയമുള്ള സ്ത്രീയാണ്. അത്താഴത്തിനുവേണ്ടി കാത്തിരിക്കുമ്പോൾ ഗോർഷ്ക്കോവ് വളരെ അസ്വസ്ഥനായിരുന്നു. അതിനുശേഷം അയാൾ ക്ഷണിക്കപ്പെട്ടിരുന്നെങ്കിലും ഇല്ലെങ്കിലും എല്ലാ മുറികളും സന്ദർശിച്ചിരുന്നു. അയാൾ വെറുതെ കടന്നുവരും, പുഞ്ചിരിക്കും, ഒരു ഇരിപ്പിടത്തിൽ ഇരിക്കും, എന്തെങ്കിലും പറയും അല്ലെങ്കിൽ ഒരു പക്ഷേ, ഒരു കാര്യവും പറയില്ല. അതിനു ശേഷം എഴുന്നേൽക്കും അതിനുശേഷം പുറത്തേക്ക് പോകും. നാവികസേനാ ഉദ്യോഗസ്ഥന്റെ മുറിയിൽ ഒരു നാലാമനായിരിക്കാൻ അയാളോട് ആവശ്യപ്പെടും. അതിനുശേഷം അയാൾ ഒരു കൈകളിക്കും. അല്ലെങ്കിൽ രണ്ട്. അയാൾക്ക് എന്തെങ്കിലും ബാലിശമായ തെറ്റുകൾ സംഭവിക്കും. അതിനുശേഷം മൂന്നോ നാലോ ബുദ്ധിശൂന്യമായ മുന്നേറ്റങ്ങൾ നടത്തും. അതിനുശേഷം ഉപേക്ഷിക്കും. 'ഞാൻ ഒന്നോ രണ്ടോ കളികളിക്കാമെന്ന് വിചാരിച്ചു.' അയാൾ പറഞ്ഞതിനുശേഷം മുറി ഉപേക്ഷിച്ചു. എന്നെ ഇടനാഴിയിൽവച്ച് കണ്ടുമുട്ടിയപ്പോൾ, അയാൾ എന്നെ രണ്ട് കൈകളും കൊണ്ട് ചേർത്തുപിടിച്ചുകൊണ്ട് എന്റെ കണ്ണുകളിലേക്ക് നേരിട്ട് നോക്കിയിരുന്നു. പക്ഷേ, ഒരു വളരെ വിചിത്രമായ രീതിയിൽ നോക്കിയതിനുശേഷം പിന്നീട് എന്റെ കൈകൾ ഒരിക്കൽകൂടി ഞെരുക്കിയതിനുശേഷം ദൂരത്തേക്ക് പോയിരുന്നു. എന്നിട്ട് വീണ്ടും ഒരു വിചിത്രമായ രീതിയിൽ പുഞ്ചിരിച്ചു. ഞാൻ ഏറക്കുറെ ജീവനില്ലാത്ത ഒരു പുഞ്ചിരി മുഖത്തുകൊണ്ടുവരാൻ ശ്രമി

ച്ചിരുന്നു. അയാളുടെ ഭാര്യ സന്തോഷംകൊണ്ട് അവരുടെ മുറിയിൽ പൊട്ടിത്തെറിച്ചുകൊണ്ട് അത് ഒരു വലിയ അവധി ദിവസം ആണെന്നുള്ളമട്ടിൽ കണ്ണീരൊലിപ്പിക്കുകയായിരുന്നു. അത്താഴത്തിനുശേഷം അയാൾ അയാളുടെ ഭാര്യയോട് പറഞ്ഞു. "ഞാൻ അല്പം വിശ്രമിക്കാമെന്നാണ് വിചാരിക്കുന്നത്." അയാൾ കിടക്കയിൽക്കയറി കിടന്നുകൊണ്ട് അയാളുടെ കൊച്ചുമകളെ വിളിച്ചു. അതിനുശേഷം അവളുടെ തലയിൽ വീണ്ടും വീണ്ടും തഴുകി. അതിനുശേഷം അയാൾ അയാളുടെ ഭാര്യയുടെ നേർക്ക് തിരിഞ്ഞതിനുശേഷം ആവശ്യപ്പെട്ടു. "നമ്മുടെ പേറ്റങ്കാ എവിടെയാണ്?" അയാളുടെ ഭാര്യ ഉടൻ തന്നെ സ്വയം കുരിശടയാളം വരച്ചുകൊണ്ട് പേറ്റങ്കാ മരിച്ചുപോയെന്ന് അയാളെ ഓർമ്മപ്പെടുത്തിയിരുന്നു. 'ഓ, ശരിയാണ്, എനിക്ക് അറിയാം.' അയാൾ സമ്മതിച്ചു. 'പേറ്റങ്കാ, സ്വർഗ്ഗത്തിലാണ്.' അയാൾ സ്വയം അയാളുടെ ഉള്ളിലില്ലെന്ന് അവൾക്ക് മനസ്സിലായി, അതായത് അയാൾ ഇളകിവശായിട്ടുണ്ടെന്നും അതിന്റെകൂടെ പരാജയപ്പെടുകയാണെന്നും അവൾക്ക് മനസ്സിലായിരുന്നു. അതിനുശേഷം അവൾ അയാളെ ഉറങ്ങാൻ വേണ്ടി പ്രേരിപ്പിച്ചിരുന്നു, "ഞാൻ അതുചെയ്യും.. ഞാൻ ഒരല്പം ഉറങ്ങും," അതിനുശേഷം അയാൾ തിരിഞ്ഞ് ദൂരത്തേക്ക് നോക്കി, അല്പസമയം അനങ്ങാതെ കിടന്നു. അതിനുശേഷം സംസാരിക്കാനെന്നമട്ടിൽ അയാളുടെ തല തിരിച്ചു. അവൾക്ക് അയാൾ പറഞ്ഞത് മനസ്സിലായിരുന്നില്ല. അതിനുശേഷം അയാൾ എന്താണ് പറഞ്ഞതെന്ന് അവർ ചോദിച്ചു. പക്ഷേ, അയാൾ മറുപടി പറഞ്ഞിരുന്നില്ല. അയാൾ ഉറക്കത്തിലാണെന്ന് വിചാരിച്ചുകൊണ്ട് അവൾ വീട്ടുമടസ്ഥയെ കാണാൻ പോയിരുന്നു. അതിനുശേഷം ഒരു മണിക്കൂർ അവിടെ താമസിച്ചിരുന്നു. അവൾ തിരിച്ചുവന്നപ്പോൾ അയാൾ ഇപ്പോഴും ഉറക്കത്തിലാണെന്ന് അവൾ കണ്ടെത്തി. അതിനുശേഷം കുറച്ച് തയ്യൽ നടത്താൻ വേണ്ടി അവൾ താഴെ ഇരുന്നിരുന്നു. അടുത്ത അരമണിക്കൂർ നേരം അവൾ അവളുടെ ജോലിയിലും അതിന്റെകൂടെ അവളുടെ ചിന്തകളിലും അത്രത്തോളം വ്യാപൃതയായിരുന്നതുകൊണ്ട്, അതായത് അവൾ അയാളെപ്പറ്റി മൊത്തത്തിൽ മറന്നുപോയിരുന്നു. പക്ഷേ, ഏതോ കാര്യം അവളെ ഭയത്തോടെ പെട്ടെന്ന് എഴുന്നേല്ക്കാൻ സജ്ജമാക്കി. അതിനുശേഷം അവളെ ബാധിക്കപ്പെട്ട ആദ്യകാര്യം പൂർണ്ണമായ നിശ്ശബ്ദത ആയിരുന്നു. അവൾ കിടക്കയിലേക്ക് നോക്കി. അതിനുശേഷം അയാൾ അയാളുടെ സ്ഥാനത്തിൽ വ്യത്യാസം വരുത്തിയിട്ടില്ലെന്ന് അവൾക്ക് മനസ്സിലായി. അവൾ അയാളുടെ അടുത്തേക്ക് വന്നിരുന്നു. പുതപ്പുകൾ പിന്നോട്ട് വലിച്ചു. അതിനുശേഷം ഒറ്റനോട്ടത്തിൽ അയാൾ മരിച്ചുകഴിഞ്ഞെന്ന് അവൾക്ക് മനസ്സിലായി— അയാൾ മരിച്ചിരുന്നു. പാവം ഗോൾഷ്ക്കോവ്, അയാളെ മിന്നലിന്റെ ആഘാതം തട്ടിയതുപോലെ അയാൾ മരിച്ചു കഴിഞ്ഞിരുന്നു; അതിനുശേഷം എന്തുകൊണ്ട് ഇത് സംഭവിച്ചെന്ന് ആർക്കും അറിയില്ല. ഞാൻ താറുമാറായിരുന്നു. ഞാൻ ഇതുവരെ സ്വയം തിരിച്ചു വന്നിട്ടില്ല. ഒരു മനുഷ്യന് എങ്ങനെ ഇങ്ങനെ മരിക്കാൻ കഴിയും. ഈ

പാവം മനുഷ്യൻ, ഈ ഗോർഷ്ക്കോവിന് എന്ത് ജീവിതമാണ് ഉണ്ടായിരുന്നത്, എന്തോ ഒരു ജീവിതം! അയാളുടെ ഭാര്യ കരയുകയാണ്. അതിനോടൊപ്പം അങ്ങേയറ്റം ഭയന്നിട്ടുമുണ്ട്. അയാളുടെ ചെറിയ പെൺകുട്ടി ഏതോ മൂലയിൽ ചുരുണ്ടുകൂടി ഇരിക്കുകയാണ്. അത്തരത്തിലുള്ള ഒരു ബഹളമാണ് അതിനുശേഷം ഉയർന്നുവന്നത്. അവിടെ ഒരു പോസ്റ്റുമോർട്ടം ഉണ്ടായിരിക്കും; അങ്ങനെയാണ് ഞാൻ കേട്ടിരുന്നത്. ഞാൻ പറയാൻ കഴിയുന്നിലും കൂടുതൽ വിഷമിക്കുകയാണ്. നമ്മളിൽ ആർക്കാണ് ഈ സമയം മുൻകൂട്ടി പറയാൻ കഴിയുന്നത്?..... ഇവിടെ ഇന്ന് അതിനുശേഷം നാളെ നഷ്ടപ്പെട്ടുപോകും.

നിങ്ങളുടെ
മേക്കർ ഡിവുഷ്ക്കിൻ

സെപ്തംബർ 19

എന്റെ ഏറ്റവും പ്രിയപ്പെട്ട വാർവാരാ അലക്സിയേവ്നാ,

റാറ്റാസിയേവ് ഏതോ ജോലി എനിക്കുവേണ്ടി ഒരു എഴുത്തുകാരന്റെ അടുത്തു കണ്ടെത്തിയെന്ന് നിങ്ങളെ അറിയിക്കാൻ വേണ്ടി ഞാൻ തിടുക്കം കൂട്ടുകയായിരുന്നു. അയാൾ വളരെ കട്ടിയുള്ള ഒരു കൈയെഴുത്തു പ്രതിയുമായി റാറ്റാസിയേവിന്റെ അടുത്ത് എത്തിയിരുന്നു—ധാരാളം ജോലി, ദൈവത്തിന് നന്ദി പറയണം. ഭാഗ്യദോഷത്തിന് അയാളുടെ കൈയക്ഷരം വായിക്കാൻ വളരെ പ്രയാസമുള്ളതാണ്. അതായത് അതുകൊണ്ട് എന്തു ചെയ്യണമെന്ന് എനിക്ക് അറിയില്ല. അത് പെട്ടെന്ന് ചെയ്യേണ്ടതാണ്. അതിനുശേഷം അത് ഇതുപോലെ വിചിത്രമായ രീതിയിൽ എഴുതിയിരിക്കുന്നതുകൊണ്ട്, അതായത് ഒരാൾക്ക് അതിന്റെ അർത്ഥം മനസ്സിലാകില്ല. ഞങ്ങൾ ഒരു പേജിന് നാല്പതുകോപ്പക് എന്ന നിരക്കിൽ എത്തിക്കഴിഞ്ഞിരുന്നു. ഞാൻ ഇത് എഴുതുന്നത് എനിക്ക് കുറച്ച് പണം കൂടി ലഭിക്കാനുണ്ടാകും എന്ന് നിങ്ങളെ അറിയിക്കാനാണ്. വിട, എന്റെ ഓമനേ, എനിക്കിപ്പോൾ നിശ്ചയമായും ജോലി ചെയ്യാൻ വേണ്ടി ഇരിക്കണം.

നിങ്ങളുടെ ഇളക്കമില്ലാത്ത കൂട്ടുകാരൻ
മേക്കർ ഡിവുഷിക്കിൻ

സെപ്തംബർ 23

എന്റെ പ്രിയപ്പെട്ട കൂട്ടുകാരൻ, മേക്കർ അലക്സിയേവിച്ച്,

ഞാൻ ഈ മൂന്നു ദിവസങ്ങളിൽ നിങ്ങൾക്ക് ഒരെഴുത്തും എഴുതിയിരുന്നില്ല. അതിനുശേഷം ഇതിനിടയിൽ എനിക്ക് വലിയ ബുദ്ധിമുട്ടുകളും വേവലാതികളും ഉണ്ടായിരുന്നു.

മിനിഞ്ഞാന്ന് ബൈക്കോവ് എന്നെ കാണാൻ വന്നിരുന്നു. ഫെഡോറാ എവിടെയോ പുറത്തുപോയിരുന്നു. അതിനുശേഷം ഞാൻ

തനിച്ചായിരുന്നു. അയാളുടെ മുട്ടുകേട്ട് ഞാൻ കതകുതുറന്നപ്പോൾ ഞാൻ അങ്ങേയറ്റം ഭയന്നു പോയിരുന്നതുകൊണ്ട് എനിക്ക് അനങ്ങാൻ പോലും കഴിഞ്ഞിരുന്നില്ല. ഞാൻ നിശ്ചയമായും വിളറിവെളുത്തുകാണും. അയാൾ അയാളുടെ പതിവുള്ള ഉറക്കെയുള്ള പൊട്ടിച്ചിരിയുമായാണ് കടന്നുവന്നത്. ഒരു കസേര എടുത്തിട്ടതിനു ശേഷം അയാൾ അതിൽ ഇരുന്നു. അവസാനം ഞാൻ സമചിത്തത വീണ്ടെടുത്തതിനുശേഷം ആ മൂലയിൽ ജോലി ചെയ്യാൻ വേണ്ടി ഇരുന്നു. അയാളുടെ പുഞ്ചിരി അയാൾ എന്നെ കൂടുതൽ അടുത്തുവന്ന് നോക്കിയപ്പോൾ പെട്ടെന്ന് അപ്രത്യക്ഷപ്പെട്ടു. ഞാൻ പഴയതിനേക്കാൾ വളരെ കൂടുതൽ മെലിഞ്ഞുപോയിരുന്നു. എന്റെ കണ്ണുകളും കവിളുകളും കുഴഞ്ഞിരുന്നു. അതിനുശേഷം ഞാൻ ഒരു കടലാസുപോലെ വെളുത്തുപോയിരിക്കണം. നിശ്ചയമായും ഒരു വർഷം മുമ്പ് എന്നെ അറിയാവുന്ന ആളുകൾ എന്നെ ഇപ്പോൾ കഷ്ടിച്ച് തിരിച്ചറിയുമായിരിക്കും. കുറച്ചുസമയം അയാൾ എന്നെ ഉറപ്പിച്ച് നോക്കിക്കൊണ്ട് അവിടെ ഇരുന്നിരുന്നു. അതിനുശേഷം പിന്നീട് വീണ്ടും സന്തോഷവാനായി അയാൾ ഏതോ കാര്യം പറഞ്ഞു. അപ്പോൾ ഞാൻ എന്ത് ഉത്തരം പറഞ്ഞെന്ന് എനിക്ക് ഓർക്കാൻ കഴിയുന്നില്ല. അതിനുശേഷം വീണ്ടും അയാൾ ചിരിച്ചു. അയാൾ ഇവിടെ ഒരു മൊത്തം മണിക്കൂറും സംസാരിച്ചുകൊണ്ടും അതിന്റെ കൂടെ ചോദ്യങ്ങൾ ചോദിച്ചുകൊണ്ടും ഉണ്ടായിരുന്നു. അയാൾ വിടവാങ്ങാൻവേണ്ടി എഴുന്നേറ്റപ്പോൾ എന്റെ കൈയിൽ പിടിച്ചതിനുശേഷം പറഞ്ഞു. (അയാളുടെ കൃത്യം വാക്കുകൾ എടുത്തു പറഞ്ഞാൽ) 'വാർവാരാ അലക്സിയേവ്നാ, നിങ്ങൾക്കും എനിക്കും ഇടയിൽ നിങ്ങളുടെ ബന്ധുവും അതിനുശേഷം എന്റെ അടുത്ത പരിചയക്കാരിയുമായ ഈ അന്നാ ഫയഡോറോവ്നാ ഒരു നികൃഷ്ട ജന്തു ആണ്.' ഇതിനോട് അയാൾ കൂടുതൽ പരുക്കനായ ഒരു വാക്ക് കൂട്ടിച്ചേർത്തിരുന്നു. 'അവൾ നിങ്ങളുടെ അടുത്ത ബന്ധു സാഷായെ നാശത്തിലേക്ക് നയിച്ചു. അതിന്റെ കൂടെ നിങ്ങളെയും നശിപ്പിച്ചു. എന്റെ കാര്യം പറഞ്ഞാൽ ഞാൻ നിശ്ചയമായും ഒരു വഞ്ചകനെപ്പോലെ പെരുമാറിയിരുന്നു. അത് പുരുഷന്മാരുടെ കാര്യത്തിൽ സ്വാഭാവികമായ പരാജയമാണ്. അതിനുശേഷം അയാൾ അയാളുടെ ഏറ്റവും ഉറക്കെയുള്ള ശബ്ദത്തിൽ പൊട്ടിച്ചിരിച്ചു. അതിനുശേഷം അയാൾ നല്ല രീതിയൽ സംസാരിക്കുന്നവനല്ലെന്ന് നിരീക്ഷിച്ചിരുന്നു. പക്ഷേ, അയാളുടെ ബഹുമതിയുടെ ധാരണ അയാളെക്കൊണ്ട് നിർബ്ബന്ധിച്ചു പറയിച്ചിരുന്ന ഏറ്റവും പ്രധാനകാര്യം പറഞ്ഞിരുന്നു. അതിനുശേഷം ഇപ്പോൾ ബാക്കിയെല്ലാം വളരെ ചുരുക്കത്തിൽ പറയാനാണ് അയാൾ ഉദ്ദേശിച്ചിരുന്നത്. അപ്പോൾ അവിടെവച്ച് അയാൾ എന്നെ വിവാഹം കഴിക്കാൻ ആഗ്രഹിക്കുന്നുണ്ടെന്ന് എന്നോട് പറഞ്ഞു. അതായത് അയാൾ എന്റെ ബഹുമതി പുനഃസ്ഥാപിക്കുന്നത് അയാളുടെ ചുമതലയായി പരിഗണിച്ചിരുന്നു. അതായത് അയാൾ ധനികൻ ആയിരുന്നെന്നും ഞങ്ങളുടെ വിവാഹത്തിനുശേഷം അയാൾ എന്നെ അയാളുടെ വിശാലമായ പുൽപ്രദേശത്തുള്ള അയാളുടെ തോട്ട

ത്തിലേക്ക് കൊണ്ടുപോകുമെന്നും അവിടെ അയാൾ മുയലുകളെ വേട്ടയാടാൻ ഉദ്ദേശിച്ചിരുന്നെന്നും പറഞ്ഞു; ഇനിയും അയാൾ സെയിന്റ് പീറ്റേഴ്സ്ബർഗ്ഗിലേക്ക് വരാൻ പോകുന്നില്ലെന്നും അത് ഒരുവൃത്തികെട്ട പട്ടണമാണെന്നും പറഞ്ഞു. അയാൾ ഈ പട്ടണത്തിൽ ഒരു വൃത്തികെട്ട അനന്തിരവൻ ഉണ്ടായിരുന്നെന്നും, അയാൾക്ക് പിന്തുടർച്ചാവകാശം ഇല്ലാതാകുമെന്ന് അയാൾ ശപഥം ചെയ്തിരുന്നെന്നും അതിനുശേഷം ഇതായിരുന്നു സത്യത്തിൽ അയാളുടെ വിവാഹാഭ്യർത്ഥനയ്ക്ക് കാരണമെന്നും അയാൾ പറഞ്ഞിരുന്നു. അയാൾ ഒരു നേരിട്ടുള്ള പിന്തുടർച്ചാവകാശിയെ ആഗ്രഹിക്കുന്നുണ്ട്. അതിനുശേഷം ഞാൻ വളരെ ദാരിദ്ര്യത്തിലാണ് ജീവിക്കുന്നതെന്ന് അഭിപ്രായപ്പെട്ടതിനുശേഷം ഇത്തരം ഒരു ഗുഹയിൽ താമസിക്കുന്നതുകൊണ്ട് എനിക്ക് സുഖമില്ലെന്ന് തോന്നുന്നതിൽ ചെറിയ അത്ഭുതം മാത്രമാണ് ഉള്ളതെന്ന് പറഞ്ഞു. അതിനുശേഷം ഞാൻ ഇവിടെ ഒരു മാസം കൂടി താമസിക്കുകയാണെങ്കിൽ അയാൾ എനിക്ക് ഒരു പ്രത്യേക മരണം പ്രവചിച്ചിരുന്നു. സെയിന്റ് പീറ്റേഴ്സ് ബർഗ്ഗിലുള്ള വാടകവീടുകൾ ഭയാനകമായിരുന്നെന്ന് അയാൾ കൂട്ടിച്ചേർത്തിരുന്നു. അതിനുശേഷം എനിക്ക് ആവശ്യമുള്ള എന്തെങ്കിലും കാര്യം ഉണ്ടായിരുന്നോ എന്ന് അയാൾ ചോദിച്ചിരുന്നു.

ഞാൻ അയാളുടെ വിവാഹാഭ്യർത്ഥനകേട്ട് വളരെക്കൂടുതൽ അമ്പരന്നിരുന്നു. അതുകൊണ്ട് ഞാൻ കരയാൻ ആരംഭിച്ചിരുന്നു. എന്റെ കണ്ണുനീരിനെ നന്ദിയുടെ ഒരു പ്രകാശനമായി തെറ്റിദ്ധരിച്ചുകൊണ്ട് ഞാൻ ഒരു നല്ല സ്നേഹമുള്ള സഹൃദയായ പഠിപ്പുള്ള പെൺകുട്ടിയാണെന്ന് അയാൾക്ക് ഉറപ്പുണ്ടായിരുന്നെന്നും എന്നിട്ടും കൃത്യമായ അന്വേഷണങ്ങൾ നടത്തുന്നതുവരെ അയാൾ ഈ നടപടിയിലേക്ക് പോകാൻ ശങ്കിച്ചുനില്ക്കുകയായിരുന്നെന്നും പറഞ്ഞു. അയാൾ അതിനുശേഷം നിങ്ങളെപ്പറ്റി ഏതാനും ചോദ്യങ്ങൾ ചോദിച്ചിരുന്നു. അതിനുശേഷം നിങ്ങൾ മര്യാദകളുള്ള ആദരണീയനായ മനുഷ്യനാണെന്ന് അയാൾ കേട്ടിട്ടുണ്ടായിരുന്നെന്നും അതിന്റെ കൂടെ അയാൾ അയാളുടെ ഭാഗത്തുനിന്നും നിങ്ങൾക്ക് കടക്കാരനാകാൻ ആഗ്രഹിക്കുന്നില്ലെന്നും പറഞ്ഞു. അതിനുശേഷം നിങ്ങൾ എനിക്കുവേണ്ടി ചെയ്ത എല്ലാ കാര്യങ്ങൾക്കും കൂടി അഞ്ഞൂറ് റൂബിൾ തികയുമോ എന്നും അയാൾ ചോദിച്ചിരുന്നു. അപ്പോൾ നിങ്ങൾ എനിക്ക് ചെയ്തുതന്ന കാര്യങ്ങൾക്ക് വെറുംപണം കൊണ്ട് ഒരിക്കലും തിരിച്ചുനല്കാൻ കഴിയില്ലെന്ന് ഞാൻ അയാൾക്ക് വിശദീകരിച്ചുകൊടുത്തു. അതെല്ലാം അസംബന്ധം ആണെന്ന് അയാൾ മറുപടി പറഞ്ഞു: ശുദ്ധമായ നോവൽ സാഹിത്യം, അയാൾ അതിനെ വിളിച്ചു. അതിനുശേഷം കൂട്ടിച്ചേർത്തു; അതായത് ഞാൻ ഇപ്പോഴും കൂടുതൽ ചെറുപ്പമാണെന്നും അതിന്റെ കൂടെ ഒരുപക്ഷേ, കവിത വായിക്കുന്നതിൽ ആസക്തിയുള്ളവൾ ആയിരിക്കുമെന്നും നോവലുകളും കവിതകളും എല്ലാക്കാലത്തും ചെറുപ്പക്കാരികളെ നശിപ്പിച്ചിരുന്നെന്നും പുസ്തകങ്ങൾ

മൊത്തത്തിൽ ആചാരമുറകളെ കലുഷമാക്കുമെന്നും അതുകൊണ്ട് അയാൾ അവയെ അങ്ങേയറ്റം വെറുക്കുന്നുണ്ടെന്നും പറഞ്ഞിരുന്നു. 'എന്റെ പ്രായത്തിൽ അതിനെ ആശ്രയിക്കുക' അയാൾ പറഞ്ഞു. 'അപ്പോൾ നിങ്ങൾ ആളുകളുടെ ഒരു മെച്ചപ്പെട്ട വിധികർത്താവ് ആയിരിക്കും.' അയാളുടെ വിവാഹാഭ്യർത്ഥനയ്ക്ക് ശ്രദ്ധാപൂർവ്വമായ ഒരു പരിഗണനന നല്കണമെന്ന് അയാൾ എന്നെ നിർബ്ബന്ധിച്ചു. കാരണം ഞാൻ അത്തരം നടപടി തിടുക്കത്തിൽ എടുക്കുകയാണെങ്കിൽ അത് അശുഭകരം ആയിരിക്കും. തിടുക്കവും ഉദാസീനതയും എല്ലാക്കാലത്തും ചെറുപ്പക്കാരുടെ നാശം ആയിരുന്നു. നിശ്ചയമായും അയാൾ അനുകൂലമായ ഒരു ഉത്തരത്തിനുവേണ്ടി അതിയായി അഭിലഷിക്കുന്നുണ്ടായിരുന്നു. അല്ലെങ്കിൽ അയാൾ മോസ്കോവിലുള്ള ഒരു കച്ചവടക്കാരന്റെ മകളെ വിവാഹം ചെയ്യേണ്ടിവരുമായിരുന്നു. കാരണം അയാൾ അയാളുടെ തെമ്മാടിയായ അനന്തരവന് പിന്തുടർച്ചാവകാശം ഇല്ലാതാക്കുമെന്ന് ശപഥം ചെയ്തിരുന്നു. അയാൾ എന്റെ എതിർപ്പുകൾ അവഗണിച്ചുകൊണ്ട് അഞ്ഞൂറു റൂബിളുകൾ എന്റെ ചിത്രത്തുന്നൽ ചട്ടക്കൂടിനുമുകളിൽ എന്തെങ്കിലും മധുരപലഹാരം വാങ്ങാൻ വേണ്ടി എന്ന് പറഞ്ഞ് വച്ചതിനുശേഷം സ്ഥലം വിട്ടു. ഈ രാജ്യത്ത് ഞാൻ ഒരു മധുരമുള്ള കേക്ക് പോലെ വളർന്നുവരുമെന്നും അതിനുശേഷം ഞാൻ ഒരു കരയാമ്പൂച്ചെടിയിൽ ജീവിക്കുമെന്നും അയാൾ പറഞ്ഞു. അയാൾ ഇപ്പോൾ ഭയാനകമായ രീതിയിൽ തിരക്കുള്ളവൻ ആണെന്നും അതിനു ശേഷം എന്നെ ഒരു മിനിറ്റ് സമയം കാണാൻവേണ്ടി മാത്രം ശീലിക്കുകയാണെന്നും പറഞ്ഞു. അതിനുശേഷം അപ്പോൾത്തന്നെ അയാൾ വിടവാങ്ങി. എന്റെ പ്രിയപ്പെട്ട കൂട്ടുകാരാ, ഞാൻ ഇതിനെപ്പറ്റിയെല്ലാം വളരെനേരം ആലോചിച്ചിരുന്നു. അതിനുശേഷം വളരെക്കൂടുതൽ ബുദ്ധിമുട്ടിയിരുന്നു. പക്ഷേ, അവസാനം ഞാൻ എന്റെ മനസ്സിൽ തീരുമാനം എടുത്തു. ആ മനുഷ്യനെ ഞാൻ വിവാഹം കഴിക്കാൻ പോവുകയാണ്. ഞാൻ നിശ്ചയമായും ഈ വിവാഹാഭ്യർത്ഥനയ്ക്ക് സമ്മതിക്കണം. ആരെങ്കിലും എന്നെ എന്റെ മാനക്കേടിൽ നിന്ന് മോചിപ്പിച്ച് എന്റെ നല്ല പേര് വീണ്ടെടുത്തതിനുശേഷം ദാരിദ്ര്യവും കഷ്ടപ്പാടും അതിന്റെ കൂടെ ദൗർഭാഗ്യങ്ങളും ഒഴിവാക്കുന്നുവോ അയാളാണ് ആ മനുഷ്യൻ. മറ്റെന്താണ് എനിക്ക് ഭാവിയിൽ നിന്ന് പ്രതീക്ഷിക്കാൻ കഴിയുന്നത്, വിധിയിൽനിന്ന് എനിക്ക് എന്താണ് കൂടുതൽ ആവശ്യപ്പെടാനുള്ളത്? ഫെഡോറാ പറയുന്നത് ഒരാൾ അയാളുടെ സന്തോഷം നഷ്ടപ്പെടുത്തരുതെന്നാണ്. അതിനുശേഷം ഇത് സന്തോഷം അല്ലെങ്കിൽ അപ്പോൾ അത് എന്താണ്? എന്റെ കാര്യം പറഞ്ഞാൽ. എന്റെ കൂട്ടുകാരാ ഞാൻ മറ്റൊരു വഴിയും കാണുന്നില്ല. ഞാൻ വളരെ കഠിനമായി ജോലി ചെയ്യുകയായിരുന്നു. ആയതിനാൽ ഞാൻ എന്റെ ആരോഗ്യം നശിപ്പിച്ചു; അതുകൂടാതെ എനിക്ക് എല്ലാക്കാലത്തും ജോലി ചെയ്യാൻ കഴിയില്ല. അതുകൊണ്ട് ഒരു ആയ അല്ലെ

ങ്കിൽ വേലക്കാരി ആകുക? എനിക്ക് ഏകാന്തതയിൽനിന്നും അനാരോഗ്യം മൂലം വണ്ണം കുറയും. അതിനുശേഷം ഞാൻ പുറമേയുള്ള ഒരാൾക്കും യോജിക്കുകയില്ല. ഞാൻ സ്വാഭാവികമായും ദുഃർബ്ബലയാണ്. അതിനുശേഷം ഞാൻ എല്ലാ സമയത്തും ആരോ ഒരാൾക്ക് ഒരു ഭാരം ആയിരിക്കും. ഞാൻ പോകുന്നത് സ്വർഗ്ഗത്തിലേക്കല്ലെന്ന് ഞാൻ തിരിച്ചറിയുന്നുണ്ട്. പക്ഷേ, ഞാൻ എന്താണ് ചെയ്യേണ്ടത്? എനിക്ക് എന്ത് തിരഞ്ഞെടുക്കലാണ് ഉള്ളത്?

ഞാൻ സത്യത്തിൽ ഉപദേശത്തിനുവേണ്ടിയല്ല ചോദിക്കുന്നത്. ഞാൻ തനിച്ച് ഇതിനെപ്പറ്റി പുറത്തുപോയിരുന്ന് ആലോചിക്കാൻ ആഗ്രഹിക്കുന്നുണ്ട്. നിങ്ങൾ വായിച്ച തീരുമാനം മാറ്റാൻപറ്റുന്നതല്ല. അതിനുശേഷം ഞാൻ ഇത് എന്നെ നിർബ്ബന്ധിച്ചുകൊണ്ടിരിക്കുന്ന ബൈക്കോവിനെ അറിയിക്കും. അയാൾ പറഞ്ഞത് അയാളുടെ കാര്യങ്ങൾക്ക് വേണ്ടി കാത്തുനില്ക്കാൻ കഴിയില്ലെന്നാണ്. അതിന്റെ കൂടെ എന്റെ സങ്കല്പങ്ങൾക്കുവേണ്ടി വിവാഹം മാറ്റിവെക്കാൻ കഴിയില്ലെന്നുമാണ്. ഞാൻ സന്തോഷത്തിൽ ആയിരിക്കുമോ അല്ലയോ എന്ന് ദൈവത്തിനറിയാം, പക്ഷേ, ഞാൻ എന്റെ വിധിയെ അദ്ദേഹത്തിന്റെ ദുർഗ്ര്ാഹ്യമായ താല്പര്യങ്ങളെ ചുമതലപ്പെടുത്തുന്നു. ബൈക്കോവ് ഒരു ദയാലുവായ മനുഷ്യനാണെന്ന് അവർ പറയുന്നു. അവർ എന്നെ ബഹുമാനിക്കും. അതിനുശേഷം ഞാൻ ഒരുപക്ഷേ, അയാളെ ബഹുമാനിക്കാൻ ശീലിക്കും. ഇത്തരം ഒരുവിവാഹത്തിൽ നിന്ന് എനിക്ക് എന്താണ് കൂടുതൽ പ്രതീക്ഷിക്കാനുള്ളത്?

മേക്കർ അലക്സിയേവിച്ച്, പറയാനുള്ളതെല്ലാം ഞാൻ നിങ്ങളോട് പറഞ്ഞു കഴിഞ്ഞു. അതിനുശേഷം നിങ്ങൾക്ക് അത് മനസ്സിലാകുമെന്ന് എനിക്ക് ഉറപ്പുണ്ട്. എന്നെ പിന്തിരിപ്പിക്കാൻ ശ്രമിക്കരുത്. നിങ്ങൾ വിജയിക്കാൻ പോകുന്നില്ല! ഈ നടപടിയിലേക്ക് പോകാൻ എന്നെ നയിച്ച എല്ലാ കാര്യങ്ങളെക്കുറിച്ചും ഒരു നിമിഷം നിങ്ങളുടെ ഹൃദയത്തിനുള്ളിൽ തൂക്കിനോക്കൂ. തുടക്കത്തിൽ ഞാൻ ഭയന്നിരുന്നു. പക്ഷേ, ഇപ്പോൾ ഞാൻ കൂടുതൽ ആത്മവിശ്വാസം ഉള്ളവളാണ്. എന്താണ് എന്നെ കാത്തിരിക്കുന്നതെന്ന് എനിക്ക് അറിയില്ല. ഭാവി അറിയപ്പെടാത്തതാണ്. എന്തുവന്നാലും അദ്ദേഹത്തിന്റെ ആഗ്രഹം നിർവ്വഹിക്കപ്പെടും.

ബൈക്കോവ് ഇപ്പോൾ വന്നതേയുള്ളൂ. അതിനുശേഷം ഈ എഴുത്തിൽ എനിക്ക് വളരെക്കൂടുതൽ പറയാനുണ്ടെങ്കിലും അപൂർണ്ണമായി ഉപേക്ഷിക്കേണ്ടിവന്നിരിക്കുന്നു

വി ഡി

സെപ്തംബർ 23

എന്റെ ഏറ്റവും പ്രിയപ്പെട്ട വാർവാരാ - അലക്സിയേവിനാ,

പ്രിയപ്പെട്ടവളേ, ഞാൻ നിങ്ങളുടെ എഴുത്തിനുള്ള മറുപടി ത്വരിതപ്പെടുത്തുകയായിരുന്നു. അതിനുശേഷം ഞാൻ പൂർണ്ണമായും വിസ്മയിച്ചുപോയെന്ന് അറിയിക്കുന്നു. എവിടെയോ ഏതോ ഒരു കാര്യം തെറ്റിയിട്ടുണ്ട്. ഇന്നലെ, ഞങ്ങൾ ഗോർഷ്ക്കോവിനെ കുഴിച്ചുമൂടി. ശരിയാണ്. തീർച്ചയായും ബൈക്കോവ് ശ്രേഷ്ഠമായി പെരുമാറിയിട്ടുണ്ട്. പക്ഷേ, നിങ്ങൾ സത്യത്തിൽ സമ്മതിച്ചിരുന്നോ, എന്റെ ഓമനേ? തീർച്ചയായും എല്ലാം ദൈവത്തിന്റെ കൈകളിൽ ആണ്. അത് സംശയാതീതമായ കാര്യമാണ്. അതുകൂടാതെ ഇതും നിശ്ചയമായും ദൈവത്തിന്റെ കൈകളിലാണ്. അതിനോടൊപ്പം നമ്മുടെ സ്രഷ്ടാവിന്റെ വഴിയിൽ വിധിയുടെ വഴികൾ പോലെ അറിയപ്പെടാത്തതാണെങ്കിലും അനുഗൃഹീതമാണ്! അതിനെപ്പറ്റി ചോദ്യം ഇല്ല! ഫെഡോറായും അതിനെ അംഗീകരിക്കുന്നുണ്ട്. നിങ്ങൾക്ക് ഇപ്പോൾ സന്തോഷം ആയിരിക്കും. തീർച്ചയായും സംതൃപ്തിയോടെ ജീവിക്കുമ്പോൾ എന്റെ കുഞ്ഞുതാറാവായ എന്റെ പ്രിയപ്പെട്ടവളേ, എന്റെ കൊച്ചുസുന്ദരിയായ എന്റെ മാലാഖേ— പക്ഷേ, എന്തുകൊണ്ട് ഇത്രപെട്ടെന്ന്, വാരങ്കാ? ഹാ! ശരിയാണ്, മിസ്റ്റർ ബൈക്കോവിന്റെ കാര്യങ്ങൾ ഉണ്ട്. ഓരോരുത്തർക്കും തീർച്ചയായും അവരവരുടെ കാര്യങ്ങൾ ഉണ്ട്. അതുകൊണ്ട് ഒരുപക്ഷേ, അയാൾക്കും അയാൾ പോകേണ്ട കാര്യങ്ങൾ ഉണ്ടായിരിക്കും. ഞാൻ അയാൾ വീട്ടിൽ നിന്ന് പോകുന്നത് കണ്ടിരുന്നു. അയാൾ ആജ്ഞാപിക്കുന്ന മനുഷ്യനാണ്; ആജ്ഞാപിക്കുന്നതിനും അപ്പുറമാണ്. പക്ഷേ, അവിടെ എന്തോ കാര്യം എവിടെയോ തെറ്റിയിരിക്കുന്നു. ഈ സൂചന അയാൾ ആജ്ഞാപിക്കുന്നതല്ല സൂചിപ്പിക്കുന്നത്. പക്ഷേ, ഞാൻ വളരെ അസ്വസ്ഥനാണ്. ഇപ്പോൾ പരസ്പരം നമ്മൾ ഈ ലോകത്തിൽ എഴുത്ത് എഴുതുന്നത്. എങ്ങനെയാണ്? അതിനുശേഷം ഞാൻ എങ്ങനെയാണ് ഒറ്റയ്ക്ക് ജീവിക്കുന്നത്? ഞാൻ നിങ്ങൾ എന്നോട് ആവശ്യപ്പെട്ടതുപോലെ നിങ്ങളുടെ എല്ലാ കാര്യങ്ങളും എന്റെ മനസ്സിൽ ഞാൻ തൂക്കി നോക്കിയിരുന്നു. ഞാൻ മുഴുവൻ സമയവും വെറുതെ ഇവിടെ ഇരുന്ന് തൂക്കിനോക്കുകയായിരുന്നു. നിങ്ങളുടെ എഴുത്തുവന്നപ്പോൾ ഞാൻ ആ കൈയെഴുത്തുപ്രതിയുടെ ഇരുപതാമത്തെ താൾ പകർത്തിയെഴുതുകയായിരുന്നു. നിങ്ങൾ വിട പറയുകയാണ്, എന്റെ ഓമനേ, അതിനോടൊപ്പം എല്ലാത്തരം കാര്യങ്ങളും നിശ്ചയമായും വാങ്ങേണ്ടിവരും: ഫ്രോക്കുകളും ഷൂസുകളും മറ്റ് കാര്യങ്ങളും അത് സംഭവിക്കുമ്പോൾ ഗോറോഡോവായായിൽ എനിക്ക് പരിചയമുള്ള ഒരു കട ഉണ്ട്. ഞാൻ ഇതിനെപ്പറ്റി മുമ്പ് നിങ്ങളോട് പറഞ്ഞിരുന്നു. ഓർക്കുന്നുണ്ടോ? പക്ഷേ, ഇപ്പോൾ നിങ്ങൾക്ക് എങ്ങനെ എന്നെ ഉപേക്ഷിക്കാൻ പറ്റും? നിങ്ങൾക്ക് ഇപ്പോൾ

പോകാൻ കഴിയില്ല. അത് അസാദ്ധ്യമാണ്. നിശ്ചയമായും അസാദ്ധ്യമാണ്! അവിടെ ധാരാളം കാര്യങ്ങൾ വാങ്ങാനുണ്ട്. അതിനുശേഷം ഒരു വണ്ടിയും വേണം! അതിന്റെ കൂടെ കാലാവസ്ഥ മോശമാണ്; എങ്ങനെയാണ് മഴ പെയ്തുകൊണ്ടിരിക്കുന്നതെന്ന് നോക്കൂ; തൊട്ടികളിലാണ് താഴോട്ട് വീണുകൊണ്ടിരിക്കുന്നത്. അതിനുശേഷം ഇതുപോലെയുള്ള ഒരു നനഞ്ഞ മഴയും! അതിനുശേഷം, ഇതിന്റെ കൂടെ... നിങ്ങൾക്ക് ജലദോഷം വരും, എന്റെ മാലാഖേ, നിങ്ങളുടെ മനസ്സിന് തണുപ്പുതോന്നും. നിങ്ങൾക്ക് ഒരു അപരിചിതന്റെ കൂടെ ദൂരെ പോകുന്നതിന് ഭയമില്ലേ? അതിനുശേഷം എനിക്കുവേണ്ടി എന്താണ് ബാക്കിയുള്ളത്? ഫെഡോറാ പറയുന്നത് നിങ്ങൾ വലിയ ഭാഗ്യവതിയാണെന്നാണ്. പക്ഷേ, അവൾ ഒരു വഴക്കാളി പെണ്ണാണ്. അതുകൂടാതെ എന്നെ നശിപ്പിക്കുന്നതിനെപ്പറ്റി മാത്രമാണ് ചിന്തിക്കുന്നത്. നിങ്ങൾ സന്ധ്യാപ്രാർത്ഥനകൾക്ക് പോകുന്നുണ്ടോ? ഞാൻ അവിടെ നിങ്ങളെ കാണാൻവേണ്ടി പോകും. ഇത് സത്യമാണ്, എന്റെ ഓമനേ, നിങ്ങൾ പഠിപ്പുള്ളവളും പാതിവ്രത്യമുള്ളവളും അതിന്റെ കൂടെ ദയമുള്ളവളുമായ ഒരു പെൺകുട്ടിയാണെന്നുള്ളത് വളരെ സത്യമാണ്. പക്ഷേ, ആ കച്ചവടക്കാരന്റെ മകളെ വിവാഹം ചെയ്യുന്നത് അയാൾക്ക് കൂടുതൽ മെച്ചമായിരിക്കും. എന്റെ ഓമനേ, നിങ്ങൾ അങ്ങനെ വിചാരിക്കുന്നില്ലേ? കച്ചവടക്കാരന്റെ മകളെ വിവാഹം കഴിച്ചാൽ അയാൾ കൂടുതൽ മെച്ചപ്പെടില്ലേ? ഞാൻ നേരം ഇരുട്ടി ഒരു മണിക്കൂറിനുശേഷം ഉള്ളിലേക്ക് വരും. ഇപ്പോൾ നേരത്തേ തന്നെ ഇരുട്ടുന്നുണ്ട്. അതിനുശേഷം ഞാൻ വരുമെന്ന് ഉറപ്പാണ്. നിങ്ങൾ ഇപ്പോൾ ബൈക്കോവിനെ പ്രതീക്ഷിച്ചുകൊണ്ടിരിക്കുകയാണ്. അതിനുശേഷം അയാൾ പോയിക്കഴിയുമ്പോൾ ഞാൻ വരും. എനിക്ക് വേണ്ടി കാത്തിരിക്കണം, പ്രിയപ്പെട്ട ഹൃദയമേ, ഞാൻ അകത്തുവരും.

മേക്കർ ഡിവുഷ്ക്കിൻ

സെപ്തംബർ 27

എന്റെ പ്രിയപ്പെട്ട കൂട്ടുകാരാ, മേക്കർ അലക്സിയേവിച്ച്,

മിസ്റ്റർ ബൈക്കോവ് പറയുന്നത് എനിക്ക് ഡച്ച് ലിനന്റെ മൂന്ന് ഡസൻ അടിക്കുപ്പായങ്ങൾ നിശ്ചയമായും വേണമെന്നാണ്. എനിക്ക് നിശ്ചയമായും രണ്ട് ഡസൻ ഉണ്ടാക്കാൻ കഴിയുന്ന ഒരു തയ്യൽക്കാരിയെ കണ്ടെത്തണം. അതുകൂടാതെ, വളരെക്കുറച്ച് സമയമാണുള്ളത്. മിസ്റ്റർ ബൈക്കോവ് അസ്വസ്ഥനാണ്. അയാൾ പറയുന്നത് ഈ മോടി വസ്ത്രങ്ങൾ കൂടുതൽ ആയാസകരമാണെന്നാണ്. ഞങ്ങളുടെ വിവാഹം അഞ്ചു ദിവസങ്ങൾക്കുള്ളിൽ നടക്കാനുള്ളതാണ്. അതിനുശേഷം അടുത്തദിവസം ഞങ്ങൾക്ക് പോകാനുള്ളതാണ്. മിസ്റ്റർ ബൈക്കോവ് തിടുക്കം കൂട്ടുകയാണ്. അയാൾ ചിന്തിക്കുന്നത് ഇത്രയധികം സമയം ചെലവഴിക്കുന്നത് ഒരു നാണക്കേടാണെന്നാണ്. ഞാൻ വളരെക്കൂടുതൽ ഓടിക്കൊ

ണ്ടിരിക്കുകയായിരുന്നു. അതുകൊണ്ട് എനിക്ക് നില്ക്കാൻ പോലുമുള്ള കരുത്തില്ല. അവിടെ വളരെക്കൂടുതൽ ചെയ്യാനുണ്ട്. അതിനുശേഷം അവിടെ ഇതൊന്നും ഇല്ലായിരുന്നെങ്കിൽ കൂടുതൽ മെച്ചമായിരുന്നു. അതിനുശേഷം മറ്റൊരു കാര്യം. ഞങ്ങൾക്ക് വേണ്ടത്ര തവിട്ടുനിറക്കാരികളായ സുന്ദരികൾ ഇല്ല. അല്ലെങ്കിൽ റേന്തകൾ ഇല്ല. കുറച്ചുകൂടി വാങ്ങേണ്ടി വരും. കാരണം മിസ്റ്റർ ബൈക്കോവ് പറയുന്നത് അയാൾക്ക് അയാളുടെ ഭാര്യയെ ഒരു അടുക്കളക്കാരിയെപ്പോലെ കാണാൻ ആഗ്രഹമില്ലെന്നാണ്. അതിനുശേഷം ഞാൻ അയാൾ പറയുന്നതുപോലെ നിശ്ചയമായും പ്രാദേശികമായ മാന്യവനിതകളുടെ മൂക്കുകൾ പുറത്തുനിർത്തണമെന്നാണ്. നിങ്ങൾക്ക് ഗോരോഖോവായിലെ ശ്രീമതി ചിഫോണിന്റെ അടുത്തു പോയതിനുശേഷം അവരോട് ഏതെങ്കിലും തയ്യൽക്കാരികളെ അയയ്ക്കാനും അതിന്റെ കൂടെ അവർ സ്വയം വരാനുമുള്ള ദയ കാണിക്കുമോ എന്ന് അന്വേഷിക്കാൻ കഴിയുമോ. എനിക്ക് ഇന്ന് സുഖമില്ല. ഞങ്ങളുടെ പുതിയ മുറിയിൽ തണുപ്പാണ്. അതിന്റെ കൂടെ അടുക്കും ചിട്ടയും ഇല്ല. മിസ്റ്റർ ബൈക്കോവിന്റെ അമ്മാവിക്ക് വളരെക്കൂടുതൽ പ്രായമുണ്ട്. അതുകൂടാതെ അസുഖവും ഉണ്ട്. അതുകൊണ്ട് അവർ ഞങ്ങൾ യാത്രതിരിക്കുന്നതിനുമുമ്പ് മരിക്കുമോ എന്ന ഭയം എനിക്കുണ്ട്. പക്ഷേ, മിസ്റ്റർ ബൈക്കോവ് പറയുന്നത് അത് ഒരു കാര്യമല്ലെന്നാണ്. അവർ തിരിച്ചുവരുമെന്നാണ്. എല്ലാ കാര്യങ്ങളും ഇത്തരം ഒരു അലങ്കോലത്തിലാണ്. മിസ്റ്റർ ബൈക്കോവ് ഇവിടെ താമസിക്കുന്നില്ല. അതിന്റെകൂടെ ജോലിക്കാർ ഓടിക്കൊണ്ടിരിക്കുന്നു. എവിടെയാണ് പോകുന്നതെന്ന് ദൈവത്തിനറിയാം. ചില സമയങ്ങളിൽ അവിടത്തെ ജോലി ചെയ്യാൻ ഫെഡോറാ മാത്രമാണ് ഉണ്ടാവുന്നത്. മിസ്റ്റർ ബൈക്കോവിന്റെ സാധാരണഗതിയിൽ ചുമതലയുള്ള ഭൃത്യൻ മൂന്നു ദിവസമായി പോയിരിക്കുകയാണ്. മിസ്റ്റർ ബൈക്കോവിന് എല്ലാ ദിവസവും രാവിലെ ഇവിടെ വന്നതിനുശേഷം എല്ലാ സമയത്തും ദേഷ്യമായിരിക്കും. ഇന്നലെ അയാൾ ഒരു മേൽനോട്ടക്കാരനെ അടിച്ചു. അത് പൊലീസുമായുള്ള കലാപത്തിലേക്ക് നയിച്ചിരുന്നു. അവിടെ എന്റെ എഴുത്തുകൾ നിങ്ങൾക്ക് കൊണ്ടുത്തരാൻ ഒരാൾപോലും ഇല്ല. അതിനുശേഷം ഈ എഴുത്ത് ഞാൻ തപാലിൽ അയയ്ക്കും. ഹോ! ഏറ്റവും പ്രധാനപ്പെട്ട കാര്യം ഞാൻ ഏറക്കുറെ മറന്നുപോയിരിക്കുന്നു. ശ്രീമതി ചിഫോണിനോട് ഇന്നലത്തെ മാതൃകയനുസരിച്ച് അവർ റേന്തയിൽ മാറ്റം വരുത്തണമെന്ന് പറയണം. ഒരുപക്ഷേ, അവർക്ക് നേരിട്ടുവന്ന് പുതിയ മാതൃകകൾ എന്നെ കാണിക്കാം. ഞാൻ ഫ്രോക്കിനെ സംബന്ധിച്ച് എന്റെ മനസ്സിൽ മാറ്റം വരുത്തിയിട്ടുണ്ടെന്നും അവരോട് പറയണം. അതിൽ അലങ്കാരത്തുന്നൽ ഉണ്ടായിരിക്കണം. തൂവാലകളുടെ മുകളിലുള്ള ചിത്രാക്ഷരങ്ങൾ ടാംബോറിൽ ആയിരിക്കണം. അതും സാറ്റിൻ തയ്യൽ ആയിരിക്കരുത്. ആ വാക്ക് ടാംബോർ എന്നാണ്, നിങ്ങൾ ഓർക്കുമോ? ഞാൻ മറ്റൊരു കാര്യം ഏറക്കുറെ മറന്നുപോയിരുന്നു. ആ രോമക്കുപ്പായത്തി

നുമുകളിലുള്ള മടക്കുകൾ ഉയർന്നിരിക്കണം. അതിന്റെ കൂടെ ഗസറ്റുകൾ പിന്നിയിട്ടതായിരിക്കണം. അതുകൂടാതെ കുപ്പായക്കഴുത്ത് കസവ് ആയിരിക്കണം. അല്ലെങ്കിൽ വീതിയുള്ള *ഫാൾബാലകൊണ്ട് തൊങ്ങൽ വച്ചതായിരിക്കണം. നിങ്ങൾ മറക്കില്ല. മറക്കുമോ?

നിങ്ങളുടെ വി ഡി

P S, നിങ്ങളെ എന്റെ ദൗത്യവുമായി ബുദ്ധിമുട്ടിക്കുന്നതിൽ എനിക്ക് നാണക്കേടുണ്ട്. മിനിഞ്ഞാന്ന് രാവിലെയും നിങ്ങൾ രാവിലെ മുഴുവൻ ഓടുകയായിരുന്നു. പക്ഷേ, സത്യത്തിൽ എനിക്ക് അതിൽ സഹായിക്കാൻ പറ്റുന്നില്ല! ഇവിടെ ഒരു നടപടിയുടെ സൂചനപോലും അവിടെ നിന്നില്ല. അതിന്റെ കൂടെ എനിക്ക് സുഖമില്ല. അതുകൊണ്ട്, മേക്കർ അലക്സിയേവിച്ച്, എന്നോട് ദേഷ്യം തോന്നരുത്. ഞാൻ അങ്ങേയറ്റം തളർന്നിരിക്കുകയാണ്. എനിക്ക് എന്താണ് സംഭവിക്കാൻ പോകുന്നത്, എന്റെ പ്രിയപ്പെട്ട ദയാലുവായ മേക്കർ അലക്സിയേവിച്ച്? ഭാവിയിലേക്ക് നോക്കാൻ എനിക്ക് ഭയമാണ്. ഞാൻ ദുഃശകുനങ്ങൾ കാരണം ബുദ്ധിമുട്ടിലാണ് അതിന്റെ കൂടെ ഞാൻ മാനസികമായ അവ്യക്തതയോടെയാണ് ജീവിച്ചുകൊണ്ടിരിക്കുന്നത്.

P P S, ഞാൻ നിങ്ങളോട് ആവശ്യപ്പെട്ടിരുന്ന കാര്യം ദയവായി മറക്കരുത്. നിങ്ങൾ ഒരുപക്ഷേ, തെറ്റ് വരുത്തുമെന്ന് ഞാൻ ഭയക്കുന്നു. മറക്കരുത്. **ടാംബോറിൽ ആണ്. അതിനുശേഷം സാറ്റിൽ തയ്യലിൽ അല്ല.

വി ഡി

സെപ്തംബർ 27

എന്റെ പ്രിയപ്പെട്ട വാർവാരാ അലക്സിയേവ്നാ,

ഞാൻ ശ്രദ്ധയോടെ നിങ്ങളുടെ എല്ലാ നിർദ്ദേശങ്ങളും നിർവ്വഹിച്ചിട്ടുണ്ട്. ശ്രീമതി ചിഫോൺ അവർ സ്വയം അത് ടോംബോറിൽ ചെയ്യാൻ ഉദ്ദേശിച്ചിരിക്കുകയായിരുന്നെന്ന് എന്നോട് പറഞ്ഞു. അത് കൂടുതൽ അനുയോജ്യമാണെന്നോ മറ്റോ അല്ലെങ്കിൽ എന്താ കാര്യം— എനിക്ക് ശരിക്കും മനസ്സിലായില്ല. അവർ ഫാൾബാലയെപ്പറ്റി എന്തോ കാര്യം പറഞ്ഞു; പക്ഷേ, അത് എന്തായിരുന്നെന്ന് ഞാൻ മറന്നുപോയിരിക്കുന്നു. എനിക്ക് ഓർക്കാൻ കഴിയുന്നത് അവർ ഫാൾബാപയെ പറ്റി ധാരാളം കാര്യങ്ങൾ പറഞ്ഞെന്നു മാത്രമാണ്. അവർ ഭ്രാന്തുപിടിപ്പിക്കുന്ന ഒരു മൂതേവിയാണ്! അവർ മറ്റെന്താണ് പറഞ്ഞത്? അവർ അത് നിങ്ങളോട് സ്വയം പറയുന്നതാണ് കൂടുതൽ നല്ലത്. ഞാൻ ഓടിനടന്ന് പകുതിമരിച്ചിരിക്കുകയാണ്. അതിന്റെ കൂടെ ഇന്ന് ഓഫീസിൽ പോയിരുന്നില്ല. പക്ഷേ, പ്രിയപ്പെട്ടവളെ, എന്നെപ്പറ്റി വേവലാതിപ്പെടേണ്ടതില്ല. ഞാൻ നിങ്ങളുടെ മനസ്സമാധാനത്തിനുവേണ്ടി പട്ടണത്തിലെ ഓരോ കടയിലും

* ഫ്രില്‍

** നൂൽത്തയ്യൽ

ഓടിയെത്താൻ തയ്യാറാണ്. ഭാവിയിലേക്ക് നോക്കാൻ നിങ്ങൾക്ക് ഭയമാണെന്ന് നിങ്ങൾ പറഞ്ഞിരുന്നു. പക്ഷേ, എല്ലാ കാര്യങ്ങളും നിങ്ങൾക്ക് ഏഴുമണിക്ക് അറിയാൻ കഴിയും. ശ്രീമതി. ചിഫോൺ ഏഴുമണിക്ക് വരാമെന്ന് വാക്കു പറഞ്ഞിട്ടുണ്ട്. എന്റെ പ്രിയപ്പെട്ടവൾ നിരാശയാകരുത്. ഒരുപക്ഷേ, എല്ലാക്കാര്യങ്ങളും ഏറ്റവും നല്ലതിനുവേണ്ടി ആയിരിക്കും. എനിക്ക് എന്റെ മനസ്സിൽ നിന്ന് ആ നശിച്ച ഫാൾബാലായെ എടുത്തുകളയാൻ പറ്റുന്നില്ല. ഹോ ആ ഫാൾബാലാ— ഫാൾബാലാ! ഞാൻ നിങ്ങളെ കാണാൻ വരും, എന്റെ പ്രിയപ്പെട്ടവളേ, ഞാൻ തീർച്ചയായും വരും. ഞാൻ സത്യത്തിൽ രണ്ടുതവണ നിങ്ങളുടെ വീടിന്റെ ഗേറ്റുകളിലൂടെ കടന്നുപോയിരുന്നു. പക്ഷേ, ബൈക്കോവ്, അതായത് മിസ്റ്റർ ബൈക്കോവ് എല്ലാ സമയത്തും വളരെ ദേഷ്യത്തിലാണ്. അതുകൊണ്ട് ഞാൻ സത്യത്തിൽ... ശരി, അവിടെ അതാണ്.

മേക്കർ ഡിവുഷ്കിൻ

സെപ്തംബർ 28

എന്റെ പ്രിയപ്പെട്ട മേക്കർ അലക്സിയേവിച്ച്

ദയവായി, ദയവായി, രത്നവ്യാപാരിയുടെ അടുത്തേക്ക് ഉടൻതന്നെ ഓടണം. അതിനുശേഷം അയാൾ ആ മുത്തിന്റേയും മരതകക്കല്ലിന്റെയും കമ്മൽ ഉണ്ടാക്കേണ്ട ആവശ്യമില്ലെന്ന് പറയണം. മിസ്റ്റർ ബൈക്കോവ് പറയുന്നത് അതിന്റെ വില അയാൾ കൊടുക്കാൻ തയ്യാറുള്ളതിനേക്കാൾ വളരെ കൂടുതലാണെന്നാണ്. അയാൾ ഏറെക്കുറെ അലോസരപ്പെട്ടിരിക്കുകയാണ്. അതിനുശേഷം അയാൾ പറയുന്നത് ഇതെല്ലാം കൂടി അയാൾക്ക് ഇപ്പോൾത്തന്നെ വളരെക്കൂടുതൽ ചെലവായിട്ടുണ്ടെന്നും അതിനുശേഷം അയാൾ കൊള്ളയടിക്കപ്പെടുകയാണെന്നും പറയുന്നു. അയാൾ ഇതുപോലെയുള്ള ചെലവ് പ്രതീക്ഷിച്ചിരുന്നെങ്കിൽ അയാൾ ഒരിക്കലും ഈ മൊത്തം കാര്യവും ആരംഭിക്കില്ലായിരുന്നെന്നുമാണ് ഇന്നലെയും പറഞ്ഞിരുന്നത്. അയാൾ പറഞ്ഞത് അതുകൊണ്ട് വിവാഹച്ചടങ്ങുകൾക്ക് ശേഷം നമുക്ക് ഉടൻതന്നെ ദൂരത്തേക്ക് പോകാമെന്നാണ്. അതുകൊണ്ട് അവിടെ അതിഥികൾ ഉണ്ടായിരിക്കില്ല. അതിനുശേഷം ഞാൻ ഒരിക്കലും നൃത്തം ചെയ്യുമെന്നും വിലസി നടക്കുമെന്നും പ്രതീക്ഷിക്കരുത്. എന്തുകൊണ്ടെന്നാൽ ഇതുവരെ ആഘോഷങ്ങൾക്കുള്ള ഒരു കാരണവുമില്ല. ഈ രീതിയിലാണ് അയാൾ സംസാരിക്കുന്നത്. ഞാൻ ഈ കാര്യങ്ങളെപ്പറ്റി ഒന്നും ശ്രദ്ധിക്കുന്നില്ലെന്ന് ദൈവത്തിനറിയാം. അതിന്റെ കൂടെ മിസ്റ്റർ ബൈക്കോവ് സ്വയമാണ് ഇതെല്ലാം വേണമെന്ന് പറഞ്ഞത്. എനിക്ക് അയാളോട് മറുപടി പറയാൻ ധൈര്യമില്ല. കാരണം അയാൾ എളുപ്പത്തിൽ അസ്വസ്ഥനാകുന്നു. എനിക്ക് എന്താണ് സംഭവിക്കാൻ പോകുന്നത്?

വി ഡി

സെപ്തംബർ 28

വാർവാരാ അലക്സിയേവ്നാ, എന്റെ ചെല്ലപ്പിള്ളേ,

ഞാൻ.... അതായത് രത്നവ്യാപാരിയെ സംബന്ധിച്ചിടത്തോളം

തൃപ്തികരമായ അവസ്ഥയാണ്. എന്നെപ്പറ്റി പറഞ്ഞാൽ ഞാൻ ആദ്യം സുഖമില്ലെന്നും കിടക്കയിലാണെന്നും പറയാമെന്നാണ് വിചാരിച്ചത്. വളരെക്കൂടുതൽ കാര്യങ്ങൾചെയ്യാനുള്ള സമയത്താണ് ഞാൻ സുഖമില്ലാതെ കിടക്കാൻ പോകുന്നത്. ശപിക്കപ്പെട്ട ഭാഗ്യം! എന്റെ ദുരിതം പൂർണ്ണമാക്കാൻ, മഹാരാജാവ് ഏതാനും ദിവസങ്ങൾക്ക് മുമ്പ് വളരെ ദേഷ്യത്തിലായിരുന്നു. അതിനുശേഷം അദ്ദേഹം യമല്യൻ ഇവനോവിച്ചിനോട് അയാളുടെ ശ്വാസം നിന്നുപോകുന്നതുവരെ ആക്രോശിച്ചിരുന്നു, പാവം മനുഷ്യൻ. ഞാൻ നിങ്ങളോട് പറയാൻ ഉദ്ദേശിച്ചത് അതാണ്. ഞാൻ കൂടുതൽ എഴുതാൻ ഇഷ്ടപ്പെടുന്നുണ്ട്. പക്ഷേ, ഞാൻ നിങ്ങൾക്ക് ആവശ്യമില്ലാത്ത ബുദ്ധിമുട്ടുകൾക്ക് കാരണമാകുമെന്ന് ഭയക്കുന്നു. ഞാൻ ഒരു സാധാരണക്കാരനാണ്. ഒരു വിവേകമുള്ള മനുഷ്യൻ അല്ല. അതിനുശേഷം എന്റെ മനസ്സിൽ വരുന്നതെല്ലാം ഞാൻ എഴുതുന്നു; അതുകൊണ്ട് ഞാൻ കുത്തിക്കുറിക്കുന്ന ചില കാര്യങ്ങൾ വേണ്ടതുപോലെ പൂർണ്ണമായും ശരിയാകുന്നില്ലെന്ന് നിങ്ങൾക്ക് തോന്നുമായിരിക്കും. ശരി, അത് സത്യത്തിൽ ഒരു കാര്യമല്ല.

നിങ്ങളുടെ
മേക്കർ ഡിവുഷ്ക്കിൻ

സെപ്തംബർ 29

വാർവാരാ അലക്സിയേവ്നാ, പ്രിയപ്പെട്ട ഹൃദയമേ;

എന്റെ ഓമനേ, ഞാൻ ഇന്ന് ഫെഡോറായെ കണ്ടുമുട്ടിയിരുന്നു. അങ്ങനെ നിങ്ങൾ നാളെ വിവാഹിതയാകുമെന്ന് അവൾ പറഞ്ഞു. അതിനുശേഷം മറ്റന്നാൾ ഇവിടംവിട്ട് പോകുമെന്നും പറഞ്ഞു. അതുകൂടാതെ മിസ്റ്റർ ബൈക്കോവ് കുതിരകളെ ഇപ്പോൾത്തന്നെ വാടകയ്ക്ക് എടുത്തു കഴിഞ്ഞിരിക്കുന്നു. മഹാരാജാവിനെപ്പറ്റിയുള്ള ആ വാർത്തയുടെ ശകലങ്ങൾ ഞാൻ നിങ്ങളോട് പറഞ്ഞുകഴിഞ്ഞിരുന്നു. മറ്റെന്താണ്? ങാ, ഗോരോഡോവ്യായിലെ ആ കടയിൽനിന്നുമുള്ള ബില്ലുകൾ ഞാൻ പരിശോധിച്ചുകഴിഞ്ഞു. എല്ലാ കാര്യങ്ങളും ശരിയാണ്. പക്ഷേ, വളരെ ചെലവേറിയതാണ്. മിസ്റ്റർ. ബൈക്കോവിന് നിങ്ങളോട് ദേഷ്യം എന്തുകൊണ്ടാണ്? ശരി, എന്റെ ഓമനേ, ഇനി അങ്ങോട്ട് എന്നും നിങ്ങൾക്ക് സന്തോഷമായിരിക്കട്ടെ, നിങ്ങൾക്ക് സന്തോഷമാണെന്നറിയുന്നതിൽ ഞാൻ വളരെക്കൂടുതൽ സന്തോഷിക്കും. എന്റെ പുറംവേദന ഇല്ലാതിരിക്കുകയാണെങ്കിൽ ഞാൻ ചടങ്ങിൽ പങ്കെടുക്കും.

എഴുത്തുകളെപ്പറ്റി വീണ്ടും സൂചിപ്പിക്കുകയാണെങ്കിൽ,......... ആരാണ് അവ എടുത്തുകൊണ്ടുപോകാൻ പോകുന്നത്? നിങ്ങൾ ഫെഡോറായെ ഭംഗിയായി കൈകാര്യം ചെയ്യുന്നുണ്ട്. നിങ്ങൾ വളരെ അനുകമ്പയുള്ളവളാണ്. അതിനുശേഷം ഇതിന് ദൈവം നിങ്ങളെ അനുഗ്രഹിക്കും. നല്ല പ്രവൃത്തികൾക്ക് ഒരിക്കലും പ്രതിഫലം ലഭിക്കാതിരിക്കില്ല. അതുകൂടാതെ നന്മ ഒരിക്കലും ദൈവീകമായ നീതിയുടെ പ്രഭ ലഭിക്കുന്നതിൽ വിജയിക്കാതിരിക്കില്ല. എന്റെ ഒരേയൊരു പ്രിയപ്പെട്ടവളെ, ഓരോ മണിക്കൂറിലും ഞാൻ നിങ്ങൾക്ക് എഴുത്തെഴുതാൻ ഇഷ്ടപ്പെ

ടും. ഓരോ മിനിറ്റിലും എഴുതാൻ ഇഷ്ടപ്പെടും. അതിനുശേഷം വെറുതെ എഴുതും. അങ്ങനെ എഴുതിക്കൊണ്ടിരിക്കും. നിങ്ങളുടെ '*ഇവാൻ ബൽക്കിന്റെ കഥകൾ*' എന്ന പുസ്തകം എന്റെ കൈയിലുണ്ട്. എന്റെ ഓമനേ, ദയവായി അത് എന്റെ കൈവശം ഉപേക്ഷിക്കുക. അത് ഞാൻ അത് വായിക്കാൻ വളരെയധികം ആഗ്രഹിക്കുന്നതുകൊണ്ടല്ല. പക്ഷേ, തണുപ്പുകാലം അടുത്തുകൊണ്ടിരിക്കുകയാണെന്ന് നിങ്ങൾക്ക് അറിയാവുന്നകാര്യമാണ്. അതിനുശേഷം വൈകുന്നേരങ്ങൾ നീണ്ടുനില്ക്കുന്നതും ദാരുണവും ആയിരിക്കും അതിനുശേഷം വായനയ്ക്കുള്ള സമയം അതായിരിക്കും. ഞാൻ എന്റെ മുറിയിൽ നിന്ന് നിങ്ങളുടെ പഴയ മുറിയിലേക്ക് മാറും. ഞാൻ അത് ഫെഡോറായിൽനിന്ന് വാടകയ്ക്ക് എടുക്കും. ആ നെറ്റിയുള്ള സ്ത്രീയുമായി ഞാൻ ഒരിക്കലും വിട്ടുപിരിയില്ല. അവൾ വളരെ ചുറുചുറുക്കുള്ളവളാണ്; നിങ്ങൾക്കറിയാം! ഇന്നലെ ഞാൻ നിങ്ങൾ ഉപേക്ഷിച്ച മുറി സന്ദർശിച്ചിരുന്നു. ഞാൻ മുറിക്കുള്ളിൽ ചുറ്റിത്തിരിഞ്ഞ് കാര്യങ്ങൾ നോക്കിയിരുന്നു. അതിനുശേഷം അവിടെ ഒരു മൂലയിൽ നിങ്ങളുടെ പ്രിയപ്പെട്ട ചിത്രത്തുന്നലിന്റെ ചട്ടക്കൂട് ഒരു തുണിക്കഷണം ഉൾപ്പെടെ ഇരിക്കുന്നുണ്ടായിരുന്നു. അത് നിങ്ങൾ ചെയ്തുകൊണ്ടിരുന്ന ജോലി ആയിരിക്കും. ഞാൻ അത് പരിശോധിച്ചിരുന്നു. അതിനുശേഷം മറ്റുചില വ്യത്യാസങ്ങളും ലക്ഷ്യങ്ങളും കണ്ടിരുന്നു. എന്റെ എഴുത്തുകളിൽ ഒരെണ്ണം നിങ്ങളുടെ സിൽക്ക് നൂൽ ചുറ്റാനുള്ള നെയ്ത്തുകുഴലായി ഉപയോഗിച്ചിരുന്നതുകണ്ടപ്പോൾ ഞാൻ അങ്ങേയറ്റം സന്തോഷിച്ചിരുന്നു. മേശപ്പുറത്ത്. 'എന്റെ പ്രിയപ്പെട്ട മേക്കർ അലക്സിയേവിച്ച്, ഞാൻ തിരക്കുകൂട്ടുകയാണ്...' എന്നുള്ള വാക്കുകളുമായി ഒരു കടലാസുകഷണവും ഞാൻ കണ്ടെത്തിയിരുന്നു. ആ സമയത്ത് ആരോ ഒരാൾ നിങ്ങളെ നിശ്ചയമായും തടസ്സപ്പെടുത്തിയിരിക്കും. അതിനുശേഷം തട്ടിയുടെ പിന്നിലുള്ള മൂലയിൽ നിങ്ങളുടെ ചെറിയ കട്ടിൽ ചാരിവെച്ചിട്ടുണ്ടായിരുന്നു. എന്റെ പാവം പിടിച്ച പ്രിയപ്പെട്ട കുഞ്ഞുതാറാവേ! ശരി, വിട, വിട, എന്റെ ഓമനേ. ദയവായി ഉടൻതന്നെ മറുപടി എഴുതണം. ഞാൻ നിങ്ങളോട് യാചിക്കുന്നു.

മേക്കർ ഡിവുഷ്ക്കിൻ

സെപ്തംബർ 30

മേക്കർ അലക്സിയേവിച്ച് എന്റെ വിശ്വസ്തനും ഏറ്റവും സത്യസന്ധനുമായ കൂട്ടുകാരാ,

ആ കാര്യം കഴിഞ്ഞിരിക്കുന്നു. കരു ഉരുക്കിവാർത്തിരിക്കുന്നു. എന്നെ എന്താണ് കാത്തിരിക്കുന്നതെന്ന് എനിക്ക് അറിയില്ല, പക്ഷേ, അദ്ദേഹത്തിന്റെ ആഗ്രഹത്തിന് ഞാൻ കീഴടങ്ങും. നാളെ ഞങ്ങൾ വിടവാങ്ങുകയാണ്. എന്റെ പ്രിയപ്പെട്ട കൂട്ടുകാരാ, എന്റെ സംരക്ഷകാ, എന്റെ ഹൃദയമേ, അതിന്റെ കൂടെ ഞാൻ വിടവാങ്ങലായി ഈ വരികൾ എഴുതുകയാണ്. എനിക്കുവേണ്ടി ദുഃഖിക്കരുത്. സന്തോഷമായിരിക്കണം. എന്നെ ഓർമ്മിക്കണം അതിനുശേഷം ഒരുപക്ഷേ എല്ലാസമയത്തും ദൈവം നിങ്ങളുടെ കൂടെ ഉണ്ടായിരിക്കട്ടെ. ഞാൻ നിങ്ങളെ ഓർമ്മിക്കും.

അതിനുശേഷം എല്ലാസമയത്തും എന്റെ പ്രാർത്ഥനകളിൽ നിങ്ങളുടെ പേര് എടുത്തുപറയും. അതിനുശേഷം അതുകൊണ്ട് ഇവിടെ ഞാൻ ജീവിച്ചിരുന്ന ജീവിതം അവസാനിക്കുന്നു. ഞാൻ ഓർക്കാൻ പോകുന്ന കൂടുതൽ കാര്യങ്ങളും എനിക്ക് ഭാവിയിൽ വളരെക്കുറച്ച് ആശ്വാസമാണ് നല്കാൻ പോകുന്നത്. പക്ഷേ, നിങ്ങളെപ്പറ്റിയുള്ള ഓർമ്മകളെല്ലാം എനിക്ക് കൂടുതൽ പ്രിയങ്കരമായിരിക്കും. നിങ്ങൾ എന്റെ ഒരേയൊരു കൂട്ടുകാരനാണ്. എന്നെ സ്നേഹിച്ച ഒരേയൊരു മനുഷ്യൻ. ഞാൻ അറിഞ്ഞിരുന്നു. അതിനുശേഷം നിങ്ങൾ എന്നെ സ്നേഹിക്കുന്നുണ്ടെന്ന് എനിക്ക് അറിയാമായിരുന്നു. വെറും ഒരു പുഞ്ചിരി അല്ലെങ്കിൽ എന്റെ ഒരു വരി നിങ്ങളെ സന്തോഷിപ്പിക്കാൻ അത് തികയുമായിരുന്നു. ഇപ്പോൾ നിങ്ങൾക്ക് ഞാൻ ഇല്ലാതെ ജീവിക്കേണ്ടിവരുമായിരിക്കും. നിങ്ങൾ എന്തുമാത്രം ഏകാകിയായിരിക്കും! നിങ്ങളെ ആശ്വസിപ്പിക്കാൻ അവിടെ ആര് ഉണ്ടായിരിക്കും? എന്റെ ദയാലുവായ ഒരേയൊരു കൂട്ടുകാരാ! ഞാൻ നിങ്ങൾക്കുവേണ്ടി ആ പുസ്തകവും അതിന്റെ കൂടെ ചിത്രത്തുന്നലിന്റെ ഫ്രെയിമും അതിന്റെ കൂടെ ഞാൻ ഒരിക്കൽ എഴുതാൻ തുടങ്ങിയ എഴുത്തും മാറ്റിവെയ്ക്കുന്നു. ആദ്യത്തെ വരികൾ വീണ്ടും വായിക്കണം. അതിനുശേഷം ബാക്കി വായിക്കാൻ നിങ്ങളെ എന്താണ് സന്തോഷിപ്പിക്കുന്നതെന്ന് സങ്കല്പിച്ചുനോക്കണം. ഞാൻ എന്താണ് എഴുതേണ്ടിയിരുന്നതെന്ന് ദൈവത്തിന് അറിയാം! നിങ്ങളെ വളരെ നല്ലതുപോലെ സ്നേഹിച്ചിരുന്ന പാവം വാരങ്കായെ ഓർമ്മവേണം. നിങ്ങളുടെ എല്ലാ എഴുത്തുകളും ഞാൻ ഫെഡോറായുടെ അലമാരയുടെ മുകളിലത്തെ തട്ടിൽ ഉപേക്ഷിച്ചിട്ടുണ്ട്. നിങ്ങൾക്ക് സുഖമില്ലെന്ന് നിങ്ങൾ എഴുതുന്നു. പക്ഷേ, ഇന്ന് പുറത്തുപോകാൻ മിസ്റ്റർ. ബൈക്കോവ് എന്നെ അനുവദിക്കില്ല. ഞാൻ നിങ്ങൾക്ക് തീർച്ചയായും എഴുതും. പക്ഷേ, സംഭവിക്കാൻ പോകുന്നത് ഒരുപക്ഷേ, ദൈവത്തിന് അറിയാമായിരിക്കും. അതിനുശേഷം നമുക്ക് വിട പറയുന്നതാണ് കൂടുതൽ നല്ലത്. വിട, എന്റെ കൂട്ടുകാരാ, വിട. എല്ലാ സമയത്തും സുഖമായിരിക്കട്ടെ! അതിന്റെ കൂടെ സന്തോഷമായിരിക്കട്ടെ! ഞാൻ നിങ്ങൾക്കുവേണ്ടി പ്രാർത്ഥിക്കും. എന്റെ ഹൃദയം എനിക്ക് പറയാൻ കഴിയുന്നതിലും കൂടുതൽ ഭാരമുള്ളതാണ്. മിസ്റ്റർ ബൈക്കോവ് വിളിച്ചുകൊണ്ടിരിക്കുകയാണ്.

നിങ്ങളുടെ എന്നും സ്നേഹിക്കുന്ന
വി

P. S എന്റെ ആത്മാവ് അങ്ങേയറ്റം നിറഞ്ഞിരിക്കുകയാണ്; കണ്ണുനീർകൊണ്ട് അങ്ങേയറ്റം നിറഞ്ഞിരിക്കുകയാണ്. ഈ കണ്ണുനീർ എന്നെ ശ്വാസംമുട്ടിക്കുന്നു. ഹോ, ഇത് എന്തുമാത്രം ദുഃഖകരമാണ്. നിങ്ങളുടെ പാവം വാരങ്കായെ ഓർമ്മ വേണം!

*

വാരങ്കാ, എന്റെ ഓമനേ, എന്റെ മാടപ്രാവേ, എന്റെ അമൂല്യയായവളെ!

നിങ്ങൾ എന്റെ അടുത്തുനിന്നും ജീവൻ അപഹരിച്ചുകൊണ്ടിരിക്കുന്നു. നിങ്ങൾ പോകുകയാണ്! അവർ എന്റെ മാറുകീറി ഹൃദയം പുറത്തെടുത്തുകൊണ്ടു പോയിരിക്കുന്നു. നിങ്ങൾക്ക് അവരെ എങ്ങനെ അനു

വദിക്കാൻ കഴിഞ്ഞു? നിങ്ങൾ പൊട്ടിക്കരയുകയാണ്. അതിനുശേഷം എന്നിട്ടും നിങ്ങൾ പോവുകയാണ്. നിങ്ങളുടെ കണ്ണുനീർകൊണ്ട് ഈ സമയത്തും നനഞ്ഞിരിക്കുന്ന എഴുത്ത് ഇപ്പോഴാണ് എനിക്ക് കിട്ടിയത്. അതിനുശേഷം അതുകൊണ്ട് നിങ്ങൾ സത്യത്തിൽ പോകാൻ ആഗ്രഹിക്കുന്നില്ല. അതിനുശേഷം അവർ നിങ്ങളെക്കൊണ്ട് ചെയ്യിക്കുകയാണ്... അതിനുശേഷം അതുകൊണ്ട് നിങ്ങൾക്ക് എന്നെപ്പറ്റി ദുഃഖമുണ്ട്... അതിനുശേഷം അതുകൊണ്ട് നിങ്ങൾ എന്നെ സ്നേഹിക്കുന്നുണ്ട്. ഇപ്പോൾ നിങ്ങൾ സംരക്ഷിക്കുന്നത് ആരാണ്? നിങ്ങളുടെ ചെറിയ ഹൃദയം എത്രമാത്രം ദാരുണമായിരിക്കും. അതിന്റെ കൂടെ ഉദാസീനമായിരിക്കും. ദുഃഖം ഹൃദയത്തിൽനിന്ന് രക്തത്തെ ഊറ്റി പുറത്തെടുക്കും. ഉൽക്കണ്ഠ അതിനെ പിളർക്കും. നിങ്ങൾ അവിടെ തനിയെ മരിക്കും. അതിനുശേഷം അവർ നിങ്ങളെ തണുത്ത ഭൂമിയിൽ ശവക്കുഴിക്ക് മുകളിൽ ഒരാൾപോലും കരയാനില്ലാതെ കുഴിച്ചിടും. മിസ്റ്റർ ബൈക്കോവ് മുയലുകളെ വേട്ടയാടുന്ന തിരക്കിലായിരിക്കും. ഹാ, എന്റെ ഓമനേ, നിങ്ങൾക്ക് എങ്ങനെ അത്തരത്തിലുള്ള ഒരു നടപടി എടുക്കാൻ കഴിഞ്ഞു? നിങ്ങൾ എന്താണ് ചെയ്തത്! നിങ്ങൾ നിങ്ങളോടുതന്നെ എന്ത് അക്രമമാണ് കാണിച്ചത്! അവർ നിങ്ങളെ ശവക്കുഴിയിലേക്ക് തുരത്തും. അവർ നിങ്ങളുടെ ആത്മാവിനെ പട്ടിണിക്കിട്ട് കൊല്ലും. എന്റെ കൊച്ചുമാലാഖേ, നിങ്ങൾ ഒരു ചെറിയ തൂവൽ മാത്രമാണ്. അതുകൂടാതെ എന്നെ സംബന്ധിച്ച് ഞാൻ എന്താണ് ചെയ്തിരുന്നത്? ആ കുട്ടി അവളുടെ അടുത്ത് ഉണ്ടായിരുന്നെന്ന് ഞാൻ കണ്ടിരുന്നു; അതുകൂടാതെ ആ കുട്ടിക്ക് സുഖമില്ലായിരുന്നു. ഞാൻ എന്റെ കാൽ താഴോട്ട് ഇടണമായിരുന്നു– പക്ഷേ, ഇല്ല! ഒന്നും ആലോചിക്കാതെയും ഒന്നും കാണാതെയും അതൊന്നും എന്നെ ബാധിക്കുന്നതായിരിക്കില്ല എന്ന രീതിയിൽ ഞാൻ ഒരു വിഡ്ഢിയെപ്പോലെ പെരുമാറി. നല്ല ദൈവം! ഞാൻ ഫാൾബാലായുടെ പിന്നാലെ ഓടിനടക്കുകയായിരുന്നു. ഇല്ല, വാരങ്കാ, ഞാൻ എന്റെ കിടക്കയിൽനിന്ന് എഴുന്നേല്ക്കുകയാണ്. നാളെ ഞാൻ അസുഖം മാറിയതിനുശേഷം കിടക്കയിൽനിന്ന് എഴുന്നേല്ക്കും. ഞാൻ സ്വയം നിങ്ങളുടെ വണ്ടിയുടെ ചക്രങ്ങൾക്ക് അടിയിലേക്ക് എന്നെ എടുത്തെറിയും. ഞാൻ നിങ്ങളെ പോകാൻ അനുവദിക്കില്ല! ഇത് ഒരു അതിക്രമമാണ്! അവർക്ക് എന്ത് അവകാശമാണ് ഉള്ളത്! ഞാൻ നിങ്ങളുടെ കൂടെ ഉണ്ടാവും– നിങ്ങൾ എന്നെ കൊണ്ടുപോയില്ലെങ്കിൽ ഞാൻ നിങ്ങളുടെ വണ്ടിയുടെ പിന്നാലെ ഓടും. ഞാൻ വീഴുന്നതുവരെ ഓടും! നിങ്ങൾ എവിടെയാണ് പോകുന്നത്? നിങ്ങൾക്ക് അറിയാമോ? ഞാൻ നിങ്ങളോട് പറയാം! നിങ്ങൾ പുൽപ്രദേശത്തേക്കാണ് പോകുന്നത്, എന്റെ കൈയുടെ ഉള്ളം കൈപോലെ നഗ്നമായ പുൽപ്രദേശത്തേക്ക്. അവിടെ കർഷകരുടെ വികാരശൂന്യരായ ഭാര്യമാരും അതിന്റെ കൂടെ അവരുടെ പ്രാകൃതരായ മദ്യപിച്ച ആണുങ്ങളും ഒഴിച്ച് മറ്റൊരാളുമില്ല. അവിടത്തെ മരങ്ങൾപോലും അവയുടെ ഇലകൾ കൊഴിച്ചിരിക്കുന്നു. അതുകൂടാതെ അവിടെ മഴ പെയ്യുന്നുണ്ട്. അതിന്റെ കൂടെ തണുപ്പുമുണ്ട്. അവിടെയാണ് നിങ്ങൾ പോകുന്നത്! മിസ്റ്റർ ബൈക്കോവ് അയാളുടെ മുയലുകളുമായി തിരക്കിലായി

രിക്കും. അതിനുശേഷം നിങ്ങൾ? നിങ്ങൾ ഒരു ജന്മിയുടെ ഭാര്യയാകാൻ ആഗ്രഹിക്കുന്നുണ്ടോ? എന്റെ ഓമനേ? അങ്ങനെ ഒരു ചോദ്യമില്ല. നിങ്ങൾ ഇപ്പോൾ വെറുതെ നിങ്ങളെത്തന്നെ നോക്കൂ, എന്റെ സുന്ദരിക്കുഞ്ഞേ. നിങ്ങൾ ഒരു ജന്മിയുടെ ഭാര്യയെപ്പോലെ ആണോ? അത് ചോദ്യത്തിനു പോലും പുറത്താണ്. വാരങ്കാ! ഞാൻ അപ്പോൾ എന്റെ എഴുത്തുകൾ ആർക്കാണ് എഴുതുന്നത്? അപ്പോൾ 'പ്രിയപ്പെട്ട ഹൃദയമേ' എന്ന് ഞാൻ ആരെയാണ് വിളിക്കുന്നത്? ആ മധുരമായ പേരുകൊണ്ട് ഞാൻ ആരെയാണ് വിളിക്കുന്നത്? എന്റെ കുഞ്ഞുമാലാഖേ, ഞാൻ നിങ്ങളെ എവിടെയാണ് കാണുന്നത്? വാരങ്കാ, ഞാൻ മരിക്കും, ഞാൻ തീർച്ചയായും മരിക്കും, എന്റെ ഹൃദയം ഈ ദൗർഭാഗ്യം സഹിക്കില്ല. ഞാൻ നിങ്ങളെ ദൈവത്തിന്റെ ആ വളരെക്കുറച്ച് വെളിച്ചംപോലെ സ്നേഹിച്ചിരുന്നു; എന്റെ സ്വന്തം മകളെപ്പോലെ. ഞാൻ നിങ്ങളിലുള്ള എല്ലാ കാര്യങ്ങളെയും സ്നേഹിച്ചിരുന്നു; എന്റെ ഓമനേ, നിങ്ങൾക്കുവേണ്ടി മാത്രമാണ് ഞാൻ ജീവിച്ചത്. ഒരുപക്ഷേ, നിങ്ങൾ ഇത് ഒരിക്കലും സാദ്ധ്യമാക്കിയിരിക്കില്ല. പക്ഷേ, അത് അങ്ങനെ ആയിരുന്നു. ഇപ്പോൾ വീണ്ടും ശ്രദ്ധിക്കണം: നിങ്ങൾ ദൂരെ എങ്ങനെയാണ് പോകുന്നത്? നിങ്ങൾക്ക് കഴിയില്ല! അത് പൂർണ്ണമായും അസാദ്ധ്യമാണ്. മൊത്തത്തിൽ അത് ചോദ്യത്തിന് പുറത്താണ്! മഴ പെയ്തുകൊണ്ടിരിക്കുകയാണ്. അതിനുശേഷം നിങ്ങൾക്ക് ജലദോഷം വരുമെന്ന് ഉറപ്പാണ്– നിങ്ങൾ വളരെ ക്ഷീണിതയാണ്; വളരെ ദുർബ്ബലയാണ്. അതുകൂടാതെ ആ വണ്ടിയുടെ മേൽക്കട്ടി ചോരുമെന്ന് ഉറപ്പാണ്. വണ്ടി നിശ്ചലമാകും. നിങ്ങൾ പട്ടണത്തിന് പുറത്തെത്തുന്ന നിമിഷത്തിൽ വണ്ടി തീർച്ചയായും നിശ്ചലമാകും. ഇവിടെ പീറ്റേഴ്സ് ബർഗ്ഗിൽ അവർ മഹാമോശമായ വണ്ടികളാണ് നിർമ്മിക്കുന്നത്. എനിക്ക് ആ വണ്ടി നിർമ്മാതാക്കളെ അറിയാം. അവർ അതിന്റെ ബാഹ്യമോടിയിൽ മാത്രം ഉൽക്കണ്ഠയുള്ളവരാണ്. അവർ നിർമ്മിക്കാൻ ആഗ്രഹിക്കുന്നത് ഒരു മനോഹരമായ കളിപ്പാട്ടം ആണ്. പക്ഷേ, അവർക്ക് അത് ബലമായി നിർമ്മിക്കാൻ കഴിയില്ല. അവർക്ക് കഴിയില്ല. ഞാൻ ശപഥം ചെയ്യുന്നു! എന്റെ ഓമനേ, മിസ്റ്റർ ബൈക്കോവിന്റെ മുന്നിൽ ഞാൻ എന്റെ കാൽമുട്ടിൽ സ്വയം വലിച്ചെറിയും. ഞാൻ അത് അയാൾക്ക് തെളിയിച്ചു കൊടുക്കും, അവർക്ക് മുഴുവൻ തെളിയിച്ചുകൊടുക്കും. അതിനുശേഷം നിങ്ങൾ, എന്റെ മനോഹരിയായ ഓമനേ, അയാളുമായി തർക്കിക്കുകയും വേണം നിങ്ങൾക്ക് നിശ്ചയമായും ഇവിടെ താമസിക്കണമെന്ന് അയാളോട് പറയണം. അതുകൂടാതെ പോകാൻ കഴിയില്ലെന്നും പറയണം. ഹോ, എന്തുകൊണ്ട് അയാൾ മോസ്കോവിലുള്ള ആ കച്ചവടക്കാരന്റെ മകളെ വിവാഹം കഴിക്കുന്നില്ല. അയാൾ അങ്ങനെ ചെയ്തിരുന്നെങ്കിൽ അത് കൂടുതൽ മെച്ചമാകുമായിരുന്നു. ആ കച്ചവടക്കാരന്റെ മകൾ കൂടുതൽ അനുയോജ്യയാണ്. വളരെക്കൂടുതൽ അനുയോജ്യയാണ്! എനിക്ക് അതിനെപ്പറ്റി ഉറപ്പുണ്ട്: അതിനുശേഷം പിന്നീട് നിങ്ങൾക്ക് ഇവിടെ എന്റെകൂടെ താമസിക്കാൻ പറ്റും! അതിനുശേഷം നിങ്ങൾക്ക് ബൈക്കോവിന്റെ ആവശ്യം എന്താണ്? അതിനുശേഷം അയാൾ എങ്ങനെയാണ് സ്വയം നിങ്ങളെ പ്രീതിപ്പെടുത്തു

ന്നത്. തീർച്ചയായും ഫാൾബാലാ കാരണമല്ല. ഏതുവിധത്തിലായാലും ഫാൾബാലാ എന്താണ്! ഫാൾബാലയെപറ്റി എന്തിനാണ് പറയുന്നത്? എന്റെ ഓമനേ, ഇത് അസംബന്ധമാണ്. ഇവിടെ ഇത് ജീവിതത്തിന്റെയും മരണത്തിന്റെയും ഒരു കാര്യമാണ്. അതിനുശേഷം ഫാൾബാലായുടെ കാര്യമല്ല. ഫാൾബാലാ ഒരു തുണിയുടെ കഷണം മാത്രമാണ്; ഫാൾബാല ഒരു പ്രയോജനവും ഇല്ലാത്ത ഒരു പഴന്തുണിക്കഷണം ആണ്. ഞാൻ എന്റെ ശമ്പളം വാങ്ങിക്കുന്നതുവരെ വെറുതെ കാത്തിരിക്കണം. അതിനുശേഷം ഞാൻ നിങ്ങൾക്ക് നിങ്ങൾ ആഗ്രഹിക്കുന്ന എല്ലാ ഫാൾബാലായും വാങ്ങിച്ചുതരാം. എന്റെ ഓമനേ, ആ കടയിൽനിന്നും വാങ്ങിച്ചുതരാം. നിങ്ങൾക്ക് ഓർമ്മയില്ലേ? ഞാൻ എന്റെ ശമ്പളം വാങ്ങുന്നതുവരെ വെറുതെ കാത്തിരിക്കണം, എന്റെ ഏറ്റവും സുന്ദരിയായ സുന്ദരിക്കുട്ടി! ഹോ വാരങ്കാ, നല്ല ദൈവമേ! നിങ്ങൾ മിസ്റ്റർ ബൈക്കോവിന്റെ കൂടെ ദൂരത്തേക്ക് പോകുകയാണെന്ന് ഉറപ്പാണോ? എന്നന്നേക്കുമായി പോകുകയാണോ? ഹോ, വാരങ്കാ! ഇല്ല. നിങ്ങൾ തീർച്ചയായും വെറുതെ ഒരെഴുത്തുകൂടി എഴുതണം! അതിനുശേഷം വീണ്ടും പിന്നീട് അവിടെനിന്ന് നിങ്ങൾ എഴുതിയില്ലെങ്കിൽ അപ്പോൾ ഇപ്പോൾ ഞാൻ എഴുതുന്ന ഈ എഴുത്ത് അവസാനത്തേതായിരിക്കും. പക്ഷേ, തീർച്ചയായും ഇത് അവസാനത്തേത് ആയിരിക്കാൻ സാദ്ധ്യതയില്ല. ഇതിനെങ്ങനെ അവസാനത്തേത് ആകാൻ പറ്റും? വളരെപ്പെട്ടെന്ന്- ഈ അവസാനത്തെ എഴുത്ത്! ഞാൻ ഇതുപോലെ നിങ്ങൾക്ക് വെറുതെ എഴുതിക്കൊണ്ടിരിക്കും. അതിനുശേഷം നിങ്ങൾ എനിക്കും എഴുതണം. എന്റെ ശൈലി ഇപ്പോൾ വെറുതെ രൂപപ്പെട്ടുവരികയാണ്... ഹോ, എന്റെ ഓമനേ, ശൈലി ശല്യമാകില്ല! ഞാൻ എന്താണ് പറയുന്നതെന്ന് എനിക്ക് കഷ്ടിച്ച് അറിയാം. അതിനുശേഷം ഞാൻ എന്തിനെപ്പറ്റിയാണ് എഴുതുന്നതെന്നും കഷ്ടിച്ചറിയാം. അതിനുശേഷം ഞാൻ എഴുതിക്കൊണ്ടിരിക്കുന്ന കാലത്തോളം അത് കാര്യമാക്കേണ്ടതില്ല... എന്റെ കുഞ്ഞുമാടപ്രാവേ, എന്റെ ഏറ്റവും സ്നേഹമുള്ളവളേ, എന്റെ സ്വന്തമായവളേ!...

www.ingramcontent.com/pod-product-compliance
Lightning Source LLC
LaVergne TN
LVHW090356051026
849518LV00006B/2145
* 9 7 8 8 1 1 9 1 3 1 6 4 8 *